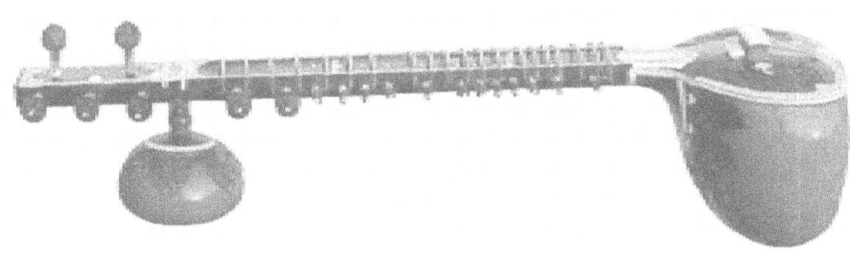

|| सकल संतचरणी समर्पण ||

श्री संत ज्ञानेश्वरमहाराज, नामदेव, एकनाथ, तुकाराम, समर्थ रामदास, चोखा मेळा, सावता माळी, माणकोजी बोधला, नरहरी सोनार, सेनामहाराज, आर्वीकरमहाराज, विष्णुदास, तुकडोजी, देवीदास, गोंदवलेकरमहाराज, विसोबा खेचर, जनार्दनस्वामी, भानुदासमहाराज, निळोबा, शिवदिन केसरी, कान्होबा, मोरोपंत, सोहिरोबा, गुलाबरावमहाराज, स्वामी स्वरूपानंदमहाराज, चांगदेवमहाराज, कोटणीसमहाराज, मन्मथ स्वामी, गोंदामहाराज, अनंमहाराज, लिंगेश्वरमहाराज, पंतमहाराज, दासगणू, देवनाथ, शेख महंमद, हंसराज, दत्तनाथ, मुक्तेश्वर, हरिकवी आणि मुक्ताबाई, बहिणाबाई, कान्होपात्रा, जनाबाई, सोयराबाई, वेणाबाई आदी पन्नासहून अधिक मराठी स्त्री-पुरुष संतांच्या वैशिष्ट्यपूर्ण अशा, रोज वाचण्यासाठी सुमारे अकराशे काव्यरचना

।। दैनंदिन सकळ संतगाथा ।।

निवड आणि निरूपण

माधव कानिटकर

डायमंड पब्लिकेशन्स

।। दैनंदिन सकळ संतगाथा ।।

निवड आणि निरूपण

माधव कानिटकर

१६९१, सदाशिव पेठ,
पुणे–४११०३०.

प्रथम आवृत्ती – ऑगस्ट २००२
दुसरी आवृत्ती – नोव्हेंबर २००८

ISBN 978-81-8483-095-8

© डायमंड पब्लिकेशन्स, पुणे

मुखपृष्ठ :
शाम भालेकर

अक्षरजुळणी :
अक्षरवेल, सी–१८, प्लॉट नं. ५७२,
दत्तवाडी, पुणे ४११ ०३०

मुद्रक :
रेप्रो नॉलेजकास्ट लिमीटेड, ठाणे

प्रकाशक :
डायमंड पब्लिकेशन्स
२६४/३ शनिवार पेठ, ३०२ अनुग्रह अपार्टमेंट
ओंकारेश्वर मंदिराजवळ, पुणे–४११ ०३०
☎ ०२०–२४४५२३८७, २४४६६६४२
info@diamondbookspune.com

ऑनलाईन पुस्तक खरेदीसाठी भेट द्या
www.diamondbookspune.com

प्रमुख वितरक :
डायमंड बुक डेपो
६६१ नारायण पेठ, अप्पा बळवंत चौक
पुणे–४११ ०३० ☎ ०२०–२४४८०६७७

हरि तेथे संत, संत तेथे हरि ।
ऐसे वेद चारी बोलताती ।।

– श्री संत एकनाथ महाराज

संत आनंदाचे स्थळ। संत सुखचि केवळ।
नाना संतोषाचे मूळ। ते हे संत।।
संत मोक्षाची विश्रांती। संत तृप्तीची निजतृप्ती।
ना तरी भक्तीची फळश्रुती। ते हे संत।।

– श्री संत समर्थ रामदास

घेसी तरी घेई संतांची हे भेटी । आणीक ते गोष्टी नको मना।
बैससी तरी बैस संतांचे मधीं। आणीक ते बुद्धि नको मना।
जासी तरी जाई संताचिया गांवा। होईल विसावा तेथे मना।।
तुका म्हणे संत सुखाचे सागर। मना निरंतर धणीं घेई।
संतांचा महिमा तो बहु दुर्गम । शब्दादिकांचे काम नाही येथे ।

– श्री संत तुकाराम महाराज

१

।। श्री गणेशायनम: ।।

ॐ नमोजी आद्या। वेद प्रतिपाद्या
जय जय स्वसंवेद्या। आत्मरुपा ।।
आता अभिनव वाग्विलासिनी। जे चातुर्याथ कलाकामिनी
ते श्रीशारदा विश्वमोहिनी। नमिली मियां ।।

– श्री संत ज्ञानेश्वर महाराज

हे निर्गुणब्रह्मा, आत्मरूपा, श्री गणेशा, तूं सर्वांचा आदि म्हणजे आरंभस्थान आहेस. वेदांनी तुला वर्णिले आहे, पण स्वत:ला योग्य रीतीने जाणणारा असा तूच आहेस. अशा तुला जय जयकार करून वंदन करतो. वाणीचे ठिकाणी अभिनव असा विलास करणारी चातुर्य, अर्थ आणि कला यांची देवता असलेली विश्वमोहिनी जी सरस्वती तिला मी नमस्कार करतो.

ॐ नमोजी गणनायेका। सर्व सिद्धी फळदायेका।
अज्ञान भ्रांती छेदका। बोधरूपा ।।
आता वंदीन वेदमाता। श्री शारदा ब्रह्मसुता।
शब्दमूळ वाग्देवता। माहं मया ।।

– श्री संत समर्थ रामदास

सर्व सिद्धींची फळे देणारा, अज्ञानाचे आवरण दूर करणारा, भ्रम किंवा भ्रांती दूर सारणारा आणि जो स्वत: मूर्तिमंत ज्ञान आहे त्या गणनायक गणपतीला मी नमस्कार करतो. शारदा, जी वेदांची माता, ब्रह्मदेवाची कन्या, शब्दांचे मूळ असलेली वाग्देवता तिला मी वंदन करतो.

पांडुरंगा करूं प्रथम नमन। दुसरे चरणां संताचिया ।।
या मनासी लागो हरि नामाचा छंद। आवडी गोविंद गावयासी ।।
माझिया जीवाची केली सोडवण। ऐसा नारायण कृपाळू हा ।।
भेदाभेद नाही चिंता दु:ख काही। वैकुंठ त्या ठायी सदा वसे ।।

– श्री संत तुकाराम महाराज

पांडुरंगा, प्रथम तुला वंदन करून नंतर संतचरणी माथा ठेवतो. माझ्या मनाला हरिनामाचा छंद लागून तुझे नामस्मरण गाण्याची आवड मनात निर्माण होऊ दे. हे वैकुंठवासी कृपाळू नारायणा, माझ्या जिवाची भेदाभेद, चिंता, दु:ख यांपासून सोडवणूक करणारा तूच आहेस.

।। पंढरीनाथ महाराज की जय ।।

।। ॐ नमोभगवते वासुदेवाय ।।

माझे माहेर पंढरी। सुखें नांदू भीमातीरीं
येथे आहे मायबाप। हरे ताप दरूशनें।।
निवारिली तळमळ चिंता। गेली व्यथा अंतरीची
कैशी विटेवरी शोभली। पाहुनी कान्होपात्रा धाली।

– श्री संत कान्होपात्रा

पंढरपूर हे सर्वच संतांचे माहेर आहे. कान्होपात्रा इथे तोच विचार सांगते. मात्र ती आपले माहेर पंढरपूर आहे असे म्हणून पुढे म्हणते, 'या पंढरपुरात, भीमातीरी आम्ही सुखाने नांदू. ज्याच्या दर्शनाने आमचे त्रिविध ताप जातात तो आमचा मायबाप इथेच आहे. विटेवर उभ्या असलेल्या विठ्ठलाने माझी तळमळ व चिंता यांचे निवारण केले. श्रीविठ्ठलदर्शनाने मनातली व्यथा नाहीशी झाली, अशा या विठ्ठलाला पाहून मी आनंदित झाले आहे.'

स्वानंदाचा गाभा। पहा हो पंढरीसी उभा।
मोक्षाचे माहेर। पंढरीचे दैवत सुंदर।।
सकळ सुखाचा सुखसिंधु। अवघा भरला ब्रह्मानंद।
सर्व सुखाचा दातार। पंढरीचा महेश्वर

– श्री संत बाबा महाराज आर्वीकर

गेल्या शतकातील एक सत्पुरुष बाबामहाराज आर्वीकर म्हणतात, 'पंढरीला उभा असलेला श्रीविठ्ठल म्हणजे स्वानंदाचा गाभा आहे. पंढरीचा विठ्ठल आणि पंढरपूर हे मोक्षाचे माहेरच आहे. हा विठ्ठल म्हणजे सर्व सुखांचा सागर आहे. त्याचे ठायी ब्रह्मानंद पुरेपूर भरला आहे. तो सर्व सुख देणारा थोर दातार आहे, दानशूर आहे. असा हा आमचा महेश्वर म्हणजे पंढरीचा श्रीविठ्ठल.'

आधी रचिली पंढरी। मग वैकुंठनगरी।
जेव्हां नव्हते चराचर। तेव्हां होते पंढरपूर
जेव्हां नव्हती गंगागोदा। तेव्हा होती चंद्रभागा

– श्री संत नामदेव महाराज

नामदेवांचे पंढरपूर नगरीवर विलक्षण प्रेम होते. ते म्हणतात, 'पंढरपूरची रचना वैकुंठ नगरीच्या आधी झाली आहे. जेव्हां या विश्वाचा पसारा नव्हता, चराचराचा उगम झाला नव्हता तेव्हांही पंढरपूर होतेच. गंगा गोदावरी या महानद्या नव्हत्या तेव्हां चंद्रभागा मात्र होती.'

।। पंढरीनाथ महाराज की जय ।।

।। ॐ नमो भगवते वासुदेवाय ।।

बोलावा विठ्ठल, पाहावा विठ्ठल। करावा विठ्ठल जीवभाव।
येणें सोसें मन झालें हांवभरी। परत माघारी घेत नाही।।
बंधनापासूनी उकलली गांठी। देत आले मिठी सावकाश।
तुका म्हणे देह भरिला विठ्ठलें। कामक्रोधें केलें घर रितें

– श्री संत तुकाराम महाराज

विठ्ठल बोलावा म्हणजे सदासर्वदा विठ्ठलाचे नाव घ्यावे. विठ्ठलावर जिवाभावाने प्रेम करावे या सोसामुळे मन हावरट होते आणि प्रपंचात प्रश्न येत नाही. संसारबंधनातून सुटल्यावर श्रीहरीला सावकाश मिठी मारता आली. तुकाराम महाराज म्हणतात अशा प्रकारे तनमन विठ्ठलमय झाल्यामुळे कामक्रोधादि विकारांनी पलायन केले.

नित्यनेम प्रात:काळीं। मध्यान्हकाळी सायंकाळी
नामस्मरण सर्व काळीं। करीत जावें।।
नामें संकटें नासती। नामें विघ्नें निवारती
नामस्मरणें पाविजेतीं। उत्तम पदें।।

– श्री संत समर्थ रामदास

रोज सकाळी, दुपारी, संध्याकाळी एकूण दिवसभर नामस्मरण करीत जावे. नामस्मरणा-मुळे संकटांचा विनाश होतो, विघ्नांचे निवारण होते आणि नामस्मरणाने मोक्षलाभ होतो.

अमृताहूनि गोड नाम तुझे देवा। मन माझे केशवा कां न घे।
संत पंढरीराया काय करूं यासी। का रूप ध्यानासि न ये तुझे।
कीर्तनी बैसतां निद्रें नागविलें। मन हें भुलले विषयसुखा।
हरिदास गर्जती हरिनामाच्या कीर्ती। न ये माझ्याचित्ती नामा म्हणे।

– श्री संत नामदेव महाराज

देवा, तुझे नाम अमृताहून गोड आहे, अमृतापेक्षा मधुर आहे, मग केशवा ते मी कां बरे घेत नाही ? हेच मला समजत नाही. माझ्या लक्षात येत नाही. तुझे सुंदर रूप मी ध्यानाला बसलो की का बरे माझ्या मन:श्क्षूंसमोर येत नाही ? मी कीर्तन ऐकायला बसलो की मी सरळ निद्रेच्या आधीन होतो. माझे मन विषयसुखाकडे अजून ओढले जात आहे. सगळे हरिदास तुझ्या नामाचा गजर करीत असता, तुझे नाम माझ्या ध्यानीमनी का बरे येत नाही ?

।। पंढरीनाथ महाराज की जय।।

।। ॐ नमो भगवते वासुदेवाय् ।।

खरे बोलले तरी। फुकासाठी जोडे हरी।
ऐसे फुकाचे उपाय। सांडुनिया वायां जाय।।
पर उपकार। एक वचनाचा फार।
तुका म्हणे मळ। मनें सांडितां शीतळ।।

– श्री संत तुकाराम महाराज

माणसाने केवळ खरे बोलण्याचे ठरवले तरी त्याला ईश्वरप्राप्ती होते. इतके साधे, सोपे उपाय सोडून उगीच काहीतरी करीत बसून वेळ वाया घालवू नये. एक खरे बोलण्यानेच मोठे उपकार होतात. तुकाराम महाराज म्हणतात मनातला मळ काढून टाकावा म्हणजे मनाला शांती मिळेल, शीतलता प्राप्त होईल.

शुद्ध भाव ज्याचा झाला। दुरी नाही देव त्याला।
अवघी साधन हातवटी। मोले मिळत नाही हरी।
कोणी कोणा शिकवावे। सार साधूनिया घ्यावे।
लडिवाळ मुक्ताबाई। जीव मुदल ठायींचे ठायी।।

– श्री संत मुक्ताबाई

ज्ञानेश्वर महाराजांची धाकटी बहीण मुक्ताबाई ही देखील संत पदवीस पोहोचली होती. रागावून दार बंद करून बसलेल्या ज्ञानदेवाला 'ताटी उघडा ज्ञानेश्वरा' असे विनविताना ती सांगते, ''ज्याचा भाव शुद्ध आहे त्याला देव दूर नसतो. भक्तिची साधने कधी बाजारात मिळत नाहीत ती ज्याचे त्यानेच स्वत: मिळवायची असतात. कोणी कुणाला काय शिकवायचे ? ज्याचे त्यानेच समजून घ्यावे.'' लडिवाळ मुक्ताबाईचे बोल आणि उपदेश ऐकून ज्ञानदेवांचा संताप ओसरला आणि त्यांनी ताटी उघडली, बंद दार उघडले.

सुखाचे हें सुख श्रीहरिमुख। पाहतांही भूक तहान गेली।
भेटली, भेटली विठाई माऊली। वासना निवाली जिवातील।।
चंद्रासी चकोर मेघासी मयूर। वाटे तैसा भर आनंदाचा।
नामा म्हणे पाप ताप आणि दु:ख। गेले जालें सुख बोलवेना।।

– श्री संत नामदेव महाराज

विठ्ठलाचे दर्शन हे परमोच्च सुख आहे. त्या दर्शनाने तहानभुकेचा विसर पडतो, विठाई माऊली भेटली की जिवाच्या सर्व वासनांचा लोप होतो. चकोराला जसा चंद्र किंवा मोराला जसा मेघ आनंदाचा ठेवा आहे. तसा आम्हाला विठ्ठल आहे. विठ्ठल दर्शनाने पाप तर गेलेच पण सर्व प्रकारचे तापहि गेले आणि एवढे सुख मिळाले की ते सांगता येत नाही.

।। पंढरीनाथ महाराज की जय ।।

।। ॐ नमो भगवते वासुदेवाय ।।

गुरु क्षेत्र, गुरु देवता। गुरु माय गुरु पिता
जो गुरु पूजेपरौता। मार्ग नेणें।।
शिवतलें गुरुचरणीं। भलते जे पाणी।
तया तीर्थयात्रे आणी। तीर्थे त्रैलोक्यीची।।

– श्री संत ज्ञानेश्वर महाराज

संत साहित्यात गुरुभक्तीला असाधारण महत्त्व आहे. श्री ज्ञानेश्वरांची गुरुभक्ति तर अनुपमेय होती. इथे ते म्हणतात, 'गुरु हेच क्षेत्र, गुरु हीच देवता, गुरू माता, गुरुच पिता, गुरुपलिकडे दुसरा मार्ग साधक जाणत नाही. ज्या कोणत्याहि पाण्याला श्रीगुरुचरणांचा स्पर्श झाला आहे त्या पाण्याला तो तीर्थ समजतो. त्रैलोक्यातील सर्व तीर्थे इथे एकवटली आहेत असेच त्याला वाटते.

सद्‌गुरुवांचुनी नाम नये हातां। साधन साधिता कोटी गुणें।
जैसा कांतेविण करणे संसार। तैसा हा व्यापार साधनांचा।।
जंव सद्‌गुरु नाही केला भ्रतार। साधनविचार व्यर्थ गेला
नामदेव म्हणे सद्‌गुरुपासोनि। नाम घ्या जाणोनि नाना कांही।।

– श्री संत नामदेव महाराज

सद्‌गुरुशिवाय नाम पचनी पडत नाही. जसा पत्नीशिवाय प्रपंच करता येत नाही. तसा हा साधनांचा व्यापार आहे. सद्‌गुरुलाच आपण पति करावे, त्याची आपणच पत्नी होवून सेवा करावी. सद्‌गुरुकडून नाम मिळाले नाही तर साधनविचार व्यर्थ ठरतो. म्हणून नामदेव महाराज सांगतात, सद्‌गुरुपासूनच नामाचे महत्त्व जाणून घ्या, मग ज्ञान दूर नाही.

नमिला गणपती माऊली सारजा। आता गुरुराजा दंडवत
गुरुरायाचरणी मस्तक ठेविला। आपुल्या स्तुतीला द्यावी मती
गुरुराया तुज ऐसा नाही सखा। कृपा करूनी रंका धरी हाती।
तुका म्हणे माता पिता गुरुंबधु। तूंचि कृपासिंधू पांडुरंगा।।

– श्री संत तुकाराम महाराज

श्रीगजानन आणि शारदेला वंदन करून तुकाराम महाराज आपल्या हरिपाठाचे आरंभी गुरुराजाला साष्टांग नमस्कार घालतात. गुरुचरणांवर मस्तक ठेवून गुरुकडून आशीर्वाद मागतात आणि म्हणतात, ''गुरुराया तुझ्यासारखा मित्र नाही. या गरीबाला तूच हात दे. गुरु हीच माता, गुरु हाच पिता, गुरु हाच गुरुबंधु आणि गुरु हाच कृपासिंधु पांडुरंग.

।। पंढरीनाथ महाराज की जय।।

।। ॐ नमो भगवते वासुदेवाय ।।

हरि उच्चारणीं अनंत पापराशी। जातील लयासी क्षण मात्रे
तृण अग्निमेळें समरस झालें। तैसे नामें केलें जपता हरी।।
हरि उच्चारण मंत्र पै अगाध। पळे भूतबाधा भयें याचे।
ज्ञानदेव म्हणे हरि माझा समर्थ। न करवें अर्थ उपनिषदा।।

– श्री संत ज्ञानेश्वर महाराज

हरिनामाचे महत्त्व सांगताना श्री ज्ञानेश्वर महाराज म्हणतात की, हरि या नामोच्चराने अनंत पापराशी क्षणार्धात नष्ट होतील. आगीशी गवत जसे समरस होते त्याप्रमाणे हरिनामाच्या जपाने आपण हरिमय होऊ. हरिनामाचा मंत्र हा एक अगाध मंत्र आहे. या मंत्राच्या भयाने भुतखेते देखील पळून जातात. ज्ञानदेव म्हणतात माझा हरि समर्थ आहे, त्याचा अर्थ उपनिषदांनाहि उमगला नाही.

हरिचियादासा हरि दाही दिशा। भावे जैसा तैसा हरि एक।।
हरी मुखीं गाता हरपली चिंता। त्या नाहीं मागुता जन्मघेणें।
जन्म घेणें लागे वासनेच्या संगे। तेचि झाली अंगे हरिरूप।।
हरिरूप ध्यानी हरिरूप मनीं। एका जनार्दनी हरि बोला.

– श्री संत एकनाथ महाराज

जो हरिदास आहे त्याला दाही दिशांना हरीच दिसतो. आपला भाव असेल तसा हरि असतो. हरिनाम मुखी असेल तर चिंता पळून जातील, हरिनाम जो घेतो त्याला पुन्हा जन्म नाही. वासनेमुळे पुनर्जन्म घ्यावा लागतो पण वासनाच हरिरूप झाली तर कुठला जन्म ? ध्यानी मनी हरिरूप ठेवा आणि हरि नाम घ्या.

एकतत्त्व हरि असे पै सर्वत्र। ऐसें सर्व शास्त्र बोलियेले।।
हरिनामे उद्धरे हरिनामे उद्धरे। वेगे हरीं त्वरे उच्चारी जो।
जपतां पैं नाम यमकाळ कांपे। हरि हरि सोपें जपिजें सुखें
निवृत्ति म्हणे हरिनामपाठ जपा। जन्मांतर खेपा अंतरती।।

– श्री संत निवृत्तिनाथ महाराज

हरि हे एकच तत्त्व सर्वत्र भरून राहिले आहे असे सर्व शास्त्रे सांगतात. हरिनामाचा वेगाने उच्चार करा कारण हरिनामानेच उद्धार होणार आहे. हरिनामाच्या जपाला कळिकाळहि घाबरतो म्हणून सुलभ, सोपे असे हरिनाम घ्या. निवृत्तिनाथ म्हणतात, हरिनामपाठ जपा आणि जन्ममरणाच्या चक्रातून मुक्त व्हा.

।। पंढरीनाथ महाराज की जय ।।

।। ॐ नमो भगवते वासुदेवाय ।।

जळीं बुडबुडें देखतां देखतां। क्षण न लागता दिसेनाती ।।
तैसा हा संसार पाहतां पाहतां। अंतकाळी हमां काई नाहीं ।।
गारुड्याचा खेळ दिसे क्षणभर। तैसा हा संसार दिसे खरा ।।
नामा म्हणे तेथे कांहीं नसे बरें। क्षणाचे हे खरें सर्व आहे

– श्री संत नामदेव महाराज

पाण्यातील बुडबुडे पहाता पहाता दिसेनासे होतात. तसा हा संसार नाहीसा होईल आणि अंतकाळी हाती काही राहणार नाही. गारुड्याचा खेळ जसा क्षणभर दिसतो तसाच हा संसार तेवढ्यापुरताच खरा समजावा. नामदेव महाराज म्हणतात तिथे काहीही चांगले नाही, सर्व काही क्षणांचा खेळ आहे.

दधीमाजीं लोणी जाणती सकळ। तें काढीं निराळें जाणें मंथन ।।
अग्नि काष्ठामाजीं ऐसे जाणे जन। मथिलियाविण कैसा जाळी ।।
तुका म्हणे मुख मळीन दर्पणीं। उजळिल्यावांचुनि कैसें भासे।
नको नको मना गुंतू मायाजळीं। काळ आला जवळीं ग्रासावया ।।

– श्री संत तुकाराम महाराज

दह्यामध्ये लोणी असते हे सर्वांना माहीत असते पण ज्यांना कसे घुसळावे हे कळते तेच लोणी काढू शकतील. लाकडामध्ये अग्नि असतो हे खरेच पण घर्षणावाचून तो थोडाच प्रकट होणार ? आरशात चेहरा दिसतो पण आरसा स्वच्छ असायला हवा. माझ्या मना, मला या मायाजाळात गुंतवू नकोस, काळाची उडी कधी पडेल हे सांगता येत नाही.

शिकला बात बेत सारा। जुंपला बैल संसारा।
स्नान संध्या जप तीर्थाटण। पुराणकीर्तन वर्जी।
धर्म वाढि ना, कदा मोडिना। बायकोची मर्जी।
विष्णुदास म्हणे अखेर एकला। रडत नागवा गेला ।।

– श्री संत विष्णुदास महाराज

संत विष्णुदास महाराजांनी प्रपंचात गुंतलेल्या प्रापंचिक गृहस्थाचे इथे अगदी अचूक वर्णन केले आहे. महाराज म्हणतात, सगळं शिक्षण झालं, लग्न झालं आणि बैलासारखा संसाराला जुंपला गेला. स्नान, संध्या, जप, उपासन, कीर्तन, प्रवचन हे सगळे त्याने सोडून दिले. दान धर्म करीना, बायकोची मर्जी राखून राहिला, उत्तमोत्तम कपडे घालू लागला, गाडी घोडी माडी सर्व काही मिळाले, देवापुढे ठेवायचाच झाला तर खोटा पैसा ठेवू लागला पण शेवटी एकटाच रडत सर्व सोडून मरून गेला !

।। पंढरीनाथ महाराज की जय ।।

।। ॐ नमो भगवते वासुदेवाय।।

जैसें मार्गें चालतां। अपायो न पवे सर्वथा।
का दीपाधारे वर्ततां। नाडळिजे।।
तयापरी पार्था। स्वधर्मे राहाटतां।
सकळ काम पूर्णता। सहजें होय।।

– श्री संत ज्ञानेश्वर महाराज

मार्गावरून चालताना दिव्याचा प्रकाश असेल तर कोणताहि अपाय होत नाही किंवा अडखळायलाहि होत नाही. त्याप्रमाणे पार्था, स्वधर्माचे जो पालन करतो त्याच्या सर्व मनोकामना पूर्ण होतात म्हणून पार्था तुला सांगतो, स्वधर्म सोडू नकोस.

अजामेळ पापी तया अंत आला।
कृपाळूपणें तो जनी मुक्त केला।
अनाथासी आधार हा चक्रपाणी।
नुपेक्षी कदा देव भक्ताभिमानी।।

– श्री संत समर्थ रामदास

वेश्येकडे राहून दहा मुलांचा बाप झालेल्या अजामिळाने दहाव्या मुलाचे नाव नारायण ठेवले व त्याचे नाव घेत देह ठेवला म्हणून तो विष्णुचरणी लीन झाला. देवाने त्याला मुक्ति दिली. अनाथांना, निराधारांना परमेश्वर हाच आधार आहे आणि भक्तांचा अभिमान असलेला देव भक्तांची उपेक्षा कधीही करीत नाही.

आवडीनें भावें हरिनाम घेसी। तुझी चिंता त्यासी सर्व आहे ।।
नको खेद करू कोणत्या गोष्टीचा। पति तो लक्ष्मीचा जाणतसे ।।
सकळ जीवांचा करितो सांभाळ। तुज मोकलील ऐसें नाहीं।।
एका जनार्दनी भोग प्रारब्धाचा। हरिकृपें त्याचा नाश झाला ।।

– श्री संत एकनाथ महाराज

तू जर मनापासून, प्रेमाने हरिनाम घेशील तर तुझ्या सर्व चिंता दूर होतील कारण तुझ्या चिंता करणारा तो श्रीहरी आहे. कोणत्याही गोष्टीचा खेद वा खंत करू नको, लक्ष्मीपती भगवंत सर्व काही जाणतो. सर्व जिवांचा सांभाळ करणारा श्रीहरी तुझ्याकडे दुर्लक्ष करील असे नाही. जो प्रारब्धाचा भोग असेल त्याचा हरिकृपेने नाश होतो.

।। पंढरीनाथ महाराज की जय।।

।। ॐ नमो भगवते वासुदेवाय ।।

देवा, तुझा मी सोनार। तुझे नामाचा व्यवहार।
देह बागेसरी जाणे। अंतरात्मा नाम सोनें ।।
त्रिगुणाची करूनी मूस। आंत ओतिला ब्रह्मरस।
जीवशिव करूनी फुंकी। रात्रंदिवस ठोकाठोकी ।।

– श्री संत नरहरी सोनार महाराज

देवा, मी तुझा सोनार आहे आणि मी तुझ्या नामाचा व्यवहार करीत असतो. फुललेल्या निखाऱ्यांची शेगडी, बागेसरी म्हणजे माझा देह आहे आणि त्यात जिवाशिवाचं सोनं घातलं आहे आणि ते तावून सुलाखून निघते आहे. सत्त्व, रज, तम या तीन गुणांची मी मूस तयार केली आहे आणि त्यात ब्रह्मरस ओतला आहे. जिवाशिवाच्या फुंकणीनं माझं काम चाललं आहे आणि मी रात्रंदिवस ठोकाठोकी करीत असतो.

आमुचि माळियाची जात। शेत लावू बागाईत।
आम्हा हाती मोट नाडा। पाणी जाते फुलझाडा ।।
शांती शेवंती फुलली। प्रेम जाईजुई व्याली।
स्वकर्मात व्हावे रत। मोक्ष मिळे हातोहात ।।

– श्री संत सावंता माळी महाराज

सावंता माळी आपल्या व्यवसायातील उदाहरणे देत सांगत आहेत, 'आमची माळ्याची जात. बागायती करणे हाच माझा व्यवसाय आहे. मोटेनं पाणी काढून आम्ही फुलझाडांना देतो. इथे शेवंतीनं शांतीचं रूप घेतलं आहे, तर जाईजुईंनी प्रेमरूपी फुलांना जन्म दिला आहे. प्रत्येकानं स्वकर्मात गढून जावं, स्वकर्म करीत रहावं मग आपोआप मोक्षप्राप्ती होईल.'

आलें देवाचिया मना। तेथें कोणाचें चालेना।
हरिश्चंद्र ताराराणी। वाहे डोंबा घरीं पाणी ।।
पांडवांचा साहाकरी। राज्यावरूनि केलें दुरी।
तुका म्हणे उगेचि रहा। होईल तें सहज पहा ।।

– श्री संत तुकाराम महाराज

एखादी गोष्ट देवाच्या मनात आली तर तेथे कुणाचे काही चालत नाही. हरिश्चंद्र तारामती राजा राणी असूनहि त्यांना डोंबाच्या घरी पाणी वाहावे लागले. श्रीकृष्ण हा तर पांडवांचा सहाय्यक पण त्यांना सुद्धा त्याने राज्यापासून दूर केले. तुकाराम महाराज म्हणतात, स्वस्थ रहा आणि काय काय होते ते पहा.

।। पंढरीनाथ महाराज की जय ।।

।। ॐ नमो भगवते वासुदेवाय ।।

हा अनादि नित्यसिद्धु । निरूपाधि विशुद्धु ।
म्हणऊनि शस्त्रादिकीं छेदु । न घडे यया ।।
हा प्रळयोदकें नाप्लवें । अग्निदाहो न संभवे ।
एथ महाशोषु न प्रमवे । मारूताचा ।।

– श्री संत ज्ञानेश्वर महाराज

देह मर्त्य असला तरी आत्मा अमर आहे हे सांगताना ज्ञानेश्वर महाराज म्हणतात हा आत्मा अनादि तर आहेच, पण जन्ममृत्यूपासून दूर त्याला कसलीही उपाधि नाही. तो शुद्ध आहे म्हणून शस्त्राने त्याला छेद जात नाही, महाप्रलयातहि तो बुडत नाही, आगीत जळत नाही, कितीही प्रचंड, सोसाट्याचा वारा आला तरी तो वाळत नाही.

तोचि एक संत जाणा । नारायणा आवडती ।
पांडुरंगावांचुनि कांही । न जाणें पाही दुसरें ।।
मुखी नाम अमृत वाणी । धाले मनीं डुलती ।
सेना म्हणे पायी माथा । त्यांच्या आता ठेविली ।।

– श्री संत सेना महाराज

नारायणाला जे आवडतात ते संत, हे तर खरेच पण ज्यांना पांडुरंगाशिवाय दुसरे काही आवडत नाही, सुचत नाही, भावत नाही त्यांनाहि संत म्हणावे. अमृतासमान असलेले पांडुरंगाचे नाव त्यांच्या मुखात सतत असते आणि श्रीविठ्ठलाच्या नामस्मरणात ते डुलत असतात अशा संताच्या चरणांवर माथा ठेवावासा वाटतो.

दुर्लभ नरदेह झाला तुम्हां आम्हां । येथे साधु प्रेमा राघोबाचा ।
अवघे हातोहातीं तरो भवसिंधु । आवडी गोविंदु, गाऊं गीती ।।
हिताचिया गोष्टी सांगू एकमेकां । शोक, मोह, दुःखा निरसूं तेणें ।
एकमेकां करूं सदा सावधान । नामीं अनुसंधान तुटो नेदू ।।

– श्री संत नामदेव महाराज

आपल्याला दुर्लभ असा मानवजन्म मिळाला आहे, तेव्हां या जन्मी श्रीरामाची कृपा संपादन करू. एकमेकांचा हात धरून हा भवसिंधु आपण पार करू, मोठ्या प्रेमाने गोविंदाचे गुणगान गाऊ. परस्परांना हिताच्या गोष्टी सांगू म्हणजे आपल्या मनातील शोक, दुःख आणि मोह यांचे निवारण होईल. एकमेकांना सदैव सावध ठेवू पण काही झाले तरी नामाशी आपले जे अनुसंधान आहे ते तुटू देणार नाही.

।। पंढरीनाथ महाराज की जय ।।

।। ॐ नमो भगवते वासुदेवाय ।।

देह जाईल जाईल। यांसी काळ बा खाईल।
कां रे नुमजशी दगडा। कैंचे हत्ती घोडे वाडा।।
लोड बोलिस्तें सुपती। जरा आलिया फजिती।
अझुनि तरी होई जागा। तुका म्हणे पुढें दगा।।

– श्री संत तुकाराम महाराज

अरे हा देह थोडाच टिकणार आहे. तो जाणारच आहे. काळ त्याला खाणार आहे. तुला अजून काहीच कसे समजत नाही ? अरे हत्ती घोडे वाडा हे कसले घेऊन बसला आहेस ? तक्के, गाद्या, लोड हे सुखदायक खरे पण म्हातारपण आल्यावर फजिती थोडीच चुकणार आहे ? तुकाराम महाराज म्हणतात अरे अजून जागा हो, नाहीतर पुढे दगाच दगा आहे.

स्वयें आपण कष्टावें। बहुतांचे सोसित जावें।
झिजोनि कीर्तीस उरवावें। नाना प्रकारें।।
आपणांस चिमोटा घेतला। तेणे जीव कासावीस झाला।
आपणावरून दुसऱ्याला। राखत जावे।।

– श्री संत समर्थ रामदास

आपण स्वत: कष्ट करून इतरांचे सोसावे, स्वत: झिजून आपली कीर्ती मागे ठेवावी. आपल्याला जर कोणी चिमटा घेतला तर आपला जीव कासावीस होतो, त्याप्रमाणे इतरांनाहि वेदना होतील हे लक्षात घेऊन स्वत: वरून इतरांची मने राखीत जावे. यासाठी दुसऱ्याचे मन दुखवू नये, स्वत: वरून इतरांना जाणण्यास शिकावे.

सोनें आणि लेणें एकचि तत्त्वतां। तैसी आत्मसत्ता विश्वरूप।
तरंग सागर एकचि साचार। तैसा विश्वाकार आत्ममय।।
ज्वाला आणि अग्नि एकचि संपूर्ण। भूतांसी अभिन्न आत्मतत्त्व।
स्वामी म्हणे जैसा कापुरी सुवास। तैसा श्रीनिवास विधीं वसे।।

– श्री संत स्वामी स्वरूपानंद महाराज

आधुनिक काळातील संत म्हणून ज्यांचा गौरव होतो ते पावसचे स्वामी स्वरूपानंद. अभंग ज्ञानेश्वरी, संजीवनी गाथा इत्यादी त्यांचे ग्रंथ विख्यात आहेत. ते म्हणतात, सर्व विश्वात आत्मसत्ता एकच आहे. सोने आणि अलंकार, समुद्र आणि लाटा, ज्वाला आणि अग्नि हे जसे सर्वांना अभिन्न आहेत त्याप्रमाणे जसा कापुरात सुगंध असतो तसा परमेश्वर सर्वत्र भरून राहिला आहे.

।। पंढरीनाथ महाराज की जय।।

।। ॐ नमो भगवते वासुदेवाय।।

सुंदर ते ध्यान उभे विटेवरी। कर कटावरी ठेवुनियां।
तुळशीहार गळा कांसे पीतांबर। आवडें निरंतर हेचि ध्यान।।
मकर कुंडले तळपती श्रवणीं। कंठी कौस्तुभमणी विराजित।
तुका म्हणे माझे हेचि सर्वसुख। पाहीन श्रीमुख आवडीने।।

– श्री संत तुकाराम महाराज

कमरेवर हात ठेवलेले, विटेवर उभे असलेले विठ्ठलाचे रूप अतिशय मनमोहक आहे. त्याच्या गळ्यात तुळशीचा हार आहे, नेसू पितांबर आहे. माशाचा आकार धारण करणारी तेजस्वी कर्णभूषणे त्याच्या कानात आहेत, गळ्यातील हारात कौस्तुभमणी विराजित आहे. तुकाराम महाराज म्हणतात श्री विठ्ठल हेच माझे सर्वसुख आहे आणि त्याचेच श्रीमुख मी सतत आवडीने पाहीन.

संतकृपा झाली। इमारत फळा आलीं।
ज्ञानदेवें रचिला पाया। उभारिलें देवालया।।
नामा तयाचा किंकर। तेणें केलासें विस्तार।
जनार्दनी एकनाथ। खांब दिला भागवत।।
भजन करा सावकाश। तुका झालासे कळस।
बहेणा फडकती ध्वजा। निरूपण केलें वोजा।। – श्री संत बहिणाबाई

संतांची कृपा झाली आणि इमारत उभी राहिली. या वास्तुचा पाया ज्ञानदेवांनी घालून देवालय उभे केले. ज्ञानेश्वरांचा भक्तसेवक नामदेव याने या मंदिराचा विस्तार केला. जनार्दनस्वामींचे शिष्य एकनाथ यांनी भागवतरूपी खांबाचा आधार दिला. आता भक्तांनी तुका कळस असलेल्या या मंदिरात सावकाश भजन करावे. बहिणाबाई ही या कळसावरील ध्वजा डौलाने फडकत आहे.

विठो माझा लेकुरवाळा। संगे लेकुरांचा मेळा।
निवृत्ति हा खांद्यावरी। सोपानाचा हात धरी।।
पुढे चाले ज्ञानेश्वर। मागे मुक्ताई सुंदर।
गोरा कुंभार मांडीवरी। चोखा जीवा बरोबरी।।
बंका कडियेवरी। नामा करांगुळी धरी। – श्री संत जनाबाई

माझा विठ्ठल लेकुरवाळा आहे. त्याची लेकरे, मुले बाळे त्याच्या बरोबरच असतात. निवृत्ति खांद्यावर तर सोपानाचा हात धरलेला. ज्ञानेश्वर पुढे चालले आहेत आणि सुंदर अशी मुक्ताई मागून येते आहे. गोरा कुंभार मांडीवर बसला आहे, चोखोबा त्याच्याबरोबर आहे. बंका हा कडेवर आहे आणि नामदेवाने विठ्ठलाचे बोट धरले आहे.

।। ॐ नमो भगवते वासुदेवाय।।

नाम घेतां न लागे मोल। नाममंत्र नाही खोल।
दोंचि अक्षरांचे काम। उच्चारावें राम राम।।
नाहीं वर्णधर्मयाती। नामीं अवघाचि सरती।
तुका म्हणे नाम। चैतन्य हें निजधाम।।

– श्री संत तुकाराम महाराज

नामस्मरणाची महती सांगताना तुकाराम महाराज सांगतात, नाम घेण्यासाठी काही किंमत मोजावी लागत नाही. केवळ दोन अक्षरे उच्चारावी राम राम. वर्णधर्मजातपात यापलिकडची ही साधना आहे. पुढे तुकाराम महाराज म्हणतात, नाम हे केवळ चैतन्य आहे, ईश्वराकडे जाण्याचा सोपा मार्ग आहे.

तुझे भक्तिसुख द्यावे मज प्रेम।
वसो तुझे नाम माझे मुखीं।।
सद्‌भक्ति विचार वाढो माझे चित्तीं।
हेचि कृपामूर्ति द्यावे मज।।

– श्री संत नामदेव महाराज

नामदेव महाराज विठ्ठलाला म्हणतात देवा, मला तुझ्या भक्तिचे सुख दे. तुझे नाव सतत माझ्या मुखी असू दे. सद्‌भक्तिचे विचार माझ्या मनात सतत वाढत राहू दे आणि हाच आशीर्वाद हे कृपामूर्ति तुम्ही मला द्यावा.

आनंदे करूनि संसारी असावें। नाम आठवावें श्रीरामाचे।
नामाचिया योगें संसार तो चांग। येऱ्हवी तें अंग व्यर्थ जाय।।
ऋषीमुनी सिद्ध संत महानुभाव। रामनामें भाव सुखें केला।
नामें होय सुख, नाम निरसे दु:ख। रामनाथ एक हृदयी धरा।।

– श्री संत एकनाथ महाराज

श्री रामाचे नामस्मरण करीत संसार आनंदात करावा. नामस्मरणाने संसार सुखाचा होतो, पण नामाचा विसर पडला तर संसार वाया जातो. ऋषि, मुनी, संत, महानुभाव यांचे हेच सांगणे आहे की हृदयी रामनाम धरा, त्यायोगे सुख मिळेल, दु:ख दूर जाईल.

।। पंढरीनाथ महाराज की जय।।

।। ॐ नमो भगवते वासुदेवाय ।।

पराविया नारी माऊली समान। मानिलिया धन काय वेंचे।
न करितां परनिंदा, परद्रव्य अभिलाष। काय तुमचें वेंचें सांगा।।
बैसलिये ठायीं म्हणता रामराम। काय होये श्रम ऐसे सांगा।
तुका म्हणे देव जोडे याजसाठी। आणिक ते आटी नलगे कांही।।

– श्री संत तुकाराम महाराज

परस्त्री मातेसमान मानली तर आपले काय खर्च होते ? दुसऱ्याची निंदा केली नाही, दुसऱ्याच्या द्रव्याची अभिलाषा बाळगली नाही तर काय बिघडेल ? बसल्या बसल्या तुम्ही रामनाम घेतलेत तर कोणते श्रम तुम्हाला होणार आहेत ? तुकाराम महाराज म्हणतात असे तुम्ही वागलात तर ईश्वरप्राप्ती दूर नाही. मग इतर काही खटाटोप करायला नकोत.

हरी कीर्तनें प्रीती रामीं धरावी।
देहेबुद्धि निरुपणीं विसरावीं।।
परद्रव्य आणिक कांता परावी।
यदर्थि मना सांडि जीवी करावी।।

– श्री संत समर्थ रामदास

हरिकीर्तनात सतत मग्न रहावे आणि श्रीरामचंद्राची भक्ति मनात धरावी. निरूपण करताना देहभान विसरावे, दुसऱ्याचे द्रव्य आणि दुसऱ्याची स्त्री याबद्दल मनोमनी कधीही अभिलाषा बाळगू नये. आपल्या मनाने या गोष्टी सोडून द्याव्यात आणि श्रीरामचंद्राच्या भक्तिकडे वळावे.

तुझी विमलमूर्ती ही हृदयिं राहुं दे राहुं दे।
समस्त युवतींमध्ये तुजसि पाहुं दे पाहुं दे।।
तुझ्या भजनीं कष्ट हे तनुस साहुं दे साहुं दे।
तुझ्यास्तवचि अश्रु हें नयनिं वाहुं दे वाहुं दे।।

– श्री संत भक्तकवि देवीदास महाजन

देवा, तुझी विमलमूर्ती सतत माझ्या हृदयात राहू दे, सर्व तरुण स्त्रियांमध्ये मला तुलाच पाहू दे, तुझ्या भजनाचे श्रम या शरीराला सहन करू देत आणि देवा तुझ्यासाठीच डोळ्यातून अश्रू वाहू देत.

।। पंढरीनाथ महाराज की जय ।।

।। ॐ नमो भगवते वासुदेवाय ।।

दळितां कांडितां । तुज गाईन अनंता ।
न विसंबे क्षणभरी । तुझें नाम गा मुरारी ।।
नित्य हाचि कारभार । मुखी हरि निरंतर ।
मायबापबंधु भगिनी । तूं बा सखा चक्रपाणी ।।

– श्री संत जनाबाई

नामदेव महाराजांच्या घरी दासीचे काम करणारी जनाबाई याही संत होत्या. त्या म्हणतात, देवा, नामदेवाघरचे दळण कांडण करताना मी तुझेच गाणे गाईन, तुझे नाम क्षणभरहि विसंबणार नाही. तुझा सतत नामजप हाच माझा कारभार आहे. देवा तूच माझी माता, तूच माझी भगिनी, तूच माझा पिता, तूच माझा बंधु आणि तूच माझा सखा.

कांदा मुळा भाजी । अवघी विठाबाई माझी ।
लसूण मिरची कोथिंबिरी । अवघा झाला माझा हरी ।।
मोट नाडा विहीर दोरी । अवघी व्यापिली पंढरी ।
सावता म्हणे केला मळा । विठ्ठल पायीं गोविला गळा ।।

– श्री संत सावता माळी महाराज

कांदा, मुळा अशा निरनिराळ्या भाज्या माझ्या मळ्यात मी पिकवीत असलो तरी मला हीच माझी विठाई वाटते. लसूण, मिरची, कोथिंबीरी हाच माझा हरि. मोट, नाडा, विहीर म्हणजे माझं पंढरपूरच आहे. असा हा आगळा वेगळा मळा मी फुलवला आहे पण माझे चित्त मात्र विठ्ठलाच्या पायी गुंतले आहे.

डोईचा पदर आला खांद्यावरी । भरल्या बाजारीं जाईन मी ।
हातीं घेईन टाळ, खांद्यावरी वीणा । आता मज मना कोण करी ।।
पंढरीच्या पेठें मांडियेलें पाल । मनगटावर तेल घाला तुम्ही ।
जनी म्हणे देवा, मी झाले येसवा । निघालें केशवा घर तुझें ।।

– श्री संत जनाबाई

खरं तर एखाद्या कुलीन स्त्रीप्रमाणे मी डोक्यावर पदर घ्यायला हवा पण आता माझा पदर खांद्यावर आला आहे. हातात टाळ आणि खांद्यावर वीणा घेऊन मी जाईन, मला कोण अडवील ? पंढरीच्या पेठेत मी माझी झोपडी मांडणार आहे, आणि माझ्या मनगटावर तुम्ही तेल घाला म्हणजे विठ्ठलाच्या नावाने शंखध्वनी करायला मी मोकळी. देवा, मी देवदासी होऊन तुझ्या घराकडे निघाले आहे.

।। पंढरीनाथ महाराज की जय ।।

।। ॐ नमो भगवते वासुदेवाय ।।

अंगीकार केला ज्याचा नारायणें। निंद्य तेहि तेणें वंद्य केलें।
अजामिळ भिल्ली तारिली कुंटीणी। प्रत्यक्ष पुराणीं वंद्य केली।।
ब्रह्महत्यारा पातकें अपार। वाल्मिक किंकर वंद्य केला।
तुका म्हणे येथ भजन प्रमाण। काय थोरपण जाळावें तें।।

– श्री संत तुकाराम महाराज

ज्यांचा प्रत्यक्ष परमेश्वराने, नारायणाने स्वीकार केला आहे ते आधी निंद्य असले तरी नंतर वंद्य झाले. गणिका, अजमिळ आणि भिल्लीण हे नीच होते, तुम्ही त्यांना तारले, त्यांचा उद्धार केला आणि वंदनीय केलेत असे पुराण सांगते, ज्या वाल्मिकीने असंख्य ब्रह्महत्या केल्या तो वाल्मिकी देवाचा दास झाल्यामुळे वंदनीय ठरला. तुकाराम महराज म्हणतात, इथे भक्ति भजन हेच प्रमाण आहे. थोरपणाला विचारतो कोण ?

जनाबाईची लुगडीं धुतलीं चंद्रभागेच्या थडीं।
सजन कसाई मांस विकतो त्याची लाविसी धडी।।
दामाजीपंतांचे वेळीं झाला महार तांतडीं।
पायीं वहाणा हाती काठी खांद्यावर घोंगडी।।

– श्री संतकवी महाराज

या विठ्ठलाने चंद्रभागेच्या तीरावर जनाबाईची लुगडी धुतली. सजन कसायाला मांस विकण्यासाठी मदत करायला तागडी हातात धरली; तर दामाजीपंत कर्जमुक्त व्हावे म्हणून पायात वहाणा, हातात काठी, खांद्यावर घोंगडी असा वेष करून महाराचे रूप घेतले. त्या विठ्ठलाविषयी काय बोलावे ?

ऐसे भजतेति प्रेमभावें। जया शरीरही पाठीं न पवें।
तेणें भलतया व्हावें। जातीचिया।।
आणि आचरण पाहतां सुभटा। तो दुष्कृताचा कीर सेल वाटा।
परि जिवीत वंचिले चोहटा। भक्तिचिया कीं।।

– श्री संत ज्ञानेश्वर महराज

अशा प्रेमाने जे माझे भजन करतात ते कोणत्याहि जातीपातीचे असले तरी त्यांना हे शरीर पुन्हा प्राप्त होत नाही. एखाद्याने आपल्या पूर्वायुष्यात दुष्ट आचरण केले असले, अनंत पापे केली असली तरी भक्तिमार्गाचा उत्तरायुष्यात अवलंब केल्यामुळे मरणसमयी त्यांना माझेच स्मरण होते.

।। पंढरीनाथ महाराज की जय ।।

।। ॐ नमो भगवते वासुदेवाय।।

नाना वेष, नाना आश्रम। सर्वांचे मूळ गृहस्थाश्रम।
जेथे पावती विश्राम। त्रैलोक्यवासी।।
राजे राज्य सांडून गेले। भगवंताकारणें हिंडले।
कीर्तीरूपे पावन जाले। भूमंडळी।।

– श्री संत समर्थ रामदास

नाना तऱ्हेचे पोषाख आणि निरनिराळे आश्रम आहेत. परंतु सर्वांचे मूळ गृहस्थाश्रम हेच आहे. ऋषी, मुनी, तापसी, साधुसंत गृहस्थाश्रमातच निर्माण झाले. काही राजांनी ईश्वरप्राप्तीसाठी राज्य सोडले पण त्यांची कीर्ती मागे राहिली.

सात दिवसांचा जरी झाला उपवासी। तरी कीर्तनासी टाकूं नये।
फुटो हें मस्तक, तुटो हे शरीर। परि नामाचा गजर सोडू नये।।
शरीराचे हात दोन्ही तेहि भाग। परि कीर्तनाचा रंग सांडो नये।
तुका म्हणे ऐसा नामीं ज्या निर्धार। तेथ निरंतर देव असे।।

– श्री संत तुकाराम महाराज

तुकाराम महाराज सांगतात, सात दिवसांचा उपवास झाला तरी कीर्तनातून उठून जाऊ नये. मस्तक फुटो, शरीर तुटो नामाचा गजर सोडू नये. शरीराचे दोन भाग झाले तरी कीर्तन सोडू नये. असा निर्धार ज्याच्याजवळ असतो, देव त्याच्याजवळ निरंतर असतो. कीर्तन आणि नामस्मरण यांची महती या अंभगाद्वारे तुकाराम महाराजांनी सांगितली आहे.

मी माझे विसरूनि जाई। ऐसें करी माझे आई।
मग मी जाईन मुरून। तुझे पायीं स्थिरावीन।।
तुम्हां जोडूं दोन्ही करी। एवढें द्यावें रघुवीरा।
कृपा करी देवाधिदेवा। मज न्यावें तुमचें गांवा।।

– श्री संत गोंदवलेकर महाराज

गोंदवले येथील ब्रह्मचैतन्य गोंदवलेकर महाराज मातृरूप देवाला विनवतात, मी माझेपण विसरून जाईन असे काहीतरी कर. मग मी मुरून जाईन. तुझ्या पायाशी स्थिर होईन देवा, तुम्हाला हात जोडून एकच विनंती आहे की रघुवीरा, तुम्ही मला तुमच्या गावाला न्या.

।। पंढरीनाथ महाराज की जय।।

।। ॐ नमो भगवते वासुदेवाय।।

संत संगतीचे काय सांगू सुख। आपण पारिखें नाही तेथे।
साधु थोर जाणा, साधु थोर जाणा। साधु थोर जाणा कलियुगीं।।
इहलोकीं तोचि सर्वांभूती सम। शरीराचा भ्रम नेणें कदा।
नामा म्हणे गाय दूध एकसरे। साधु निरंतर वर्ते तैसा।।

– श्री संत नामदेव महाराज

संतसंगतीचे सुख काय वर्णावे ? आपण संतसंगतीला पारखे होता कामा नये. या कलियुगात साधु हाच थोर हे लक्षात घ्या. या इहलोकात सर्वांभूती समत्व दृष्टि ठेवणारा तोच एक आहे. त्याचे शरीरावर प्रेम नसते. गाय जशी सर्वांना सारखेच दूध देते तसा साधु सर्वांशी सारखाच वागतो.

ते आनंदाचे अनुकार। सुखाचे अंकुर।
की महाबोधे विहार। केले जैसे।।
ते विवेकाचे गाव। कीं परब्रह्मीचे स्वभाव।
ना तरि अलंकारिले अवयव। ब्रह्मविद्येचे।।

– श्री संत ज्ञानेश्वर महाराज

संत म्हणजे आनंदाचे प्रतिबिंब आणि सुखाचे अंकुर असतात. ब्रह्मरूप आपणच आहोत या महाबोधाने ते स्वत:च्या अंत:करणाचं मंदिरच केलेले असतात. ते विवेकाचे गाव परब्रह्माचा स्वभाव आणि मूर्तिमंत आत्मज्ञानाचे, ब्रह्मविद्येचे नटलेले अवयवच असतात.

मऊ मेणाहून आम्ही विष्णुदास। कठीण वज्रास भेदू ऐसे।
मेले जित असो, निजोनिया जागे। जो जो जें जें मागें तें ते देऊ।।
भले तरी देऊं कांसेची लंगोटी। नाठाळाचे काठी हाणूं माथा।
तुका म्हणे आम्ही अवघेचि गोड। ज्याचे पुरे कोड त्यांचे परी।।

– श्री संत तुकाराम महाराज

संतांबद्दल म्हणजे एक प्रकारे स्वत:बद्दलच तुकाराम महाराज सांगत आहेत की, आम्ही विष्णुदास म्हटलं तर मेणाहून मऊ असतो पण प्रसंगी इंद्राचे वज्र भेदण्याचीही शक्ति आमचेजवळ असते. आम्ही वासनांना तिलांजलि दिली असल्यामुळे मृत आहोत, पण आत्मज्ञानाच्या दृष्टीने मरूनहि जिवंत आणि झोपूनहि जागे आहोत. एखाद्या सत्पुरुषाला आम्ही वेळ आली तर कमरेची लंगोटीहि देऊ पण नाठाळ माणसाचे डोक्यात काठी घातल्याशिवाय राहणार नाही. आम्ही गोडच गोड आहोत आणि ज्याची जशी इच्छा असेल त्याप्रमाणे ती पूर्ण करू.

।। पंढरीनाथ महाराज की जय ।।

।। ॐ नमो भगवते वासुदेवाय ।।

निंदील हे जन सुखें निंदू द्यावे । सज्जनीं क्षोभावे नये बापा ।
निंदा स्तुती ज्याला समान पै झाली । त्याची स्थिती आली समाधीची ।।
शत्रुमित्र ज्याला समसमानत्वें । तोचि पैं देवातें आवडला ।
नामा म्हणे ऐसे भक्त जे असती । तेचि पावत होती लोक तिन्ही ।।

– श्री संत नामदेव महाराज

जे निंदा करतील त्यांना सुखाने नावे ठेवू देत. सज्जनांनी त्याचा राग मानू नये. निंदा आणि स्तुती ज्याला समान वाटतात तो समाधि घेण्यास योग्य झाला. तो शत्रुमित्रांना समान समजतो तोच देवाला प्रिय होतो. नामदेव महाराज म्हणतात, असे जे भक्त असतात ते तिन्ही लोकांना पावन करतात.

निंदा द्वेष करूं नये । असत्संग धरूं नये ।
द्रव्यदारा हरू नये । बळात्कारें ।।
अल्पधनें माजों नये । हरिभक्तीस लाजों नये ।
मर्यादेवीण चालों नये । पवित्र जनीं ।।

– श्री संत समर्थ रामदास

प्रपंचात राहून कसे वागावे याविषयी श्रीसमर्थ रामदासांनी उदंड उपदेश केला आहे. इथे ते आवर्जून सांगतात की, कुणाची निंदा करू नये, कुणाचा द्वेष करू नये, असंगाशी संग करू नये, परद्रव्य आणि परस्त्री बळाने घेऊ नये. थोडे धन मिळाले की गर्वाने फुगून जाऊ नये. हरिभक्तीची लाज बाळगू नये. चारचौघात वागताना, वावरताना मर्यादेने वागावे.

कां रायाचे देह चाळूं । रंका परौते गाळूं ।
हें न म्हणेंचि कृपाळू । प्राणु पैं गा ।।
गाईची तृषा हरू। का व्याघ्रा विष होऊनि मारूं।
ऐसें नेणेचि गा करूं। तोय जैसें ।।

– श्री संत ज्ञानेश्वर महाराज

राजाच्या देहाचे कौतुक करावे आणि गरीबाचा देह टाकून द्यावा असे कृपाळू प्राण कधीच म्हणत नाही किंवा गाईची तहान भागवीन पण वाघाला विष होऊन मारीन असे पाणीही कधी म्हणत नाही.

।। पंढरीनाथ महाराज की जय ।।

।। ॐ नमो भगवते वासुदेवाय ।।

देवाचिये द्वारीं उभा क्षणभरी। तेणे मुक्ति चारी साधियेल्या।
हरि मुखें म्हणा हरि मुखें म्हणा। पुण्याची गणना कोण करी।।
असोनि संसारीं जिव्हें वेग करी। वेदशास्त्र उभारी बाह्य सदा।
ज्ञानदेव म्हणे व्यासचिया खुणा। द्वारकेचा राणा पांडवाघरीं।।

– श्री संत ज्ञानेश्वर महाराज

देवाच्या दारात क्षणभरहि जो उभा राहील तो सलोकता, समीपता, सरूपता आणि सायुज्यता या चारही मुक्तींचा अधिकारी होईल. या चारहि मुक्ती त्याने साध्य केल्याच म्हणून समजावे. देवाचे, हरीचे नाव तुम्ही सतत मुखाने घ्या, त्यामुळे तुमचे पुण्य इतके वाढेल की त्याची गणना करता येणार नाही. तुम्ही संसार, प्रपंच सोडू नका पण हरिनामाची जिभेला सवय लावा. वेदशास्त्र पुराणे हेच हात उंच करून बाहु उभारून सांगत आहेत. ज्ञानदेव म्हणतात, पांडव सतत हरिनाम घेत असत म्हणून द्वारकेचा राणा भगवान् श्रीकृष्ण त्यांच्या घरी वास्तव्य करून राहिला होता.

माझे भक्त जे उत्तम।
त्यांचा धर्म अर्थ मीचि काम।।
मज वेगळा मनोधर्म।
अन्यथा कर्म करू नेणें।।

– श्री संत एकनाथ महाराज

माझे जे उत्तम भक्त आहेत त्यांचा धर्म, अर्थ, आणि काम मीच आहे. माझ्याशिवाय त्यांचा अन्य मनोधर्म नाही आणि कर्मही नाही.

माझें मी करितां गेले हे दिवस। न धरीच विश्वास रामनामीं।
अंती तुज उद्धरती रामकृष्ण हरी। नाम पंचाक्षरी मंत्रसार।।
कां करिशी सांठा प्रपंच विस्तार। न तुटें येरझार नामांविण।
नामा म्हणे ऐसें रामनामी पिसें। तो उद्धरैल आपैसे इहलोका।

– श्री संत नामदेव महाराज

रामनामावर विश्वास न ठेवता माझे माझे करता वर्षे गेली, पण शेवटी रामकृष्ण हरि हा पंचाक्षरी महामंत्रच तुझा उद्धार करणार आहे. परिग्रह आणि प्रपंच विस्तार कशाला करतोस ? नाम घेतल्याशिवाय जन्ममरणाच्या येरझारीतून सुटका नाही. नामदेव महाराज म्हणतात ज्याला रामनामाचे वेड लागेल तो स्वत:चा उद्धार तर करीलच पण इहलोकालाही उद्धरील.

।। पंढरीनाथ महाराज की जय ।।

।। ॐ नमो भगवते वासुदेवाय।।

जया सूर्याचेनि प्रकाशें। उर्णतंतू तोही दिसे।
नाना सूक्ष्म पदार्थ भासे। अणुरेणादिक।।
चिरले बालाग्र तेहि प्रकासी। परी तो दाखविना वस्तुशी।
ते जयाचेनि साधकांसी। प्राप्त होये।।

– श्री संत समर्थ रामदास

श्री समर्थ रामदास सांगतात की, सूर्यप्रकाशात कोळ्याच्या जाळ्याचा तंतू दिसतो, अनेक सूक्ष्म पदार्थ अगदी अणुरेणुसद्धा दिसतात, इतकेच काय सूर्य प्रकाशात केस चिरला तरी दिसेल. पण परमात्मा मात्र सूर्यप्रकाशात आपल्याला दिसू शकत नाही, यासाठी संतांची कृपा प्राप्त करून घ्यावी लागते.

खडाणे आला पान्हा। पळवी जेवी अर्जुना।
कां राहे पण्यांगना। वडिलपर्णे।।
नाना कृषि वळु आपुलें। पांघुरवी पेरिलें।
तैसें झांकी निपजलें। दानपुण्य।।

– श्री संत ज्ञानेश्वर महाराज

एखादी खोडकर गाय आपला पान्हा चोरून ठेवते किंवा वेश्या आपले प्रौढपण लपवते किंवा शेतकरी आपल्या शेतात पेरलेले धान्य मातीने झाकून टाकतो, त्यावर मातीचे आच्छादन घालतो. त्याप्रमाणे ज्ञानी मनुष्य आपण केलेल्या दानाचा किंवा पुण्यसंचयाचा उच्चार करीत नाही. तो ते लपवणे, गुप्त ठेवणे किंवा कुणाला न सांगणे हेच पसंत करतो.

करावे ते मन आधी शुद्ध राया। भवाब्धि तराया पामर तो।
शुद्ध मन होय, विवेकाचे योगे। आणिक सत्संगे साधन हे।।
विवेकाची छडी, घेवोनिया करी। फिरवावे माघारी मन राया।
म्हणे तुकड्यादास मन ते चंचल। तयासी ओढील विवेक तो।।

– श्री संत तुकडोजी महाराज

आधी आपले मन शुद्ध करावे तरच हा भवसागर तरून जाता येईल. विवेकामुळे आणि सत्संगामुळे मन शुद्ध होते. हातात विवेकाची छडी घ्यावी आणि भलतीकडे जाणाऱ्या मनाला माघारी फिरवावे.

।। पंढरीनाथ महाराज की जय।।

।। ॐ नमो भगवते वासुदेवाय।।

देवाची ते खुण आला ज्याच्या घरा। त्याच्या पडे चिरा संसारासी।
देवाची ते खुण करावे वाटोळें। आपण वेगळें राहों नेदी।।
देवाची ते खुण गुंतो नेदी वाचा। लागो असल्याचा मळ नेदी।
देवाची ते खुण झाला जया संग। त्याचा झाला भंग मनुष्यपणा।।

– श्री संत तुकाराम महाराज

ज्याचा संसार मोडला, ज्याचा प्रपंचावर चिरा पडला त्याच्या घरी देव आल्याची ही खूर्ण आहे. तो भक्ताचे वाटोळे करतो आणि आपल्यावेगळे राहू देत नाही. त्याची वाचा तो आपल्या नामस्मरणात गुंतवून टाकतो, खोटेपणाचा मळ आपल्या वाचेला लागू नये म्हणून तो जपतो. ज्याला देवाचा संग लागला त्याचा मनुष्यपणा भंगला म्हणून समजावे.

धरा श्रीवरा त्या हरा अंतरातें।
तरा दुस्तरा त्या परा सागरातें।।
सरा वीसरा त्या भरा दुर्भरातें।
करा नीकरा त्या खरा मत्सरातें।।

– श्री संत समर्थ रामदास

पार्वतीदेवीच्या मनात जसे शिवशंकर होते किंवा सीतेच्या अंत:करणात जसे श्रीराम होते त्याप्रमाणे आपल्या मनात परमेश्वराचे स्थान असेल तर हा दुस्तर भावसागर पार करता येईल. संसार विसरा आणि श्रीरामावर विश्वास ठेवा. मनातील मत्सर, अहंकार दुजा भाव टाकून द्या.

अखंड अगर्वता होऊनि असती। तयांची विनय हेचि संपत्ती।
जें जयजय मंत्रे अर्पिती। माझ्या ठायीं।।
नमिता मानापमान गळाले। म्हणोनि अवचिता मीचि जहाले।
ऐसे निरंतर मिसळले। उपासिनी।।

– श्री संत ज्ञानेश्वर महाराज

जे सदैव निगर्वी, निरहंकारी असतात, विनम्रता हीच ज्यांची संपत्ती असते आणि माझा जयघोष करून त्यांची कर्मे मला अर्पण करतात, त्यांच्या नम्रतेमुळे मानापमान संपतात आणि ते मद्रूप होऊन माझीच उपासना करतात.

।। पंढरीनाथ महाराज की जय।।

।। ॐ नमो भगवते वासुदेवाय ।।

संतपूजने देव । तुष्टतसे वासुदेव ।
संत पूजेचे महिमान । वेदां न कळे प्रमाण ।।
संतचरण तीर्थ मायां । वंदिती तीर्थें पैं सर्वथा ।
एका जनार्दनी करी पूजा । पूज्य पूजक नाही दुजा ।।

- श्री संत एकनाथ महाराज

संतांचे पूजन केले असता प्रत्यक्ष परमेश्वर संतुष्ट होतो. संतपूजेचे महत्त्व वेदांनाहि कळले नाही. संतचरणांचे तीर्थ मस्तकी लावावे कारण सर्व तीर्थे त्या तीर्थाला वंदन करतात. एकनाथ महाराजांच्या मते संतांशिवाय पूज्य असे दुसरे काही नाही.

देव ते संत देव ते संत । निमित्य त्या प्रतिमा ।
मी तो सांगतसें भावें । असें ठावें सकळी ।।
निराकारी ओस दिशा । येथें इच्छा पुरतसें ।
तुका म्हणे रोकडे केणें । सेविता येणें पोट धाय ।।

- श्री संत तुकाराम महाराज

देव हाच संत आहे आणि संत हेच देव आहेत. या दोघांच्या प्रतिमा केवळ निमित्त म्हणून आहेत. मी हे मोठ्या भाविकपणे सांगतो आहे, पण प्रत्यक्षात बहुतेकांना हे ठाऊक आहे. निराकार स्वरूप जिथे असेल तिथे सर्व काही शून्य आहे पण सगुण स्वरूपात संत इच्छा पूर्ण करतात. तुकाराम महाराज म्हणतात, संत हा रोकडा माल आहे त्याच्या सेवेने सर्व इच्छा पूर्ण होतात.

पूर्वजन्मीं सुकृतें थोर केली । ते मज आजि फळासी आली ।
परमानंदु आजी मानसीं । भेटी जाली या संतासी ।।
हे पियुष्या परतें गोड वाटत । पंढरियाचे भक्त भेटत ।
बाप रखुमाई विवर विठ्ठलें । संत भेटता भवदुःख फीटले ।।

- श्री संत ज्ञानेश्वर महाराज

मी पूर्वजन्मी मोठे पुण्य केले ते आज फलद्रूप झाले आहे. संतांच्या भेटीने मला परमानंद झाला आहे. पंढरीरायाचे भक्त भेटणे हे मला अमृतासारखे गोड वाटते आहे. रखुमाईचा पति विठ्ठल हा आम्हा सर्वांचा पिता आहे. आज संतांची भेट झाल्यावर माझे भवदुःख दूर झाले.

।। पंढरीनाथ महाराज की जय ।।

।। ॐ नमो भगवते वासुदेवाय ।।

खरे बोले तरी । फुकासाठी जोडे हरी ।
ऐसे फुकाचे उपाय । सांडुनियां वायां जाय ।।
पर उपकार । एका वचनाचा फार ।
तुका म्हणे मळ । मनें सांडिता शीतळ ।।

– श्री संत तुकाराम महाराज

केवळ खरे बोलण्यानेही ईश्वरप्राप्ती होते. इतके सोपे उपाय सोडून उगीच काहीतरी करीत बसून वेळ घालवू नये. एक खरे बोलण्यानेच मोठे उपकार होतात. तुकाराम महाराज म्हणतात, दुर्वासनेचा मनातला मळ काढून टाकला म्हणजे मनाला शांती मिळेल.

पंढरीवांचुनि सुख कोठे नाही । ते आहे ग पाईं विठोबाचे ।
भाग्यवंत येती हे सुख घेती । मागुते न येती परतोनिया ।।
बोधला म्हणे धन्य भाग्य ज्यांचे होये । तरीच त्या सोय सापडली ।

– श्री संत माणकोजी बोधला महाराज

पंढरीशिवाय कुठेहि सुख नाही आणि तें सुख विठ्ठलाचे पायी एकवटले आहे. काही भाग्यवंत येतात हे सुख घेतात आणि जन्ममरणाच्या फेऱ्यातून आपली सुटका करून घेतात. विठ्ठलदर्शनाचे सुख आणि सोय ज्यांना प्राप्ती झाली ते धन्य होत असे बोधला म्हणतात.

पंढरीनगरी दैवत श्रीहरी । जाती वारकरी नित्यनेमें ।
आषाढी कार्तिकी महापर्वे थोर । भजनाचा गजर करीती तेथे ।।
साधुसंत थोर पताकांचा भार । मुखीं तो उच्चार नामामृत ।
आनंदाचा काला गोपाळकाला केला । हृदयी बिंबली नरहरी ।।

– श्री संत नरहरी सोनार महाराज

पंढरीनगरीचे दैवत श्रीहरी आहे आणि तिथे वारकरी नित्यनेमाने जातात. आषाढी कार्तिकी या दोन एकादशा म्हणजे महापर्वेच. त्या वेळी तिथे भजनाचा गजर चालतो. साधुसंत येतात, पताका फडकवतात आणि मुखी मात्र विठ्ठलाचे नामामृत असते. या सर्व आनंदाचा गोपाळ काला केला आणि तो नरहरीच्या हृदयात साठवला.

।। पंढरीनाथ महाराज की जय ।।

।। ॐ नमो भगवते वासुदेवाय ।।

ज्ञानियांचे ज्ञेय ध्यानियांचे ध्येय। पुंडलिकाचे प्रिय सुखवस्तु।
तें हें समचरण उभें विटेवरी। पहा भीमातीरीं विठ्ठलरूप ।।
जे तपस्वियांचे तप, जें जपकांचे जाप्य। योगियांचे गौप्य परमधाम।
नामा म्हणे तें सुखचि आयतें। जोडलें पुंडलिकाने भाग्ययोगें ।।

– श्री संत नामदेव महाराज

जे ज्ञानवंतांचे ज्ञेय आहे ध्यान करणाऱ्याचे ध्येय आहे, पुंडलिकाचे सुख आहे ते म्हणजे विटेवर उभे असलेले समचरण, भीमातीरीचे विठ्ठलरूप. तपस्वी ज्याच्यासाठी तप करतात. जप करणारे ज्याचा जप करतात तो योगियांचा गौरव परमधाम श्रीविठ्ठल आहे. पुंडलिकाच्या भाग्ययोगाने आपल्याला हे सुख आयते मिळाले आहे.

गाता विठोबाची कीर्ती। महापातकें जळतीं।
सर्व सुखाचा आगर। उभा असे विटेवर ।।
आठविता पाय त्याचे। मग तुम्हां भय कैंचे।
कायावाचामने भाव। जनी म्हणे गावा देव ।।

– श्री संत जनाबाई

विठ्ठलाची कीर्ती गायिल्याने महापातकें जळून नष्ट होतात. सर्व सुखाचे जणू आगरच असलेला श्रीविठ्ठल विटेवर उभा आहे. त्याच्या चरणांचे स्मरण केले तर कसलीच भयभीती राहणार नाही. कायावाचा मने भक्ति करावी आणि या श्रीविठ्ठलाचे गीत गावे, भजन करावे, नामस्मरण करावे.

श्री मुखाची शोभा कस्तुरी मळवट। उभा असे नीट विटेवरी।
कर दोनी कटीं कुंडल झळकती। तेज हे फाकती दशदिशां ।।
वैजयंती माळा, चंदनाची उटी। टिळक लल्लाटी कस्तुरीचा।
चोखा म्हणे माझ्या जीवींचा जीवनु। पाहता तनु मनु भुलोनी जाय ।।

– श्री संत चोखामेळा महाराज

श्रीविठ्ठलाच्या मुखाची शोभा काय वर्णावी, कस्तुरी मळवट कपाळी असून विटेवर तो नीट उभा आहे. दोन्ही हात कमरेवर आहेत आणि कानातल्या कुंडलांचे तेज दाही दिशांना पसरले आहे. गळ्यात वैजयंती माळा आहे, चंदनाची उटी अंगाला लावली असून कपाळावर कस्तुरीचा टिळा रेखला आहे. चोखा म्हणतो हा विठ्ठल माझ्या जिवीचे जीवन आहे, त्याला पहाताच तनमन भुलून जाते.

।। पंढरीनाथ महाराज की जय ।।

॥ ॐ नमो भगवते वासुदेवाय ॥

तुळसीविण ज्याचे घर। तें तंव जाणावें अघोर।
तेथ वसती यम किंकर। आज्ञा आहे म्हणोनि॥
तुळसी वृंदावन ज्याचे घरी। त्यासी प्रसन्न श्रीहरी।
तुळशीवृंदावना जे करिती प्रदक्षिणा। जन्ममरण त्यांना नाही नामा म्हणे॥

– श्री संत नामदेव महाराज

ज्या घरात तुळस नाही ते घर अघोर, भयंकरच म्हणायला हवे, तिथे यमदूतांचे वास्तव्य असते, ते ईश्वराची आज्ञा म्हणून. ज्याच्या घरी तुळशीवृंदावन आहे त्याला श्रीहरी प्रसन्न होतो आणि जे तुळशी वृंदावनाला प्रदक्षिणा घालतात त्यांचे जन्ममरण चुकलेच म्हणून समजावे.

तुळशीचे पान। एक त्रैलोक्यासमान।
उठोनिया प्रात:काळी। वंदी तुळशीमाऊली॥
मनींचे मनोरथ। पुरती हेचि सत्य।
तुळशीचे चरणी। शरण एका जनार्दनी॥

– श्री संत एकनाथ महाराज

तुळशीचे एक पान त्रैलोक्यासारखे आहे. सकाळी उठून तुलसीमातेला वंदन करावे मग तुमचे मनोरथ पूर्ण होतील हे सत्य आहे. तुळशीचे चरणी हा एकनाथ शरण आलेला आहे.

तुळस असे ज्याचे द्वारीं। लक्ष्मी वसे त्याचे घरीं।
येवोनि श्रीहरी। क्रीडा करी स्वानंदे॥
जे तुळसी घालिती उदक। ते नर पावती ब्रह्मसुख।
नामा म्हणे पंढरीनायक। तुळसीजवळी उभा असे॥

– श्री संत नामदेव महाराज

ज्याच्या दारात तुळस असेल त्याचे घरी लक्ष्मीचा निवास असेल, तिथे श्रीहरी येऊन आनंदाने क्रीडा करील. जे तुळशीला पाणी घालतील त्यांना ब्रह्मसुख मिळेल. नामदेव म्हणे, पंढरीनाथ हा तुळशीजवळच उभा असतो.

॥ पंढरीनाथ महाराज की जय॥

।। ॐ नमो भगवते वासुदेवाय ।।

श्री गुरुसारिखा असता पाठिराखा। इतरांचा लेखा कोण करी।
राजयाची कांता काय भीक मागे। मनाचिया जोगे सिद्धी पावे।।
कल्पतरूतळवटीं जो कोणी बैसला। काय वाणी त्याला सांगिजोजी।
ज्ञानदेव म्हणे तरलों तरलों। आता उद्धरलो गुरुकृपें।।

– श्री संत ज्ञानेश्वर महाराज

श्रीगुरुसारखा पाठिराखा असताना मी इतरांची पर्वा कशाला करू? जिला मनाप्रमाणे सर्व काही मिळते ती राजाची राणी कधी भीक मागेल काय? कल्पतरूखाली जो बसलेला आहे त्याला काय सांगावे? ज्ञानदेव म्हणतात, मी गुरुकृपेमुळे तरलो गुरुकृपेमुळे उद्धरलो.

सद्‌गुरुसी शरण जाय। त्यास ब्रह्मप्राप्ती होय।
न लगे आणिक उपाव। धरी सद्‌गुरुचे पाय।।
सद्‌गुरुचे चरणतीर्थ। मस्तकी वंदावे पवित्र।
एका जनार्दनी सद्‌गुरु। हाच भवसिंधुचा तारु।।

– श्री संत एकनाथ महाराज

जो सद्‌गुरुला शरण जाईल त्याला ब्रह्मप्राप्ती होणारच. त्यासाठी आणखी दुसरे कोणतेही उपाय करण्याची आवश्यकता नाही. सद्‌गुरुंचे पाय धरावे, त्यांचे पवित्र चरणतीर्थ मस्तकी लावावे कारण सद्‌गुरु हा भवसिंधुपार नेणारे तारू आहे, भवसागर ओलांडायला सहाय्य करणारी नौका आहे. सद्‌गुरु नसेल तर हा भवाब्धि पार करणार कसा?

माझा मायबाप गणगोत बंधु। तूंचि कृपासिंधू गुरुराया।
आतां कांहीं नेणें तुमच्या पायाविणें। संसाराचे पेणें दूर केले।।
माझी दया ती येईल। शरणागता उद्धरील।
जनार्दना अपुला करील। म्हणऊनि चरण वंदिले।।

– श्री संत जनार्दन महाराज

गुरुदेवा, तुम्हीच माझे मायबाप, गणगोत आणि बंधु आहात. तूच गुरुराया कृपासिंधु आहेस. आता तुमच्या चरणांशिवाय मी काही जाणत नाही. तुम्हीच संसाराचे ओझे दूर केलेत. तुम्हाला माझी दया होईल, या शरणागताचा तुम्ही उद्धार कराल, या जनार्दनाला आपला म्हणाल म्हणून तुमच्या चरणांना वंदन केले.

।। पंढरीनाथ महाराज की जय ।।

।। ॐ नमो भगवते वासुदेवाय ।।

प्रपंच परमार्थ एकरूप होत। आहे ज्याचा हेत रामनामीं।
परमार्थे साधे सहज संसार। येथे येरझार नाहीं जना।।
सहज संसारें घडे परमार्थ। लौकिक विपरीत अपवाद।
एक जनार्दनी नाहीं तया भीड। लौकिकाची चाड कोण पुसे।।

– श्री संत एकनाथ महाराज

रामनाम हाच हेतु मनात असेल तर प्रपंच आणि परमार्थ एकरूप होतात. परमार्थ करता करता संसार सहज साध्य होतो आणि जन्ममरणाचा फेराहि चुकतो. संसार करता करता परमार्थ घडतो. याला काही अपवाद असतीलहि पण त्याचा विचार करू नये.

प्रपंच वोसरो। चित्त तुझें पायीं मुरो।
ऐसे करी गा पांडुरंगा। शुद्ध रंगवावे रंगा।।
पुरे पुरे आता। नको दुजियाची सत्ता।
लटिकें ते फेडा। तुका म्हणे जाय पीडा।।

– श्री संत तुकाराम महाराज

देवा हा प्रपंच संपू दे, ओसरून जाऊ दे आणि तुझ्या पायी चित्त मुरून जाऊ दे, एकरूप होऊन जाऊ दे. पांडुरंगा तू असे आता कर आणि तुझ्या भक्तिप्रेमाच्या शुद्ध रंगात आम्हाला रंगून जाऊ दे. या प्रपंचात आपली एकट्याची सत्ता नसते. दुसऱ्याची पण असते आता तसे नको. जे खोटं आहे, लटकं आहे ते नाहीसं करा ही पीडा एकदाची जाऊ दे, असे तुकाराम महाराज पांडुरंगाला विनवतात.

आधी प्रपंच करावा नेटका। मग घ्यावें परमार्थ विवेका।
येथे आळस करुं नका। विवेकी हो।।
संसारीं असतांच मुक्त। तोचि जाणावा संयुक्त।
अखंड पाहे युक्तायुक्त। विचारणा हे।।

– श्री समर्थ रामदास

आधी प्रपंच नीट करावा मग परमार्थाकडे वळावे. प्रपंच आणि परमार्थ दोन्ही साधाल तर विवेकी ठराल. प्रपंचात असतानाच जो मुक्त असतो तो परमेश्वराशी ऐक्य पावला आहे असे समजावे. योग्य काय आणि अयोग्य काय हे त्यालाच फक्त समजते.

।। पंढरीनाथ महाराज की जय ।।

।। ॐ नमो भगवते वासुदेवाय ।।

विठ्ठलमूर्ति पाहता दिठी। पळती कोटी पापांच्या।
मग तो अविर्भवे अंतरीं। दिसे बाहेरी चहुंकडे ।।
दुजे येरुंचि नेदी आड। लपवी दुवाड मायाकृत।
तिळा म्हणे व्यापुनि दिशा। ठाके सरिसा दृष्टीपुढे ।।

– श्री संत निळोबा महाराज

डोळ्यांनी विठ्ठलाचे दर्शन घेतले की कोटी कोटी पापे पळून जातात. मग तो विठ्ठल अंतरंगात शिरतो आणि बाहेर सगळीकडे तोच दिसू लागतो. तो दुसरं काही मग आपल्या आड येऊ देत नाही. द्वाड मायेलाहि दूर सारतो, लपवतो. निळोबा म्हणतात, दहादिशा व्यापून हा विठ्ठल माझ्या दृष्टिसमोर उभा असतो.

विठ्ठल नाम नुच्चारिसी। तरी रवरव कुंडी पडसीं।
विठ्ठल नाम उच्चारी। आळसु न करी क्षणभरी ।।
विठ्ठलनाम तीन अक्षरें। अमृतपान केलें शंकरें।
रखुमादेविवरा विठ्ठलें। महापातकी उद्धरिले ।।

– श्री संत ज्ञानेश्वर महाराज

जर तू विठ्ठलनामाचा उच्चार केला नाहीस तर रौरवनामक नरकात जाऊन पडशील विठ्ठलाचं नाव घेण्याचा जराहि आळस करू नको. विठ्ठल या तीन अक्षरांचे जणू अमृतपानच भगवान् शंकरांनी केले आहे. या विठ्ठलानं अनेक महापातक्यांचा उद्धार केला आहे.

वैकुंठी पाहें तंव चतुर्भुज दिसे। परि सुंदर रूप तेथें नाहीं।
क्षीरसागरी पाहें तो तेथें निद्रिस्त। परि सुंदर रूप तेथें नाही ।।
हृदयीं तव अव्यक्तचि दिसें। परि सुंदर तेथें नाहीं।
नामा म्हणे ऐसा सर्वगुण संपूर्ण। पंढरिये उभा शोभतसे ।।

– श्री संत नामदेव महाराज

वैकुंठाला पहायला गेलं तर देव चतुर्भुज दिसतो पण ते रूप काही सुंदर नव्हे. क्षीरसागरात पहायला गेलं तर तो निद्रिस्त असतो पण ते रूप काही सुंदर नाही. तुझ्या हृदयात तो अव्यक्त स्वरूपात असतो तेहि सुंदर रूप नाही, पण सर्वगुणसंपूर्ण स्वरूप सुंदर असा देव पंढरपुरीचा विठ्ठलच शोभतो.

।। पंढरीनाथ महाराज की जय ।।

।। ॐ नमो भगवते वासुदेवाय।।

नोवरीया संगे वऱ्हाडीया सोहळा। मांडे पुरणपोळ्या मिळे अन्न।
परीसाचेनि संगें लोहो होय सोनें। तयाची भूषणें श्रीमंतासी।।
जनी म्हणे जोड झाली विठोबाची। दासी नामयाची म्हणोनिया।

– श्री संत जनाबाई

नवरीबरोबर लग्नाला गेलेल्या वऱ्हाडींना लग्न सोहळ्यात मांडे, पुरणपोळ्यांची मेजवानी मिळते. परिसामुळे लोखंडाचे सोने होते आणि श्रीमंत लोक त्याचे दागिने अंगावर मिरवतात. त्याप्रमाणे नामदेव महाराजांची दासी झाल्यामुळे मला जनीला विठोबाची जोड मिळाली.

जें जें असेल प्रारब्धीं। तें न चुकें कर्म कधीं।
होणारा सारखी बुद्धि। कर्म रेषा प्रगटे।।
न कळे पुढील होणार। भूतभविष्य हा विचार।
कर्मधर्म तद्नुसार। भोगणें लागे सर्वथा।।

– श्री संत विसोबा खेचर महाराज

जे जे आपल्या नशीबात असेल ते कधीहि चुकणार नाही किंवा चुकवता येणार नाही. जे होणार आहे तशीच बुद्धि त्या त्या वेळी आपल्याला होईल. पुढे काय होणार आहे हे आपल्याला आधी कधीच समजणार नाही. कर्मधर्मानुसार जे जे होईल ते ते भोगावे लागणार.

कांही करीना उपाय। दिवसें दिवस व्यर्थ जाय।
संसारीं नाहीं समाधान। न चुकती जन्ममरण।।
दुर्जनसंग त्यागावा। संतसंग तो धरावा।
नरहरी जोडोनियां कर। उभा सेवे निरंतर।।

– श्री संत नरहरी सोनार महाराज

दिवसच्या दिवस व्यर्थ चालले आहेत. त्यावर काहीएक उपाय नाही. संसारात समाधान नाही, जन्ममरण चुकत नाही. यासाठी दुर्जनांची संगती सोडून संतांची संगती धरावी मग हा नरहरी हात जोडून निरंतर सेवेला उभा आहे.

।। पंढरीनाथ महाराज की जय।।

।। ॐ नमो भगवते वासुदेवाय ।।

मानिसी देहाचा भरवंसा। केला जाईल नकळे कैसा।
सार्थक करा हो कांहीं। जेणें हरी जोडें पाया।।
धनसंपत्ती पाही। ही तो राहील ठायीं।
शरण रिघा पंढरिराया। सेना न्हावी लागे पायां।।

– श्री संत सेना महाराज

या देहाचा भरवंसा धरू नको तो कधी जाईल हे सांगता येणार नाही. या देहाचे सार्थक करा. हरीशी नाते जोडा. पैसा अडका, धनसंपत्ती सगळं काही इथंच राहील, म्हणून सेना न्हावी हरिचरणांवर मस्तक ठेवून म्हणतो, पंढरीनाथाला शरण या.

आलासि कोठोनी जासिल कोठे। होतास कवणे ठायी रे।
मातापिता बंधु सखी म्हणसी । सेवटी नव्हे ती काही रे।
ऐसिया प्रकारे भुलले जन पावन । करीत कांही रे।।
सद्गुरु सारिखा माता पिता बंधु। भावे शरण त्यासी जाई रे।
बोधला म्हणे ऐसा शरण जाई। मग तरसिल संदेह नाही रे।।

– श्री संत माणकोजी बोधला महाराज

अरे तू कोठून आलास आणि कुठे जाणार आहेस आणि होतास कुठे ? आई बाप भाऊ बायको सर्व काही म्हणतोस पण शेवटी एकट्यालाच जावे लागते. या नात्यागोत्यात माणसं फसून गेली आहेत. तेव्हां तू सद्गुरुला भक्तिभावे शरण जा, तोच तुझा मायबाप, तुझा बंधु आहे. बोधला म्हणतो, असा शरण गेलास तरच तू तरशील, अन्यथा बुडालाच म्हणून समज.

वाढले शरीर काळाचें हें खाजें। काय माझें तुझें म्हणतोसी।
बाळ, तरुण दशा आपुलेच अंगी। आपणचि भोगी वृद्धपण।।
आपुला आपण न करी विचार। काय हे अमर शरीर याचे।
चोखा म्हणे भुलला मोहळाचे परी। मक्षिके निर्धारी वेढियेला।।

– श्री संत चोखामेळा महाराज

हे शरीर वाढले आहे पण ते काळाचे खाद्य आहे. उगीच तुझं माझं काय करीत बसला आहेस ? बालपण, तरुणपण या शरीराला मिळते आणि पुढे म्हातारपण भोगावे लागते. आपला आपणच विचार केला पाहिजे, कारण आपले शरीर अमर नाही. चोखा म्हणतो, मोहोळावर भुललास पण लक्षात ठेव हे पोळे मधमाशांनी वेढलेले आहे.

।। पंढरीनाथ महाराज की जय ।।

।। ॐ नमो भगवते वासुदेवाय ।।

विचारिता सहज कोणी नव्हे माझें। म्हणोनि चरण तुझे दृढ धरिले।
हेचि माझे ज्ञान हाचि गुरुमंत्र। व्रत तप तीर्थ चरण तुझे।।
हाचि परमानंद हेचि योगसिद्धी। लय लक्ष समाधि चरण तुझे।
नामा म्हणे मनें मानिला निर्धार। तरला भवसागर याचि परी।।

— श्री संत नामदेव महाराज

माझे माझे मी ज्यांना म्हणतो ते माझे नाहीत हे त्यांना विचारल्यावर मला समजलं, म्हणून देवा, तुझे चरण घट्ट धरले. तूच माझे ज्ञान, तूच माझा गुरुमंत्र, माझे व्रत, तप, तीर्थ, तूच माझे आहेस. इथेच मला परमानंद प्राप्त होतो आणि योगसिद्धीचा लाभ होतो, तुझ्या चरणांशी सहज समाधि लागते म्हणून नामदेव म्हणतात की, मी हाच निर्धार केला आणि भवसागर तरून गेलो.

आनंदाचे डोही आनंद तरंग। आनंदचि अंग आनंदाचे।
काय सांगो झालें कांहींचिया बाहीं। पुढे चालो नाहीं आवडीने।।
गर्भाचे आवडी, मातेचा डोहाळा। तेथींचा जिव्हाळा तेथ बिंबे।
तुका म्हणे ऐसा ओतलासे ठसा। अनुभव सरिसा मुखा आला।।

— श्री संत तुकाराम महाराज

मी ईश्वरप्राप्तीच्या आनंदाच्या डोहात क्रीडा करतो आहे. या डोहातील तरंग आनंदच आहेत आणि माझे अंग आनंदाचे झाले आहे. या सुखाचं वर्णन कसं करू? सगळं काहीबाहीच झालं आहे. या आनंदानं पुढं चालवेना. गर्भाच्या आवडीनुसार आईला डोहाळा लागतो, तद्वत् परमेश्वराचा जो ठसा माझ्या मनावर उमटला आहे तोच अनुभव मुखातून येतो आहे.

रूप पाहता लोचनी। सुख झाले हो साजणी।
तो हा विठ्ठल बरवा। तो हा माधव बरवा।।
बहुत सुकृताची जोडी। म्हणुनी विठ्ठल आवडी।
सर्व सुखाचे आगर। बाप रखुमा देवीवर।।

— श्री संत ज्ञानेश्वर महाराज

पंढरीचा विठ्ठल हा माझी साजणी होतो आणि डोळ्यांनी तिचे रूप पाहिल्यावर अतिशय सुख होते. हा विठ्ठल हा माधव हाच आनंदाचा ठेवा आहे. पूर्वजन्मी विपुल पुण्य केले म्हणून या विठ्ठलाची प्रीती निर्माण झाली. हा रखुमाईचा पति श्रीविठ्ठल, सर्व सुखाचे आगर आहे.

।। पंढरीनाथ महाराज की जय ।।

।। ॐ नमो भगवते वासुदेवाय ।।

अवघा रंग एक झाला । रंगी रंगला श्रीरंग ।
मी तूं पण गेले वांया । पाहता पंढरीचा राया ।।
नाहीं भेदाचें तें काम । पळोनि गेले क्रोध काम ।
देही असुनी तू विदेही । सदा समाधिस्थ पाही ।।

- श्री संत सोयराबाई

चोखा मेळा या संताची पत्नी सोयराबाई भगवद्भक्तीत रंगून जाऊन म्हणते, सगळा रंग एक झाला आहे. श्रीरंग या रंगात रंगला आहे. या पंढरीनाथाला पाहिल्यावर मी तू पण संपले. आता भेदाभेदाचे काम उरले नाही. कामक्रोध पळून गेले आहेत. तू देहात असून विदेही आहेस आणि मला सदा समाधिस्थ वाटतोस.

इथे का रे उभा रामा । मनमोहन मेघश्यामा ।
काय केली शरयू गंगा । येथे वाहे चंद्रभागा ।।
काय केली सीतामाई । येथे राही रखुमाई ।
रामदासी जैसा भाव । तैसा होय पंढरीराव ।।

- श्री संत समर्थ रामदास

श्रीस्वामी समर्थ रामदास पंढरपूरला विठ्ठलाच्या दर्शनाला गेले आणि त्यांना तिथे प्रभु रामचंद्रच दिसले आणि देवाला त्यांनी विचारले, "माझ्या श्रीरामा मनमोहन मेघश्यामा तू इथं उभा का ? शरयू नदी कुठे गेली इथे तर चंद्रभागा दिसते आहे. सीतामाई काय केलीस, इथे रखुमाई दिसते आहे. या रामदासाला पंढरीनाथ श्रीरामासारखा वाटतो. कारण त्याच्या मनात तसाच भाव आहे.

पंढरपुरचा निळा लावण्याचा पुतळा ।
विठो देखियला डोळां बाईये वो ।।
पौर्णिमेचे चांदणें क्षणाक्षणा होय उणें ।
तैसे माझें जिणें एक विठ्ठलावीण ।।

- श्री संत ज्ञानेश्वर महाराज

पंढरपूरचा निळा म्हणजे श्रीविठ्ठल हा लावण्याचा पुतळा आहे. तो या डोळ्यांनी पाहिला. पौर्णिमेचे चांदणे दर रात्री कमी कमी होत जाते तशी माझी अवस्था झाली आहे.

।। पंढरीनाथ महाराज की जय ।।

।। ॐ नमो भगवते वासुदेवाय ।।

काळवेळ नसे नामसंकीर्तनीं। उंच नीच योनी हेंहि नसे।
धरा नाम कंठी सदा सर्वकाळ। मग तो गोपाळ सांभाळील ।।
कृपाळू कोंवसा सुखाचा सागर। करील उद्धार भाविकासी।
नामा म्हणे फार सोपे हे साधन। वाचे नाम घेणे इतुकेचि ।।

– श्री संत नामदेव महाराज

नामसंकीर्तनाला काळ वेळेचे, लहान मोठ्याचे किंवा स्त्री पुरुष असे बंधन नाही. सदैव देवाचे नाव कंठात ठेवा, मग तो गोपाळ तुमचा सांभाळ करील. तो कृपाळू ईश्वर, सुखाचा सागर भाविकांचा उद्धार करील. नामदेव म्हणतो, ईश्वराकडे जाण्याचे हे अगदी सोपे साधन आहे. केवळ मुखाने देवाचे नाव घ्या, नामस्मरण करा.

प्रपंचातील उपाधि। देत असे सुख दु:खाची प्राप्ती।
प्रपंचातील सुखदु:खाची जोडी। आपणास कधी न सोडी ।।
नामातच जो राहिला। नामापरता आठव नाही ज्याला।
परमात्मा तरिती त्याला। हाच पुराणीचा दाखला ।।

– श्री संत गोंदवलेकर महाराज

प्रपंचात माणसाला नाना उपाधी असतात त्यापासून सुख थोडे आणि दु:ख अधिक मिळते. प्रपंचातील सुखदु:खाची जोडी आपल्याला कधी सोडीत नाही. पण जो नामात राहिला नामस्मरणाशिवाय ज्याला दुसरे काही सुचत नाही. त्याला परमेश्वर तारून नेतो हे पुराणात देखील सांगितले आहे.

प्रभाते मनी राम चिंतीत जावा।
पुढें वैखरी राम आधी वदावा ।।
सदाचार हा थोर सोडूं नये तो।
जनीं तोचि मानवीं धन्य होतो ।।

– श्री संत समर्थ रामदास

प्रात:काली, ऐन प्रभाती श्रीरामाचे चिंतन करावे त्याचे नाम घ्यावे. दिवसभर रामनामातच असावे. सर्व दैनंदिन कृत्ये करताना रामनामाचे अवधान सोडू नये. सदाचार हा कधी सोडू नये. असा माणूस मग या जगात धन्य होतो.

।। पंढरीनाथ महाराज की जय ।।

।। ॐ नमो भगवते वासुदेवाय ।।

संत तेंचि होती खरे। विश्वंभरे आवडले जे।
नित्य वसे शांती अंगी। प्रेमरंगी रंगले ।।
कृपादृष्टि जगावरी। विषयांवरी भर नाही।
बहिणी म्हणे तयां ध्याना। आले हातां परब्रह्म ।।

- श्री संत बहिणाबाई

जे विश्वंभराला, ईश्वराला प्रिय आहेत तेच खरे संत होत. त्यांच्या अंगी सदैव शांती असते आणि ते प्रेमरंगात रंगलेले असतात. ते विषयांकडे पाठ फिरवतात आणि जगावर कृपादृष्टी वळवतात. बहिणाबाई म्हणते अशा देवाचे ध्यान केल्यावर परब्रह्म हाती आले असे समजा.

संत आनंदाचे स्थळ। संत सुखचि केवळ।
नाना संतोषाचे मूळ। ते हे संत ।।
संत मोक्षाची विश्रांती। संत तृप्तीची निजतृप्ती।
नातरी भक्तीची फळश्रुती। ते हे संत ।।

- श्री समर्थ रामदास

संत हे आनंदाचे निधान आहेत. संत म्हणजे केवळ सुख. नाना प्रकारच्या संतोषाचे मूलस्थान म्हणजे संत. संत हे मोक्षाची विश्रांती आहे, तृप्तीची तृप्ती आहे. आणि संत ही भक्तिची फलश्रुती आहे.

सर्व सुखें आजि येथेचि वोळलीं।
संतांची देखिली चरणांबुजे ।।
सर्व काळ होतो आठवीत मनीं।
फिटली तें धणीं येणें काळें ।।

- श्री संत तुकाराम महाराज

संतांची पाऊले पाहिल्यावर सर्व सुखे इथेच प्रकटली. मनात सतत या पावलांचा आठव करीत होतो आणि प्रत्यक्ष दर्शनाने सर्व इच्छा पूर्ण झाल्या.

।। पंढरीनाथ महाराज की जय ।।

।। ॐ नमो भगवते वासुदेवाय।।

प्रीतीभंग केला माझा पांडुरंगा। भक्तिरस सांगा का जी तुम्हां।
म्हणउनि कांहीं न ठेवीचि उरी। आलें वर्मावरी एकाएकी।।
न देखोचि काही परती माघारी। उरली ते उरी नाही मुळीं।
तुका म्हणे आतां अंतरासी खंड। तरि माझें तोंड खवळिले।।

– श्री संत तुकाराम महाराज

देवा, तुम्ही या भक्तिच्या निमित्ताने माझा प्रेमभंग केलात, माझ्या मनात मी काहीही ठेवले नाही पण एकदम तुम्ही माघारी फिरलात, आता माझ्याजवळ काहीही उरलेले नाही. आता जर तुम्ही मला दूर केलेत तर माझे तोंड खवळून उठेल, मग मी काय बोलेन हे सांगता येणार नाही.

पांथस्थ धरासी आला। प्रात:काली उठोनि गेला।
तैसें असावे संसारी। जैसी प्राचीनाची दोरी।।
बाळी धराचार मांडिला। तो सर्वेचि मोडून गेला।
एका विनवी जनार्दना। ऐसे करी गा माझ्या मना।।

– श्री संत एकनाथ महाराज

प्रवासी घरी आला आणि सकाळी उठून पुढच्या प्रवासाला निघून गेला तसे संसारात असावे. आपण जे काही केले असेल ते सर्व सोडून जावे लागते, दैवाची दोरी आपण जाणत नाही. आपल्या हाती काही नसते. देवा, हा विचार माझ्या मनात रूजव.

प्रपंची असूनि परमार्थ साधावा। वाचें आठवावा पांडुरंग।
उंच नीच कांहीं न पाहें सर्वथा। पुराणींच्या कथा पुराणीच।।
घटका आणि पळ साधी उतावीळ। वाऊगा तो काळ जाऊ नेदी।
सावंता म्हणे कांते, जपे नामावळी। हृदयकमळीं पांडुरंग।।

– श्री संत सावता माळी महाराज

प्रपंच करीत असताना परमार्थ साधावा आणि मुखी मात्र पांडुरंगाचे नाव असावे. उच्च नीच असे काही मनात आणू नये. पुराणकथा या पुराणापुरत्याच असतात. प्रत्येक क्षणाचा सदुपयोग करावा, वेळ वाया जाऊ देऊ नये. शेवटी पत्नीला उद्देशून सावताजी म्हणतात, तुझ्या हृदयात पांडुरंग असू दे आणि तू सतत नामजप करीत रहा.

।। पंढरीनाथ महाराज की जय।।

।। ॐ नमो भगवते वासुदेवाय ।।

चला आळंदीला जाऊ। ज्ञानदेवा डोळां पाहूं।
होतिल संतांचिया भेटी। सांगो सुखाचिया गोष्टी।।
ज्ञानेश्वर ज्ञानेश्वर। मुखीं म्हणता चुकती फेर।
जन्म नाहीं रे आणिक। तुका म्हणे माझी भाक।।

- श्री संत तुकाराम महाराज

सर्व संतांच्या मनात श्री ज्ञानेश्वर महाराजांविषयी परमादराची, भक्तिची भावना होती. या अभंगात तुकाराम महाराज म्हणतात, चला आपण सर्वजण आळंदीला जाऊ, ज्ञानदेवाला डोळ्यांना पाहू. त्यानिमित्ताने संताच्या भेटी होतील, चार सुखाच्या गोष्टी बोलता येतील. ज्ञानेश्वरांचा नुसता नामजप केला तरी जन्ममरणाचे फेरे चुकतील, हे मी शपथपूर्वक सांगतो.

आळंदीची वाट सुखाची सकळा। समर्था दुर्बळा प्राणियास।
होवोनियां चला मोकळ्या मनाचे। पहावें गुणाचे परब्रह्म।।
सखा ज्ञानेश्वर स्वामी मायबाप। श्री हैबतराय श्रेष्ठ बंधु।
बहीण इंद्राणी परमप्रीतीची। गोष्टीहि चित्तींची ऐकावया।।

- श्री संत गुलाबराव महाराज

विदर्भातील अंध संत श्री गुलाबराव महाराज स्वत:ला ज्ञानेश्वरांची कन्या म्हणवीत. इथे ते सांगतात, समर्थ असो वा दुबळा, सर्वांना आळंदीची वाट सुखाची आहे. मोकळ्या मनाने तिथे जाऊ आणि परब्रह्मच असे ज्ञानेश्वर पाहू. ज्ञानेश्वर माझा सखा, मातापिता आहे. हैबतराय हे मोठे बंधु आहेत आणि इंद्रायणी ही परम प्रीतीची बहीण आहे.

महाविष्णुचा अवतार। प्राणसखा ज्ञानेश्वर।
आदिनाथाचा अवतार। निवृत्ती म्हणती साचार।।
चतुराजनाचा अवतार। तो हा सोपान निर्धार।
आदिमाया मुक्ताबाई। चोखा घालतो लोळणीं।।

- श्री संत चोखा मेळा महाराज

माझे प्राणसखे ज्ञानेश्वर हे महाविष्णुचे अवतार आहेत तर निवृत्ती हे शंकराचे, सोपानदेव हे ब्रह्मदेवाचे आणि मुक्ताबाई तर साक्षात् आदिमाया आहे. या सर्वांच्या पायांवर हा चोखा लोळण घेतो.

।। पंढरीनाथ महाराज की जय ।।

।। ॐ नमो भगवते वासुदेवाय।।

गुरु हा संत कुळीचा राजा। गुरु हा प्राणविसावा माझा।
गुरुविण देव दुजा। पाहतां नाहीं त्रिलोकीं।।
गुरु हा सुखाचा सागरू। गुरु हा प्रेमाचा आगरू।
गुरु हा धैर्याचा डोंगरू। कदाकाळी डळमळीना।।

- श्री संत ज्ञानेश्वर महाराज

संतकुळीचा राजा असलेला गुरु हा माझा प्राणविसावा आहे. या त्रैलोक्यात मला गुरुशिवाय अन्य देव नाही. गुरु हा सुखाचा सागर आहे, प्रेमाचे आगर आहे आणि कधीही न डळमळणारा धैर्याचा डोंगर आहे.

मुख्य सद्‌गुरुचे लक्षण। आधी पाहिजे विमळ ज्ञान।
निश्चयाचे समाधान। स्वरूपस्थिती।।
याहिवरी वैराग्य प्रबळ। वृत्ति उदास केवळ।
हरिकथा निरुपण। जेथे परमार्थ विवरण निरंतर।।

- श्री संत समर्थ रामदास

सद्‌गुरुचे मुख्य लक्षण म्हणजे त्याच्याजवळ विमल ज्ञान हवे. तो निश्चयी असावा आणि त्याचे वैराग्य प्रबळ, कडकडीत असावे. वृत्ती उदास असून तो नेहमी हरिकथा निरूपण आणि परमार्थ विवरण करणारा असावा,

गुरु तुझाचि मज भरवसा। जीवनी मीन जीव जैसा।
निष्ठुर होऊन साक्षरूपका। पाहसी कौतुकसा।
नयन भुकेले तृप्तीसी पाजो। पूर्ण कृपामृत रस।।
हा परमार्थ प्रपंच चालवी। ध्यानी मनीं दृढ जसा।

- श्री संत शिवदीन केसरी

सतराव्या शतकाच्या पूर्वार्धातील एक तसे अप्रसिद्ध संत शिवदीन केसरी या काव्य पंक्तित गुरु गौरव करताना म्हणतात, गुरुराया तुझाच मी भरवसा धरतो. पाण्यात जसा मासा असतो तसा तुझ्या विश्वासावर मी जगतो. तू मात्र केवळ साक्षीभूत होऊन कौतुकाने पहातोस. तू कृपामृत रस मला पाजून तृप्त कर आणि ध्यानीमनी दृढ असलेला हा परमार्थाचा प्रपंच चालव.

।। पंढरीनाथ महाराज की जय।।

।। ॐ नमो भगवते वासुदेवाय ।।

विठ्ठल माझा जीव, विठ्ठल माझा भाव। कुळधर्म देव विठ्ठल माझा।
विठ्ठल माझा गुरु, विठ्ठल माझे तारु। उतरील पारू भवनदीचा ।।
विठ्ठल माझी माता विठ्ठल माझा पिता। विठ्ठल चुलत बहिणी बंधु।
तुका म्हणे माझा विठ्ठल विसावा। न स्वरित गावा जाईन त्याच्या ।।

– श्री संत तुकाराम महाराज

विठ्ठल हाच माझा जीवभाव आहे, विठ्ठल हाच माझा कुळधर्म आणि देव आहे. विठ्ठल हाच माझा गुरु आहे आणि भवनदी पार करणारा तारु आहे. विठ्ठल हीच माझी माता, विठ्ठल हाच माझा पिता, विठ्ठल हाच चुलत भाऊ आणि बहिणही. तुकाराम म्हणतो, विठ्ठल हाच माझा विसावा आहे आणि त्याच्या गावी न बोलावता जाईन.

विटेवरी दिसे स्वानंदाचा गाभा। श्रीसुखाची शोभा वानू काय।
कटी पितांबर तुळशीचे हार। उभा सर्वेश्वर भक्तिकाजा ।।
लावण्य रुपडें पाहे पुंडलीक। आणिक सम्यक् नये दुजा।
पाहतां पाहतां विश्रांती पैं जाली। एका जनार्दनी माऊली संतांची ते।

– श्री संत एकनाथ महाराज

विटेवर उभा असलेला स्वानंदाचा गाभा त्याच्या मुखाची शोभा काय वर्णू ? कमरेला पितांबर, गळ्यात तुळशीचा हार घातलेला हा सर्वेश्वर भक्तांसाठी उभा आहे. त्याचे खरेखुरे लावण्य रूपडे पुंडलिकाने पाहिले– आणि याच्यासारखा दुसरा कोणी नाही, त्याला पहाता क्षणी मन विसावते, हा विठ्ठल म्हणजे संताची माऊली आहे.

आला स्वइच्छा पंढरपुरा। सांडूनियां क्षीरसागरा।
पुढें देखोनियां वाटे। चरण ठेविले गोमटे ।।
दोन्ही हात कटावरी। ठेवूनि परमात्मा श्रीहरी।
निळा म्हणे जगदोद्धार। करीन उभा निरंतर ।।

– श्री संत निळोबा महाराज

क्षीरसागर सोडूनिया स्वेच्छेने हा विठ्ठल पंढरपुरा आला आणि वीट पाहून त्याने त्यावर आपली सुकुमार पावले ठेविली. हा परमात्मा दोन्ही हात कमरेवर ठेवून उभा आहे आणि निळोबा म्हणतात, जगाच्या उद्धारासाठी हा निरंतर इथे उभा आहे.

।। पंढरीनाथ महाराज की जय ।।

।। ॐ नमो भगवते वासुदेवाय।।

तीर्थपर्यटन कायसा करणें। मन शुद्ध होणे आधी बापा।
तीर्था जाऊनि काय मन शुद्ध नाही। निवांतची पाही ठायीं बैसे।।
मन शुद्ध जालिया गृहींच देव असे। भाविकासी दिसे बैसल्या ठायीं।
म्हणे जनार्दन हाचि बोध एकनाथा। याहुनि सर्वथा श्रेष्ठ नाहीं।।

– श्री संत जनार्दन स्वामी महाराज

एकनाथांना उपदेश करताना जनार्दन स्वामी, त्यांचे गुरु सांगतात, ''बाबा रे तीर्थयात्रा करण्यापेक्षा आधी तुझे मन शुद्ध कर, मन शुद्ध नसेल तर निवांत एका ठिकाणीच बसून रहा. जर मन शुद्ध असेल तर तुझ्या घरीच देव आहे असे समज. भाविकांना देवाचे अस्तित्व बसल्या जागी कळते. आणि याहून दुसरे काही श्रेष्ठ नाही.''

न होता शुद्ध अंत:करण। संतसेवा न घडे जाण।
शुद्ध संकल्पा वांचून। संतसेवा न घडेचि जाण।।
काम क्रोध दुराचार। यांचा करू नये अंगिकार।
एका जनार्दनी ध्यान। सहज तेणें संतपण।।

– श्री संत एकनाथ महाराज

अंत:करण जर शुद्ध नसेल तर संतसेवा घडणार नाही. त्याचप्रमाणे तुमचा संकल्प शुद्ध नसेल तरीहि संतसेवा घडणार नाही. काम, क्रोध, दुराचार यांना दूर ठेवून ईश्वराचे ध्यान करावे मग संतपण सहज प्राप्त होते.

कासया पाषाण पूजितसां पितळ। अष्ट धातु खळ भावेवीण।
भावचि कारण भावचि कारण। मोक्षाचे साधन बोलियेले।।
काय करील जपमाळा, कंठमाळा। करिशी वेळोवेळां विषयजप।
तुका म्हणे भाव नाही करिसी सेवा। तेणे काय देवा योग्य होसी।।

– श्री संत तुकाराम महाराज

पाषाणाचे, पितळेचे किंवा अष्टधातुंचे देव कशासाठी पूजता ? भक्तिभाव हेच शेवटी मोक्षाचे साधन आहे. मनात विषय असताना जपमाळ किंवा गळ्यातली माळ काय करणार आहे ? मनात भक्तिभाव नसताना केलेली देवाची सेवा अयोग्य आहे.

।। पंढरीनाथ महाराज की जय।।

।। ॐ नमो भगवते वासुदेवाय ।।

जंवावरि रे तंववरी जंबुक करी गर्जना । जंव त्या पंचानना देखिले नाही बाप ।
जंवंवरि रे तंववरी वैराग्याच्या गोष्टी । जंव सुंदर वनिता दृष्टी देखिली नाही बाप ।
जंववरि रे तंववरी मैत्रत्व संवाद । जंववरी अर्थेसी संबंध नाही बाप ।।
जंववरि रे तंववरी समुद्र करी गर्जना । जंव अगस्ती ब्राह्मणा देखिले नाही बाप ।
जंववरि रे तंववरी बांधी हा संसार । जंव रखुमादेवीवर देखिला नाही बाप ।।

- श्री संत ज्ञानेश्वर महाराज

जोपर्यंत सिंह पाहिला नाही तोपर्यंतच कोल्ह्याच्या गर्जना चालू असतात, जोपर्यंत सुंदर स्त्री पाहिली नाही तोपर्यंत वैराग्याच्या गोष्टी. पैशाचा संबंध आला नाही तोपर्यंत मित्रता आणि संवाद. अगस्ती ब्राह्मणाला पाहिले नाही तोपर्यंत समुद्राच्या गर्जना-आणि जोपर्यंत श्रीविठ्ठल पाहिला नाही तोपर्यंत संसाराच्या गोष्टी.

भवसिंधु तराया एकचि उपाय । ध्यावे तुझे पाय वासुदेवा ।
गोविंद गोपाळ वाचेसी निखळ । उद्धरे तात्काळ कलीमाजी ।।
नारायण नारायण करी जो पारायण । तो उद्धरे जाण इहलोकी ।
नामा म्हणे ऐसे दाविले सुगम । नलगे तुम्हा नेम नाना कोटी ।।

- श्री संत नामदेव महाराज

वासुदेवा, देवा हा भवसिंधु तरून जाण्याचा एकच उपाय आहे आणि तो म्हणजे तुझ्या चरणांचे चिंतन. गोविंद गोपाळ नामस्मरणाने या कलियुगात सहज उद्धार होतो. नामदेव म्हणतो इतका सोपा उपाय असताना इतर नाना कोटी उपायांची जरूर काय ?

झाडलोट करी जनी । केर भरी चक्रपाणी ।
पाटी घेऊनिया शिरीं । नेऊनियां टाकी दुरी ।।
ऐसा भक्तिसी भुलला । नीच कामे करूं लागला ।
जनी म्हणे विठोबाला । काय उतराई होऊं तुला ।।

- श्री संत जनाबाई

भक्तांवर देव कसा प्रसन्न असतो हे सांगणाऱ्या या संत जनाबाईंच्या काव्यपंक्ति. त्या म्हणतात, जनीनं जर झाडलोट केली तर चक्रपाणी केर भरतो आणि डोक्यावर पाटी घेऊन केर दूर नेऊन टाकतो असा भक्तिभावाला भुललेला देव हलकी कामे करूं लागला म्हणून जनाबाई देवाला विचारतात, देवा याबद्दल मी तुझी कशी उतराई घेऊ ?

।। पंढरीनाथ महाराज की जय ।।

।। ॐ नमो भगवते वासुदेवाय ।।

आमुचिये कूळीं पंढरीचा नेम। मुखीं नाम सदा विठ्ठलाचे।
न कळे आचार न कळे विचार। न कळे वेव्हार प्रपंचाचा।।
असो भलते ठायीं जपू नामावळी। कर्माकर्म होळी होये तेणें।
भानुदास म्हणे उपदेश आम्हां। जोडिला परमात्मा श्रीराम हा।।

– श्री संत भानुदास महाराज

आमच्या कुळात आषाढी कार्तिकीला पंढरपूरला जाण्याचा नेम आहे. आमच्या मुखात सदैव विठ्ठलाचे नाव असते. आम्हाला आचार विचार काही कळत नाही, इतकेच काय प्रपंचाचा व्यवहारहि कळत नाही. आम्ही कुठेहि असलो तरी आमचे नामस्मरण चाललेलेच असते कारण त्यामुळे कर्माकर्माची होळी होते, पापे जळून जातात– भानुदास म्हणतो हाच आम्हाला उपदेश केला गेला आहे. त्यामुळे आम्ही परमात्मा श्रीराम जोडला आहे.

जन्मांतर सुखें घेऊं। श्री विठ्ठलनाम आठवूं।
नाहीं त्याचे आम्हा कोडें। विठ्ठल उभा मागेंपुढे।।
कळिकाळाचे भय तें किती। पाय यमधर्म वंदिती।
एका जनार्दनी सिद्धी। नामें तुटती उपाधी।।

– श्री संत एकनाथ महाराज

आम्ही जन्मोजन्मी विठ्ठलाचे नाम सुखाने घेऊ. ते कसे घेऊ वगैरे प्रश्न आम्हाला पडत नाहीत. विठ्ठल मागे पुढे उभा असतो. आम्हाला कळिकाळाचे भय नाही कारण साक्षात् यमच विठ्ठलाचे चरणवंदन करतो. एक विठ्ठलनामाने सर्व उपाधि नाहीशा होतात.

मुखीं विठ्ठलाचे नाम। मग कैंचा भवभ्रम।
चालतां बोलतां खातां। जेवितां निद्रा करितां।।
सुखें असो संसारीं। मग जवळीच हरि।
मुक्ति वरील भक्ति जाण। अखंड मुखीं नारायण।।

– श्री संत तुकाराम महाराज

मुखात जर सतत विठ्ठलाचे नाव असेल तर हा भवसागर कसा तरून जाईन हे मनातहि यायला नको. जेवताना, चालताना, झोपताना, खाताना नामस्मरण करीत राहिले तर संसारात सुखी राहून हरीचे सान्निध्य प्राप्त होते. अखंड मुखी जर नारायण असेल तर मोक्षावरील ही भक्ति समजावी.

।। पंढरीनाथ महाराज की जय।।

।। ॐ नमो भगवते वासुदेवाय।।

ऐकोनिया संतवाणी। चक्रपाणी संतोषे
म्हणे तुम्ही प्राणसखे। बोलता मुखें प्रीतीवादे।।
सर्वहि काळ माझीच चाड। तरि मजहि कोड तुमचेनि।
निळा म्हणे न फिटे धणी। भक्ता आणि देवाची

– श्री संत निळोबा महाराज

संतांचे बोलणे ऐकून चक्रपाणी, श्री विठ्ठल आनंदित झाला. तो संतांना म्हणाला, तुम्ही माझे प्राणसखे आहात. तुम्ही माझ्याशी प्रेमाने बोलता, सदासर्वदा माझेच चिंतन करता, त्यामुळे मलाही तुमच्याबद्दल प्रेम वाटते. निळोबा म्हणतात, भक्ताची आणि देवाची एकमेकाबद्दलची इच्छा कधी पूर्ण होत नाही.

टाळ्या चिपोळ्यांचा ध्वनी आयकता। आनंद हा चित्ता समावेना
लावियेले नेत्र, निद्रेंत जागृती। तुकाराममूर्ति देखियेती।
ठेवियला हस्त मस्तकी बोलून। दिधले वरदान कविताचे
बहिणी म्हणे नेणे स्वप्न ही जागृती। इंद्रियाच्या वृत्ती वोसरल्या।

– श्री संत बहिणाबाई

बहिणाबाई तुकाराम महाराजांच्या शिष्या होत्या. त्या संदर्भात त्या एक अनुभव सांगतात, 'टाळ चिपळ्यांचा आवाज ऐकल्यावर मनात आनंद मावेना. झोपलेली असताना जाग आली आणि डोळ्यापुढे तुकाराम महाराजांची मूर्ति दिसली, त्यांनी माझ्या मस्तकावर हात ठेवून मला कवित्त्वाचे वरदान दिले. हे स्वप्न की सत्य हे मला कळले नाही, पण इंद्रियांच्या इच्छा मात्र ओसरल्या.'

मन झाले उतावीळ । न राहे निश्चळ।
दे रे भेटी पंढरीराया। उभारेनि चारी बाह्या।।
सर्वांग तळमळी। हातपाय रोमावली।
मुकयाबंधु म्हणे कान्हा। भूक लागली नयना।। – श्री संत कान्होबा महाराज

आपल्या या अभंगात तुकाराम महाराजांचे बंधु कान्होबा हे विठ्ठलास उद्देशून म्हणतात, 'देवा, तुझ्या भेटीसाठी माझे मन उतावीळ झाले आहे. माझे मन स्थिर रहात नाही. सर्वांगावर रोमांच उठत आहेत. माझ्या डोळ्यांना आपल्या भेटीची तळमळ लागली आहे. पंढरीराया आपण मला आपल्या चारही बाहूंनी भेट द्या.

।। पंढरीनाथ महाराज की जय।।

।। ॐ नमो भगवते वासुदेवाय ।।

नाही निर्मळ जीवन । काय करील साबण
तैसे चित्तशुद्धी नाही । तेथे बोध करील काई ।।
वृक्ष न धरी पुष्पफळ । काय करील वसंतकाळ
तुका म्हणे जीवनेविण । पीक नव्हे जाण ।।

- श्री संत तुकाराम महाराज

जर जीवन निर्मळ, शुद्ध नसेल तर तिथे साबण काय करणार ? मुळात मन शुद्ध नसेल, तर तिथे आत्मबोध काय करणार ? एखाद्या झाडाला फळेफुले येत नसतील तर तिथे वसंत ऋतू काय करणार ? तुकाराम महाराज म्हणतात जर पाणी नसेल तर पीक कोठून येणार ?

संसार म्हणिजे महापूर । माजी जळचरें अपार ।
डंखू धावती विखार । काळसर्प ।।
जे अंकित ईश्वराचे । तयास सोहळे निजसुखाचे
धन्य तेचि दैवाचे । भाविकजन ।।   - श्री संत समर्थ रामदास

संसार म्हणजे महापूर आहे. या जलाशयात अनेक जलचर प्राणी आहेत, विषारी काळसर्प आहेत आणि ते तुम्हास दंश करण्यासाठी धावत असतात. पण जे ईश्वराधीन आहेत त्यांना संसार म्हणजे सुखाचा सोहळा वाटतो, कारण ईश्वर त्यांचे प्रसंगी संकटनिवारण करीत असतो. असे भाविकजन, असे भक्त धन्य होत.

सुसंगति सदा घडो सुजनवाक्य कानीं पडो ।
कलंक मतिचा झडो, विषय सर्वथा नावडो ।।
सदंघ्रि कमळी दडो । मुरडिता हटाने अडो ।
वियोग घडता रडो, मन भवच्चरित्री जडो ।।

- श्री संत कविवर्य मोरोपंत

बारामतीकर मोरोपंत हे मोठे भगवद्भक्त होते. ते आपल्या या काव्यकृत्तीत म्हणतात, नेहमी सत्संग घडो आणि सुजनांचे शब्द कानांवर पडोत, बुद्धीस लागलेला कलंक नाहीसा होऊ दे आणि विषयाची पूर्णपणे नावड निर्माण होऊ दे. लोभ अमर्याद असतो म्हणून ईश्वरचरणी मन रमू दे. तेथून ते कधी मागे, परतून येऊ नये. ईश्वराचा वियोग झाला तर मनाला रडू येऊ दे आणि मन ईश्वराच्या आराधनेत सदैव रमून जाऊ द्यावे.

।। पंढरीनाथ महाराज की जय ।।

।।ॐ नमो भगवते वासुदेवाय।।

माझा मऱ्हाठाचि बोलू कौतुके। परि अमृतातेंहि पैजा जिंके
ऐशी अक्षरे रसिके मेळवीन।।
जियें कोवळिकेचेनि पाडें। दिसती नादीचे रंग थोडे।
वेधें परिमळाचे बीन मोडे। जयाचेनि।।

– श्री संत ज्ञानेश्वर महाराज

माझे बोल मराठीत आहेत हे खरे पण ते अमृतालाहि प्रतिज्ञापूर्वक जिंकतील असे आहेत आणि अशाच शब्दांनी रसिकांना तृप्त करीन. त्या बोलांच्या मृदुपणापुढे सप्तस्वरांचा आनंदहि कमी असेल किंवा सुवासहि कमी भासेल.

हरिनामाचे करूनी तारूं। भवसिंधु पार उतरलो।
फावले फावले आता। पायी संता विनटलो।।।
देहपिंड दान दिला एकसरें। मुळिचें तें खरे टांकसाळ
तुका म्हणे झरा लागला नवनीत। सेविलिया हित पोट द्याय.

– श्री संत तुकाराम महाराज

हरिनामाच्या नावेतून भवसागर पार केला. सन्तचरणी लागल्यामुळे सर्व काही मिळाले आहे. देहरूपी पिंडाचे दान देवाला केले आहे. मूळ सत्य असलेल्या ईश्वरी प्रसादरूपी टांकसाळीतून शब्दरूपी नाणी बाहेर पडत आहेत. तुकाराम महाराज म्हणतात, हरिनामाच्या नवनीताचा जणू झराच माझ्या मुखातून येतो आहे घ्या, पोट भरून घ्या.

कवित्त्व शब्द सुमनमाळा। अर्थ परिमळ आगळा।
तेणे संत षट्पद कुळा। आनंद होय।।
कवित्त्व नसावे धीटपाठ। कवित्त्व नसावे खटपट
कवित्त्व नसावे उद्धट। पाषांड मन

– श्री संत समर्थ रामदास

कवित्त्व म्हणजे शब्द सुमनांचा सुगंधी हार आहे. तिच्यातून अर्थरूपी सुगंध प्रकट होतो, त्यामुळे संतरूपी भ्रमरांना आनंद होतो. कवित्त्व जुलमाने केलेले नसावे, पाठांतरातून केलेले किंवा प्रयत्नाने केलेले नसावे. त्याच प्रमाणे उद्धट आणि पाखंडी मत व्यक्त करणारे नसावे.

।। पंढरीनाथ महाराज की जय।।

।।ॐ नमो भगवते वासुदेवाय।।

जो उत्तम गुणें शोभला। तोचि पुरुष महाभला।
कित्येक लोक तयाला। शोधित फिरती।
बोलण्यासारिखे चालणें। स्वयें करून बोलणे।
तयांची वचनें प्रमाणें। मानिती जनी।।

– श्री समर्थ रामदास

जो उत्तम गुणांनी युक्त असतो तोच भला पुरूष असतो. लोक अशा माणासाच्याच शोधात फिरत असतात. जो बोलतो तसे वागतो त्याचे शब्द लोक मानतात.

अमृताचीं फळें, अमृताची वेली। तेचि पुढे चाली बीजाचीही
ऐसियांचा, संग देई नारायणा। ओलावा वचना जयांचिया।।
उत्तम सेवन सितळ कंठासी। पुष्टी कांती तैसी दिसेवरी।
तुका म्हणे तैसे होईजेत संगे। वास लागे अंगे चंदनाच्या।।

– श्री संत तुकाराम महाराज

अमृताच्या वेलींना अमृताचीच फळे यावयाची तशीच उत्तम जातीच्या बीजाचीही वाढ होणार. ज्यांच्या बोलण्यात गोडवा आहे, ओलावा आहे अशा संतांची संगत नारायणा मला दे. शीतल, थंडगार पेय प्याल्यामुळे घशाला थंडावा मिळतो. कांतीही पुष्ट दिसते. तुकाराम महाराज म्हणतात. चंदनाच्या संगतीने इतर वृक्षांना ज्याप्रमाणे सुगंध प्राप्त होतो त्याप्रमाणे संतसंगतीने होतो.

असत्याचा शब्द नको वाचे माझे। आणिक हो का वोझें भलतैसें
परि संतरज वंदीन मी माथां। असत्य सर्वथा नोहे वाणी।।
अणुमात्र रज डोळां न साहे। कैसा खुपताहे जनदृष्टी।
एका जनार्दनी असत्याची वाणी। तोचि पापखाणी दुष्ट बुद्धि।।

– श्री संत एकनाथ महाराज

माझ्या तोंडून असत्य शब्द देवा येऊ देऊ नको, माझ्यावर हे आणखी ओझे नको. मी संतचरणांची धूळ मस्तकी लावीन, पण खोटे कधीही बोलणार नाही. डोळ्यात एखादाकण गेला तरी तो डोळ्याला सहन होत नाही मग लोकांची दृष्टि खुपणारच, म्हणून जनार्दन स्वामींचे स्मरण करून मी सांगतो की जो खोटं बोलतो तो दुष्ट बुद्धि आहे, पापाची खाण आहे.

।। पंढरीनाथ महाराज की जय।।

॥ॐ नमो भगवते वासुदेवाय॥

अहो उभा विटेवरी। भरोवरी चुकविली।
निवारलें येणें जाणें। कोणा कोणें रुसावें॥
संकल्पासी वेंचे बळ। भारे फळ निर्माण।
तुका म्हणे उभयतां। भेटी सवा लोभाची॥

– श्री संत तुकाराम महाराज

विटेवर उभे रहाणाऱ्या देवा, ती माझी नाना प्रकारची खटपट चुकवलीस, जन्म मरणाच्या चक्रातून सोडवलेस आता मी कुणावर रुसू, रागवू ? संकल्प करून खर्चावे म्हणजे त्यातून फळ निर्माण होते. तुकाराम महाराज म्हणतात, देवा आता तुमची आमची भेट आता तुमच्या मनावर आहे.

मी पण कोणासिच न साहे। तें भगवंती कैसेनि साहे।
म्हणौनि मी पण सांडून राहे। तोचि समाधानी॥
निर्विकल्पासी कल्पावे। परि कल्पिते आपण न व्हावे।
मी पणासी त्यागावें। येणें रीती॥

– श्री संत समर्थ रामदास

मी पण, अहंकार हा कोणालाच सहन होत नाही पण प्रत्यक्ष भगवंताला तो कसासहन होईल. म्हणून जो मी पण सोडून देऊन रहातो तोच खरा समाधानी म्हणावा. निर्विकल्प अशा ईश्वराची कल्पना करावी पण स्वत:लाच देव समजू नये. अशा प्रकारे मीपणाचा त्याग करावा.

सदा सर्वकाळ सुख जगी नांदो। ययास्तव वंदी चरण तुझें।
शुद्ध संग लाभ पावोत सगळे। तृप्ती लडिवाळे नांदो जगी॥
स्वधर्म तुझाचि विस्तारो सर्वत्र। आप-पर-तंत्र नासो सारे।
द्रव्यधन – सुख नको या जिवासी। देई प्रेमसुखाशी पायाचे गा॥

– श्री संत बाबा महाराज आर्वीकर

या जगात नेहमी सर्वत्र सुख नांदावे यासाठी देवा मी तुझ्या चरणांना वंदन करतो सर्वांना उत्तम संगती लाभो आणि सर्वांना या जगात तृप्तीचा लाभ होवो. तू सांगितलेल्या स्वधर्माचा सर्वत्र विस्तार होवो, तुझे माझे हे सगळे संपू दे– मला पैसे नकोत, धन नको केवळ तुझ्या पायीचे प्रेमसुख मिळू दे.

॥ पंढरीनाथ महाराज की जय॥

।।ॐ नमो भगवते वासुदेवाय।।

संतपायीं माथा धरिता सद्‌भावे। तेणें भेटे देव आपोआप
म्हणवूनि संता अखंड भजावे। तेणें भेटे देव आपोआप।।
साधुपाशी देव कामधंदा करी। पीतांबर धरी वरी छाया।
नामा म्हणे देव इच्छी संतसंग। आम्हां जीवलग जन्मोजन्मीं।।

– श्री संत नामदेव महाराज

संताच्या चरणांवर मस्तक टेकल्यावर देव आपोआप भेटतो, म्हणून संतांना नेहमी भजावे त्यामुळेही देव भेटतोच. साधुपाशी देव कामधंदा करतो, त्यांच्यावर आपली प्रेमाची सावली धरतो. नामदेव महाराज म्हणतात, देवाला संतसंग हवा असतो आणि म्हणूनच तो आमचा जन्मोजन्मीचा जिवलग आहे.

साधु आणि संत। जन्म द्यावा जी कलींत।
मागणें तें हेचि देवा। कृपा करी घे केशवा।।
संत दयाळा परम। तया साक्षी नारायण।
जनी म्हणे ऐसे साधु। तयापाशी तू गोविंद।।

– श्री संत जनाबाई

या कलियुगात देवा, जर जन्म देणार असलास तर साधुसंताचा दे. देवा, केशवा कृपा करा तुमच्याकडे माझे एवढेच मागणे आहे. संत अतिशय दयाळू असतात आणि याला नारायण साक्षी आहे. अशा साधुंपाशी भगवन्ता गोविंदा तू असतोस असे जनी म्हणते.

तुम्ही संत दयानिधी। तारा सांभाळा दुर्बुद्धि।
तुम्हां आहे शरणागत। तरी तारावा पतित।।
आधिकार नाहीं। न कळे भक्तिभाव कांही।
वागवा अभिमान। सेना आहे यातीहीन।।

– श्री संत सेना महाराज

संत हो, तुम्ही दयेचे सागर आहात. तुम्हीच या दुर्बुद्धीला तारा, सांभाळा. मी पापी तुम्हाला शरण आलो आहे. मला कसलाही आधिकार नाही, भक्तिभावाची मला जाण नाही. माझा अभिमान जागा करा. मी कनिष्ठ जातीतला आहे.

।। पंढरीनाथ महाराज की जय।।

।।ॐ नमो भगवते वासुदेवाय।।

जन्मोजन्मीं आम्ही बहु पुण्य केलें। म्हणोनि विठ्ठले कृपा केली।
जन्मोनि संसारीं जाहलो त्याचा दास। माझा जो विश्वास पांडुरंगी।।
आणिक दैवता नेघे माझें चित्त। गोड गाता गीत विठोबाचे
भानुदास म्हणे मज पंढरीसी न्या रे। सुखें मिरवा रे विठोबासी।।

– श्री संत भानुदास महाराज

आम्ही अनेक जन्मी पुष्कळ पुण्य केले म्हणून विठ्ठलाने आमच्यावर कृपा केली. या जगात जन्मून त्याचा दास झालो, माझा केवळ पांडुरंगावर विश्वास आहे, इतर देवदेवतांकडे माझे जरासुद्धा लक्ष जात नाही. कारण मी विठोबाचे गोड गीत गात असतो. भानुदास महाराज म्हणतात, मला पंढरीला न्या, आणि विठ्ठलास सुखाने मिरवा.

जन्मासी येऊन पहारे पंढरी। विठ्ठल भीमातीरी उभा असे।
ठेविले चरण दोन्ही विटेवरी। आलियांसी तारी दरुशनें एका।।
पंचक्रोशी प्राणी पुनीत पैंरुदा। अैशी ही मर्यादा पंढरीची।
एक जर्नादनी कीर्तन गजर। ऐकतां उद्धार सर्व जीवां।।

– श्री संत एकनाथ महाराज

जन्माला येऊन एकदा पंढरपूर पहा तिथे भीमातीरावर विठ्ठल उभा आहे. विटेवर समचरण ठेवून तो उभा आहे आणि जे त्याचे दर्शन घेतात त्यांना तो सहज तारून नेतो. या पंचक्रोशीतील प्राणी सदैव पवित्र आहेत असे पंढरीचे वैशिष्ठ्य आहे. तेथील कीर्तनाचा गजर ऐकल्यावर सर्वांचाच उद्धार होतो.

विठोजी कृपेचा सागर। दीनबंधु करुणाकर।
म्हणोनिया स्तविती संत। घेऊनिया याचे चरणीं रत।।
उपेक्षूनियां न सांडी कोणा। शरणागता थोरा लहानां।
निळा म्हणे धरिले हाती। तया मग न सोडी कल्पांती।।

– श्री संत निळोबा महाराज

श्रीविठ्ठल ऊर्फ विठोजी हा कृपेचा सागर आहे, तो दीनबंधु आणि करुणाकर आहे म्हणून संत त्याचे स्तवन करतात त्याचे चरणी रत होतात. तो कुणाचीही उपेक्षा करीत नाही जोशरण येईल त्याला तो हात देतो आणि एकदा दिलेला हात कधी सोडत नाही असे निळोबा म्हणतात.

।। पंढरीनाथ महाराज की जय।।

आणिकांचे सुख देखोनि जो सुखी।
होय धन्य लोकीं तोचि संत।।
आणिकांचे दुःख देखोनिया डोळा।
येई कळवळा तोचि संत।।

– श्री संत तुकाराम महाराज

इतरांचे सुख पाहून जो सुखी होतो तो संत होय, या लोकी तो धन्य होय. इतरांचे दुःख पाहून ज्याला कळवळा येतो त्यालाच संत म्हणावे.

गुरु सख्या तुजविण। जाऊं पाहे माझा प्राण।
का हो कठिण केले मन। पाहें नेत्र उघडून।।
माता पिता म्हणविले। तरी कां निर्वाण मांडिले।
आता यावे लवकरीं। भेट द्यावी का सत्वरी।।

– श्री संत जनार्दन महाराज

गुरुदेवा, गुरु सख्या तुमच्याशिवाय माझा प्राण जाऊ पहातो आहे. गुरु महाराज डोळे उघडा, असे कठीण मन करू नका, निष्ठुर होऊ नका. माझे माता पिता म्हणविता मग असे का छळता ? गुरुमहाराज आता लौकर या आणि तुमच्यासाठी तळमळणाऱ्या या शिष्याला भेटा.

गुरु माता गुरु पिता। गुरु आमुची कुळदेवता।
थोर पडता सांकडे। गुरु रक्षी मागें पुढें।।
काया वाचा आणि मन। गुरुचरणींच अर्पण।
एका जनार्दनी शरण। गुरु एक जनार्दन।।

– श्री संत एकनाथ महाराज

गुरु हीच माता, गुरु हाच पिता, गुरु हेच आमचे कुलदैवत. ज्या वेळी एखादे मोठे संकट येते तेव्हां गुरुच मागून पुढून रक्षण करतात. आम्ही काया वाचा मन गुरुंना अर्पण केले आहे. जर्नादनांना मी शरण आलो आहे कारण जनार्दन हेच गुरु आहेत.

।। पंढरीनाथ महाराज की जय।।

।।ॐ नमो भगवते वासुदेवाय।।

मृत्यूलोकीं आम्हां आवडती परि। नाहीं एका हरिनामाविण।
विटलें हें चित्त प्रपंचापासूनि। वमन ते मनीं बैसलेसे।।
सोनें रूपें आम्हां मृत्तिकेसमान। माणिकें पाषाण खडे तैसें।
तुका म्हणे तैशा दिसतील नारी। रिसाचियापरि आम्हां पुढें।।

– श्री संत तुकाराम महाराज

हरिनामाशिवाय या मृत्यूलोकात आम्हाला कसलीही आवड नाही. प्रपंचाला हे मन विटले आहे. प्रपंच आता वांतीसारखा वाटतो. सोनेरुपे आम्हाला मातीसारखे, तर रत्ने माणिक खड्यासारखे वाटतात. तुकाराम महाराज म्हणतात परस्त्रिया आम्हाला अस्वलीसारख्या वाटतात. आम्हाला हरिनामाशिवाय दुसरे काही आवडत नाही.

नामा ऐसे सोपें नाही त्रिभुवनीं।
नाम संजीवनी साधकांसी।।
नामें भक्ति जोडे नामें कीर्ती वाढे।
नामें सदा चढे मोक्ष हातां।।

– श्री संत नामदेव महाराज

नामासारखे सोपे साधन या त्रिभुवनात आढळणार नाही. नाम ही साधकांना संजीवनीच आहे. नामामुळे भक्ति वाढते, कीर्ती प्राप्त होते आणि मोक्ष तुमच्या समीप येतो.

विवेकें क्रिया आपुली पालटावी।
अति आदरे शुद्ध क्रीया करावी।।
जनीं बोलण्यासारखे चाल बापा।
मना कल्पना सोडिं संसारतापा।।

– श्री संत समर्थ रामदास

आपले वागणे विवेकपूर्ण असावे, आचरण शुद्ध ठेवावे, लोकांना मान्य होईल असेच आपले वागणे असावे आणि संसारभयापासून आपण आपले मन मुक्त ठेवावे.

।। पंढरीनाथ महाराज की जय।।

।।ॐ नमो भगवते वासुदेवाय।।

अरे मना तूं पापिष्टा। किती हिंडसी रे तू नष्टा
सैरा सिणसी रे फुटका। विठ्ठल विनटा स्थिर होई।।
न सोडी हरिचरण। नाहीं नाहीं जन्ममरण।
अविट सेवी नारायण। तेणें मी तूं पण एक सिद्ध।।

– श्री संत ज्ञानेश्वर महाराज

अरे पापी मना, तू नतद्रष्टा सैरावैरा किती व्यर्थ हिंडत असतोस, त्यापेक्षा विठ्ठलचरणी स्थिर हो. जर तू हरिचरण घट्ट धरून ठेवलेस तर तुला जन्ममरण नाही. नारायणाची सेवा अवीट गोडीची असते, त्या सेवेपुढे मी तू पण नाहीसे होते.

मन हे ओढाळ। सदा करि तळमळ।
तयालागीं स्थिर करी। चितीं महादेव धरीं।।
तरी तुज होय सुख। येर अवघे ते दुःख।
एका जर्नादनी मन। असो द्यावे समाधान।।

– श्री संत एकनाथ महाराज

हे मन ओढाळ आहे आणि ते सदैव तळमळत असते यासाठी त्याला स्थिर करावे चित्ती महादेव धरावा, स्थिर करावा मग तुला सुख होईल, नाहीतर सदा दुःख हे आहेच. एका जर्नादनी मन ठेवावे मग चित्तेला सदैव समाधान लाभेल.

मन करा रे प्रसन्न। सर्व सिद्धींचे कारण।
मोक्ष अथवा बंधन। सुख समाधान इच्छा ते।।
मनें प्रतिमा स्थापिली। मनें मन पूजा केली।
मनें इच्छा पुरविली। मन माऊली सकळांची।।

– श्री संत तुकाराम महाराज

मन सदैव प्रसन्न ठेवा मग सर्व सिद्धी प्राप्त होतील. मनाच्या प्रसन्नतेवर मोक्ष, सुख समाधान अथवा बंधन अवलंबून आहे. मनाने देवाची मूर्ति स्थापन करावी, मानसपूजा करावी मग मन सर्व इच्छा पूर्ण करील, मन ही सर्वांची माऊली आहे.

।। पंढरीनाथ महाराज की जय।।

॥ॐ नमो भगवते वासुदेवाय॥

अनाथांचा नाथ, भक्तांचा कैवारी। पुराणीं हे थोरी आयकिली।
ऐकोनिया कीर्ती आलो तुजपाशी। निवारी दु:खासी केशिराजा॥
त्रितापें तापलों दु:खे आहाळलों। कासाविस झालो दयासिंधु।
तुजविण आता कोणाते मी सांगू। उद्धरी त्वरित पांडुरंगा॥

– श्री संत नामदेव महाराज

तू अनाथांचा नाथ आणि भक्तांचा कैवारी आहेस अशी तुझी थोरवी पुराणात ऐकली. तुझी कीर्ती ऐकून देवा मी तुझ्यापाशी आलो आहे. तेव्हां माझे दु:ख तूच निवारण कर. त्रितापांनी मी तापलो, दु:खात गांजलो, हे दयासिंधू मी अगदी कासावीस झालो आहे, हे मी तुझ्याशिवाय कुणाला सांगणार ? पांडुरंगा, आता माझा त्वरित उद्धार करा.

अनाथांची तुम्हा दया। पंढरीराया येतसे।
ऐकुनिया किर्ती। बहु विश्रांती पावलो॥
अनाथांच्या धावा घरा। नामें करा कुडावा।
तुका म्हणे सवघड हित। ठेवूं चित्त पायापे॥

– श्री संत तुकाराम महाराज

पंढरीराया, तुम्हाला अनाथांची दया येते हे ऐकून मनाला विसावा मिळाला. तुम्ही अनाथांच्या घराकडे धावा, तुमच्या नामाचा घोष होऊ द्या. तुकाराम महाराज म्हणतात, तुम्ही आमचे हित सोपे करा आम्ही आमचे चित्त तुमच्या पायापाशी ठेवू.

अनाथांचा नाथ कृपावंत देवा। घडो तुमची सेवा अहर्निशी॥
अठ्ठाविस युगें विटेवरी उभा। वामभागी शोभा रूक्मादेवी।
पतित पावन गाजे ब्रीदावळी। पुरवावी आळी हीच माझी।
उभा विटेवरी ठेवोनि चरण। म्हणतसे बहिण चोखियांचि॥

– श्री संत निर्मलाबाई

संत चोखामेळा महाराजांची बहीण निर्मला ही विठ्ठलाला म्हणते, हे कृपावंत देवा, तुम्ही स्वत:ला अनाथांचा नाथ म्हणविता तेव्हां तुमची अहर्निश, रात्रंदिवस माझ्या हातून सेवा घडो अशी इच्छा आहे. देवा तू अठ्ठावीस युगे विटेवर उभा आहेस. तुझ्या डाव्या बाजूला बसलेली रुक्मिणी शोभा वाढवते आहे. पतित पावन हे तुझे ब्रीद आहे म्हणून तू माझी इच्छा पूर्णकर.

॥ पंढरीनाथ महाराज की जय॥

।। ॐ नमो भगवते वासुदेवाय ।।

प्रपंचाचे जगड्व्याळ दुस्तर मानिसी । त्याग करूनि केउता जासी ।
जें जें त्यागिले तें तें तुज माजी । सांगिले काय ते सांग आम्हासी ।।
तुझें तुजचि माजी प्रपंचेसी । तूं सर्वांमाजी वर्तसी का ।
टाकुनि केउता जासि ऐसे । रया जाणोनिया कां विटंबसी बापा ।।

- श्री संत ज्ञानेश्वर महाराज

प्रपंचाचे हे अवडंबर तू अवघड समजतोस पण त्याचा त्याग करून तू कुठे जाशील ? तू काय काय सोडलेस, ते आम्हाला सांग. तुझे चित्त प्रपंचातच अडकलेले आहे, तू सर्वांमध्ये प्रापंचिक म्हणूनच वावरतो आहेस, हे सर्व समजून देवाची विटंबना का करतोस आणि सगळं सोडून जातोस कुठे ?

स्वयें घरदार प्रपंच मांडिला । जोडूनियां दिला बाळा हाती ।
तैसे सर्वांभूती असावे संसारी । प्राचीनाची दोरी साक्ष आहे ।।
वाटसरू वस्ती येऊनि राहिला । प्रात: काळी गेला उठोनियां ।।
नामा म्हणे आम्हां नाहीं प्रापंचिक । पंढरीनायक साह्य झाला ।।

- श्री संत नामदेव महाराज

आपण स्वत:च घरदार घेऊन प्रपंचाची मांडामांड केली आणि योग्य वेळ येताच सर्वकाही मुलावर सोपवून दिले. तसं प्रत्येकानं संसारात असावं. वाटसरू आला, रात्रभर वस्ती करून सकाळी उठून निघून गेला तसं संसारात आपलं वर्तन असावं. नामदेव महाराज म्हणतात तसे आम्ही प्रापंचिक आहोत आणि आम्हाला पंढरीनाथाचे सहाय्य प्राप्त झाले आहे.

प्रपंच अमिष गुंतशील गळीं । शेवटी तळमळी होईल रया
स्त्री पुत्रधन हे केवळ जाळें । गुंतशील बळ यात रया ।।
पुढील विचार धरी काही सोय । संतसंग लाहे अरे मूढा ।
एका जनार्दनी सत्संगावाचुनि । कोण निर्वाणी तरील तुज

- श्री संत एकनाथ महाराज.

प्रपंचाच्या गळाला अमिष लावलेले आहे त्यात तू गुंतलास तर शेवटी तळमळशील. स्त्री पुत्र धन हे केवळ जाळे आहे त्यात गुंतू नकोस. पुढचा काही विचार कर, अरे मूर्खा संतांची संगत धर, सत्संगाशिवाय तुला कोणी तारणार नाही.

।। पंढरीनाथ महाराज की जय ।।

।।ॐ नमो भगवते वासुदेवाय।।

मन एकें ठायी। राहे ऐसें करी काही।
सर्व साधनांचे सार। मनीं करावा विचार।।
एकाग्रते मन। करूनि करावे भजन।
मन जिंकावे पां आधीं। तेणें तुटेल उपाधी ।।

– श्री संत एकनाथ महाराज

मन एका ठिकाणी राहील असे देवा काहीतरी कर. सर्व साधनांचे सार कोणते आहे याचा मनाशी विचार करावा. एकाग्र मनाने भजन करावे. आधी मन जिंकावे म्हणजे उपाधी तुटतील, नाहीशा होतील.

मन माझे चपळ न राहे निश्चळ । घडी एक पळ स्थिर नाही
आता तूं उदास नव्हे नारायणा। धावे मज दीना गांजियेले।।
घावघातीं पुढे इंद्रियाचे ओढी। केले तडातोडी चित्त माझे।
तुका म्हणे माझा नचले सायास । राहिलो हे आंस घरूनि तुझी।।

– श्री संत तुकाराम महाराज.

माझे मन अतिशय चपळ आहे. ते एका ठिकाणी राहूच शकत नाही. निश्चल रहाणे त्याच्या स्वभावात नाही. क्षणभरहि ते स्थिर नसते. देवा तुझे औदासिन्य आता सोड, मी अगदी गांजून गेलो आहे. इंद्रियाच्या ओढाओढीने मी त्रस्त झालो आहे, त्याच्या पुढे माझे काहीएक चालत नाही म्हणून मी तुला शरण आलो आहे.

मना सज्जना भक्तिपंथेची जावे।
तरी श्रीहरी पाविजेतो स्वभावे।
जनीं निंद्य ते सर्व सोडोनि द्यावे।
जनी वंद्य ते सर्वभावे करावे।।

– श्री संत समर्थ रामदास.

माझ्या मना, तू भक्तिमार्गाने जा म्हणजे तो श्रीहरि तुला सहज पावेल. जगात ज्याची निंदा होते त्या सर्व गोष्टी तू सोडून दे आणि केवळ जगाला जे वंदनीय आहे ते मनापासून करीत रहा.

।। पंढरीनाथ महाराज की जय।।

।।ॐ नमो भगवते वासुदेवाय।।

संसाराच्या तापें तापलो मी देवा। करिता या सेवा कुटुंबाची
म्हणऊनि तुझें आठवले पाय। ये वो माझे माय पांडुरंगे
बहुतां जन्मींचा झालों भारवाही। सुटिजे हे नाही वर्म ठावें।
वेढियेलों चोरीं अन्तर्बाह्यात्कारी। कवण न करी कोणी माझी

– श्री संत तुकाराम महाराज

देवा, या संसारतापाने मी तापलो आहे, या कुटुंबाची सेवा करता करता मी अगदी त्रासून गेलो आहे, त्यामुळे देवा मला तुझे पाय आठवले. विठोमाऊली ये मला मुक्त कर. अनेक जन्मांचा मी भार वाहतो आहे पण यातून सुटका नाही हेहि समजते आहे. आत आणि बाहेर मला चोरांनी अगदी वेढून टाकले आहे पण माझी दया कुणास येत नाही.

संसाराचे नाही भय। आम्हां करील तो काय।
रात्रंदिवस पाय। झालो निर्भय आठविता।।
आमुचे हे निजधन। जोडियेले तुमचे चरण ।।
आणि संताचे पूजन। हेंचि साधन सर्वथा।।

– श्री संत चोखामेळा महाराज

संसाराची आम्हाला मुळीच भीती वाटत नाही. तो संसार आमचे काय करणार आहे ? तुझे चरण आठवून मी निर्भय झालो आहे. हे आमचे स्वत:चे धन आहे. तुमच्या चरणांशी आम्ही नाते जोडले आहे. आणि संतांचे पूजन हे आमचे साधन आहे.

आमच्या संसाराचा घेतला असे भार। स्वामी विश्वंभरा पांडुरंगा ।।
तुझिया उपकाराच्या जाल्या बहुत रासी। त्या तुझ्या तू जाणसी कोणा सांगो।।
त्रिभुवनी एक दाता तूचि गा समर्था। निवारिली व्येथा संसारीची ।।
ऐसा आम्हा दिना का केला अंगिकार। तू आमचे माहेर पांडुरंगा।।

– श्री संत माणकोजी बोधला महाराज.

स्वामी विश्वभरा पांडुरंगा तू आमच्या संसाराचा भार घेतला आहेस. तुझ्या आमच्यावरील उपकाराच्या किती आणि केवढ्या राशी झाल्या आहेत हे तूच जाणे. या त्रैलोक्यात तूच असा एक दाता आहेस की ज्याने आमची संसाराची व्यथा निवारण केली. देवा आम्हा गरीबांचा तू अशा रीतीने अंगिकार, स्वीकार केलास, पांडुरंगा ! तूच आमचे माहेर आहेस.

।। पंढरीनाथ महाराज की जय।।

।।ॐ नमो भगवते वासुदेवाय।।

मोलें घातलें रडाया। नाहीं आंसू नाहीं माया।।
तैसा भक्तिवाद काय। रंग बेगडीचा न्याय।
वेठी धरिल्या दावी भाव। मागें पळावयाचा पाव।
काजव्याचा ज्योती। तुका म्हणे न लगे वाती।।

– श्री संत तुकाराम महाराज.

ज्यांना पैसे देऊन रडायला बोलावले आहे त्यांचे अश्रूहि खरे नव्हेत आणि मायाहि खरी नव्हे. त्याप्रमाणे मनात हरिभक्ति नसताना केलेले निरूपण, कीर्तन रंगीत बेगडाप्रमाणे आहे. एखाद्यास ओझ्यासाठी बोलावले तर तो ओझे पाहूनच पळून जातो. तसे या भक्तांचे असते. तुकाराम महाराज म्हणतात काजव्याची ज्योती पेटवावयास वाती लागत नाहीत.

रूदन स्फुंदन अहर्निश करी। परी वाचे हरी हरी जपसदा
न लागे गोड खातां पाणी पितां। आवडी सर्वथा पंढरीची।।
निद्रा न लागे करी उठी बसी। म्हणे देवा ऐसी तुटी का केली।
दिन रात हेचि होय मनीं चिंता। चोखा म्हणे आता काय करू।।

– श्री संत चोखामेळा महाराज

मी रात्रंदिवस रडत असतो पण मुखात हरिनाम सदैव जपत असतो. मला अन्नपाणी गोड लागत नाही, मला आवड आहे ती केवळ पंढरीची. धड झोप लागत नाही, सारखी माझी ऊठबस चाललेली आहे, देवाला मी म्हणतो देवा असं का केलंस हीच चिंता मनाला लागून राहिली आहे, चोखा विचारतो, देवा आता मी काय करू ?

रडती पोटासाठी। झालों म्हणती संन्यासी।
वर्म न कळेचि मूढां। होतो फजित रोकडा।
जनी नारायण। अवघा भरला जनार्दन।
सर्वां ठायी नारायण। एका जनार्दनी भजन।।

– श्री संत एकनाथ महाराज

स्वत:ला संन्यासी म्हणवतात आणि पोटासाठी रडतात. या मूर्खांना संन्यास धर्माचे वर्म कळले नाही त्यामुळे त्यांची फजिती होते. नारायण सर्वत्र भरलेला आहे, जनार्दनानं सर्व काही व्यापलेले आहे, तेव्हा एका नारायणाचे भजन करावे हे बरे.

।। पंढरीनाथ महाराज की जय।।

।।ॐ नमो भगवते वासुदेवाय।।

किती वेळां जन्मा यावें। किती व्हावे फजीत।
म्हणऊनि जीव भ्याला। शरण गेला विठोबासी।।
प्रारब्ध हे पाठी गाढे। न सरें पुढें चालतां।
तुका म्हणे रोकडी हें। होती पाहे फजिती।।

– श्री संत तुकाराम महाराज

देवा, किती वेळा जन्माला येऊन फजिती करून घ्यायची ? या कल्पनेने जीव घाबराघुबरा झाला आणि विठोबाला शरण गेला. प्रारब्धाने पाठलाग चालवला आहे व पुढे कितीही गेले तरी ते संपत नाही. तुकाराम महाराज म्हणतात, देवा अशी कशी उघड फजिती चालली आहे ती पहा.

अनुदिन अनुतापें तापलो रामराया।
परम दीनदयाळा नीरसी मोहमाया।।
अचपळ मन माझे नावरे आवरितां।
तुजविण सीण होतो धांव रे धांव आतां।।

– श्री संत समर्थ रामदास

दरदिवशी मी पश्चातापानं पोळून निघतो आहे. दयाळू देवा माझ्या मनातील मोह आणि माया नाहीशी कर. माझं मन अचपळ आहे, कितीही यत्न केला तरी ते मला आवरत नाही. श्रीरामा, तुझ्याशिवाय मनाला शीण होतो तेव्हा आता तू धावून ये. उशीर करू नको.

कोण आता माझा करील परिहार। तुजविण डोंगर उतरी कोण।
तूं वो माझी माय, तूं वो माझी माय। दाखवी गे पाय झडकरी।
बहुत कनवळा तुझिया गा पोटी। आता नको तरी करूं सेवा।
चोखा म्हणे मज घ्यावें पदरात। ठेवा माझें चित्त तुमच्या पायीं।।

– श्री संत चोखा मेळा महाराज

देवा माझा उद्धार कोण करील. तुझ्याशिवाय हा भवाचा डोंगर कोण उतरवणार ? देवा तूच माझी माता, तुझे पाय मला दाखव तुला आमची काळजी, कळवळा आहे. आता टाटातूट नको, देवा आता मला पदरात घ्या आणि माझे चित्त सदोदित तुमच्या पायी असू दे.

।। पंढरीनाथ महाराज की जय ।।

॥ ॐ नमो भगवते वासुदेवाय ॥

जळत हृदय माझें जन्म कोट्यानुकोटी ।
मजवरी करूणेचा राघवा पूर लोटी ॥
तळमळ निववी रे रामा कारुण्यसिंधु ।
षड्रिपुकुळ माझें तोडि याचा समंधु ॥

— श्री संत समर्थ रामदास

अनेक कोट्यानुकोटी जन्म माझं हृदय तुझ्यासाठी जळत आलं आहे, देवा श्रीरामचंद्रा, आता माझ्यावर तुझ्या करुणेचा महापूर येऊ दे. हे कारुण्यसिंधु रामा, माझ्या मनाची, तळमळ शांत कर, आणि षड्रिपुंशी असलेला माझा संबंध तोडून टाक.

देऊनि आलिंगन प्रीतीच्या पडिभरें ।
अंगें ही दातारे निववावीं ॥
अमृताची दृष्टि घालूनिया वरी ।
शीतल हा करी जीव माझा ॥

— श्री संत तुकाराम महाराज

देवा, तू मला प्रेमाने अलिंगन दे आणि माझ्या या तप्त शरीराला शांत कर. देवा तू माझ्यावर अमृतदृष्टीचा वर्षाव करून माझ्या जिवाला थंडावा दे.

पुत्राचे सहस्र अपराध । माता काय मानी तयांचा खेद ।
तेवीं तू कृपाळू गोविंद । मायबाप मजलागीं ।
उडदांमाजीं काळें गोरें । काय निवडावे निवडणारे ।
कुचलिया वृक्षाची फळें । मधुर कोठोनि असतील ॥

— श्री संत देवीदास महाराज

मुलाचे हजारो अपराध माता मनावर घेत नाही, त्याप्रमाणे कृपाळू गोविंदा, मला तू आईबापांच्या ठिकाणी आहेस. उडदामध्ये काळे गोरे असा फरक करता येत नाही, विषारी वृक्षाची फळे गोड कशी असतील ?

॥ पंढरीनाथ महाराज की जय ॥

॥ ॐ नमो भगवते वासुदेवाय ॥

नामापाशीं भुक्ति मुक्ति । ज्ञान विरक्ती हरिनामीं ।
नामापाशी दयाशांती । साधना समाप्ती हरिनामीं ॥
नामें प्राप्त नित्यानंद । स्वरूपावबोध हरिनामें ।
निळा म्हणे हरिनाम सार । उतरि भवपार हरिनाम ॥

- श्री संत निळोबा महाराज

नामाजवळच भुक्ति आणि मुक्ति आहे. नामामुळेच ज्ञान मिळते आणि विरक्ती प्राप्त होते. नामाजवळ दया आणि शांती आहे, आणि हरिनामातच साधनांची समाप्ती होते. नामामुळे नित्य आनंद मिळतो, स्वरूपबोध होतो. नाम हेच सार आहे, आणि तेच भवसागर पार करु शकते असे निळोबा म्हणतात,

नामें दोष जळती । नामें पापी उद्धरती ।
हे आले अनुभवा । सत्यजीवा प्रत्यया ॥
नामें अपार तारिलें । नामें जीवनमुक्त केले ।
कान्होपात्रा नाम घेतां । पायीं जडली तत्त्वतां ॥

- श्री संत कान्होपात्रा

नामस्मरणाने दोष जळून जातात, पापी उद्धरतात, हे माझ्या अनुभवाला आले आहे. नामस्मरणाने अनेकजण तरले. जीवनमुक्त झाले, कान्होपात्रा नाम घेऊन विठ्ठलचरणी रमली.

नाम फुकाचे फुकाचे । देवा पंढरीरायाचे ।
नाम अमृत हे सार । हृदयीं जपा निरंतर ॥
नाम संतांचे माहेर । प्रेम सुखाचे आगर ।
नाम सर्वांमध्ये सार । नरहरि जपे निरंतर ॥

- श्री संत नरहरि सोनार महाराज.

नाम फुकट मिळते, त्यासाठी काही मोल मोजावे लगात नाही, पंढरीरायाचे नाम हे अमृत आहे ते हृदयात निरंतर जपून ठेवा. नाम हे संतांचे माहेर आहे, प्रेमसुखाचे आगर आहे. सर्व गोष्टींचे सार आहे, म्हणून नरहरि ते निरंतर जपतो.

॥ पंढरीनाथ महाराज की जय ॥

।। ॐ नमो भगवते वासुदेवाय ।।

नामाचिया बळें न भीऊं सर्वथा। कळिकाळाच्या माथा सोटे मारू।
वैकुंठीचा देव आणूं या कीर्तनीं। विठ्ठल गाऊनि नाचो रंगीं ।।
सुखाचा सोहळा, करूनि दिवाळी। प्रेमें बनमाळी चित्तीं धरू।
सावता म्हणे ऐसा भक्तिमार्ग धरा। तेणें भक्तिद्वारा वोळंगती।

– श्री संत सावता माळी महाराज

आम्ही नाम घेत असल्यामुळे त्याच्या बळावर आम्ही निर्भय झालो आहोत, आम्ही कळिकाळाच्या मस्तकावरहि सोटे मारू. नामाचा सुखसोहळा आम्ही करू, नामाची दिवाळी साजरी करू, भगवंताचे नाम चित्ती धरू, सावता म्हणतो अशा भक्तिमार्गाचा अवलंब कर, ज्यामुळे भक्तिची द्वारे सताड उघडतील.

मुखीं नाम नाहीं। त्याची संगती नको पाही।
जया नावडे संतसंगती। अधम जाणावा निश्चीती ।।
नाम घेतां लाज वाटे। रंभे निर्लज्ज भेटे।
जाता हरिकीर्तना नावडे ज्याच्या मना। सेना म्हणे त्यास नर्कवास।

– श्री संत सेना महाराज

देवा, ज्याच्या मुखी तुझे नाम नाही त्याची संगत नको. ज्याला संतसंगत आवडत नाही, तो निश्चितपणे अधमच असला पाहिजे. ज्याला नाम घेताना लाज वाटते तो रंभा भेटली की निर्लज्जपणे वागतो. ज्याला हरिकीर्तन पसंत नसते त्याला नरकवास हा ठेवलेलाच आहे.

आवडीचे निजमुख, नाम मी गाईन। अंतरी पाहीन निजरूप।
नोहेसी वेगळा या प्राणा सर्वथा। नकळे पंढरीनाथा लीला तुझी ।।
काय उतराई तुझिया उपकारा। माझ्या विश्वंभरा पांडुरंगा।
बोधला म्हणे देई प्रेमाची उकळी। गाईन वनमाळी द्वारकेचा ।।

– श्री संत माणकोजी बोधला महाराज

देवाचे प्रसन्न वदन मला विलक्षण प्रिय आहे. मी त्याचे नाम गाईन आणि त्यात स्वत:लाच पाहीन. विश्वंभरा पांडुरंगा मी कसा तुझा उतराई होणार ? देवा मला प्रेमाची उकळी फुटू दे, मग मी द्वारकेच्या वनमाळीचे गीत गात राहीन.

।। पंढरीनाथ महाराज की जय ।।

।। ॐ नमो भगवते वासुदेवाय ।।

एक नामापरतें साधन। नाहीं नाहीं दुजे आन।
न चुके जन्ममरण वेरझारा। हें तो न कळे पामरा।
नामावांचूनि जें जे कर्म। अवघा जाणा तो अधर्म।
भानुदास प्रेमे नाचे। सदा नाम घोष वाचे ।।

– श्री संत भानुदास महाराज

एक नामाशिवाय दुसरे काहीही साधन नाही, नाही म्हणजे नाही. जन्ममरणाच्या फेऱ्या काही चुकत नाहीत हे पामरांना समजत नाही. नामाशिवाय जे जे कर्म केले जाते तो अधर्मच होय. भानुदास मुखाने नामघोष करीत प्रेमाने नाचतो.

व्यापक विठ्ठलनाम तेव्हांचि होईल। जेव्हां ते जाईल मीतूंपणा।
आपलें ते नाम जेव्हां वोळखील। व्यापक साधेल विठ्ठल तेणें।
आपले वोळखी आपणचि सांपडे। सर्वत्राही जोडे विठ्ठलनाम
नामविणजन पशूच्या समान। एका जनार्दनी जाण नामजप ।।

– श्री संत एकनाथ महाराज

मी तूं पण जेव्हां जाईल तेव्हांच विठ्ठलनाम व्यापक झाले असे म्हणता येईल. आपण कोण हे जेव्हां समजेल तेव्हांच विठ्ठलनाम नेमके लक्षात येईल. आपण स्वत:ला ओळखले की सर्वत्र विठ्ठलनामच जोडले जाईल. नाम नसेल तर तो पशुच समजावा, नामजप हे आम्ही जनार्दनकृपेने जाणतोच.

घेईं घेईं माझे वाचे। गोड नाम विठोबाचे।
तुम्ही घ्या रे डोळे सुख। पाहा विठोबाचे मुख ।।
मना तेथे धांव घेईं। राहें विठोबाचे पायीं।
तुका म्हणे जीवा। नको सोडू या केशवा ।।

– श्री संत तुकाराम महाराज

माझे वाचे, तू विठोबाचे गोड नाम घे, डोळ्यांनो विठोबाचे मुख पाहण्याचे सुख घ्या, कानांनो तुम्ही विठ्ठलनाम श्रवणाचा आनंद घ्या. मना तू सदा विठ्ठलाचे पायी रहा, तुका म्हणतो हे जीवा तूं या विठ्ठलाला सोडू नकोस.

।। पंढरीनाथ महाराज की जय ।।

॥ ॐ नमो भगवते वासुदेवाय ॥

ज्याचे गेले कामक्रोध । तोचि साधु जगी सिद्ध ।
लोभ मोह नाही जाशी । तोचि साधु निश्चयेसी ॥
गेले मद आणि मत्सर । साधु तोचि निर्विकार ।
एका जनार्दनी साधु । त्याचे चरण नित्य वंदु ॥

- श्री संत एकनाथ महाराज

ज्याचे काम क्रोध लयाला गेले, संपले आहेत तोच या जगात साधु म्हणून सिद्ध होऊ शकेल. ज्याच्याजवळ लोभ आणि मोह या भावना नाहीत तो निश्चितच साधु होय. जो निर्विकार, स्थितप्रज्ञ आहे आणि ज्याचे मद व मत्सर हे विकार नष्ट झाले आहेत त्यालाच साधु म्हणावे.

देव आपण नाटक । भक्तां दावी वैकुंठ ।
देव आपण संसारी । होसी भक्तांचा सहकारी ॥
देव आपण निराळा । भक्त दावितो सोहळा ।
नाम म्हणे भक्तांसाठी । हात जोडी जगजिठी ॥

- श्री संत नामदेव महाराज

देवा आपण नाटक करता आणि भक्तांना वैकुंठदर्शन घडवता. देवा आपण भक्तांना त्यांच्या संसारात सहाय्य करता. आपण स्वत: निराळे राहून भक्तांना सोहळा दाखवता, नामा म्हणतो देवानं भक्तांसाठी त्यांच्यापुढे हात जोडले आहेत.

धन्य धन्य दिन । तुमचे झाले दरुषण ।
आजि भाग्य उदया आले । तुमचे पाऊल देखिले ।
पूर्वपुण्य फळा आले । माझे माहेर भेटले ।
सेना म्हणे झाला । धन्य दिवस आजि भला ॥

- श्री संत सेना महाराज

देवा तुमचे दर्शन झाल्यामुळे आजच दिवस धन्य झाले. माझे भाग्य उदयाला आले म्हणून तुमच्या चरणांचे दर्शन घडले. माझी पूर्व पुण्याई फळा आली, माझे माहेरच मला भेटले. सेना म्हणतो, आजचा दिवस धन्य झाला.

॥ पंढरीनाथ महाराज की जय ॥

।। ॐ नमो भगवते वासुदेवाय।।

संतभार पंढरीत। कीर्तनाचा गजर होत।
तेथे असे देव उभा। जैशी समचरणांची शोभा।।
रंग भरे कीर्तनात। प्रेमें हरिदास नाचत।
ऐशा संता शरण जावें। जनी म्हणे त्याला ध्यावें।।

– श्री संत जनाबाई

पंढरीत संताची संख्या मोठी आहे. तेथे सतत कीर्तनाचा गजर चाललेला असतो. तिथे आपल्या समचरणांची शोभा दाखवीत देव उभा आहे. कीर्तनात रंग भरतो आणि हरिदास नाचू लागतात. जनी म्हणते अशा संतांना शरण जावे, त्यांचेच ध्यान करावे, चिंतन करावे.

संतसंगतीने थोर लाभ झाला। मोह निरसला मायादिक।
घातले बाहेरा काम क्रोध वैरी। बैसला अंतरंगी पांडुरंग।
दुजियाचा वारा लागूं नेदी अंगा। ऐसे पांडुरंगा कळों आले।
संतांनी सरता केला सेना न्हावी। ब्रह्मादिक पाही नातुडे जो।

– श्री संत सेना महाराज

संतसंगतीमुळे मला मोठा लाभ झाला. माझी मोहमाया नाहीशी झाली. कामक्रोध या शत्रूंना मी मनाबाहेर हाकलून दिले आणि तिथे आता पांडुरंगाची प्रतिष्ठापना केली आहे. मी तूं पणाचा वारा अंगाला लागू नये हे पांडुरंगामुळे मला समजलं. संतांनी सेना न्हाव्याला कृतार्थ केले, त्याच्यापुढे त्याला ब्रह्महि नको वाटते.

संतांचा अनुभव संतचि जाणती। येर ते हांसती अभाविक।
नामाचा प्रताप प्रल्हादचि जाणे। जन्ममरण येणें खुंटविले।।
सेवेचा प्रकार जाणे हनुमंत। तेणें सीताकांत सुखी केला।
चोखा म्हणे ऐसा आहे श्रेष्ठाचार। तेथे मी पामर काय वानू।।

– श्री संत चोखा मेळा महाराज

संतांचा अनुभव संतांनाच समजतो, बाकी ज्यांच्या मनात भावभक्ति नाही, जे भाविक नाहीत ते उगीच हसतात. नामाचा प्रताप काय आहे हे प्रल्हादालाच समजले होते, त्या नामामुळे जन्ममरणाचे चक्र थांबले. सेवा म्हणजे काय हे केवळ मारुतीलाच समजले आणि म्हणून त्याने श्रीरामचंद्राला सुखी केला. चोखा म्हणतो, मोठ्यांचे वागणे हे असे असते, मी बापडा त्याचे किती वर्णन करणार ?

।। पंढरीनाथ महाराज की जय।।

।। ॐ नमो भगवते वासुदेवाय।।

अवघाची संसार सुखाचा करीन। आनंदे भरीन तिन्ही लोक।
जाईन गे माय तया पंढरपुरा। भेटेन माहेरा आपुलिया।।
सर्व सुकृताचे फळ मी लाहीन। क्षेम मी देईन पांडुरंगी।
बाप रखुमाईदेवीवरू विठ्ठलेंसी भेटी। आपुले संवसारी करूनी ठेला।।

– श्री संत ज्ञानेश्वर महाराज

मी हे अवघे जग सुखी करीन, तिन्ही लोक आनंदाने भरून टाकीन. मी माझ्या माहेरी पंढरपूरला जाईन आणि माझ्या पुण्याचे फळ प्राप्त करीन, माझे क्षेमकुशल मी पांडुरंगाला सांगेन. रखुमाईदेवीचा पति, परमपिता श्रीविठ्ठल आपल्यासाठी तिथे थांबला आहे.

देह जन्मला व्यर्थ। झाले पापाचे पर्वत।
दानधर्म नाही केला। शेवटी जन्म व्यर्थ गेला।।
देह अवघा क्षणभंगुर। दिसे स्वप्नवत् सार।
नरहरी म्हणे शेवटी। संगे न येई लंगोटी।

– श्री संत नरहरि सोनार महाराज

हा जन्म व्यर्थ झाला आहे, पापाचे पर्वत होत आहेत, दानधर्म हातून घडलेला नाही. शेवटी जन्म फुकट चालला आहे. देह हा क्षणभंगुर आहे, सर्व काही स्वप्नासारखे आहे. नरहरी अखेरीस सांगतो आहे, शेवटी आपल्याबरोबर लंगोटीसुद्धा येत नाही!

भक्तिभावे वळे गा देव। महाराज पंढरिराव।
पंढरीसी जावें। संतजनीं भेटावे।।
भक्ति आहे ज्याचे चित्ती। त्याला पावतो निश्चिती।।
भाव धरा मनीं। म्हणे नामयाची जनी।।

– श्री संत जनाबाई

भक्तिभावाने देव वश होतो, पंढरीचा महाराज श्रीविठ्ठल भाव भुकेला आहे. पंढरपूरला जावे, संतमंडळींच्या गाठी घ्याव्या. ज्याच्या मनात भक्ति आहे त्याला तो पंढरीनाथ निश्चित पावतो. नामदेवाची जनी सांगते, लोक हो मनात भाव धरा.

।। पंढरीनाथ महाराज की जय।।

।। ॐ नमो भगवते वासुदेवाय ।।

भावेंवीण भक्ति भक्तिवीण मुक्ति। बळेंवीण शक्ति बोलू नये।
कैसेनि दैवत प्रसन्न त्वरित। उगा राहें निवांत शिणसी वाया।।
सायासे करिसी प्रपंच दिननिशी। हरिसी न भजसी कोणा गुण्ये।
ज्ञानदेव म्हणे हरिजप करणे। तुटेल धरणें प्रपंचाचे।।

– श्री संत ज्ञानेश्वर महाराज

मनात भाव असल्याशिवाय भक्ति आणि भक्तिशिवाय मुक्ति, बळ असल्याशिवाय शक्ति बोलू नये. भक्तिभाव असेल तर दैवत लगेच प्रसन्न होते, उगीच कष्ट करू नकोस निवांत रहा. ज्ञानेश्वर महाराज म्हणतात, हरिनामाचा जप करा म्हणजे संसारातून सुटका होईल.

बहुत सुकृतें नरदेह लाधला। भक्तीवीण गेला अधोगती।
पापभाग्य कैसें न सरेचि कर्म। न कळेची वर्म अरे मूढा।।
अनंत जन्मींचे सुकृत पदरीं। ज्याचे मुखी हरि पैठा होय।
एका जनार्दनी हरि हरि म्हणतां। मुक्ति सायुज्यता पाठीं लागे।।

– श्री संत एकनाथ महाराज

अनंत जन्माचे पुण्य म्हणून नरदेहाचा लाभ होतो पण जन्माला येऊन भक्ति केलीच नाही तर ती अधोगतीच समजावी. पाप, आणि कर्म हे कधीच संपत नाही. ज्याच्या मुखात हरिनामाची वस्ती आहे त्याच्या पदरात अनेक जन्मांचे पुण्य आहे असे समजावे. हरिनाम जपता जपता ईश्वराशी एकरुप होऊन मुक्ति प्राप्त होतात.

हाचि नेम सारी साधेल तो हरी। नाम हे मुरारी अच्युताचे।
राम गोविंद हरे, कृष्ण गोविंद हरे। यादव मोहरे रामनाम।।
न लागती कथा नाना विकळता। नामचि स्मरतां राम वाचे।
नामा म्हणे राम आम्हां हाचि नेम। नित्य तो सप्रेम जप आम्हा।

– श्री संत नामदेव महाराज

हरिनाम सतत घेणे हाच नेम करावा. अच्युताचे मुरारीचे, राम गोविंद हरे, कृष्ण गोविंद हरे आणि रामनाम सतत घ्यावे. नामस्मरण ओठी असले की अशुभ असं काही घडत नाही. नामदेव महाराज म्हणतात, रामनामाचा प्रेमपूर्वक सतत जप हाच आमचा नेम आहे.

।। पंढरीनाथ महाराज की जय ।।

॥ ॐ नमो भगवते वासुदेवाय ॥

एका घरीं चोरी लोणी । एका घरीं वाहे पाणी ।
एका घरी ब्रह्मचारी । एका घरीं भोगी नारी ।
एका घरी सुखें नाचे । एका घरीं प्रेम त्याचे ।
ऐसा व्यापला दोहीं घरीं । एका जनार्दन श्रीहरी ॥

- श्री संत एकनाथ महाराज

एका घरातून तो लोणी चोरतो तर दुसऱ्या घरी पाणी वाहतो. एका घरात तो ब्रह्मचारी असतो तर दुसऱ्या घरात स्त्रीचा भोग घेतो. एका घरी सुखाने नाचतो तर दुसऱ्या घरी प्रेमाचा वर्षाव करतो. असा दोन्ही घरांना व्यापणारा एक श्रीहरीच आहे.

थोर ते गळाली पाहिजे अहंता । उपदेश घेतां सुख वाटे ।
व्यर्थ भरोवरी केले पाठांतर । जोंवरी अंतर शुद्ध नाही ।
घोडें काय थोडे वागवितें ओझें । भावेंविण तैसे पाठांतर ।
तुका म्हणे धरा निष्ठावंत भाव । जरी पंढरीराव पाहिजे तो ॥

- श्री संत तुकाराम महाराज

मुख्य म्हणजे अहंकार नाहीसा झाला पाहिजे. उपदेशाने सुख वाटले पाहिजे. अंतरंग शुद्ध नसेल आणि भारंभार पाठांतर केले तर त्याचा काही उपयोग नाही. घोडे काय पाठीवर थोडे ओझे वागवते का, भाव नसलेल्या पाठांतराची तीच गत आहे. जर पंढरीचा विठोबा पाहिजे असेल तर मनात एकनिष्ठ, निष्ठावंत भाव हवा.

नावडे पंढरी । कथा करी दारोदारी ।
नको त्याचे संभाषण । वाटे भेटीसवें शीण ॥
सांगे ब्रह्मज्ञान वरी । नाहीं प्रेम तें अंतरी ।
निळा म्हणे पोट भरू । उगेंचि करिती गुरुगुरु ॥

- श्री संत निळोबा महाराज

गावोगावी जाऊन कथा कीर्तने करतो पण त्याला पंढरीची आवड नाही. त्याच्याशी बोलणे नको वाटते आणि त्याच्या भेटीने शीणच होतो. ब्रह्मज्ञान सांगतो पण मनात प्रेमाचा टिपूस नाही, निळा म्हणतो असले पोटभरू उगीच गुरगुर करीत असतात.

॥ पंढरीनाथ महाराज की जय ॥

।। ॐ नमो भगवते वासुदेवाय।।

हरिच्या दासां सोपे वर्म। सर्व धर्म पाऊलें।
कडिये देव वाहे खांदीं। वैष्णव मांदी क्रीडेसी।।
सरती येणें आटाआटी। नाही तुटी लाभाची।
तुका म्हणे समाधान। सदा मन आमुचे

– श्री संत तुकाराम महाराज

हरिचे चिंतन करणे हाच हरिदासांचा धर्म आणि तेच त्यांचे वर्म आहे. ज्यांच्या कडेवर आणि खांद्यावर देव आहे किंवा देवाने ज्यांना कडेवर घेतले आहे आणि ज्यांना खेळायला वैष्णवांची मांदियाळी आहे. त्यांचे लाभ कधी कमी होत नाहीत. तुकाराम महाराज म्हणतात आमचे मन सदैव तृप्त, समाधानी असते.

दुर्लभ शरीरीं दुर्लभ आयुष्य। याचा करू नये नास।
दास म्हणे सावकास। विवेक पहावा।।
अखंड एकांत सेवावा। ग्रंथ मात्र धांडोळावा।
प्रचीती येईल तो अर्थ। घ्यावा मनी।

– श्री संत समर्थ रामदास

हा देह, हे शरीर आणि आयुष्य दुर्लभ आहे. त्याचा नाश करू नये, विवेकाने वागावे. सतत एकांतात रहावे, निरनिराळ्या ग्रंथांचा अभ्यास करावा आणि ज्याचा अनुभव येईल तो अर्थ नेमका मनामध्ये ठसवावा.

मेघदर्शने मयूर नाचती। चंद्रदर्शने चकोर सुखावती।
धेनुदर्शने वत्स आनंदती। साधुदर्शने जीव संतोषिती।
मातृदर्शने कन्या सुख माने। पितृदर्शने सुपुत्रा आनंद होये।
या रीती सतत चिंतीता हरी। एका जनार्दनी धन्यसंसारी।।

– श्री संत एकनाथ महाराज

मोरांना मेघ दिसले की आनंद होतो आणि ते नाचतात, चंद्रदर्शनाने चकोर व गाय दिसल्याने तिचे वासरू आनंदित होते. साधुदर्शनाने भाविकांना, मातृदर्शनाने मुलीला तर पितृदर्शनाने सुपुत्राला जसा आनंद होतो त्याप्रमाणे श्रीहरीचे चिंतन केले असता आनंद तर मिळतोच पण संसारहि सुफलित होतो.

।। पंढरीनाथ महाराज की जय।।

।। ॐ नमो भगवते वासुदेवाय ।।

देखे अखंडित प्रसन्नता । आथी जेथ चित्ता ।
जेथ रिगणें नाही समस्ता । संसारदु:खा ।।
जैसा अमृताचा निर्झरू। प्रसवे जयाचा जठरू।
तया क्षुधेतृषेचा अडदरू। कांहीचि नाहीं ।।

– श्री संत ज्ञानेश्वर महाराज

ज्याचे मन सतत प्रसन्न असते, अखंड आनंदात डुंबत असते तिथे कोणत्याहि कसल्याहि सांसारिक चिंतांना प्रवेश नसतो. ज्याच्या पोटातच अमृताचा झरा आहे त्याला कसली आली आहे तहान भूक ? त्याला तहानभुकेचा अडसर नसतोच.

कठिण नारळाचे अंग । बाहेरीं, भीतरींचे चांग ।
तैसा करी कां विचार । शुद्ध कारण अंतर ।।
वरि कांटे फणसफळ । माजि अंतरी जिव्हाळा ।
तुका म्हणे मोल गोडी । काय चाड वरल्या खोडी ।।

– श्री संत तुकाराम महाराज

नारळाचे कवच कठीण असते पण आत गोड खोबरे आणि मधुर पाणी असते यावरून विचार करावा की, मन शुद्ध असणे हे महत्त्वाचे आहे. फणसाला बाहेरून कांटे असतात पण आत गोड गरे असतात. तुकाराम महाराज म्हणतात आतील मधुरतेला मोल आहे, बाकीच्या खोडी काय करायच्या ?

तितुक्यांची अंतरें धरावी । विवेकें विचारे भरावीं ।।
कडोविकडीची विवरावी । अंत:करणें ।।
जितुके काही आपणांस ठावें । तितुकें हळूहळू सिकवावें ।
शहाणे करून सोडावे । सकळ जन ।।

– श्री संत समर्थ रामदास

जनसामान्यांचे मन राखावे. त्यांची मने विवेकाने आणि विचाराने भरून टाकावी, त्यांचे जास्तीत जास्त समाधान करावे. जे जे आपल्याला ठाऊक आहे, माहीत आहे ते इतरांना शिकवावे आणि सर्वांना शहाणे करावे.

।। पंढरीनाथ महाराज की जय ।।

॥ ॐ नमो भगवते वासुदेवाय ॥

जयाचे चित्त संतांच्या चरणीं । तेणे नारायणा जिंकियलें ।
भावे देव मिळे भावे देव मिळे । संतचरणीं लोळे सर्वकाळ ॥
संतांची आवडी म्हणोनि अवतार धरी । योगक्षेम भारी चालवी त्याचा ।
संतचरणीं सेवा आदर उपचार । एका जनार्दनी साचार करीतसे ॥

- श्री संत एकनाथ महाराज

ज्याचे चित्त संतचरणी लागलेले आहे. त्याने नारायणाला जिंकले असे समजावे. भाव असेल तर देव भेटतो कारण संतचरणी तो सतत लोळत असतो. केवळ संतांची आवड म्हणून त्याने निरनिराळे अवतार धारण केले. संतांचा योगक्षेम तोच चालवतो, आम्हीसुद्धा संतचरणांचा आदर करतो, त्यांची सेवा करतो.

संतसमागम एखादिये परी । व्हावे त्यांचे द्वारी श्वानयाती ।
तेथे रामनाम होईल श्रवण । घडेल भोजन उच्छिष्टाचे ।
कामारी बटीक सेवेचा सेवक । दीनपणे रंक तेथे भलें ।
तुका म्हणे सर्वसुख त्या संगती । घडेल पंगती संतांचिया ॥

- श्री संत तुकाराम महाराज

संतसमागमाचा अवचित एखादे वेळी योग आला तर संताच्या द्वारी श्वान व्हावे, मग तेथे रामानामाचे श्रवण घडेल, संतांच्या उच्छिष्टाचे भोजन मिळेल, तेथे बटीक वा सेवक होऊन रहावे, एखाद्या गरीबासारखे रहावे. तुकाराम महाराज म्हणतात. संतांच्या पंगतीचे सर्वसुख तिथे मिळेल.

आले भेटी संत जन । गर्जे गगन हरिनामें ।
टाळविणें मृदंग भेरी । छबिने अंबरीं झळकती ॥
विठ्ठल देव धावती पुढें । भेटती कोडें जिवलगा ।
निळा म्हणे आलिंगने । नव्हती भिन्न वेगळे ॥

- श्री संत निळोबा महाराज

संतजन भेटीला आले की आभाळात हरिनामाचा घोष उसळतो. टाळ, वीणा, मृदंग भेरी यांचा नाद निनादतो. साक्षात् श्रीविठ्ठल संतजनांच्या भेटीसाठी पुढे धावतात, संतांना आलिंगन देतात, निळोबा म्हणतात मग देव आणि संत निराळे राहात नाहीत.

॥ पंढरीनाथ महाराज की जय ॥

।। ॐ नमो भगवते वासुदेवाय ।।

आकार उकार मकार करिती हा विचार। परि विठ्ठल अपरंपार न कळेह्या।
संतांचे संगती प्रेमाच्या कल्लोळा। आनंदे गोपाळामाजि खेळे।
बाळेभोळे भक्त जाताती सावडे। त्यांचे प्रेम आवडे विठ्ठलासी निवृत्ती।
बापरखुमाईदेविवरू परब्रह्मपुतळा। तेथिल हे कळा जाणे।।

– श्री संत ज्ञानेश्वर महाराज

अकार, उकार, मकार हा विचार आपण करतो पण विठ्ठल अपरंपार आहे हे कळत नाही. संतांच्या संगतीत प्रेमाचा कल्लोळ असतो आणि त्यात गोपाळकृष्ण आनंदाने खेळत असतो. लहानथोर, भोळे भाबडे भक्त गात असतात. त्यांचे प्रेम विठ्ठलाला आवडते, रखुमाईचा पति विठ्ठल हा परब्रह्माचा पुतळा आहे. त्याच्या कळा एका निवृत्तीलाच माहीत !

ब्रह्ममूर्ति संत जगीं अवतरले। उद्धरावया आले दीन जना।
ब्रह्मादिक त्यांचे वंदिती पायवणी। नाम घे वदनीं दोष जाती।।
हो कां दुराचारी विषयीं आसक्त। संतकृपें त्वरित उद्धरतो।
अखंडित नामा त्याचा वास पाहे। निशिदिनी ध्यास सत्संगती।।

– श्री संत नामदेव महाराज

संत म्हणजे ब्रह्ममूर्ती. गोरगरीबांचा उद्धार करण्यासाठी ते अवतार घेतात. ब्रह्मदेवादि देव त्यांच्या पायांचे तीर्थ घेतात, त्यांचे नाम घेतल्याने दोषांचे निर्मूलन होते. एखादा आसक्त किंवा दुराचारी असेल तर तो संतकृपेने उद्धरतो. नामदेव महाराज म्हणतात त्या संतांचा अखंडित सहवास मिळावा. रात्रंदिवस त्याचा ध्यास मिळावा, सत्संगती मिळावी.

संतकृपा त्यांसीचि फळे। ज्यांचे चित्त वोळे परमार्थी।
काय उणे सुखा मग। संतसंग जोडतां।।
देवाचि हातीं लागे तयां। संत जया प्रसन्न।
निळा म्हणे संतापाशी। आहे अनायासे सर्व सिद्धी।।

– श्री संत निळोबा महाराज

ज्यांचे चित्त परमार्थाकडे वळले आहे. त्यांच्यावरच संतकृपा होते, संतांची कृपा झाल्यावर कशालाच काही कमी पडत नाही. ज्यांना संत प्रसन्न झाले. त्यांच्या हाती जणू देवच लागला. निळा म्हणतो, संतांना सर्व सिद्धी सहजसाध्य असतात.

।। पंढरीनाथ महाराज की जय ।।

।। ॐ नमो भगवते वासुदेवाय।।

तीर्थ विठ्ठल क्षेत्र विठ्ठल। देव विठ्ठल देवपूजा विठ्ठल।
माता विठ्ठल पिता विठ्ठल। बंधु विठ्ठल गोत्र विठ्ठल।।
गुरु विठ्ठल, गुरुदेवता विठ्ठल। मेधात विठ्ठल निरंतर विठ्ठल।
नामा म्हणे मज विठ्ठल सापडला। म्हणोनि कळिकाळ पाड नाही।।

– श्री संत नामदेव महाराज

माझे तीर्थ आणि क्षेत्र विठ्ठल आहे, माझा देव आणि देवपूजाहि विठ्ठल आहे, माझी आई, बाप बंधु आणि गोत्रहि विठ्ठल आहे, माझा गुरु माझी गुरुदेवता विठ्ठल आहे, माझे निधान निरंतर विठ्ठल आहे नामा म्हणतो, मला विठ्ठल सापडला असल्याने मला कळिकाळाचे भय नाही.

विठ्ठल म्हणतां विठ्ठलाचि होसी। संदेह येविशीं धरू नको।
सागरी उठतां नाना पैं तरंग। सिंधु तो अभंग विठ्ठल एक।
तैसे मन करी द्वैत न धरी। सर्व चराचरीं विठ्ठल एका।
एका जनार्दनी विठ्ठला वांचुनी। दुजा नेणो कोणी स्वप्नीं आम्ही।।

– श्री संत एकनाथ महाराज

विठ्ठल विठ्ठल म्हणून आपणच विठ्ठलरूप होतो. याबद्दल मनात शंका धरू नको. समुद्रात नाना लाटा येतात तरंग उठतात. पण समुद्र अभंग असतो, त्याप्रमाणे या संसारसागरावर कितीही तरंग आले तरी विठ्ठल अभंग आहे, मना द्वैत न धरता चराचरी विठ्ठल आहे हे जाणून घे, आम्ही विठ्ठल वांचून स्वप्नातदेखील कोणाला जाणत नाही.

विठ्ठल हा चित्तीं। गोड लागे गाता गीतीं।
आम्हा विठ्ठल जीवन। टाळ चिपुळियां घन।।
विठ्ठल विठ्ठल वाणी। अमृत हे संजीवनी।
रंगला या रंगे। तुका विठ्ठल सर्वांगे।।

– श्री संत तुकाराम महाराज

विठ्ठल हा आमच्या चित्तात भरून राहिला आहे. विठ्ठलाचे नाम गाताना गोड लागते. विठ्ठल हेच आमचे जीवन आहे, टाळ चिपळ्या हे आमचे धन आहे, विठ्ठल हे नाम आम्हाला अमृत आहे, संजीवनी आहे. या विठ्ठल नामात हा तुकाराम सर्वांगाने रंगून गेला आहे.

।। पंढरीनाथ महाराज की जय।।

।। ॐ नमो भगवते वासुदेवाय।।

पंढरीचे सुख पाहतां अलौकिक। वैकुंठनायक उभा जेथें।
देवां जें दुर्लभ भक्तांसी सुलभ। रुक्मिणीवल्लभ उभा विटे।
वैष्णवांचा मेळ करितो गदारोळ। त्यामाजी गोपाळ सप्रेमे नाचे।
जिकडे पाहे तिकडे होय ब्रह्मानंद। भानुदास आनंदे गात असे।।

– श्री संत भानुदास महाराज

पंढरीचे सुख पहायला गेले तर अलौकिक आहे, तिथे वैकुंठनायक श्रीविठ्ठल उभा आहे. देवांनाहि जे दुर्लभ आहे ते भक्तांना सुलभ आहे. कारण इथे या पंढरीत रुक्मिणीचा पति विठ्ठल उभा आहे. इथे वैष्णवांचा मेळ भजनाचा गदारोळ करतो आणि साक्षात् गोपाळ त्यात प्रेमभराने नाचत असतो. जिकडे पहावे तिकडे ब्रह्मानंद भरून राहिलेला असतो आणि भानुदास आनंदाने गात असतो.

पंढरीचे सुख पुंडलीक जाणें। येर सोय नेणें येथील पैं।
उत्तम हे स्थळ तीर्थ चंद्रभागा। स्नाने पावन जगा करीतसे।।
मध्यभागी शोभे पुंडालीक मुनी। पैल ते जधनीं कटी कर।
एक जनार्दनी विठ्ठल बाळरूप। दरुशने ताप हरे जगा।।

– श्री संत एकनाथ महाराज

पंढरीचे सुख नेमके काय आहे हे एक पुंडालीकच जाणतो. हे उत्तम स्थळ आहे, इथे चंद्रभागा तीर्थ आहे. या तीर्थात स्नान करणाऱ्यांची पातके नष्ट होतात. या चंद्रभागेच्या मध्यस्थळी पुंडालीक मुनी आहे तर पैलतीरी कटिवर कर ठेवलेला विठ्ठल आहे. या विठ्ठलाच्या दर्शनाने त्रिविध ताप नष्ट होतात.

पंढरीचा महिमा। देता आणीक उपमा।
ऐसा ठाव नाहीं कोठे। देव उभा उभीं भेटे।
आहेति सकळ। तीर्थें काळें देती फळ।
तुका म्हणे पेठ। भूमिवरी हे वैकुंठ।।

– श्री संत तुकाराम महाराज

पंढरीचा महिमा एवढा थोर आहे की त्याला आणखी कसली उपमा देत येत नाही. पंढरपूरसारखे अन्य ठिकाण नाही. इथं देव उभाउभी भेटतो. तीर्थे पुष्कळ आहेत ती फळेहि देतात परंतु भूमीवर वैकुंठासारखी पेठ नाही असे तुकाराम म्हणतात.

।। पंढरीनाथ महाराज की जय।।

।। ॐ नमो भगवते वासुदेवाय ।।

बैसोनी अनुष्ठान रामनाम ध्यान। यापरि साधन नेणें कांही।
एकविध भाव दृढता हें मन। यापरि साधन आत नाहीं ।।
परद्रव्य परदारेचा विटाळ। यावीण निर्मळ तप नाहीं।
भानुदास म्हणे रामनाम गुढी। लावली चोखडी कलियुगीं ।।

- श्री संत भानुदास महाराज

एका ठायी बसून रामनामाचे अनुष्ठान करण्यासारखे अन्य दुसरे साधन नाही. मन एकाग्र करून दृढतापूर्वक रामनाम घेतले तर अन्य साधनाची आवश्यकता नाही. ज्यांनी परद्रव्य आणि परदारा यांना दूर ठेवले त्यांनी निर्मळ तपच केले. भानुदास म्हणतात या कलियुगात रामनामाची गुढी लावणेच कल्याणकारी आहे.

राम म्हणतां कामक्रोधाचे दहन। होय अभिमान देशोधडी।
राम म्हणतां कर्म तुटेल भावबंधन। नये श्रम सीण स्वप्नासही।
राम म्हणतां जन्म नाहीं गर्भवास। नव्हे दारिद्र्यास पात्र कधी।
राम म्हणतां यम शरणागत बापुडें। अढळपद पुढें काय तेथें ।।

- श्री संत कान्होबा महाराज

रामाचे नाव घेणे म्हणजे कामक्रोधाचे दहन. रामनाम घेतल्याने अभिमान दूर निघून जातो. रामनामाने भावबंधन तुटते, रामनामाने जन्म मरणाचा फेरा चुकतो, गर्भवास टळतो, दारिद्र्य नाहिसे होते. राम म्हणताच यम शरण येतो, मग त्यापुढे अढळपदाची काय तमा ?

दीनानाथ राम हा कोदंडधारी। पुढें देखतां काळ पोटीं थरारी।
मना वाक्य नेमस्त हे सत्य मानीं। नुपेक्षी कदा राम दासाभिमानी ।।
अहल्या शिळा राघवें मुक्त केली। पदीं लागतां दिव्य होऊनि गेली।
जया वर्णितां सीणली वेदवाणी। नुपेक्षी कदा राम दासाभिमानी ।।

- श्री संत समर्थ रामदास

गरिबांचा वाली असलेला धनुष्यधारी श्रीरामाला पहाताच काळाचाहि थरकाप होतो. हे मना या श्रीरामाविषयी मी सत्य तेच सांगतो आहे. प्रभु रामचंद्र आपल्या दासाचि, भक्ताची कधीहि उपेक्षा करीत नाहीत. श्रीरामाने शिळा झालेल्या अहिल्येला मुक्ति दिली. श्रीरामाचा पदस्पर्श होताच ती दिव्यत्व पावली. या श्रीरामाचं वर्णन करता करता वेदवाणी थकली. श्री राम आपल्या भक्तांकडे कधीहि दुर्लक्ष करीत नाही. हे लक्षात ठेव.

।। पंढरीनाथ महाराज की जय ।।

।। ॐ नमो भगवते वासुदेवाय ।।

जे लक्ष्मी नि:शेष उपेक्षिती।
ते मज पूज्य परमप्रीतीं।।
जे मज लक्ष्मी मागती।
त्यांसी ना श्री ना श्रीपती ऐसे होय।।

– श्री संत एकनाथ महाराज

जे लक्ष्मीची उपेक्षा करतात ते मला पूजनीय वाटतात. जे लक्ष्मी मागतात त्यांना लक्ष्मीही मिळत नाही आणि नारायणही प्रसन्न होत नाही.

जे का रंजले गांजले। त्यासी म्हणे जो आपुले।
तोचि साधु ओळखावा। देव तेथेचि जाणावा।।
दया करणें जे पुत्रासी। तेचि दासा आणि दासी।
तुका म्हणे सांगो किती। तोचि भगवंताची मूर्ति।।

– श्री संत तुकाराम महाराज

जे गांजलेले गरीब आहेत, जे रंजीस आले आहेत त्यांना जो आपले म्हणतो तोच साधु होय. देव तेथेच असतो, आपल्या मुलांशी जसे आपण दयाबुद्धीने, प्रेमाने वागतो त्याप्रमाणे जो नोकरचाकरांशीही वागतो तो साक्षात् भगवंताची मूर्ति आहे, असे तुकाराम महाराज म्हणतात.

मना वासना वासुदेवीं वसों दे।
मना कामना कामसंगी नसों दें।।
मना कल्पना वाउगी तें न कीजे।
मना सज्जना सज्जनीं वस्ती कीजे।।

– श्री संत समर्थ रामदास

मना केवळ ईश्वरप्राप्तीची वासना तुझ्या मनात असू दे, मना तू कामभावनेकडे वळू नकोस. मना भलत्यासलत्या कल्पनात रमू नकोस. आणि सदैव सज्जनांच्या सहवासातच रहा.

।। पंढरीनाथ महाराज की जय ।।

।। ॐ नमो भगवते वासुदेवाय ।।

धन्य आजि दिन । झाले संतांचे दर्शन ।
झाली पापातापा तुटी । दैन्य गेले उठाउठी ।।
झाले समाधान । पायीं विसावले मन ।
तुका म्हणे संत आले घरा । तोचि दिवाळी दसरा ।।

– श्री संत तुकाराम महाराज

आजचा दिवस धन्य झाला आहे कारण मला संतांचे दर्शन झाले आहे. संतदर्शनाने माझे पापताप संपले, दैन्य नाहीसे झाले. संतांच्या पायीं मन विसावले त्यामुळे समाधान झाले. तुकाराम महाराज म्हणतात, जेव्हा संत घरी येतात तोच दिवाळी दसरा असतो.

संतांचा महिमा कोण जाणे सीमा ।
सीणला हा ब्रह्मा बोलवेना ।।
संतांची हे कळा पाहतां न कळे ।
खेळोनिया खेळ वेगळाचि ।।

– श्री संत नामदेव महाराज

संतांचा महिमा अगाध आहे, त्याची सीमा कुणालाच माहीत नाही. संत महिमा, गाता गाता ब्रह्मदेवाचीही वाणी थबकली. संतांचा महिमा पहायला गेले तर मुळीच कळणार नाही. ते एक वेगळाच खेळ खेळत असतात.

संत सत्याचा निश्चयो । संत सार्थकाचा जयो ।
संत प्राप्तीचा समयो । सिद्धरूप ।।
मोक्षाश्रिया अळंकृत । ऐसे हे संत श्रीमंत ।
जीव दरिद्री असंख्यात । नृपती केले ।।

– श्री संत समर्थ रामदास

संत म्हणजे सत्याचा मूर्तिमंत निश्चय संत प्राप्तीची वेळ म्हणजे सिद्धी प्राप्त होणे. मोक्षप्राप्तीने अलंकृत झालेले हे संत श्रीमंत असतात. त्यांच्या सहवासात येणाऱ्या असंख्य दरिद्री जीवांना ते अध्यात्मिक बाबतीत राजे करून सोडतात.

।। पंढरीनाथ महाराज की जय ।।

।। ॐ नमो भगवते वासुदेवाय ।।

काय वाणूं आतां न पुरे हे वाणी । मस्तक चरणीं ठेवितसे ।
जगाच्या कल्याणा संतांच्या विभूती । देह कष्टविती परोपकारे ।।
भूतांची दया हे भांडवल संता । आपुली ममता नाहीं देहीं ।
तुका म्हणे सुख पराविया सुखें । अमृत हें मुखें स्त्रवतसें ।।

– श्री संत तुकाराम महाराज

संतांचा महिमा वर्णन करण्यासाठी माझी वाणी अपुरी आहे. मी त्यांच्या चरणांवर मस्तक ठेवतो. जगाचे कल्याण व्हावे म्हणून संतांच्या विभूती जन्म घेतात. प्राणीमात्रांवर दया हेच संतांचे भांडवल असते. त्यांना स्वत:च्या देहाबद्दल ममत्व नसते. दुसऱ्याच्या आनंदात, सुखात ते सुखी होतात. त्यांच्या वाणीतून अमृतच पाझरत असते.

खंडेराया तुज करितें नवस । मरूं देरे सासू खंडेराया ।
सासू मेल्यावरी तुटेल आसरा । मरूं दे सासरा खंडेराया ।।
सासरा मेलिया होईल आनंद । नणंद मरता होईन मोकळी ।
जनी म्हणे खंडो अवघे मरू दे । एकटी राहूं दे पायापाशी ।।

– श्री संत जनाबाई

खंडोबाराया, मी तुला नवस करते की माझी सासू मरू दे म्हणजे माझा आसरा जाईल, खंडेराया सासरा मरू दे म्हणजे मला आनंद होईल, नणंद मेली म्हणजे मी मोकळी होईन, जनी म्हणते खंडोबा, सगळे मरू देत म्हणजे तुमच्या पायापाशी मी एकटी राहीन.

माय बाळापाशी चित्त । तैसे संत करिती हित ।
स्तनीं पान्हा तो दाटला । हाका मारी बालकाला ।।
त्याची चिंता सदा वाहे । ऐशी कृपाळु ती माय ।
म्हणूनी संतां शरण जावें । आत्महित शोधूनि घ्यावे ।।

– श्री संत गोंदवलेकर महाराज

आईचे जसे बालकापाशी चित्त असते तसे संत हित करीत असतात. उरात पान्हा दाटल्यावर आई बालकाला हाका मारते. ती सदैव त्याची चिंता करते. संत हे अशीच कृपाळू माता आहे म्हणून संतांना शरण जावे आणि आत्महित साधावे.

।। पंढरीनाथ महाराज की जय ।।

।। ॐ नमो भगवते वासुदेवाय ।।

विठ्ठल नाही जये देशी ।
स्मशानभूमी ते परियेसी ।।
रविशशीविण दिशा जैसी ।
रसना तैसी विठ्ठलेवीण ।।

– श्री संत ज्ञानेश्वर महाराज

ज्या देशात म्हणजे ज्या शरीरात विठ्ठलाचे नाव नाही तो देश म्हणजे स्मशानभूमी. याचा दुसरा अर्थ जो विठ्ठलनाम घेत नाही तो जिवंत नसून मृतच होय. चंद्रसूर्याशिवाय दिशा जशा शून्य भासतात त्याप्रमाणे विठ्ठलनामाशिवाय जीभ शून्य, उदास, निरर्थक समजावी.

नामाचा प्रताप काय सांगू वाचे ।
अक्षय सुखाचे स्थान दावी ।।
नामाविण कांही नाहीं नाहीं सार ।
साधावे सत्त्वर भलें नोहे ।।

– श्री संत नामदेव महाराज

मी नामाची थोरवी या तोंडाने काय सांगू. नाम म्हणजे अक्षय सुख. नाम नसेल तर काही नाही. यासाठी सतत नामस्मरण करावे आणि स्वत:चे हित साधावे.

नामाची आवडी जिव्हेसी तो चाळा । तेणे कळिकाळ भय त्रास ।
गोमटे गोजिरे नाम हे विठ्ठल । बोल वाचा बोल प्रेमभरे ।।
न सरे कल्पना न निवारेचि भ्रांती । नाम होय प्राप्ती नित्यानंद ।
सोनार नरहरी प्रेमाचा भुकेला । म्हणोनिया छंद त्याला नामस्मरणी ।।

– श्री संत नरहरी सोनार महाराज

माझ्या जिभेला नामस्मरणाचा चाळा आहे, त्यामुळे मला कळिकाळाचेहि भय वाटत नाही. विठ्ठलाचे गोमटे गोजिरे नाम माझी वाचा प्रेमभराने सतत घेते. विठ्ठलाशिवाय मी दुसरी कुठलीही कल्पना करीत नाही, माझ्या मनात कसलाहि भ्रम वा भ्रांती नाही, त्यामुळे नित्यानंद अशी विठ्ठलनामाची प्राप्ती मला झाली. नरहरी सोनार हा प्रेमाचा भुकेला आहे, त्यामुळे त्याला नामस्मरणाचा छंद लागला.

।। पंढरीनाथ महाराज की जय ।।

।। ॐ नमो भगवते वासुदेवाय।।

नित्य सत्य मित्त हरिपाठ ज्यासी। कळिकाळ त्यासी नातळती।
रामकृष्णीं वाचा अनंतराशी तप। पापाचे कळप पळती पुढे।
हरि हरि हरि मंत्र हा शिवाचा। म्हणती वाचा तयां मोक्ष।
ज्ञानदेव पाठ नारायण नाम। पाविजे उत्तम निजस्थान।।

– श्री संत ज्ञानेश्वर महाराज

जो नित्यनेमाने हरिपाठ करतो त्याला कळिकाळहि स्पर्श करू शकत नाही. रामकृष्णाचं नामस्मरण सतत केल्याने अनंत तपाचे पुण्य मिळते आणि पापाचे कळप पुढे पळून जातात. हरिनाम जप हा मंत्र कल्याणकारी आहे. जो या मंत्रांचे पठण करतो त्याला मोक्षप्राप्ती होते. या नारायण नामधारकाला उत्तम गती प्राप्त होते.

ओळखिला हरि सांठविला पोटी। होतां त्यासी भेटी दुःख कैसे।।
नर अथवा नारी हो कां दुराचारी। मुखीं गातां हरि पवित्र तो।
पवित्र तें कुळ धन्य त्याची माय। हरि मुखें गाय नित्य नेमें।
काम क्रोध लोभ जयाचे अंतरीं। नाही अधिकारी ऐसा येथें।।

– श्री संत एकनाथ महाराज

ज्याला हरिची ओळख पटली आहे आणि ज्याने हरिला पोटात साठविला आहे, हृदयस्थ केला आहे त्याच्या भेटीत दुःख कसले ? जो नित्य नेमाने हरिनाम घेतो, त्याचे कुळ पवित्र आणि माता धन्य होय. ज्याच्या अंतःकरणात काम क्रोध लोभ आहेत तो नामाचा अधिकारी होत नाही.

नामाचा महिमा कोण करी सीमा। जपावे श्रीरामा एका भावें।
न लगती स्तोत्रें नाना मंत्रे यंत्रे। वर्णिजे बा वकत्रे श्रीरामनाम।
अनंत पुण्यराशी घडे ज्या प्राण्यासी। तरीच मुखासी नाम येत।।
नामा म्हणे नाम महाजप परम। तो देह उत्तम मृत्यूलोकीं।।

– श्री संत नामदेव महाराज

नामाच्या महिम्याला सीमा नाही. एकाग्र भावाने, एकाग्र चित्ताने श्रीराम नाम घ्यावे. मग स्तोत्रे व मंत्रे यांची जरूर लागत नाही. ज्याचे जवळ अनंत पुण्यराशी आहे. त्याच्याच तोंडून रामनाम येते. नामदेव म्हणतात नामजप हा महाजप आहे, आणि या मृत्यूलोकात नामजप सर्वोत्तम आहे.

।। पंढरीनाथ महाराज की जय।।

।। ॐ नमो भगवते वासुदेवाय।।

व्यापूनिया भरला देव। रिता ठेव कोठे पां।
तयाचे करा रे चिंतन। मग तुम्हां न पडे न्यून।।
वाचे वदा विठ्ठल साचा। सोइरा साचा अंतकाळी।
मागें पुढें उभा असे। एका जनार्दनी दिसे।।

– श्री संत एकनाथ महाराज

परमेश्वर सर्व जग व्यापून राहिला आहे. देव नाही अशी जागा नाही. त्या देवाचे तुम्ही जर चिंतन कराल तर तुम्हाला काहीही कमी पडणार नाही. विठ्ठलाचे वाचेने सदैव नामस्मरण करा मग अंतकाली त्याचीच आठवण होईल, विठ्ठल भक्ताच्या सदैव मागेपुढे उभा असतो.

उदार कृपाळू अनाथांचा नाथ। ऐकसी मात शरणागता।
सर्व भार माथां चालविसी ह्याचा। अनुसरले काया वाचा मनें।।
पाचारितां उभा राहसी जवळी। पाहिजे ते काळीं पुरवावे।।
तुका म्हणे चिंता नाहीं तुझ्या दासां। तूं त्यांचा कोंवसा सर्वभावे।

– श्री संत तुकाराम महाराज

जो तुला शरण येतो, तो उदार कृपाळू अनाथांचा नाथ त्यांच्या उदरनिर्वाहाचा भार वाहतो. जे त्याला पंढरीरायाला कायावाचा मने अनुसरतात त्यांच्याजवळ तो बोलवता क्षणी येऊन उभा राहतो. वाटेने जाताना तो भक्ताला सांभाळतो, वाटेतले काटेखडे दूर करतो त्यामुळे, तुकाराम महाराज म्हणतात, तुझ्या भक्तांना कसलीहि चिंता नसते तूं त्यांचा सदैव पाठिराखा आहेस.

एकचि नाम विठोबाचे। उच्चरितां वाचे उणे काय।
रिद्धी सिद्धी लोटांगणी। येती धांवोनि चोजवीत।।
भुक्ति मुक्ति जवळूनियां। नवजाती ठाया आन कोठे।
निळा म्हणे सर्वहि सुखें। वसती हरिखें जवळी त्या।।

– श्री संत निळोबा महाराज

विठोबाचे नामोच्चारण नुसते केले तरी काही कमी पडत नाही. ऋद्धिसिद्धी पुढे लोटांगणे घालतात. भुक्ति मुक्ति सर्व काही प्राप्त होते. ज्याच्याजवळ हरि आहे त्याला सर्व सुखे प्राप्त होतात असे निळोबाचे म्हणणे आहे.

।। पंढरीनाथ महाराज की जय।।

।। ॐ नमो भगवते वासुदेवाय ।।

अहो पांडुरंगा, पतीतपावना। आमुचि विज्ञापना एक असे।
नामाचा उच्चार, संतांचा सांगात। पुरवावा हेत जन्मोजन्मीं ।।
भलतीये याती, भलतीये कुळीं। जन्म दे निर्धारी देवराया।
भानुदास म्हणे दुजा नको धंदा। रात्रंदिवस गोविंदा वाचे नाम ।।

– श्री संत भानुदास महाराज

पांडुरंगा, पतित पावना तुमच्यापाशी आमची एक विनंती आहे, तुमचे नाम सदा आमच्या मुखी राहो, संतांची संगत नेहमी मिळो आणि आमची ही इच्छा तुम्ही जन्मोजन्मी पुरवावी. आम्हाला कोणत्याहि जातीत, कोणत्याही कुळात जन्म दे, पण देवा रात्रंदिवस तुझे नामस्मरण हाच आमचा व्यवसाय असू दे.

धन्य वित्त आशा धरूनी स्मरती। तेही मुक्त होती विठ्ठलनामें।
प्रपंच परमार्थ धरूनिया हांव। गाती विठ्ठल देव आवडीने।
जन्ममरण तुटे अधिव्याधी। विठ्ठलनामें सिद्धी पाया लागे।
तर ती तरले हाचि भरवंसा। एक जनार्दनी ठसा, विठ्ठलनाम।

– श्री संत एकनाथ महाराज

धनाची, वित्ताची आशा धरून जे विठ्ठलाचे स्मरण करतात तेहि या नामामुळे मुक्त होतात. प्रंपचात राहून परमार्थाची हांव धरणारे, आवडीने विठ्ठलाचे नाव घेतात. विठ्ठलनामाने मानसिक आणि शारिरिक व्याधी, दुःखे ताणतणाव नाहीसे होतात. विठ्ठलनामाने सर्वजण तरतात आणि तरतील. यावर माझा दृढ विश्वास आहे.

मुखीं बोले ब्रह्मज्ञान। मनीं धन आणि मान।
ऐशियाची करिता सेवा। काय सुख होय जीवा।
पोटासाठी संत। झालें कलीत बहुत।
विरळा ऐसा कोणी। तुका त्यासि लोटांगणी।

– श्री संत तुकाराम महाराज

तोंडानं ब्रह्मज्ञान सांगणारा पण मनातून धनाची आणि मानाची अपेक्षा ठेवणारा अशा माणसाची सेवा करून काय सुख मिळणार ? या कलियुगात पोटासाठी संत झालेले अनेकजण आहेत. त्यांच्यापेक्षा कोणी निराळा असेल, तर त्याला या तुकारामाचे लोटांगण आहे.

।। पंढरीनाथ महाराज की जय ।।

।। ॐ नमो भगवते वासुदेवाय ।।

सत्य संकल्पाचा दाता नारायण। सर्व करी पूर्ण मनोरथ।
येथे अलंकार शोभती सकळ। भावबळें फळ इच्छेचे तें।
अंतरीचे बीज जाणे कळवळा। व्यापक सकला ब्रह्मांडाचा।
तुका म्हणे नाहीं चालत तांतडी। प्राप्त काळ घडी आल्याविण ।।

– श्री संत तुकाराम महाराज

जो सत्य संकल्प असेल तो नारायण कृपेने सिद्धीस जातो. असे सर्व मनोरथ पूर्ण होतात. त्या नारायणाला सर्व अलंकार शोभून दिसतात आणि आपल्या भक्तिचे फळ ते असतात. आपल्या अंत:करणातील कळवळा तो जाणतो, ज्याने अवघे ब्रह्मांड व्यापले आहे तो परमेश्वर योग्य वेळ आल्याशिवाय कार्य सफल होत नाही, उगीच घाई करण्यात काही अर्थ नसतो असे तुकाराम महाराज म्हणतात.

चित्ती बैसलें चिंतन। नारायण नारायण।
नलगे गोड काही आतां। आणीक दुसरे सर्वथा ।।
हरपला द्वैतभाव। तेणें देहचि झाला वाव।
तुकया बंधु म्हणे आम्ही। झालों निष्काम ये कामीं ।।

– श्री संत कान्होबा महाराज

नारायणाचे नाव चित्तात घट्ट बसले आहे त्यामुळे दुसरे काही आता गोड लागत नाही. मनातला द्वैतभाव नाहीसा झाला, देह निष्फळ झाला, तुकारामाचे बंधु कान्होबा म्हणतात, आम्ही आता अगदी निष्काम झालो आहोत.

अखंड भूतदया मानसीं। वाचे नाम अहर्निशी।
तया न विसंबे हृषिकेशी। मागें मागें हिंडतसे ।।
जिहीं परकारणीं वेंचिलें। शरीर आयुष्य आपुले।
धन वित्तहि वंचिलें। तया विठ्ठले सन्मानिजे ।।

– श्री संत निळोबा महाराज

ज्यांच्या मनात सदैव भूतदया आहे, ज्यांच्या मुखी सदैव ईश्वरनाम आहे, त्यांचेकडे देवाचे लक्ष असते. तो त्यांच्या मागेपुढे फिरत असतो. ज्यांनी आपलं अवघं आयुष्य दुसऱ्यासाठी खर्च केले, पैशाचाहि लोभ धरला नाही त्यांचा विठ्ठल सन्मान करतो.

।। पंढरीनाथ महाराज की जय ।।

।। ॐ नमो भगवते वासुदेवाय ।।

मोह ममता ही समूळ नाशावी। तेव्हांचि पावावी आत्मशुद्धी।
चित्तशुद्धी झालिया गुरुचरणसेवा। तेणे ज्ञान ठेवा प्राप्त होय।
सद्गुरु चरणीं तल्लीन हे वृत्ति। वृत्तीची निवृत्ती क्षणमात्रें।
एका जनार्दनी प्राप्त झाल्या ज्ञान। ब्रह्म परिपूर्ण अनुभवेल ।।

- श्री संत एकनाथ महाराज

मोह ममतेचा समूळ नाश करावा तरच आत्मशुद्धि होईल. चित्तशुद्धी झाल्यावर गुरुचरणसेवा करावी म्हणजे ज्ञानप्राप्ती होईल. सद्गुरुचरणी ही वृत्ती तल्लीन केली तर क्षणार्धात निवृत्ती होईल. अशाप्रकारे ज्ञान प्राप्त झाल्यावर परिपूर्ण ब्रह्माचा अनुभव येईल.

ऐसा ज्याचा अनुभव। विश्व देव सत्यत्त्वें।
देव तया जवळी असे। पाप नासें दर्शनें ।।
काम क्रोधा नाही चाली। भूतीं जाली समता।
तुका म्हणे भेदाभेद। गेला वाद खंडोनि - श्री संत तुकाराम महाराज

सर्वत्र, सर्व विश्वात खरोखर देव भरून राहिला आहे असा ज्यांचा अनुभव आहे त्यांना देव जवळ असतो. देवदर्शनाने त्यांचे पाप नाश पावते. काम क्रोधाला जागा राहात नाही आणि सर्वाभूती समदृष्टि, समता प्राप्त होते. तुकाराम महाराज म्हणतात, मग सगळे भेदाभेद आणि वादविवाद संपून जातात.

फुकाचें मुखीं बोलता काया वेंचे। दिसेंदीस अभ्यंतरी गर्व साचें।
क्रियेवीण वाचाळता व्यर्थ आहे। विचारें तुझा तूंचि शोधूनी पाहें।।
तुटे वाट संवाद तेथें करावा। विवेकें अहंभाव हा पालटावा।
जनीं बोलण्यासारिखें आचरावें। क्रियापालटें भक्तिपंथेचि जावें।।

- श्री संत समर्थ रामदास

उगाच तोंडाची वाफ दवडण्यात काय जाते ? उलट गर्व वाढत जातो. कोणतेहि कृत्य न करता नुसती बडबड, वाचाळपणा व्यर्थ असतो. मनानं नीट विचार केला तर हे लक्षात येईल. जिथे चर्चा, वादविवाद चालले आहेत तिथं थांबू नये. विवेकाने वागून अहंभावावर मात करावी. लोकांना आपले नाव घ्यावे असे आपले आचरण असावे, भक्ति मार्गाचा अवलंब केल्याने माणूस बदलतो.

।। पंढरीनाथ महाराज की जय ।।

।। ॐ नमो भगवते वासुदेवाय।।

एकतत्त्व नाम दृढ धरी मना। हरिसी करुणा येईल तुझी।
ते नाम सोपा रे रामकृष्ण गोविंद। वाचेशी सद्‌गद जपे आधी।।
नामापरतें तत्त्व नाहीं रे अन्यथा। वायां आणिक पंथा जाशील क्षणी।
ज्ञानदेव मौन जपमाळ अंतरी। धरोनी श्रीहरी जपे सदा।।

– श्री संत ज्ञानेश्वर महाराज

मना एक नामाचे तत्त्व आपल्याशी घट्ट धर. म्हणजे मग हरिला तुझी दया येईल. रामकृष्ण गोविंद हे अगदी सोपे नाम आहे, आणि त्यामुळे वाचेला पावित्र्य, सद्‌गती प्राप्त होते. नामासारखे दुसरे तत्त्व नाही. इतर मार्गाला जाशील तर वाया जाशील. ज्ञानदेव मनातल्या मनात जपमाळ धरून श्रीहरीचा जप सतत करीत असतो.

म्हणतां वाचे नाम वंदी तया यम। काळादिकासम तुज एका।
ऋद्धिसिद्धिदासी अंगण झाडिते। उच्छिष्टें काढिती मुक्ति चारी।।
चारी वेद भार होऊनि गर्जती। सनकादिक गाती किर्ती तुझी।
नामा म्हणे देव ऐसा हो कृपाळू। करितो सांभाळु अनाथांचा।।

– श्री संत नामदेव महाराज

जो नामस्मरणात दंग आहे त्याला साक्षात् यमसुद्धा वंदन करतो. ऋद्धिसिद्धी त्याचे अगंण झाडतात, आणि चारहि मुक्ति त्याचे उष्टे खरकटे काढतात. चारहि वेद भाट होऊन गुणगान करतात, तर सनकादिक त्याची किर्ती गीते गातात. नामा म्हणतो, देव असा कृपाळू असून तो अनाथांचा सांभाळ करतो.

अणुमाजीं राम रेणुमाजीं राम। तृणकाष्टीराम वर्ततसे।
बाहेरी भीतरी राम चराचरी। विश्वीं विश्वाकारी वर्ततसे।।
रामेंविण स्थळ रितेची पैंनाहीं। वर्ते सर्वाठायी रातीरात।
परसा भागवत कायावाचा मनें। श्रीरामावांचून अन्य नेणें।।

– श्री संत परिसा भागवत महाराज

अणुरेणुमध्ये, गवताझाडांमध्ये आत बाहेर सर्व विश्वास राम भरला आहे. रामाशिवाय कोणतीही जागा रितीरिकामी नाही. राम सर्वत्र भरून राहिला आहे. परिसा भागवत कायावाचा मने श्रीरामाशिवाय दुसरं काही जाणत नाही.

।। पंढरीनाथ महाराज की जय।।

।। ॐ नमो भगवते वासुदेवाय ।।

जैसी दीपकळिका धाकुटी। परि बहुतेजाते प्रगटी।
तैसी सद्‌बुद्धी हें थेकुटी। म्हणो नये।।
पार्था बहुतीं परी। हे अपेक्षिजे विचार शूरी।
जे दुर्लभ चराचरी। सद्वासना।। – श्री संत ज्ञानेश्वर महाराज

दिव्याची ज्योत जरी लहान असली तरी ती प्रकाश मात्र मोठा देते. त्याप्रमाणे सद्‌बुद्धि लहान असली तरी तिला सामान्य वा कमी समजू नये. जे ज्ञानी आहेत, विचारशूर आहेत ते सद्‌बुद्धि कशी दुर्लभ असते हे जाणतात. इतर दगडांप्रमाणे परिस सर्वत्र सापडत नाही, अमृताचा थेंबहि सुदैवाने मिळतो, तर सद्‌बुद्धीमुळे ईश्वराची प्राप्ती होते.

भुजंग विखार पवनाचा आहार। परी योगेश्वर म्हणू नये।
पवनाच्या अभ्यासे काया पालटी। परि तो वैकुंठी सरता नव्हे।।
पवित्र गंगाजळ मीन सेवी निर्मळ। परि दुष्ट ते कर्म केवळ त्याचे।
अवचिताची तो सापडला गळी। न सुटे तये वेळी तीर्थोदके।।

– श्री संत नामदेव महाराज

विषारी भुजंग आणि योगी दोघेहि वायु भक्षण करून जगतात पण म्हणून भुजंगाला योगेश्वर म्हणू नये. योगेश्वराला मुक्ति मिळेल पण भुजंगाला नव्हे. गंगेत राहणाऱ्या लहान माशांना मोठे मासे गिळतातच, गळाला लागलेला मासा गंगेत राहतो म्हणून गळापासून सुटू शकणार नाही. एवंच बाह्य कृतीने पुण्य प्राप्त होत नाही.

मायबाप सवें न यें धनवित्त। करावें संचित भोगावे तें।
म्हणऊनि लाभ काय तो विचारीं। नका चालीवरी चित्त ठेवूं।।
आयुष्य सेवटी सांडूनि जाणार। नव्हेचि साचार शरीर हे।
तुका म्हणे काळें लावियेलें माप। जमा घरी पापपुण्याचे हे।।

– श्री संत तुकाराम महाराज

आई वडील प्रत्येकाला प्रिय असतात पण तेहि आपल्या आयुष्याच्या अंतापर्यंत सोबत करीत नाहीत. आपण मिळवलेले धनवित्तही आपल्या बरोबर येत नाही. आपल्या नशिबात जे असेल तेच भोगावे लागते. यासाठी आपला लाभ कुठे आहे यावर लक्ष ठेवावे, इतरांच्या वागणुकीवर लक्ष ठेवू नये. आज ना उद्या मृत्यू येणार आहे, हे शरीर सोडावे लागणार आहे. काळाचे माप लागलेले आहे आणि पापपुण्याचा जमाखर्च मांडला जातो आहे.

।। पंढरीनाथ महाराज की जय ।।

८६

।। ॐ नमो भगवते वासुदेवाय ।।

रामनाम मुखीं तो एक संसार। एऱ्हवी अघोर नरक यथा।
संसार नरक रामनाम सार। तरले पामर पतित देखा ।।
अजमिळा नामें तरला पतित। नारायण त्वरित आले तेथे।
हरिनाम हेच शास्त्र पैं जयाचे। तयासि यमाचे भय नाही ।।

– श्री संत निवृत्तीनाथ महाराज

संसार हा नरक आहे पण मुखी रामनाम असेल तर त्यातून तरता येते. नरक असा संसार असला तरी अजामिळासारखे पापी नामामुळे पावन झाले, कारण त्यांच्या मुक्तिसाठी नारायण धावत आले. ज्यांना हरिनाम हेच शास्त्र माहीत आहे त्यांना कळिकाळाचे भय नाही.

आवडीने भावे हरिनाम घेसी। तुझी चिंता त्यासी सर्व आहे।
नको खेद धरूं कोणत्या गोष्टीचा। पति तो लक्ष्मीचा जाणतसे ।।
सकळ जीवांचा करितो सांभाळ। तुज मोकलील ऐसे नाही।
जैसी स्थिती आहे तैशापरी राहें। कौतुक तू पाहे संचिताचे ।।

– श्री संत एकनाथ महाराज

तू जर प्रेमाने हरिनाम घेशील तर तो श्रीहरी तुझी सर्व चिंता दूर करील. कोणत्याही गोष्टीचा खेद खंत बाळगू नकोस, तो लक्ष्मीपति श्रीनारायण सर्व काही जाणून असतो. सर्व जिवांचा सांभाळ करणारा तो श्रीहरी तुझ्याकडे दुर्लक्ष करील असे मनातहि आणू नको. ठेविले अनंते तसाच संचिताचे कौतुक पहात रहा.

नरदेहामधिं येऊन तर हो साधन ऐसे कर।
जेणें भवसागर तरूनि सुखें व्हावे पैलतिरा ।।
संसारार्णविं भिजा गड्यांनो संसारार्णवि भिजा।
परंतु परमार्थ साधनाने साधा। यातच मजा ।।

– श्री संत कवि अनंत फंदी

पेशवेकालीन तमाशा कलावंत अनंत फंदी म्हणतात, लोक हो नरजन्म तर मिळाला आहे आता अशी काही साधना करा की भवसागर तरून सुखाने पैलतीराला पोहोचाल. या संसारसागरात भरपूर भिजा परंतु परमार्थ साधन करा, कारण यातच मजा आहे.

।। पंढरीनाथ महाराज की जय ।।

।। ॐ नमो भगवते वासुदेवाय ।।

शिंपियाचे कुळीं जन्म माझा झाला। परि हेतु गुंतला सदाशिवीं।
रात्रिमाजि शिवी दिवसामाजी शिवी। आराणूक जीवीं नाहीं माझ्या।
सुई आणि सातुळी कात्री गज दोरा। मांडिला पसारा सदाशिवीं।
नामा म्हणे शिवी विठोबाचे अंगी। त्याचेचि मी जगी धन्य झालो।।

– श्री संत नामदेव महाराज

नामदेव महाराज हे शिंपी ज्ञातीतील होते तेच ते इथे सांगत आहेत की, माझा जन्म शिंप्याच्या कुळात झाला पण मी सदाशिवात गुंतलो दिवसरात्र मी शिंपीकाम करतो, ते केल्याशिवाय माझ्या जिवाला समाधान नाही. सुई, सुतळी, गज, दोरा, पसारा मी देवासाठी मांडला आहे. मी जे शिवतो ते विठोबा अंगात घालणार आहे असे समजून शिवतो, त्यामुळे या जगात मी धन्य झालो आहे.

परब्रह्मी चित्त, निरंतर धंदा। तया नाही कदा गर्भवास
अव्यक्ती पै व्यक्ति चित्तासी अनुभव। सर्व सर्वोदेव भरला दिसे।
ज्ञेय, ज्ञाता, ज्ञान उन्मती विज्ञान। चित्त नारायण झाले त्यांचे।
आदि अंती हरि सर्व त्याचा जाला। परतोनि अबोला प्रपंचेसी।।

– श्री संत मुक्ताबाई

परब्रह्मात चित्त गुंतवून ठेवणे हाच ज्यांचा धंदा आहे त्यांना कधीही गर्भवास नाही. अव्यक्त असूनहि जे व्यक्तपणे चित्ताला अनुभव देते, सर्वत्र देव भरला आहे असेच दिसते. ज्ञेय, ज्ञाता, ज्ञान, विज्ञान सर्व काही त्यांच्या चित्तात नारायणरूपच झाले आहे. आदि अंती हरिच त्यांचा सर्वस्व झाला आहे.

सर सर सर वाहे सरिता। गेले पानीय न ये धरितां।
वय जातसे हे अवधूता। क्षणक्षणक्षणें आली क्षीणता।
वन सदन धन जन जाया। प्रपंचु लटिकी माया।
व्यर्थ तळमळ करितोसी काह्या। दिगंबरेवीण सकळही वाया।।

– श्री संत दासोपंत महाराज

नदीचं पाणी भराभर वाहून जात असतं आणि गेलेलं पाणी काही धरून ठेवता येत नाही. दरक्षणी वय जाते, आणि क्षीणता येत असते, घर, बाग, धन, पत्नी ही सगळी खोटी आहेत. माया आहे. बाबा रे त्यांच्यासाठी उगीच तळमळू नकोस. एका देवा वांचून सर्व व्यर्थ आहे.

।। पंढरीनाथ महाराज की जय।।

।। ॐ नमो भगवते वासुदेवाय ।।

चहूं वेदी जाण षट्शास्त्री कारण। अठराहि पुराणे हरीसी गाती।
मंथुनी नवनीता तैसे घे अनंता। राया व्यर्थ कथां सांडी मार्ग।
एक हरि आत्मा जीवशिव सम। वायां दुर्गमी न घाली मन।
ज्ञानदेवा पाठ हरि हा वैकुंठ। भरला घनदाट हरि दिसे।

– श्री संत ज्ञानेश्वर महाराज

चारही वेद ज्याला जाणतात, सहाही शास्त्रांचे जो कारण आहे, ज्याचे गायन अठरा पुराणे करतात, त्या अनंताला लोण्यासारखे घुसळून घे. त्याशिवाय इतर मार्गांचा तू अवलंब करू नकोस. हरि हाच जीव आणि शिव व्यापणारा परमात्मा आहे. त्याच्याशिवाय इतर कष्टकारक, त्रासदायक गोष्टीत तू तुझे मन घालू नकोस. ज्ञानदेव म्हणतात वैकुंठी भरलेल्या हरिनामाचा मी पाठ करतो कारण तोच सर्वत्र भरून राहिला आहे.

हरि बोला देतां हरि बोला घेतां। हासतां खेळतां हरि बोला।
हरि बोला गातां, हरि बोला खातां। सर्व कार्य करिता हरि बोला।
हरि बोला एकांती हरि बोला लोकांती। देहत्यागाअंती हरि बोला।
हरि बोला भांडतां हरि बोला कांडतां। उठता बैसता हरि बोला।।

– श्री संत एकनाथ महाराज

देता घेताना, हसता खेळताना, गाताना खाताना किंवा कोणतेही कार्य करताना हरिनाम घ्या. एकटे असाल तेव्हा आणि चार लोकात असाल तेव्हाही हरिनाम घ्या. देहत्याग करताना, कांडतांना, भांडताना, उठता बसता हरिनाम घ्या.

ध्यान धरा हरी विश्रांती नामाची। विठ्ठलचि साचीं मनोवृत्ति।
ध्यानेंवीण मन विश्रांतिवीण स्थान। सूर्येविण गगन शून्य दिसे।
नलगे साकार विठ्ठल मनोवृत्ति। प्रपंचसमाप्ति ती अक्षरी।।
निवृत्ति ममता विठ्ठल कीर्तन। करिता अनुदिन मन मेळे।।

– श्री संत निवृत्तिनाथ महाराज

ध्यानाशिवाय मन म्हणजे विश्रांतीशिवाय स्थान. सूर्याशिवाय आकाश जसे शून्यवत् भासते. त्याप्रमाणे ध्यानाशिवाय मन शून्यवत् होय. विठ्ठल भक्ति ही प्रपंचातून मुक्ति झाली की दृष्टोत्पत्तीस येते. निवृत्ती म्हणतात, विठ्ठलाच्या कीर्तनानं प्रतिदिनी मनाला समाधान लाभते.

।। पंढरीनाथ महाराज की जय ।।

।। ॐ नमो भगवते वासुदेवाय ।।

कैसे करू मी भजन। होईना की स्थिर मन।।
तूचि कर्ता करविता। देवा अवघी तुझी सत्ता।।
आम्ही बाहुल्याच्या जाती। सूत्र दोरी तुझे हाती।।
जैसे नाचविशी देवा। तैसे नाचू सदाशिवा।।

– श्री संत शिवदास महाराज

देवा माझे मन स्थिर होत नाही तेव्हां तुझे भजन कसे करू ? तूच कर्ता करविता आहेस आणि तुझीच सर्वत्र सत्ता आहे. आम्ही तुझ्या काळसूत्री बाहुल्या आहोत, सदाशिवा दोरी तुझ्या हाती आहे, तू जसं नाचवशील तसं मी नाचेन.

चपळपण मनाचे मोडिता मोडवेना।
सकळ स्वजनमाया तोडिता तोडवेना।
घडि घडि बिघहे हा निश्चयो अंतरीचा।
म्हणवुनि करुणा हे बोळतो दीनवाचा।।

– श्री संत समर्थ रामदास

देवा, मनाची चंचलता, मनाचे चपळपण काही केल्या मोडता येत नाही, कमी होत नाही. आपल्या माणसांची माया, आपुलकी, प्रेम कितीही तोडायला जा तोडता येत नाही. हे सगळं करायचं असं मी ठरवतो पण मनाचा हा निश्चय क्षणभरही टिकत नाही. म्हणून देवा मी अत्यंत दीनवाणीने, तुला विनवितो माझ्यावर दया कर, करुणा कर.

कैसे करू ध्यान कैसा पाहू तुज।
वर्म दावी मज याचकासी।।
कैसी भक्ति करूं सांग तुझी सेवा।
कोण्या भावे देवा आतुडसी।।

– श्री संत तुकाराम महाराज

देवा तुझे ध्यान मी कसे करू, तुला मी कसा पाहू. तू मला दिसशील याची काहीतरी युक्ति तू मला सांग. तुझी कशी भक्ति करू, तुझी सेवा कशी करू ? देवा, काय केले असता तू प्रसन्न होशील हे सांग.

।। पंढरीनाथ महाराज की जय ।।

।। ॐ नमो भगवते वासुदेवाय ।।

हरिविण न दिसे जनवत आम्हां। नित्य हे पौर्णिमा सकळ कळी।
चंद्र सूर्य रश्मी न देखो तारांगणे। अवघा हरी होणे हेचि घेवो।
न देखो हे आकाश पोकळी। भरलासे गोपाळी दुमदुमीत।
निवृत्ति निष्काम सर्व आत्माराम। गयनीं हे घाम गुरुगम्य।।

– श्री संत निवृत्तीनाथ महाराज

आम्हाला जनलोक दिसत नाहीत, सर्वत्र श्रीहरीच दिसतो. हरि दर्शनाची सोळा कळांची पौर्णिमा आम्हाला नित्य असते. आम्हाला चंद्र, सूर्य तारांगणे काही दिसत नाही, आकाशाची पोकळी दिसत नाही. सर्वत्र श्रीहरी भरून राहिला आहे. या निष्काम निवृत्तीला सर्व आत्मारामच आहेत.

हरिनाम जपे तो नर दुर्लभ। वाचेसी सुलभ रामकृष्ण।
रामकृष्ण नामीं उन्मनी साधली। तयासी लाधली सकळ सिद्धी।।
सिद्धी बुद्धि धर्म परिपाठी आले। प्रपंची निमाले साधुसंगे।
ज्ञानदेवी नाम, रामकृष्ण ठसा। तेणे दशदिशा आत्माराम।।

– श्री संत ज्ञानेश्वर महाराज

हरिनामाचा जप करण्यास अगदी सोपा पण त्याचे महत्त्व जाणून हरिनामाचा जप करणारा पुरुष विरळा, रामकृष्णांचा नामोच्चार करताना ज्याची समाधि लागली, त्याला सर्व सिद्धी लाभल्या असे समजावे. जप तप केल्यामुळे जी सिद्धी प्राप्त होते, त्या सिद्धीत बुद्धि आणि धर्म असतातच. हरिनाम जपाने आणि साधुसंगतीने संसारी लोक भवसागर पार करून जातात. माझ्या मनावर रामकृष्ण नामाचा ठसा उमटलेला असल्यामुळे मला दाही दिशा आत्मारामच दिसतो.

हरिनामामृत सेवी सावकाश। मोक्ष त्याचे भूस दृष्टिपुढे ।
नित्य नामघोष जयाचे मंदिरी। तेचि काशीपुरी तीर्थ क्षेत्र पाहे ।।
एक तासामाजी कोटी वेळा सृष्टि। होती जाती दृष्टि तोचि ।
एका जनार्दनी ऐसे किती झाले। हरिनाम सेविले तोचि एक ।।

– श्री संत एकनाथ महाराज

हरिनामाचं अमृत सावकाश सेवन कर म्हणजे मोक्ष तुला भुसकटासारखा वाटेल. ज्याच्या हृदयमंदिरात नित्य नामघोष आहे तो स्वत:च काशी, जगन्नाथ पुरी किंवा कोणतेही तीर्थक्षेत्र आहे. एका तासात सृष्टीत कोटी वेळा उलथापालथ होते. होत्याचे नव्हते होते, पण यात ज्यांनी हरिनामाचे सेवन केले तेच टिकून राहिले.

।। पंढरीनाथ महाराज की जय ।।

।। ॐ नमो भगवते वासुदेवाय ।।

कशासाठी करिता खटपट। तप तीर्थे व्रत अचाट।
नलगे शोधावे गिरि कानन। भावे रिघा विठ्ठल शरणा।
विभांडक शृंगी तपस्वी आगळा। क्षण न लागता रंभे नागविला।
जाणोनि सेना निवांत बैसला। केशवराजा शरण निघाला।

– श्री संत सेना महाराज

व्रते करू नका, तीर्थयात्रेला जाण्याची जरूर नाही, वने उपवने शोधू नका, केवळ विठ्ठलाला मन:पूर्वक शरण जा. शृंगी नावाच्या ऋषीचे जपतप ब्रह्मचर्य रंभेने क्षणार्धात संपवले हे लक्षात घेऊन सेना विठ्ठलाला शरण जातो आहे.

भक्ति आणि ज्ञान वैराग्य वोतलें। प्रेम वोसंडलें सर्व काळ।
क्रियाकर्म जे जे अर्पो ईश्वरासी। अखंड वाचेसी रामनाम।
सर्वांभूती भाव संततचि धरी। नमस्कार करी भूतमात्रा।
बहेणी म्हणे ऐसे भक्त आचरित। तयांसी भगवंत जवळी असे।

– श्री संत बहिणाबाई

भक्ति, ज्ञान आणि वैराग्य मनोमनी ओतले आणि प्रेमाने सर्व काळ ओसंडून गेले. जे जे क्रिया कर्म केले ते ते ईश्वरार्पण केले, मुखात अखंड रामनाम, सर्वांबद्दल एकच भाव ज्याच्या मनात आहे, सर्वांना जो नमस्कार करतो, असे ज्याचे वागणे आहे त्याला भगवंत जवळ आहे असे बहिणाबाई सांगते.

टाळी वाजवावी गुढी उभारावी। वाट ही चालावी पंढरीची।
पंढरीचा हार काऊलांची पेठ। मिळाले चतुष्ट्य वारकरी।
पताकांचे भार मिळाले अपार। होतो जयजयकार भीमातीरी।
हरिनाम गर्जना, भय नाही चित्ता। ऐसे बोले गीता भागवत।

– श्री संत चोखा मेळा महाराज

टाळ्या वाजवीत गुढी उभारून पंढरीची वाट चालावी. पंढरीच्या हारात म्हणजे बाजारात ईश्वर वचनाची, काऊलांची पेठ आहे. तिथं चारही बाजूंनी आलेले वारकरी एकत्रित आले आहेत. असंख्य पताकांचे भार इथे दिसत आहेत आणि चंद्रभागातीरी विठ्ठलाचा जयजयकार होतो आहे. भगवद्गीता आणि भागवत या ग्रंथांनी सांगून ठेवलंय् की जो हरिनाम घेतो त्याला कसलीही भयभीती नाही.

।। पंढरीनाथ महाराज की जय ।।

।। ॐ नमो भगवते वासुदेवाय ।।

दीन पतित अन्यायी, शरण आले विठाबाई।
मी तो आहे याति हीन, नकळे काही आचरण।।
मज अधिकार नाही, भेटी देई विठाबाई।
ठाव देई चरणापाशी। तुझी कान्होपात्रा दासी।

– श्री संत कान्होपात्रा

देवा मी दीन आहे, पापी आहे, मी तुला शरण आले आहे. मी कनिष्ठ जातीतही आहे त्यामुळे कसे वागावे हे मला कळत नाही, मला कसलाही अधिकार नाही. तेव्हां हे विठोमाऊली तू मला भेट, तुझ्या चरणापाशी मला आश्रय दे, ही कान्होपात्रा तुझी दासी आहे.

रात्रंदिवस मन करी तळमळ। बहु हळहळ वाटे जीवा।
काय करूं आतां पाऊलें न दिसती। पडिलीसे गुंती न सुटे गळे।
बहु हा उबग आला संसाराचा। तोडा फासा याचा माय बापा।
निर्मळा म्हणे आता दुजेपण। चोखियाची आण तुम्हां असे।।

– श्री संत निर्मळाबाई

चोखामेळा या संताची बहीण निर्मळा आपल्या रचनेत विठ्ठलाला म्हणते, रात्रंदिवस तुझ्यासाठी जीव तळमळतो आहे. हळहळतो आहे. काय केले म्हणजे तुझे चरणदर्शन होईल हेच कळत नाही, गळ्याला लागलेला गुंता काही सुटत नाही. देवा, मला या संसाराचा आता उबग आला आहे, या संसाराचा फासा आता तुम्हीच तोडा, देवा आता मला दूर ठेवू नका तुम्हाला चोखोबाची शपथ आहे.

सुरतरु म्हणोनि बाभूळ मानिली। व्यर्थचि ते गेली भक्ता हो।
यालागी वोळखी असावी नेटकी। येईल परिपाकी गुण तया।।
साखरेचा खडा गार ते एकवर्ण। हंस पक्षी जाण सारखेची।
बहेणी म्हणे पाहे विचारूनी मनीं। ज्ञान सर्वांहून श्रेष्ठ असे।।

– श्री संत बहिणाबाई

बाभुळ या काटेरी झाडाला आपण कल्पवृक्ष समजलो तो समज खोटाच होता. म्हणून वस्तुची नीट ओळख पटवून घ्यावी. साखरेचा खडा आणि गारगोटी सारखेच पांढरे शुभ्र दिसतात, राजहंस आणि बगळा हेहि सारखे दिसतात, यासाठी नीट पारख केली पाहिजे. बहिणाबाई म्हणते, तुमच्या मनाला विचारून पहा, ज्ञान हेच सर्वश्रेष्ठ आहे.

।। पंढरीनाथ महाराज की जय ।।

।। ॐ नमो भगवते वासुदेवाय।।

देह जावो अथवा राहो। पांडुरंगी दृढ भावो ।।
चरण न सोडी सर्वथा। तुझी आण पंढरिनाथा ।।
वदनी तुझे मंगळनाम। अखंडित सदोदित प्रेम ।।
जैसा जैसा असेल भाग। तैसा तैसा घडेल योग।।

– श्री संत नामदेव महाराज

हा माझा देह राहो अथवा जावो माझा दृढ भाव पांडुरंगापाशीच आहे. त्याचे पाय मी पंढरीनाथा तुझ्या शपथ कधी मी सोडणार नाही. माझ्या मुखात सदैव तुझे शुभ नाम असते आणि तुझ्याविषयीच्या प्रेमाने मन काठोकाठ अखंड भरलेले आहे. माझ्या दैवात जेवढा आणि जसा भाग असेल तेवढंच मला मिळेल.

नीचपण बरवें देवा। न चाले कोणाचाहि दावा ।।
महापुरे झाडें नाती। तेथे लव्हाळे वांचती।।
येता सिंधूच्या लहरी। नम्र होता जाती वरी ।।
तुका म्हणे कळ। पाय धरिल्या न चळे बळ ।।

– श्री संत तुकाराम महाराज

आपण सदैव कनिष्ठ, लहान नीचच असावं, म्हणजे कुणाचं लक्षहि जात नाही. महापूर आला की मोठाले वृक्ष उन्मळून पडतात पण कडेची लव्हाळी, लहान रोपटी मात्र तण धरून रहातात. समुद्रात मोठ्या लाटा येतात, पण पोहणाराने नम्रपणे त्या डोक्यावरून जाऊ दिल्या तर काही होत नाही. त्याप्रमाणे देवाचे पाय आपण भक्तिप्रेमाने घट्ट धरून ठेवावेत, म्हणजे त्या बळकट पायांचेहि काही चालत नाही.

विठोबा मला मूळ घाडा। धावत येईन दुडदुडां।
चरणी लोळेन गडबडा। माझा जीव झाला वेडा।।
कर ठेवुनि कटावरी। उभा राहिला विटेवरी।
मुगुट घातला सरी। कलगी खोविली वरी।।

– श्री संत जनाबाई

विठ्ठला मला बोलावणे पाठव, मी दुडदुडा धावत येईन, तुझ्या पायांवर गडबडा लोळेन. तुझ्यासाठी माझा जीव अगदी वेडा झाला आहे. कमरेवर हात ठेवून तू विटेवर उभा आहेस, मस्तकावर मुगुट घातला आहेस आणि त्यावर मोरपीस खोवले आहेस.

।। पंढरीनाथ महाराज की जय।।

।। ॐ नमो भगवते वासुदेवाय।।

धुरु लेकरू बापुडें दैन्यवाणें। कृपा भाकिता दीधली भेटि जेणें।
चिरंजीव तारांगणी प्रेमखाणी। नुपेक्षी कदा देव भक्ताभिमानी।।
महाभक्त प्रल्हाद हा कष्टवीला। म्हणोनि तया कारणें सिंह जाला।
नये ज्वाळ वीशाळ सन्नीध कोणी। नुपेक्षा कदा देव भक्ताभिमानी।।

– श्री संत समर्थ रामदास

ध्रुव हा उत्तानपाद राजाचा मुलगा, पण सावत्र आईनं अपमान केल्यानं तो रानावनात जाऊन विष्णुनामाचा जप करीत राहिला. दीर्घ काळानंतर विष्णुने त्याला दर्शन दिले आणि तारांगणात त्याला अढळपद दिले. देव आपल्या भक्ताची कधीही उपेक्षा करीत नाही. तीच गोष्ट प्रल्हादाची. प्रल्हाद हाहि निष्ठावंत विष्णुभक्त होता, त्याला त्याच्या बापाने हिरण्यकश्यपुने त्रास दिला म्हणून नरसिंह अवतार घेऊन भगवंताने त्याचे परिपत्य केले. या देवाच्या उग्र रूपाचे प्रल्हादाला भय वाटले नाही. देव आपल्या भक्ताची कधीही उपेक्षा करीत नाही.

देवा तूं आमचा कृपाळ। भक्त प्रतिपाळ दीन वत्सल।।
माय तूं माउली स्नेहाळ । भार सकळ चालविसी।।
तुज लागली सकळ चिंता । राखणे लागे वाकडें जाता।।

– श्री संत तुकाराम महाराज

देवा, तू आमचा कृपाळू आहेस. भक्तांचा प्रतिपाळ करणारा दीन वत्सल आहेस. तू स्नेहाळ माय माऊली आहेस. तूच आमचा भार वाहतोस, आमचा योगक्षेम चालवतोस. आम्ही वेडेवाकडे वागू लागलो तर आमचे रक्षण तूच करतोस.

डोळ्यांनी बघतो, ध्वनी परिसतो कानी, पदी चालतो।
जिभेने रस चाखिंतो मधुरहि, वाचे आम्ही बोलतो।
हातानी बहुसाल काम करतो, विश्रांतीहि घ्यावया।
घेतों झोंप सुखें फिरोनि उठतो, ही ईश्वराची दया।।

– श्री संत अज्ञात कविमहाराज

आपण डोळ्यांनी बघतो, कानांनी आवाज ऐकतो, पायांनी चालतो, जिभेनं गोड चव घेतो, तोंडाने बोलतो, हातांनी वर्षानुवर्षे काम करतो, विश्रांतीसाठी सुखाने झोपतो आणि सकाळी ताजेतवाने होऊन उठतो. ही केवळ परमेश्वराची दया आहे.

।। पंढरीनाथ महाराज की जय।।

।। ॐ नमो भगवते वासुदेवाय।।

जैसे स्वप्नमाजि देखिजे। तें स्वप्नीची साच आपजे ।।
मग चेऊनियां पाहिजे। तेव कांही नाहीं।।
तैसी हे जाण माया। तू भ्रमत आहासी वायां।।
शस्त्रे हाणितलिया छाया। जैसी आंगी न रूपे।।

– श्री संत ज्ञानेश्वर महाराज

अर्जुना, आपल्याला जे स्वप्नात दिसते ते आपण झोपेत आहोत तो पर्यंतच खरे वाटते. पण प्रत्यक्ष जागे झाल्यावर त्यातले काहीच दिसत नाही. तशी ही माया आहे. ती तू जाणून घे. तू व्यर्थ भ्रमात पडला आहेस. एखाद्या व्यक्तिच्या सावलीवर शस्त्राघात केला तर तो जखमी होत नाही.

नको गुंतू लटिक्या प्रपंचासी बापा। मार्ग आहे सोपा पंढरीचा ।।
नलगे पुसावें आटा आटी काही। आणिके प्रवाही गुंतू नको ।।
भाबांवल्यापरी जत झाले मूढ। विसरले दृढ विठोबासी ।।
म्हणे जनार्दन एकनाथा निकें। साधी तूं कौतुकें हेचि वर्म ।।

– श्री संत जनार्दन महाराज

अरे बाबा तू खोट्या प्रपंचात गुंतू नकोस, पंढरीचा सोपा मार्ग धर म्हणजे कुणाला काही विचारावे लागत नाही. या प्रपंचाच्या प्रवाहात गुंतून जाऊ नको. माणसं कशी भांबावल्यासारखी झाली आहेत आणि मूळ विठ्ठलास विसरली आहेत. म्हणून जनार्दन एकनाथांना सांगतात तू हे वर्म ओळख.

न धरी लौकिकाची लाज । जेणे सहज नाम गावे ।।
अनायासे देव हातां । साधन सर्वथा दुजे नाही।।
साधन ते खटपट । नाम वरिष्ठ नित्य गावे ।।
एका जनार्दनी अैशी माझी भाष। धरावा विश्वास विठ्ठल नामी ।।

– श्री संत एकनाथ महाराज

लोक काय म्हणतील याचा विचार न करता, लौकिकाची लाज न बाळगता नामसाधना करावी. या साधनेमुळे देव अनायासे हाताशी येतो, फार खटपट न करता हे सोपे साधन आहे. देवाचे नित्य नाम घ्यावे आणि विठ्ठलावर दृढ विश्वास ठेवावा असे माझे सांगणे आहे.

।। पंढरीनाथ महाराज की जय।।

।। ॐ नमो भगवते वासू देवाय ।।

का पूर्ण कुंभ उलंडला। तेथ बिंबाकारु दिसे भ्रंशला।
परि भानु नाहीं नासला। तयासंवे ।।
जैसे जीर्ण वस्त्र सांडिजे। मग नूतन वेढिजे।
तैसे देहांतराने स्वीकारिजें। चैतन्यनाथे ।।

- श्री संत ज्ञानेश्वर महाराज

एखादी भरलेली घागर पालथी झाली तरी त्यातील सूर्यबिंब नाहीसे झाले तरी आकाशातील सूर्य जिथे असतो तिथेच असतो. ज्याप्रमाणे आपण जुने वस्त्र टाकून नवे वस्त्र नेसतो त्याप्रमाणे आत्मा जुनी, जीर्ण शरीरे टाकून नवी धारण करतो, तसे देहांतर स्वीकारावे.

न घडे मायबापां बाळकाचा घात । आपण देखत होऊं नेदी।
कां मी मनी चिंता वाहूं भय धाक । काय नव्हे एक करिता गूज ।।
वर्म जाणे त्याच्या हिताचे उपाय। तात भूक वाहे कांड्ये सांदी।
तुका म्हणे तुगा कृपावंता भारी। ऐसे मज हरी कळो आले।

- श्री संत तुकाराम महाराज

आईबापांच्या समोर बालकाचा घात होऊ शकत नाही इतकेच नव्हे तर आपल्या बाळाला कुणी त्रास दिला तरी आईबापांना तो सहन होत नाही. तसा तू आमचा मायबाप असल्याने मी मनात भय कशाला बाळगू ? बालकाचे हित आईबाप जाणतात, त्याला कडे खांद्यावरघेतात. देवा तू कृपावंत आहेस याबद्दल माझी खात्री पटली आहे असे तुकाराम महाराज म्हणतात.

प्रपंचात असावी खबरदारी। मन लावावे रामावरी ।।
त्याचा राम होईल दाता। न करावी कशाचीहि चिंता ।।
करवंटीचे कारण। खोबरे असावे सुखरूप जाण ।।
तैसे आपले देहाचे संबंध ठेवून। चित्ती असावा रघुनंदन ।।

- श्री संत गोंदवलेकर महाराज

आपल्या संसारात आपण आवश्यक ती काळजी किंवा खबरदारी जरूर घ्यावी पण मन मात्र श्रीरामावर केंद्रित करावे म्हणजे कशालाच कमी पडणार नाही. खोबरे सुरक्षित रहावे म्हणून भगवंताने करवंटी निर्माण केली आहे. त्याप्रमाणे ह्रदयातील ईश्वर सुखरुप रहावा म्हणून देहाची निर्मिती झाली आहे.

।। पंढरीनाथ महाराज की जय ।।

।। ॐ नमो भगवते वासुदेवाय।।

तरी उचित कर्मे आघवी। तुवां आचरोनी मज अर्पावी ।।
परी चित्तवृत्ति विन्यासावी। आत्मरूपी।।
आणि हे कर्म मी कर्ता। का आचरेन या अर्था ।।
ऐसा अभिमान उणे चित्ता। रिघों देसी ।।

– श्री संत ज्ञानेश्वर महाराज

अर्जुना तू योग्य ती कर्मे करून ती मला अर्पण कर. पण असे करताना आपली चित्तवृत्ती मात्र आत्मस्वरूपी ठेव. हे कर्म मी केले या कर्माचा कर्ता मी आहे किंवा अशासाठी मी हे केले असा अभिमान मनात धरू नकोस. थोडक्यात कर्म अलिप्त वृत्तीने कर.

माझे माथां तुझा हात। तुझें पायीं माझे चित्त ।।
ऐसी पडियेली गांठी। शरीरसंबंधाची मिठी।।
येर येरां पाशी। सापडोत गेलों ऐसी ।।
तुमा म्हणे सेवा। माझी, कृपा तुझी देवा ।।

– श्री संत तुकाराम महाराज

देवा माझ्या मस्तकावर तुमचा हात आणि तुमच्या पायी माझे चित्त या प्रमाणे आपली गाठ पडून शरीरसंबध झाला आहे. अशा प्रकारे आपण एकमेकांच्या परस्परांच्या तावडीत सापडलो आहे. तुकाराम महाराज म्हणतात, देवा मी तुमची सेवा करावी आणि तुम्ही माझ्यावर कृपा करावी.

भाव भक्ती भाग्यवंत। तयां संत भेटती ।।
येर ते भाग्यें जाती वायां। न भजतां पाया संताच्या।।
वचनी यांचे विश्वास धरिती। धन्य ते होती उभयलोकी ।।
निळा म्हणे या सज्जना पायीं। जीवभाव जिहीं समर्पिला ।।

– श्री संत निळोबा महाराज

ज्यांचि भावभक्ति बळकट आहे अशा भाग्यवंतांनाच संत भेटतात. संतांचे पाय न भजता किती तरी वाया गेले. संतवचनांवर जे विश्वास ठेवतात ते मृत्यूलोकी स्वर्गलोकी धन्य होत. निळा म्हणतो, अशा सज्जनांच्या पायी मी जीवभाव अर्पण केला आहे.

।। पंढरीनाथ महाराज की जय।।

।। ॐ नमो भगवते वासुदेवाय ।।

तीर्थ व्रत नेम भावेंवीण सिद्धी। वायांचि उपाधी करीसी जना।।
भावबळे आकळे येरवीं नाकळे। करतली आंवळे तैसा हरी।।
पारियाचा रवा घेतां भूमीवरी। यत्न परोपरी साधन तैसे।।
ज्ञानदेव म्हणे निवृत्ती निर्गुण। दिघलें संपूर्ण माझे हाती।।

– श्री संत ज्ञानेश्वर महाराज

तीर्थस्नाने, व्रते, निरनिराळे नेम धर्म करणे, हे सर्व केले पण देवावर जर खरी भक्ति नसेल तर ते सगळे वायांच गेले असे समजावे. भक्ति मुळेच तळहातावर ठेवलेल्या आवळ्या सारखा हरि मनात भरतो. पाऱ्याचे बारीक कण जमिनीवरून उचलून घेताना जसा त्रास होतो, खूप प्रयत्न करावे लागतात, तसे ईश्वर प्राप्तीसाठी अन्य साधने वापरली असता होते. माझे गुरू निवृत्तीनाथ यांनी मात्र निर्गुण स्वरूपात अवघा ईश्वर माझे हाती दिला आहे.

नामावीण मुख सर्पांचे तें बीळ। जिव्हा नव्हे काळसर्प आहे।।
वाचा नव्हे लांब जळो त्याचे जिणें। यातना भोगणे यमपुरी।।
हरीविण कोणी नाही सोडविता। पुत्र बंधु कांता संपत्तीचे।।
अंत:काळी कोणी नाही वा सांगाती। साधुचे संगती हरीजोडे।।

– श्री संत एकनाथ महाराज

जे मुख नाम घेत नाही ते मुख नव्हे तर सापाचे बीळ आहे आणि नाम न घेणारी जीभ काळसर्प आहे. पुत्र बंधु कांता सगळे संपत्तीवर लक्ष ठेवणारे, अंतकाळी कोणी सोबतीला येत नाही. हरिशिवाय सोडविणारा कोणी नाही यासाठी साधु संगतीने हरीनाम जोडावे.

स्मरण करितां रामनाम ध्वनी। ऐकताचि कंर्णी पळती यम।।
नामपाठ करा रामकृष्ण हरी। होतील कामारी ऋद्धिसिद्धी।।
साध्य तेंचि साधीं न करी उपाधीं। जन्मांतरीच्या व्याधी हरती नामें।।
नामा म्हणे सर्व राम हाचि भाव। नाहीं आणिक देव नामें रामेवीण।।

– श्री संत नामदेव महाराज

सतत रामनाम घ्यावे. रामनाम ऐकताच यम पळून जातो. रामकृष्ण हरी हा नामपाठ करा, ऋद्धिसिद्धी तुमच्या दासी होतील. जे असाध्य आहे ते रामनामाने साध्य होईल, जन्म जन्मांतरीच्या व्याधि नाहीशा होतील. नामदेव म्हणतात, राम हाच भाव मनात ठेवावा कारण रामशिवाय दुसरा देव नाही.

।। पंढरीनाथ महाराज की जय।।

।। ॐ नमो भगवते वासुदेवाय।।

आशेपाशी काम आशेपाशी क्रोध। आशेपाशी भेद लागलासे ।।
आशेपाशी कर्म, आशेपाशी धर्म। आशेपाशी नेम नानात्वाचा ।।
आशेपाशी याति आशेपाशी जाती। आशेपाशी वस्ती अहंकाराची ।।
एका जनार्दनी निराशी ते धन्य। ज्यासी नारायण सांभाळिता ।।

– श्री संत एकनाथ महाराज

आशेपाशी कामहि आहे, क्रोधहि आहे. आशेपाशी कर्म, धर्म आणि नाना नेम आहेत. आशेजवळ जातपात तर आहेच पण अहंकाराची वस्तीहि आशेपाशीच आहे. त्यामुळे जे निराश आहेत म्हणजे ज्यांन कोणतीच, कसलीच आशा नाही ते धन्य होत कारण त्यांना साक्षात् नारायणच सांभाळतो.

तुजला तो बहुत काज देवारे। अरे माझा आठव असो द्यावा रे ।।
अंकी धर्मासी खेळवावे। दुष्टां धुळीस मेळवावें ।।
साधुंचे समुदाय पाळावे। पापांचे डोंगर जाळावे ।।
उध्दव चिद्‌घन द्वैत गोसावी। दुबळी दीन अनाथ पोसावी ।।

– श्री संत उद्धव चिद्‌घन महाराज

देवा, तुझ्या पुढे पुष्कळ कामे पडली आहेत, पण त्यातहि तू माझी आठवण ठेव. धर्म तुझ्या मांडीवर खेळतो, तू दृष्टांना धुळीस मिळवतोस. सांधुंच्या समुदायांचे तू पालन करतोस, पापाचे डोंगर जाळून टाकतोस– 'उद्धव' चिद्‌घन गोसावी देवाला विनवितो की देवा तू दीन आणि अनाथांचे पालन पोषण कर.

भावार्थ तो ऐसा पाहिजे बहुगोड। जसा इक्षुदंड चवी न सोडी ।।
तोडिता मोडिता सोलिता पिळिता। अग्नीने जाळिता चवी न सोडी ।।
पाक झाल्यावरी तुडविती चरणे। अंती साखर होणे चवी न सोडी ।।
बसवलिंग म्हणे धन्य त्याची निष्ठा। साहून नाना कष्टा सुखवी जना।।

– श्री संत बसवलिंग महाराज

माणसाचा भक्तिभाव उसासारखा गोड असला पाहिजे. तोडले, सोललं, पिळलं, जाळलं, पायांनी तुडवलं तरी ऊस ज्या प्रमाणे आपली मधुर चव सोडत नाही त्याप्रमाणे ज्या ऊसाची शेवटी साखर होते त्याप्रमाणे भक्तिभाव, निष्ठा असावी, ऊसाप्रमाणे नाना कष्ट सहन करून लोकांना सुखवावे.

।। पंढरीनाथ महाराज की जय ।।

।। ॐ नमो भगवते वासुदेवाय।।

तैसे ज्ञान तरी शुद्ध। परी इही असे प्ररूद्ध ।।
म्हणोनि तें अगाध। होऊनि ठेलें।।
आधी यांते जिणावें। मग तें ज्ञान पावावें ।।
तंव पराभवो न संभवे। राग द्वेषा।।

– श्री संत ज्ञानेश्वर महाराज

ज्ञान मुळात शुद्ध असते पण ते अनेक दोषांनी झाकलेले असते. ते अगाध म्हणजे मिळण्यास अवघड असते. अगोदर काम क्रोधांना जिंकावे आणि मग ज्ञानाची प्राप्ती करून घ्यावी. पण कामक्रोधांचा पराभव करणे सोपे नाही.

उत्तम घालावे आमुचिये मुखीं। निवारावे दु:खी होऊ नेदी ।।
न बैसे न वजे जवळुनि दूरी। मागें पुढें वारी घातपात ।।
नाहीं शंका असो भलतिये ठांयी। मावळलें पाही द्वैताद्वैत ।।
तुका म्हणे भार घेतला विठ्ठलें। अंतरी भरलें बाह्यरूप।।

– श्री संत तुकाराम महाराज

हा विठ्ठल जे उत्तम आहे ते आमच्या मुखी घालतो, वाईट असेल ते दूर करतो, आमच्या वर आलेली संकटे दूर करून आम्हाला दु:खी होऊ देत नाही. आम्हास विसंबत नाही. आमच्या मनात आता कसल्याहि शंका उरल्या नाहीत. द्वैतद्वैत समाप्त झाले आहे. तुकाराम महाराज म्हणतात, आमचा भार विठ्ठलाने घेतला आहे, त्याचे बाह्य रूप आमच्या अंत:करणात भरून राहिले आहे.

माजीं बांधावा भोपळा। तैशी बांधो नये शिळा ।।
सारासार निवडावें। तैसे जाणोनिया घ्यावें ।।
रत्न खडे येर खडे। सगर देता प्राणी रडे ।।
एका ठायीं सोने लाख। लाख देता मारी हांक ।।

– श्री संत समर्थ रामदास

भवसागर पार करावयाचा असेल तर कमरेला नास्तिकपणाची शिळा बांधू नये, श्रद्धेचा भोपळा बांधावा. रत्ने आणि खडे सारखेच दिसतात पण रत्नांचे मोल खड्यांना येत नाही. दागिन्यात सोने आणि लाख एकत्र असतात पण सोन्याचे मोल लाखेला येत नाही. यासाठी नेहमी तारतम्याचा, योग्य निवडीचा, साराचा विचार करावा.

।। पंढरीनाथ महाराज की जय।।

।। ॐ नमो भगवते वासुदेवाय।।

ध्यानीं रूप वाचे नाम निरंतर। अपुला विसर पडों नेदीं।
मायबाळा भेटी सुखाची आवडी। तैशी मज गोडी देईं देवा।।
किर्ती ऐकोनिया झालो शरणांगत। दासाचे तू हित करतोसी।
तुका म्हणे मी तो दीन पायराशी। घालावे पाठीशी माय बापा।।

– श्री संत तुकाराम महाराज

तुकाराम महाराज म्हणतात, ध्यानी तुझे रूप, मुखी तुझे नाम, निरंतर असू दे. तुझा विसर मला पडू देऊ नकोस. माय लेकांना जसे परस्पर भेटीचे सुख होते तसे मला दे. तू दासांचे हित करतोस. मायबापा, मी दीन, पापाची राशी आहे मला पाठीशी घाला.

नव्हे वाडगी चाहुटी काम पोटीं।
क्रियेवीण वाचाळता तेचि मोठी।।
मुखीं बोलिल्यासारिखे चालताहे।
मना सद्गुरु तोचि शोधुनि पाहे।।

– श्री संत समर्थ रामदास

बोलण्यात उगीच चावटपणा नसावा आणि नुसता बोलभांडपणा नसावा. कृती करणारा असावा, मना जो बोलल्यासारखे वागतो तो सद्गुरु तू शोधून काढ.

राजास जी महाली सौख्ये कधी मिळाली। ती सर्व प्राप्त झाली । या झोपडीत माझ्या।।
भूमीवरी पडावे ताऱ्यांकडे पहावे । प्रभुनाम नित्य गावे । या झोपडीत माझ्या ।।
येता तरी सुखे या, जाता तरी सुखे जा। कोणावरी न बोजा। या झोपडीत माझ्या।।
पाहूनि सौख्य माझे, देवेंद्र तोहि लाजे । शांती सदा विराजे । या झोपडीत माझ्या।।

– श्री संत तुकडोजी महाराज

राजाला जी सुखे राजमहाली कधी मिळाली नाहीत ती या झोपडीत मला मिळतात. जमिनीवर शांतपणे ताऱ्यांकडे पहात पडावे, आणि देवाचे नाव घेत रहावे. सुखे येतात आणि जातात पण माझ्या झोपडीत कुणावर कसलेहि ओझे नाही. माझं हे सुख पाहून इंद्रालाहि लाज वाटते कारण या माझ्या झोपडीत नित्य शांतिचा वास आहे.

।। पंढरीनाथ महाराज की जय।।

।। ॐ नमो भगवते वासुदेवाय।।

नामाचिया बळें न भिऊ सर्वथा। कळिकाळाच्या माथा सोटे मारू ।।
वेकुंठीचा देव आणू या कीर्तनी । विठ्ठल गाऊनि नाचो रंगी ।।
सुखाचा सोहळा करूनी दिवाळी । प्रेमे वनमाळी चित्ती धरू ।।
सावता म्हणे ऐसा भक्तिमार्ग धरा। तेणें भक्ति द्वारा वोळंगतो।।

- श्री संत सावतामाळी महाराज

आमच्याजवळ नामाचं बळ आहे त्यामुळे आम्ही कशालाहि भीत नाही, कळिकाळच्या मस्तकावर आम्ही काठ्या मारू. वैकुंठीचा देव आम्ही आमच्या कीर्तनात आणू व आम्ही विठ्ठलनाम घेत रंगून जाऊन नाचत राहू. वनमाळी मनात ठसला म्हणजे आम्हाला तोच सुखाचा सोहळा असतो आणि तीच दिवाळी असते. सावता माळी सांगतात, भक्तिमार्ग धरा. तोच तुम्हास परमेश्वराकडे नेईल.

बरें सत्य बोला यथातथ्य चाला।
बहू मानिती लोक तेणें तुम्हाला।।
धरा बुद्धि पोटी विवेकें तुम्ही हो।
बरा गुण तो अंतरामाजि राहो।।

- श्री संत समर्थ रामदास

नेहमी हितकारक पण खरे बोलावे, आपली वागणूक योग्य असावी म्हणजे चार लोक तुम्हास मानतील. प्रत्येक गोष्ट करताना, ती विचारपूर्वक, विवेकाने करावी. सद्गुणांची उपासना अंतरंगात मनापासून करावी.

नव्हती ते संत करिता कवित्व। संताचे ते आप्त नव्हती संत ।।
येथे नाही वेश सरतें आडनाव । निवडे घावडाव व्हावा अंगी।।
नव्हती संत करिता तप तीर्थाटण । सेविलिया वन नव्हे संत ।।
तुका म्हणे नाही निरसला देहे । तो वरि हे अवघे संसारिक ।।

- श्री संत तुकाराम महाराज

केवळ कविता करून किंवा संताचें नाते सांगून संत होता येत नाही. संतांचे वेष किंवा आडनाव लावून, नाटकी अविर्भाव करून तपतीर्थयात्रा करून किंवा वनामध्ये राहून संत होता येणार नाही. जोपर्यंत देहावरचा मोह संपला नाही तोपर्यंत हे सर्व प्रापंचिकच आहेत.

।। पंढरीनाथ महाराज की जय।।

।। ॐ नमो भगवते वासुदेवाय।।

काय चाड आम्हां बाहेरल्या वेषे । सुखाचे कारण असे अंतरी ते ।।
भीतरी पालट जंव नाही झाला । तोंवरी न बोला जाणपणें।।
चंदनाचे संगती नीच महत्त्वा पावली । नाचे परि उरली पालट देही ।।
नामा म्हणे मज सांगा ऐसे कोणी । जेणे केशव येऊनि हृदयी राहे।।

– श्री संत नामदेव महाराज

बाहेरच्या वेषापाशी, पोषाखापाशी आम्हाला काही देणे घेणे नाही, आम्ही सुखाचे कारण असलेले माणसाचे अंत:करण जाणतो. जो पर्यंत अंत:करणात बदल झाला नाही तोपर्यंत बोलण्यात काही अर्थ नाही. चंदनाच्या संगतीने आजूबाजूच्या खालच्या जातीच्या झाडांना सुगंध प्राप्त होतो, त्यामुळे त्यांची मूळ नावे तीच असली तरी वास चंदनाचा येतो. त्याप्रमाणे विठोबाने ज्याच्या मनात मुक्काम केला आहे असा मला कुणीतरी सांगा.

काळ सारिखाची नाही विचारूनी पाही। काही एक सुकाळ, दु:काळ।
काही येक पर्वकाळ काही एक आनंदाचे दीस। काही येक उदास।।
काही येक बाळ व तारूण्य काही येक वृद्धपण। येकठाई उपजते वाढते ।
काही येक सत्संग कुसंग रंग आणि रंग नाही। दीसा ऐसा दीस।।

– श्री समर्थ रामदास

काळ हा सदैव सारखा नसतो, कुणालाहि विचारून पहावे. कधी सुदिन कधी दुर्दिन, कधी पर्वकाळ, कधी दु:खकाळ, एखादा दिवस आनंदाचा तर दुसरा दु:खाचा. प्रारंभी बालपण, मग तारुण्य, शेवटी वृद्धपण व मृत्यू हे ठरलेले आहे. कधी सत्संग, कधी कुसंग आणि कोणताच संग नाही असाहि दिवस उगवतो.

देहीं असोनिया देव। वृथा फिरतो निर्दैव।
देव आहे अन्तर्यामी। व्यर्थ हिंडो तीर्थग्रामीं।।
नाभी मृगाचे कस्तुरी। व्यर्थ हिंडो वनांतरी ।
तुका सांगे मूढजना। देहीं देव कां पाहाना।।

– श्री संत तुकाराम महाराज

आपल्या देहात देव असताना उगीच देव देव करीत आपण हिंडत असतो. आपल्या अंत:करणात देव आहे हे न ओळखता उगाच तीर्थयात्रा करीत हिंडु नये. तुकाराम महाराज मूढ जनांना सांगतात, आपल्याच देहात देव आहे तो पहा ना !

।। पंढरीनाथ महाराज की जय।।

।।ॐ नमो भगवते वासुदेवाय।।

विटेवरी शोभे स्वानंदाचा गाभा। श्री मुखाची शोभा काय वानू ।।
कटी पितांबर, तुळशीचे हार। उभा सर्वेश्वर भक्तिकाजा ।।
लावण्य रुपडें पाहे पुंडलीक। आणिक सम्यक नये दुजा ।।
पाहतां पाहतां विश्रांती पै जाली। जनार्दनी माऊली संतांची ते।।

– श्री संत एकनाथ महाराज

ज्याला स्वानंदाचा गाभाच म्हणता येईल असा विठ्ठल विटेवर उभा आहे. त्याच्या मुखाची शोभा काय वर्णावी ? कमरेला पितांबर, गळ्यात तुळशीचा हार घातलेला हा सर्वेश्वर भक्तांचे लाड पुरविण्यासाठी इथे उभा आहे. या देवाचं लावण्यमय रूप पुंडलीकानं पाहिलं आणि याच्यासारखं दुसरं सम्यक नाही. या देवाकडे पाहताना मनाला शांतता मिळते– ही विठामाई संताची माऊली आहे.

पांडुरंग ध्यानीं पांडुरंग मनीं। जागृती स्वप्नीं पांडुरंग।
पडिले वळण इंद्रिया सकळां। भाव ते निराळा नाहीं कोणा।।
तुका म्हणे केली नेत्री ओळखण। तटस्थ ते ध्यान विटेवरी।
तुका म्हणे जरी मोकलिशी आता। तरी मी अनंता वायां गेलों।।

– श्री संत तुकाराम महाराज

माझ्या ध्यानात, मनात, जागृतीत आणि स्वप्नात पांडुरंगच आहे. माझ्या इंद्रियांना आता तसे वळणच पडले आहे. त्यांना पांडुरंगाशिवाय दुसरा विषय नाही. तुकाराम महाराज म्हणतात, विटेवर उभ्या असलेल्या पांडुरंगाची मला पुरती ओळख पटली आहे, देवा आता जर तू मला सोडशील तर माझा जन्म फुकट जाईल.

परात्परा सच्चिदानंदा। परिपूर्णा जी आनंदकंदा। जगदीशा विश्ववंद्या ।।
भक्तवत्सला कृपासिंधु। तापत्रयहरणा दीनबंधु भक्त पावती। भाविक पंढरीशा।।
परमपुरुषा गुणातीता। अव्यया अक्षदा जी अव्यक्त। पुंडलीक वरदा ।।
भावाभाव विवर्जिता । सगुणनिर्गुणा गुणातित। चरणी माथा तुमचिये।।

– श्री संत विठा महाराज

परिपूर्ण सच्चिदानंदा, परात्परा आनंदकंदा, साऱ्या जगाला वंदनीय असलेल्या जगदीशा, भक्त वत्सला कृपासिंधू, तापत्रयांचे हरण करणाऱ्या भाविक भक्तांना पावणाऱ्या दीन बंधो, सगुणनिर्गुण असून गुणातीत असलेल्या भावनेपलिकडच्या, अक्षरा अव्यया पुंडलीक वरदा पंढरीनाथा तुमच्या चरणांवर मी मस्तक ठेवतो.

।।पंढरीनाथ महाराज की जय।।

।। ॐ नमो भगवते वासुदेवाय।।

देखे विवेकी जे होती। ते दोहीतेंही न शोचिती।
जे होय जाय हे भ्रांती। म्हणऊनियां।।
हें उपजें आणि नाशे। तें मायावशें दिसे।
ये-हवी तत्त्वता वस्तु जे असे। तें अविनाशची।।

– श्री संत ज्ञानेश्वर महाराज

जे विवेकी आहेत, विचारवंत आहेत त्यांना जन्म आणि मृत्यू दोन्ही गोष्टी खोट्या आहेत हे माहीत असते म्हणून ते अशा गोष्टीचा शोक करीत नाहीत. जे उपजते-जन्मते त्याचा नाश होतो हा सगळा मायेचा खेळ आहे हे जाणते जाणतात त्याचबरोबर आत्मा अविनाशी असतो हेहि त्यांना ठाऊक असते.

तुझिया सत्तेने वेदासी बोलणे। सूर्यासी चालणे तुझिया बळें।।
ऐसा तूं समर्थ ब्रम्हांडाचा धनी। वर्म जाणुनि शरण आलो।।
मेघांनी वर्षावें पर्वती बैसावें। वायूनें विचरावे सत्ते तुझें।
नामा म्हणे काही हाले न साचार। प्रभु तूं निर्धार पांडुरंग।।

– श्री संत नामदेव महाराज

देवा तुझ्यामुळे वेद बोलतात, तुझ्यामुळे सूर्य चालतो, तू असा ब्रम्हांडांचा धनी आहेस हे ओळखून तुला शरण आलो आहे. मेघांनी पाऊस कधी पाडावा, पर्वतांनी कुठे बैठक मारावी, वायुने कसे वाहावे, हे तुझ्या अधीन आहे. नामदेव म्हणतात देवा तुझ्या इच्छेवाचून काहीही हालत नाही., पांडुरंगा तू म्हणजे साक्षत निर्धार आहेस.

नाम विठोबाचे घ्यावे। मग पाऊल टाकावे।
नाम तारक हे थोर। नामें तरिले अपार।।
अजामेळ उद्धरिला। चोखा मेळा मुक्तिस नेला
नाम दळणी कांडणी। म्हणे नामयाची जनी

– श्री संत जनाबाई

देवाचे नाव, विठोबाचे नाव घ्यावे, मगच पाऊल टाकावे, नाम हा तारक मंत्र आहे. या नामामुळे अनेकजण तरून गेले आहेत. या नामाने अजामेळाचा उद्धार झाला, चोखा मेळा यांना मुक्ति मिळाली. म्हणून दळण कांडण करतानाहि ही जनाबाई विठ्ठल नाम घेते.

।। पंढरीनाथ महाराज की जय।।

।। ॐ नमो भगवते वासुदेवाय ।।

गंगा गेली सिंधुपाशी। त्याणें अव्हेरिले तिसी ।।
तरी ते सांगावे कवणाला। ऐसे बोलें बा विठ्ठला ।।
जळ कोपे जळचरा। माता अव्हेरीं लेकुरा ।।
जनी म्हणे शरण आले। अव्हेरीतां ब्रीद गेले ।।

– श्री संत जनाबाई

गंगा समुद्रापाशी गेली पण त्याने तिचा स्वीकार केला नाही, अव्हेर केला. हे कुणाला सांगायचे, विठ्ठला तूच सांग पाणी जर जळाचरांवर, पाण्यात रहाणाऱ्या वर रागावले किंवा आईनं मुलाचा अव्हेर केला तर काय करायचे, म्हणून जनी म्हणते देवा मी तुला शरण आले आहे तू जर माझा अव्हेर केलास तर माझे सर्व काही गेले !

शून्य साकारले साध्यंत दिसे। आकार नासे तिथे शून्याकार दिसे ।।
शून्य ते सार शून्य ते सार। शून्यीं चराचर सामावलें ।।
नामयाची बहीण आऊ बाई। शून्यी सामावली ।।
विठ्ठलीं राहिली चित्तवृत्ती ।।

– श्री संत आऊबाई

शून्य साकारले आहे, ते समग्र दिसते आहे, त्याला आकार नाही, ते शून्याकार असते. सर्वांचे सार शून्य हेच आहे. सर्व चराचर या शून्यात सामावले आहे. नामदेवाची बहीण आऊबाई ही देखील शून्यात सामावली आहे. कारण तिची चित्तवृती विठ्ठलचरणी लीन झाली आहे.

विठू दीनांचा दयाळ। वागवी दासाची कळकळ ।।
देव कृपावंत मोठा। उणें पडो नेदी तोटा ।।
देवा भक्तांचा अभिमानी। वाहे चिंता सकळ मनी ।।
देव भावाचा भुकेला। कान्होपात्रे आनंद झाला ।।

– श्री संत कान्होपात्रा

विठ्ठल हा गरीबांचा दयाळ आहे. तो आपल्या सेवकांची, दासांची तळमळ जाणतो. देव अतिशय कृपावंत आहे, तो काही कमी पडू देत नाही. देवाला भक्तांचा अभिमान असतो आणि तो त्यांची चिंता करतो. देव भावाचा भुकेला आहे हे जाणून कान्होपात्रा आनंदित झाली आहे.

।। पंढरीनाथ महाराज की जय ।।

।। ॐ नमो भगवते वासुदेवाय।।

मुकिया साखर चाखाया दिधली। बोलता हे बोली बोलवेना ।।
तो काय शब्द सुटला अनुवाद। आपुला आनंद आधाराया।।
आनंदी आनंद गिळुनि रहाणे। अखंडित होणें न हो तिया ।।
म्हणे गोरा कुंभार जीवमुक्त होणें। जग हें करणे शहाणे बापा।।

– श्री संत गोरा कुंभार महाराज

मुक्या माणसाला साखर खायला, दिली तर तो आपला आनंद व्यक्त करू शकत नाही. त्याप्रमाणे आपला आनंद गिळून टाकावा, आपण असून नसल्यासारखे वागावे. गोरा कुंभार म्हणतो, हे जग शहाणे करणे म्हणजे जीवन्मुक्त होणेच होय.

काही उपाय चालेना। काहीं स्वहित घडेना ।।
काही केलें नाहीं पुण्य। काय जन्मासी येऊन।।
केली नाहीं काही भक्ति। देहीं नाहीं हो विरक्ति ।।
गुरूकृपा होय जरी। नरहरी क्षणात उद्धरी।।

– श्री संत नरहरी सोनार महाराज

काही उपाय चालत नाही, स्वहिताचे काही घडत नाही– जन्माला येऊन मी काहीही पुण्य केले नाही, भक्ति केली नाही किंवा देहालाही विरक्ति आली नाही– पण जर माझ्यावर गुरूकृपा झाली तर माझा एका क्षणात उद्धार होईल.

ऐकावें विठ्ठल धुरे। विनंती माझी हो सत्त्वरें।
करी संसाराची बोहरी। इतुकें मागतो श्रीहरी।।
कष्ट करिता जन्म गेला। तुझा विसर पडला।
माळी सावता मागे संतान। देवा करी गा नि:संतान।।

– श्री संत सावतामाळी महाराज

विठ्ठला माझी एक विनंती ऐक, माझा संसार संपवून टाक; एवढेच श्रीहरी माझे तुझ्याकडे मागणे आहे. कष्टात सगळा जन्म गेला, तुझा विसर पडला. सावता माळी तुझ्याकडे संतान मागतो पण तू नि:संतान कर.

।। पंढरीनाथ महाराज की जय।।

।।ॐ नमो भगवते वासुदेवाय।।

अवघाचि संसार सुखाचा करीन। आनंदे भरीन तिन्ही लोक ।।
जाई ग माये तया पंढरपुरा। भेटेन माहेरा आपुलिया।।
सर्व सुकृताचे फळ मी लाहीन। क्षेम मी देईन पांडुरंगी ।।
बाप रखुमादेवी–वरु विठ्ठलेशी भेटी। आपुले संवसाटी करूनी ठेला।।

– श्री संत ज्ञानेश्वर महाराज

मी हे सगळे जग, अवघे विश्व, सर्व संसार सुखाचा करीन आणि तिन्ही लोक आनंदाने भरीन. पंढरपूरला जाऊन माहेराला भेटेन, माझ्या पुण्याचे फळ मी मिळवीन आणि माझे क्षेम कुशल पांडुरंगाला सांगेन. रखुमाईच्या वराला, श्री विठ्ठलाला कडकडून भेटेन. कारण तिथेच सर्व आनंदाचा ठेवा आहे.

जोडोनिया धन उत्तम वेव्हारें। उदास विचारें वेंच करी ।।
उत्तमचि गति तो एक पावेल। उत्तम भोगील जीवखाणी।।
परउपकारीं नेणें परनिंदा। परस्त्रिया सदा बहिणी माना ।।
भूतदया गाई पशुचे पाळण। तान्हेला जीवन वनामाजीं।।

– श्री संत तुकाराम महाराज

सन्मार्गाने धन मिळवावे आणि त्याविषयी लोभ न ठेवता तो खर्च करावा. जो उत्तम मार्गाने जीवन घालवील त्याला उत्तम गतीच मिळेल. परस्त्रियांना बहिणीसारखे मानावे, भूतदया दाखवावी, कुणाचेही वाईट चिंतू नये, वडीलधाऱ्यांचा मान ठेवावा, तहानेलेल्याला पाणी द्यावे.

दु:ख दुसऱ्याचे जाणावे। ऐकोन जरी वांटून द्यावे।
बरे वाईट सोसावे। समुदायाचे।।
पाहतां तरी सांपडेना। कीर्ती करुं तरी राहेना।
आले वैभव अभिळासीना। कांही केल्या।।

– श्री समर्थ रामदास

नेहमी दुसऱ्याचे दु:ख जाणून घ्यावे. ते ऐकून वाटून घ्यावे. लोकांचे जे बरे वाईट असेल ते सोसण्याची सिद्धता असावी. खरा नि:स्वार्थी पुरुष शोधून सापडत नाही. तो मानसन्मान कीर्तीपासून दूर असतो, वैभवाची त्याला अभिलाषा नसते.

।।पंढरीनाथ महाराज की जय।।

।। ॐ नमो भगवते वासुदेवाय ।।

नाम घेता मन निवे। जिव्हें अमृतचि स्त्रवें।
होताती बरवे। ऐसे शकुन लाभाचे ।।
मन रंगले रंगले। तुझ्या चरणी स्थिरावले।
केलीयां विठ्ठले। ऐसी कृपा जाणावी ।।

- श्री संत तुकाराम महाराज

नाम घेतल्यावर मन शांत होते, नाम नव्हे जिभेतून अमृतच स्त्रवत असते. नामस्मरणामुळे सर्व लाभाचे शुभशकुन होतात. विठ्ठला माझे मन तुझ्या नामस्मरणात रंगले आहे, तुझ्या चरणी स्थिरावले आहे– माझी ही अवस्था म्हणजे विठ्ठला तुझीच कृपा आहे.

सदा देवाकाजे झिजे देह त्याचा।
सदा रामनामी वदे नित्य वाचा।।
स्वधर्मची चाले सदा उत्तमाचा।
जगी धन्य तो दास सर्वोत्तमाचा।।

- श्री संत समर्थ रामदास

सदैव देवाच्या कारणी त्याचा देह झिजत असतो, त्याच्या ओठांवर सदैव रामनाम असते, त्याचे वागणे धर्मानुसार असते. तो ईश्वराचा भक्त या जगात धन्य होय.

सुखाचे जे सुख चंद्रभागेतटीं। पुंडलिकापाठी उभे असे।
साजिरे गोजिरे समचरणी उभे। भक्ताचिया लोभे विटेवरी।।
कर दोन्ही कटी श्रीमुख चांगले। शंखचक्र मिरविले गदापद्म।
चोखा म्हणे शोभे वैजयंती कंठी। चंदनाची उटी सर्व अंगी।।

- श्री संत चोखामेळा महाराज

सर्व सुखांचे जे सुख ते चंद्रभागेतीरी पुंडलिकापाठी उभे आहे. हे साजिरे गोजिरे रूप भक्ताच्या प्रेमासाठी विटेवर उभे आहे. कटीवर दोन्ही हात, श्रीमुख सुंदर, शंख चक्र गदा पद्म, चोखा मेळा म्हणतो त्याच्या गळ्यात वैजयंती माला शोभते आहे. आणि त्याच्या सर्वांगाला उटी लावली आहे.

।।पंढरीनाथ महाराज की जय।।

।।ॐ नमो भगवते वासुदेवाय।।

नामजपयज्ञ, तो परम।
बाधु न शके स्नानादि कर्म ।।
नामें पावत धर्माधर्म।
नाम परब्रह्म वेदार्थ ।।

– श्री संत ज्ञानेश्वर महाराज

नामजपयज्ञ हा यज्ञ सर्व श्रेष्ठ समजावा. नामजपाला स्नानादि कर्मांची बाधा होत नाही. धर्माधर्म पावन होण्यास नामच कारण आहे. नामच मूळ परब्रह्म आहे. आणि नामच वेदार्थ आहे.

अमृताहूनी गोड नाम तुझे देवा।
मन माझे केशवा कां बा ने घे ।।
सांग पंढरीराया काय करुं यांसी।
कां रुप ध्यानासि ये ना तुझे ।।

– श्री संत नामदेव महाराज

देवा तुझे नाव अमृताहून गोड आहे पण ते माझ्या ओठी का येत नाही हेच कळत नाही. तुझे ध्यानरुप माझ्या डोळ्यासमोर का येत नाही हेच समजत नाही.

ऐका नवल केले गोपाळे। मुष्टीभर पोहे भक्षिले ।
इंद्रपदतुल्य राज्य दिधले। सुदाम्यासी प्रीतीने ।।
जयाचे मुखी तृप्त जगन्नाथ। आणि हृदयी पदांकित मिरवी ।
त्याचा जो अव्हेर करील। तो वैरी पूर्ण श्रीहरीचा ।।

– श्री संत श्रीधर पंडित महाराज

सुदाम्याने प्रेमभराने आणलेले मूठभर पोहे श्रीकृष्णाने खाल्ले आणि त्याला तेवढ्याच प्रेमाने इंद्रपदासारखे राज्य दिले. ज्याच्या मुखात अखंड ईश्वर नाम आहे, ज्याच्या अंत:करणावर भगवंताची पावलं उमटलेली आहेत, त्या परमेश्वराचा जो अनादर करील, अव्हेर करील तो श्रीहरीचा वैरी समजावा.

।।पंढरीनाथ महाराज की जय।।

।। ॐ नमो भगवते वासुदेवाय ।।

कर्माधारे राहाटिजे। परी कर्मफळ न निरीक्षिजे।
जैसा मंत्रज्ञु न बधिजे। भूत बाधा ।।
तिच्यापरी जे सुबुद्धि। आपु जालिया निरवधि ।
हा असताचि उपाधि। आकळू न सके।।

– श्री संत ज्ञानेश्वर महाराज

मांत्रिकाला कधीहि भूतबाधा होत नाही, त्याप्रमाणे कर्मफळाची अपेक्षा न ठेवता कर्माधारे आपले वर्तन ठेवावे, फळाची अपेक्षा करू नये. अशी सुबुद्धि ज्याला प्राप्त झाली आहे, तो जन्ममरणाच्या उपाधीतून, फेऱ्यातून मुक्त होतो.

बाहेर भीतरीं गुजचि मी देखें। चित्त तेणें सुखे वेडावलें।
संतसंगे मज पालट हा जाला। पाहता विठ्ठला रुप तुझे ।।
मीपणासहित आनंदी बुडालें। न निघे काही केलें चित्त माझें।
नामा म्हणे एक उरलीसे वासना। स्वामीसेवकपणा देई देवा ।।

– श्री संत नामदेव महाराज

अंतर्बाह्य देवा तुम्हालाच मी पाहतो. तुझ्या सुखासाठी हे चित्त वेडे झाले आहे. संतसंगतीमुळे हा पालट झाला आहे. विठ्ठल दर्शनाने माझे मन जे आनंदात बुडून गेले ते काही केल्या बाहेर येत नाही. देवा आता एकच इच्छा उरली आहे, तू स्वामी आणि मी सेवक असेच निरंतर राहू दे.

नाम म्हणतां मोक्ष नाहीं। ऐसा उपदेश करतील कांही।
बधिर व्हावें त्यांचे ठायीं। दुष्ट वचन वाक्य तें ।।
जयाचे राहिलें मानसीं। तेचि पावले तयासी।
चांचपडता मेली पिसीं। भलतैसीं वाचाळें ।।

– श्री संत तुकाराम महाराज

नामस्मरणाने मोक्ष प्राप्त होत नाही असा कोणी जर उपदेश करीत असेल तर त्यात तथ्य नाही, तिकडे दुर्लक्ष करावे. ते चुकीचे बोलणे आहे. अशी दुष्ट वचने ऐकण्यापेक्षा बहिरेपण बरे. ज्याला जे जे हवे ते नामस्मरणाने मिळते. नामस्मरणाला विरोध करून बडबडणारे कित्येक वाचाळ मरून गेले.

।। पंढरीनाथ महाराज की जय ।।

।। ॐ नमो भगवते वासुदेवाय ।।

नित्य हरिकथा नित्य नामावळी। वैष्णवीचे कुळी जन्म धन्य।
म्हणोनि पंढरी उपजावें संसारीं। प्रत्यक्ष श्रीहरी तीरीं उभा।।
नित्यता दिवाळी नाही तेथे द्वैत। नित्यता अच्युत तिष्ठतसे।
निवृत्ति सादर विष्णुमय नाम। विठ्ठल आचार पंढरिये।।

– श्री संत निवृत्ती महाराज

जिथे सदैव हरिस्मरण आणि हरिकथा चाललेली असते अशा वैष्णवाचे कुळात जन्म घ्यावा. पंढरीला संसारात यावे कारण तिथे चंद्रभागातीरी विठ्ठल उभा आहे. जिथे द्वैत भाव नाही सदैव दिवाळी आहे अशा पंढरीत आचार, विचार, उच्चार, सर्व काही विष्णुमय असते.

निमिष नलगे मन वेधितां। एवढी तुझी सरुपता।
विठोबा नेणो कैसी भेटी। उरणें नाहीं जिवेसाठीं।।
उरणे उपाधी कारणें। तें तो नेमिलें दर्शनें।
निवृत्तीदासा वेगळे। सांगावया नाही उरालें।।

– श्री संत ज्ञानेश्वर महाराज

तुझी स्वरूपता अशी आहे की निमिषार्धात विठ्ठला तू मन वेधून घेतोस. आता स्वत:साठी जगायचे नाही. विठ्ठलाच्या भेटीसाठी आणि विठ्ठलाच्या दर्शनाच्या उपाधीमुखेच उरायचे आणि या निवृत्तीदासाला म्हणजे ज्ञानेश्वराला याशिवाय वेगळे काही सांगायचे शिल्लकच राहिलेले नाही.

आपणची कर्ता आपणीच मित्र। आपण सर्वत्र हरी झाला।
साधन साधिता हरि दिसे पूर्ण। प्रपंच हे भान न देखे डोळी।।
किमर्थ हे टवाळ मायमोह जाळ। वायांच पाल्हाळ कोरडे करा।
नामा म्हणे सखोल विठ्ठल पूर्ण बोल। उच्चारित मोल नलगे काही।।

– श्री संत नामदेव महाराज

हरि हा सर्वत्र भरून राहिला आहे. तोच कर्ता करविता आणि तोच आपला मित्र. साधना करताना हरि दर्शन होते आणि प्रपंच आपण विसरुन जातो. का देवाने हे पाल्हाळ, टवाळ माया मोह माझ्या मागे लावले आहेत ? नामदेव म्हणतात अंत:करणाच्या गाभ्यापासून विठ्ठलाचे नाव घेतले तर त्याचे मोल करता येणार नाही.

।। पंढरीनाथ महाराज की जय ।।

।। ॐ नमो भगवते वासुदेवाय ।।

आम्हां कीर्तन कुळवाडी। आणिक नाही उदीम जोडी।
वाचा पिकली पिकली। हरिनामाची वरी झाली।।
एकादशीचे दिवशी। झाल्या कैवल्याच्या राशी।
संत म्हणती नामा आला। हरिनामाचा सुकाळ झाला।।

– श्री संत नामदेव महाराज

आम्हाला कीर्तन हीच कुळवाडी, याशिवाय काही व्यापार उदीम नाही. वाचा इतकी पिकली की हरिनामाचे पीक आले आहे. एकादशीचे दिवशी तर मोक्षाच्या राशी झाल्या संत म्हणतात, नामदेव आला त्यामुळे हरिनामाचा सुकाळ झाला.

देव भावाचा लंपट। सोडूनी आला हो वैकुंठ।
पुंडलिकापुढे उभा। समचरणांवरी शोभा।।
उभा बैसे न सर्वथा। पाहे कोठे भक्त कथा।
सर्व सुखाचा सागर। जनी म्हणे शारंगधर।।

– श्री संत जनाबाई

देव भावासाठी भुकेला आहे म्हणून तो वैकुंठ सोडून आला आहे, आणि आपल्या समचरणांची शोभा दाखवीत पुंडलिकापुढे उभा आहे. तो सदैव उभा असतो, जरा सुद्धा बसत नाही. आपल्या भक्तांचे गुणगान कोठे चालले आहे का हे पहात असतो. जनी म्हणते हा विठ्ठल शारंगधर, सर्व सुखांचा सागर आहे.

हरिनामाचा ध्वनि ऐकोनी श्रवणी। जाईन लोटांगणी तेथवरी।।
माझे सखे अवघे वैष्णवजन। त्यांचे मज दर्शन कै होईल ।।
एक उभे गाती एक बैसुनि ऐकती। हृदयीं आलिंगीती गोपीनाथ ।।
ऐशियांचे संगती आहे बाप माझा। विनवितो विठा नामयाचा।।

– श्री संत विठा महाराज

जिथून जिथून मला हरिनामाचा गजर एकू येईल तिथे तिथे मी लोटांगण घालीत जाईन. माझे सखे आप्तजन असलेल्या वैष्णवांचे मला दर्शन होईल. एकजण उभा राहून गात असतो तर दुसरा बसून ऐकत असतो, एक प्रकारे ईश्वराला आलिंगन देत असतो. देवा अशांची संगती मला द्या असे हा नामदेवाचा विठा विनवतो आहे.

।। पंढरीनाथ महाराज की जय ।।

॥ ॐ नमो भगवते वासुदेवाय ॥

कोटी दिवाळ्या दसरे । आम्हां हेचि झाले पुरे ॥
घरोघरी ओवाळणी । विठ्ठल देखिला नयनीं ।
झाला सुखाची शेजार । करा नामाचा गरज ।
नामयाचा स्वामी आला । ब्रम्हादिका आनंद झाला ॥

- श्री संत नामदेव महाराज

कितीतरी दिवाळी दसरे झाले ते आम्हास पुरे झाले, घरोघरी ओवाळणीचा कार्यक्रम होतो तिथे आम्हास विठ्ठलच दिसतो. विठ्ठलाचा शेजार हाच सुखाचा म्हणून सदा नामाचा गजर करा. नामदेवाचा स्वामी विठ्ठल आला त्यामुळे ब्रम्हादिकही आनंदित झाले.

ज्याचा सखा हरी । त्यावरी विश्व कृपा करी ।
उणो पडों नेदी त्यांचे । वारे सोसी आघाताचे ॥
तयावीण क्षण भरी । कदा आपण नव्हे दुरी ।
ऐसा अंकित भक्तांसी । म्हणे नामयाची दासी ॥

- श्री संत जनाबाई

ज्याचा सखा हरी आहे त्यावर अवघे विश्व कृपाछत्र धरते. तो भगवंत त्या भक्तास काहीही कमी पडू देत नाही, तोच आघाताचे वारे सहन करतो. भक्ताला भगवंत क्षणभरहि विसंबत नाही, असा भगवंत भक्तास अंकित असतो. असे नामदेवाची दासी जनी सांगते.

अगा वैकुंठीच्या राया । आगा विठ्ठल सखया ।
अगा नारायणा । अगा वसुदेव नंदना ॥
अगा पुंडलीक वरदा । अगा विष्णु तू गोविंदा ।
अगा रखुमाईच्या कांता । कान्होपात्रा राखी आता ॥

- श्री संत कान्होपात्रा

अहो वैकुंठाचे राजे, विठ्ठला सखया नारायणा, वसुदेवपुत्र भगवंता, पुंडलिकाचा वरदाता, तू विष्णु तू गोविंद आणि रखुमाईचा पति तूच माझी लाज राख.

॥ पंढरीनाथ महाराज की जय ॥

।। ॐ नमो भगवते वासुदेवाय ।।

बहु जन्मांतरे फेरे। केले ये रे सोडवी
आळवितो करुणाकरे। विश्वंभरे दयाळे।।
वहावतो मायापुरीं। येथें करी कुडवा।
तुका म्हणे दुजा कोण। ऐसा सीण निवारी

– श्री संत तुकाराम महाराज

देवा जन्ममरणाच्या फेऱ्यातून, तू मला सोडव. हे करुणा करा, विश्वभरा दयाळा मी तुला आळवतो आहे. या मायापुरीत मी वाहून जातो आहे. तुकाराम महाराज म्हणतात देवा माझा झीज, कष्ट, दु:ख निवारणारा तुझ्याशिवाय दुसरा कोण आहे ?

माझ्या जीवींचे जीवन। तो विठ्ठल निधान
उभा असे विटेवरी। वांटी प्रेमाची सीदोरी।।
आलियाची धनी। निवारितो चक्रपाणी।
भेट दयेच्या सागरा। विनवितसे कान्होपात्रा।

– श्री संत कान्होपात्रा

विठ्ठल हा माझ्या जीवाचे जीवन आहे, निधान आहे. विटेवर उभा राहून तो प्रेमाचा प्रसाद सर्वांना वाटतो आहे. कोणतेही संकट आले की हा विठ्ठल त्यांचे निवारण करतो, म्हणून हे दयासागरा विठ्ठला, मला भेट अशी विनवणी ही कान्होपात्रा करते आहे.

कायावाचा मन एकविध करी। एक देह धरी नित्यसुख
अनेकत्व सांडी अनेकत्व सांडी। आहे ते ब्रम्हांडी रूप तुझे।।
निर्वासता बुद्धि असतां एकपणें। सहज भोगणें ऐक्य राज्य।
म्हणे गोरा कुंभार नाही रूपरेख। तेंचि तुझे सुख नामदेवा।।

– श्री संत गोरा कुंभार महाराज

देवा माझं काया वाचा मन एक कर, अनेकत्व नाहीसं होऊ दे. आणि ब्रम्हांडी तुझं रूप पाहू दे. माझ्या वासनांचा क्षय होऊ दे आणि तुझे माझे ऐक्य होऊ दे. गोरा कुंभार म्हणतो देवा तुला कसलीच रूपरेखा नाही आणि मला आणि नामदेवाला तेच सुखाचे वाटते.

।। पंढरीनाथ महाराज की जय।।

११६ ।। ॐ नमो भगवते वासुदेवाय ।।

येऱ्हवी नरी नरकीचे दुःख। पावोनि स्वर्गा नाम की सुख।
वाचूनि नित्यानंद गा निर्दोष। तें स्वरूप माझें।।
स्वर्गा पुण्यात्मकें पापें येईजे। पापात्मके पापें नरका जाईजे।
मग मातें जेणें पाविजे। ते शुद्ध पुण्य।।

- श्री संत ज्ञानेश्वर महाराज.

अर्जुनाला गीतेत भगवंत सांगत आहेत, एरवी नरकातील दुःखाचा विचार केला तर स्वर्गप्राप्तीला सुखच म्हणावे लागेल, पण या दोन्ही शिवाय सदा संतोषदायक असे जे सुख ते माझे रूप होय. स्वर्गप्राप्ती पापात्मक पुण्यामुळे होते तर पुण्यात्मक पापाने नरकात जावे लागते-पण माझी प्राप्ती केवळ शुद्ध पुण्याने होते.

देव दाखवी असा नाही गुरू। जेथें जाय तेथे दगड शेंदरु।
देव दगडाचा बोलेल कैचा। कोणें काळी त्यास फुटेल वाचा।
देव देव करीता शिणले माझें मन। जेथे जाय तेथे पूजा पाषाण।।
नामा तोचि देव हृदयीं पाहे। नामा केशवाचे न सोडी पाय।

- श्री संत नामदेव महाराज.

देवाला दाखववावा असा गुरु नाही. जिथे जावे तिथे दगडास शेंदूर फासलेला. हा दगडाचा देव कसा बोलेल, त्याला कधी वाचा फुटेल ? देव देव करता करता माझे मन शिणले- जिकडे जावे तिकडे पाषाणाची पूजा- तोच देव नामदेव हृदयात पहातो आणि त्या केशवाचे पाय सोडीत नाही.

हारपल्याची नका चित्तीं। धरूं खंती वायांच।
पावलें ते म्हणा देवा। सहज सेवा या नावें।।
होणार ते भोगे घडे। लाभ जोडे संकल्पें।
तुका म्हणे मोकळे मन। अवघे पुण्य या नांवे।।

- श्री संत तुकाराम महाराज

काही हरवले तर खेद मानू नका, ती वस्तु देवाला अर्पण केली असे समजा म्हणजे सहज सेवा घडेल. जे घडेल ते नशिबानुसार, पण त्याचा संकल्प देवाकडे करणे फायद्याचे ठरते. तुकाराम महाराज म्हणतात, आपले मन रागद्वेषरहित ठेवले तर मोठे पुण्य आहे.

।। पंढरीनाथ महाराज की जय।।

।।ॐ नमो भगवते वासुदेवाय।।

तुम्ही संत मायबाप कृपावंत। काय मी पतित कीर्ती वाणूं।
अवतार तुम्ही धराया कारण। उद्धरवे जन जड जीव।।
वाढावया सुख भक्तिभाव धर्म। कुळाचार नाम विठोबाचे।
तुका म्हणे गुण चंदनाचे अंगीं। तैसे तुम्ही जगी संतजन।।

– श्री संत तुकाराम महाराज

अहो संत महाराज तुम्ही कृपाळू मायबाप आहात, मी पतित पापी तुमचे काय वर्णन करणार ? जगातील पापीजनांचा जडजीवांचा उद्धार करण्यासाठी तुम्ही अवतार घेतला आहे. या जगात भक्तिभाव, धर्म आणि सुख वाढविण्यासाठी तुम्ही आला आहात. विठ्ठलनाम हा तुमचा कुळाचार आहे. तुकाराम महाराज म्हणतात, चंदनाचा वृक्ष ज्या प्रमाणे इतर वृक्षांना सुगंधित करतो त्याप्रमाणे तुमच्या सहवासात आलेल्यांना तुम्ही पावन करता.

काय तुझी थोरी वर्णू मी पामर। होसी दयाकर कृपानिधी।
तुजसरशी दया नाही आणिकासी। असे हृषिकेशी नवल एक।।
जन हो जोडी करा नाम कंठी धरा। जेणे चुके फेरा गर्भवासी।
नरदेही साधन समता भावभक्ति। निजध्यास चित्ती संतसेवा।।

– श्री संत नरहरी सोनार महाराज.

देवा म्या पामराने तुझी थोरवी काय वर्णन करावी ? तू दयावंत कृपानिधी आहेस. तुझ्यासारखा दयाळू अन्य कोणी नाही, तू म्हणजे एक नवलच आहेस. लोकहो नामस्मरणाचा छंद स्वत:ला लावून घ्या म्हणजे जन्ममरणाचा फेरा चुकेल–समता, संतसेवा, भावभक्ति हीच साधना नरदेह मिळाल्यावर करावी.

आजि सोनियाचा दिवस। दृष्टीं देखिलें संतास।
जीवा सुख झालें। माझे माहेर भेटले।।
अवघा निरसला शीण। देखतां संतचरण।
आजि दिवाळी दसरा। सेना म्हणे आले घरा।।

– श्री संत सेना महाराज.

संतांचे दर्शन झाल्यामुळे आजचा दिवस सोन्याचा दिवस झाला आहे. जिवाला सुख मिळाले, जणू माहेर भेटले. संतचरण दिसताच सगळा शीण ओसरला– आज संत घरा आले म्हणजे माझा दिवाळी दसरा.

।। पंढरीनाथ महाराज की जय ।।

परि आदरिले कर्म दैवे। जरी समाप्तीते पावे।
तरी विशेषे तेथे तोषावे। हेहि नको।।
की निमित्ते कोणे एके। ते सिद्धी न वचनांची ठाके।
तरी तेथिंचेनि अपरितोखे। क्षोभावे ना।।

– श्री संत ज्ञानेश्वर महाराज

देवाच्या अनुकुलतेमुळे हाती घेतलेले एखादे कार्य शेवटास गेले तर फार आनंदित किंवा अति संतोषित होऊ नये किंवा या ना त्या कारणाने हाती घेतलेले कार्य तडीस गेले नाही, शेवट पर्यंत पोहोचले नाही तर दु:खी कष्टी होऊ नये, त्याबद्दल मनात खंत बाळगू नये.

तैसेचि पंढरीचे सोपे बहु ठाणे। संत सुलक्षण जाणताती।
तयाचे दर्शने लाभ कोटि गुणे झाला। भवसिंधु आटला हेळामात्रें।।
ऐसे पेठ निर्मीली देवें ही पंढरी। पुंडलीक द्वारी उभा असे।
या पेठेचा शेट्या पुंडलीक भक्त। नामा शरणागत केशवासी।।

– श्री संत नामदेव महाराज

तसेच पंढरपूर हे शहर अगदी सोपे, ते सुलक्षणी आहे हे संतांना माहीत आहे. विठ्ठलाच्या दर्शनाने शतकोटी गुणांनी लाभ झाला, भवसिंधु आटला. अशी ही पेठ देवाने निर्माण केली. या पेठेच्या दारात पुंडलीक उभा आहे तोच या पेठेचा शेट आहे. नामदेव मात्र केशवाला शरण आहे.

आता मज तारी। वचन हे साच करीं।
तुझे नाम दिनानाथ। ब्रिदावळी जगविख्यात।।
कोणी लेखी माझ्या दोषा। तुझा त्रिभुवनी ठसा।
वायां जाता मज। तुका म्हणे तुम्हां लाज।।

– श्री संत तुकाराम महाराज.

देवा, तू स्वत:ला पतित पावन म्हणवतोस तेव्हां ते वचन खरे करण्यासाठी तू माझा तारक हो. तुझे नाव दीनानाथ आहे, तुझे ब्रीद जगविख्यात आहे, माझ्या दोषांना कोण विचारतो. तुला नावे ठेवून वाया गेलो तर त्याची लाज तुला.

।। पंढरीनाथ महाराज की जय।।

।।ॐ नमो भगवते वासुदेवाय।।

घ्यारे घ्या रे मुखी नाम। अंतरी धरोनिया प्रेम।
माझा आहे भोळा बाप। घेतो माप हरोनि।।
आपुलिया नामासाठी। धावे संकटीं लवलाहे।
घ्या रे घ्या रे अनुभव। कान्होपात्रेचा माघव

- श्री संत कान्होपात्रा

अंत:करणात प्रेमभावना धरून मुखाने देवाचे नाम घ्या. माझा भोळाभाबळा पिता तुमची संकटे, तुमचे ताप दूर करील. जो त्याचे नाम घेतो त्याच्या संकटसमयी तो वेगाने धावत जाऊन त्याला संकटातून सोडवतो, कान्होपात्रेच्या माधवाचा असा अनुभव तुम्ही घ्याच.

नाम हे नगरी वैकुंठ पंढरी। नांदता श्रीहरी पांडुरंग।
नरदेही जन्मले पंढरीस गेले। दृष्टिभरी पाहिले पांडुरंग।।
भोवरचे स्नान देवाचे दर्शन। पाप हे जळोन जाय तेथे।
चरणावरी माया नरहरी ठेविला। हृदयी बिंबला पांडुरंग।।

- श्री संत नरहरी सोनार महाराज

नामाची नगरी असलेली ही पंढरी म्हणजे साक्षात वैकुंठ आहे. इथे श्रीहरी पांडुरंग नांदतो. जे जन्मास आले, जे पंढरीला गेले आणि चंद्रभागेचे स्नान करून ज्यांनी पांडुरंगाचे दर्शन घेतले त्यांचे पाप तिथेच जळून गेले, भस्म झाले. या नरहरीने विठ्ठलाच्या चरणावर माथा ठेवला आणि त्याच्या हृदयात पांडुरंग प्रतिबिंबित झाला.

शरण जाऊं कोणासी। तुजविण ऋषिकेशी।
पाहतां नाही त्रिभूवर्ती। दुजा तुज ऐसा कोणी।।
पाहिला शोधूनि। वेदशास्त्र पुराणी।
सेना म्हणे पंढरीराया। शरण सांभाळी सखया।।

- श्री संत सेना महाराज.

हे हृषिकेशी, तुझ्याशिवाय कुणाला शरण जाऊ ? या त्रिभुवनात तुझ्यासारखा दुसरा कोणी नाही. तुला मी वेदशास्त्रात शोधण्याचा प्रयत्न केला पण तू पंढरपुरात आढळलास, सेना म्हणतो देवा, पंढरीराया, आता तुम्हीच आम्हाला सांभाळा.

।। पंढरीनाथ महाराज की जय ।।

।।ॐ नमो भगवते वासुदेवाय।।

येऊनि संसारी। मी तों एक जाणे हरी।
नेणे आणिक काही धंदा। नित्य ध्यातसे गोविंदा।।
काम क्रोध लोभ स्वार्थ। अवघा माझा पंढरीनाथ।
तुका म्हणे एक। धनी विठ्ठल मी सेवक

- श्री संत तुकाराम महाराज.

या संसारात, या जगात येऊन मी केवळ श्रीहरीलाच जाणतो. मला दुसरा कुठला व्यवसाय धंदा माहीत. नाही मी सदैव गोविंदाचे ध्यान करीत असतो. माझा काम, क्रोध, लोभ, मोह, स्वार्थ सर्व काही पंढरीनाथ आहे. तुकाराम महाराज म्हणतात विठ्ठल हा माझा मालक आहे आणि मी त्याचा नोकर आहे, सेवक आहे.

धन कोणा कामा आले। पहा विचारूनि भले।
ऐसे सकळ जाणती। कळोनिया आंधळे होती।।
स्त्रिया, पुत्र बंधु पाही। त्यांचा तुझा संबंध नाही।
सखा पांडुरंगावीण। सेना म्हणे दुजा कोण।।

- श्री संत सेना न्हावी महाराज

पैसा कुणाच्या कामाला कधी आला आहे, विचारून तर पहा- खरं तर सर्वांना हे कळतं पण ते कळून सुद्धा सगळे आंधळ्याचं सोंग घेतात. बायको, मुले, बहीण भाऊ यांच्याशी तुझा काही संबंध नाही. सख्या पांडुरंगाशिवाय तुझा दुसरा कोणी नाही.

भजनरहित रामा सर्वहि जन्म गेला।
स्वजन धनाचा वेर्थ म्यां स्वार्थ केला।
रघुपति मति माझी आपुलीशी करावी।
सकळ त्यजुनि भावे कास तुझी धरावी।।

- श्री संत समर्थ रामदास

श्रीरामा, सगळा जन्म भजनाशिवाय गेला. माझी माणसं, माझा पैसा असं म्हणत मी स्वार्थानं वागलो. श्रीरामा आता माझं मन तुझ्याकडे वळव, सगळं काही सोडून प्रेमभावे तुझ्या भजनी लागण्याची माझी तीव्र इच्छा आहे.

।। पंढरीनाथ महाराज की जय ।।

।। ॐ नमो भगवते वासुदेवाय।।

धन्य ज्याचे चरणीं गंगाओघ झाला। मस्तकीं धरिला उमाकांते।
धुंडिता ते पाय शिणला तो ब्रह्मा। बोल ठेवी कर्मा आपुलिया।।
शुक सनकादिक फिरती हरिजन। नारदादि गाणे जयासाठी।
ते चरण आम्हांसी गवसले अनायसी। धन्य झाली दासी जनी म्हणे।।

– श्री संत जनाबाई

ज्याच्या अंगावर गंगा नदी धन्य झाली आणि जी श्रीशंकराने मस्तकी धरली. ज्याचे पाय शोधता शोधता ब्रह्मदेव थकला आणि आपल्या कर्माला दोष देऊ लागला. शुक सतकादिक हरिभक्त ज्याच्यासाठी भटकले, नारदाने ज्याच्यासाठी गाणे गायिले ते चरण आम्हाला अनायसे मिळाले आणि आम्ही धन्य झालो असे जनाबाई म्हणते.

छंदे छंदे तीर्था जासी परि। अविद्या न सांडसी।
वाया आत्मरूप कष्टवीसी। तेणे न पावसी आत्मसुख।।
ध्यान धारणा मुद्रा। यम नियम करीसी तप।
तेणे तुझी न चुकेखेप। आराधी स्वरूप एक भावें।।

– श्री संत विसोबा खेचर महाराज

नादिष्टपणा करून तू निरनिराळ्या तीर्थांना जातोस पण आज्ञानातून बाहेर येत नाहीस. उगाच असे क्लेश घेऊन आत्मसुख काही मिळणार नाही. ध्यानधारणा, मुद्रा, यम, नियम,तप करूनहि जन्ममरणाच्या फेऱ्या चुकतील असे नाही. यासाठी फक्त परमेश्वराची आराधना कर.

आगा पंढरीनाथा तू आमचे माहेर। पाहे नीरंतर वाट तुझी।
तुझीये भेटीचे आर्त माझ्या चीत्ती। रखुमाईचा पति पांडुरंग।।
तूच आमुचे वीत्त तूंच आमुचे गोत। तू सर्व संपत्ती जोडी माझी
बोधला म्हणे अणु नेणे काही। प्रीती तुझे पाई बैसो माझी।।

– श्री संत माणकोजी बोधला महाराज

अहो पंढरीनाथा तूच आमचे माहेर आहेस, आम्ही तुझीच निरंतर वाट पहात असतो. तुझ्या भेटीची उत्कंठा माझ्या चित्ताला लागून राहिली आहे. देवा आमचे वित्त आणि आमचे गोत तूच आहेस. आणि माझी जोडलेली सर्व संपत्ती तूच आहेस. माणकोजी बोधला म्हणतात, बाकी कसलीही इच्छा नाही, केवळ तुझ्या चरणांवर प्रेम जडो एवढीच इच्छा आहे.

।। पंढरीनाथ महाराज की जय।।

।। ॐ नमो भगवते वासुदेवाय ।।

म्हणोनि कुळजाति वर्ण । हे आघवेंचि गा अकारण ।
एथ अर्जुना माझेपण । सार्थक एक ।।
तेंचि भलतेणें भावें । मन मजआंतु येतें होवाए ।
आले तरी आघवें । मागील वावो ।।

– श्री संत ज्ञानेश्वर महाराज

अर्जुना, कुळ, जाती, वर्ण हे सगळे अकारण आहे. माझी भक्तिच केवळ केली असता जीवनाचे सार्थक होते. ती माझी भक्ति करणारा कोणत्याही जातीवर्णाचा असला तरी काळजीचे कारण नाही.

आम्हासी चिंतन अवश्य श्रीरामा । आवडी आणिक आम्हा नाही दुजी ।
वोळणलो हरि भूतभावा निर्धारी । दिसे चराचरी भावरूप ।।
जे जे पडी दृष्टी आणिक नाही सृष्टी । हरिरूपी भेटी हेचि दिसे ।
नामा म्हणे विठ्ठल सर्वांभूती आहे । अणिक उपाय नलगती ।

– श्री संत नामदेव महाराज

श्रीरामाचे चिंतन करणे आम्हाला आवश्यक वाटते, त्याशिवाय आम्हाला दुसरी कसलीही आवड नाही. आम्ही भूतभावांना ओळखलं आहे आणि आम्हाला चराचरी हरीच दिसतो. जे जे सृष्टीत दृष्टीस पडेल तिथे तिथे आमची हरीशी भेट होते. नामदेव महाराज म्हणतात, सर्वांभूती, सर्वत्र विठ्ठल भरलेला आहे, त्यामुळे त्याच्या भेटीसाठी वेगळे उपाय करण्याची आवश्यकता नाही.

हेचि थोर भक्ति आवडते देवा । संकल्पाची माया संसाराची ।।
ठेविलें अनंते तैसेंचि रहावें । चित्ती असो द्यावे समाधान ।।
वाहिल्या उद्वेग दु:खचि केवळ । भोगणें ते फळ संचिताचे ।
तुका म्हणे घालूं तयावरी भार । वाहू हा संसार देवापायी ।।

– श्री संत तुकाराम महाराज

संसार माया देवाला अर्पून जे देवाची भक्ति करतात त्यांची भक्ति देवाला प्रिय असते. आपल्या दैवगतीनुसार देवाने आपल्याला जसे ठेवले असेल तसे रहावे. मन समाधानी ठेवावे. आपण जर काळजी करीत बसलो तर सुखाऐवजी दु:खच होईल. नशीबात जे असेल तेच घडते. महाराज म्हणतात, आमचा भार देवाचे मस्तकी ठेवू आमचा संसार देवाचे पायी वाहू.

।। पंढरीनाथ महाराज की जय ।।

।।ॐ नमो भगवते वासुदेवाय।।

जो सदा नित्य तृप्तु। अंत:करण भरितु।
परी विषयामाजी पतितु। जेणे संगे कीजे।।
तो कामु सर्वथा जाये। जयाचे आत्मतोषी मन राहे।
तोचि स्थितप्रज्ञु होये। पुरुष जाणे।।

– श्री संत ज्ञानेश्वर महाराज

जो सदासर्वदा तृप्त आहे, संतुष्ट आहे, ज्याचे ह्रदय आत्मज्ञानाने भरलेले आहे. पण ज्या कामभावनेमुळे पतन घडते, अधोगती होते त्या कामभावनेला ज्याने पूर्ण दूर ठेवलेले आहे आणि जो आत्मानंदात रमलेला आहे त्यालाच स्थितप्रज्ञ म्हणावे.

भूमीवरी कोण ऐसा। गांजू शके हरिच्या दासा।
सुखे नाचा हो कीर्तनी। जयजयकारे गर्जा वाणी।।
काळा सुटे पळ। जाती दुरिते सकळ।
तुका म्हणे चित्तीं। साच माना हे निश्चिती।।

– श्री संत तुकाराम महाराज

हरिच्या दासाला त्रास देईल असा कोणी या जगात आहे कां ? या करिता लोकहो तुम्ही सुखेनैव कीर्तनात नाच, हरिनामाचा गजर करा, हरीचा जयजयकार करा. त्यामुळे काळ दूर पळून जातो, पापे नाहीशी होतात. तुकाराम महाराज म्हणतात हे खरे आहे हे निश्चित समजून असा.

नसे पीत ना श्वेत ना श्याम काही।
नसे व्यक्त अव्यक्त ना नीळ नाही।।
म्हणे दास विश्वासतां मुक्ति लाहे।
मना संत आनंत शोधुनि पाहे।

– श्री संत समर्थ रामदास

परब्रह्म हे पिवळे नाही, निळे नाही, पांढरे नाही किंवा काळेहि नाही. तसेच ते प्रकटहि नाही आणि अप्रकटहि नाही. म्हणजे ते रंगांच्या व व्यक्ता अव्यक्ताच्या पलिकडे आहे. यासाठी तू संतवचनांवर आणि संतसहवासावर विश्वास ठेव, त्यातच तुला अनंताचे दर्शन होईल.

।। पंढरीनाथ महाराज की जय ।।

।।ॐ नमो भगवते वासुदेवाय।।

पंढरीचा देव बहुत कोंवळा। सगुण सावळा सारथि हा।।
सारथी सर्वांचा साक्षिभूत असे। संकटी सायासे गजेंद्रासी।।
गजेंद्रासी रक्षी गणिका उद्धरी। भिल्लीणीचे करी फळे भक्षी।
भक्षी सुदाम्याचे पोहे मुष्टिभरी। नामा म्हणे हरि गोड मानी।।

– श्री संत नामदेव महाराज

पंढरीचा श्रीविठ्ठल हा मनानं फार कोवळा आहे. संवेदनाशील आहे. अर्जुनाचा हा सगुण सावळा सारथी सर्वांकडे लक्ष ठेवून आहे. संकटाचे वेळी त्याने गजेंद्राचा उद्धार केला, गणिकेचे रक्षण केले, शबरी भिल्लीणीची उष्टी बोरे खाल्ली, सुदाम्याचे पोहे भक्षण केले, इतकेच नव्हे तर ते गोड मानून घेतले.

एकएका सहाय्य करूं। अवघे धंरु सुपंथ।
कोण जाणे कैशी परी। पुढे उरी ठेवितां।।
अवघे धन्य होऊ आतां। स्मरवितां स्मरण।
तुका म्हणे अवघी जोडी। ते आवडी चरणांची।।

– श्री संत तुकाराम महाराज

सुजनहो आपण एकमेकांना सहाय्य करून, मदत करून सन्मार्गाला सुपंथाला लागू या. पुढे आपल्यापुढे काय वाढून ठेवलं आहे हे आपल्याला कुठे माहीत आहे ? म्हणून नामस्मरण करा सांगणारा आणि नामस्मरण करणारा दोघंहि धन्य होत. तुकाराम महाराज म्हणतात, विठ्ठलाचे चरणी लागल्याने सर्व काही मिळते.

जनी वादविवाद सोडूनि द्यावा।
जनी सुखसंवाद सुखे करावा।।
जनी तोचि तो शोकसंताप हारी।
तुटे वाद संवाद तो हीतकारी।।

– श्री संत समर्थ रामदास

बाबा रे या लोकात कोणत्याही वादविवादात तू स्वतःला गुरफटून घेऊ नकोस अडकवून घेऊ नकोस. वादविवाद कायमचा सोडून दे. शोक आणि संताप यांच्यापासून दूर जायचं असेल, तर वादविवादात सापडू नकोस. सर्वांशी सुख संवाद करावा म्हणजे सर्वांशी गोड बोलावे. तेच हितकारक आहे.

।। पंढरीनाथ महाराज की जय।।

।। ॐ नमो भगवते वासुदेवाय ।।

जयांचे वाचेपुढां भोजे । नाम नाचत असे माझे ।
जे जन्मसहस्त्री वोळगिजे । एक वेळ यावया ।।
परी तपांपाशी पांडवा । मी हारपला गिंवसावा ।
जेथ नाम घोषु बरवा । करिती माझा ।।

— श्री संत ज्ञानेश्वर महाराज

माझे नाव मुखी येण्यासाठी हजारो जन्म माझ्या सेवेत घालवावे लागतात. ते माझे नाव त्यांच्या वाचेपुढे जणू नाचत असते. मी कधी कधी वैकुंठात किंवा सूर्यबिंबात नसतो पण जिथे माझ्या नावाचा घोष चाललेला आहे. तिथे मी खचित असतो.

शांतीपरतें नाही सुख । येर अवघेचि दुःख ।
म्हणून शांति धरा । उतराऱू पैलतीरा ।।
खबळलिया काम क्रोधी । अंगी भरतो आधी व्याधी ।
तुका म्हणे त्रिविध ताप । मग जाती आपोआप ।।

— श्री संत तुकाराम महाराज

या जगात शांतीसारखे सुख नाही बाकी सर्व दुःखच भरून राहिले आहे. यासाठी शांती धारण करावी— शांतीने रहाल तर जन्ममृत्यूची भवनदी पार करून पैलतीराला पोहोचाल. जर काम क्रोध तुमच्या अंगी खवळले असतील तर कितीतरी आधी व्याधींना सामोरे जावे लागेल. तुकाराम महाराज म्हणतात एकदा तुम्ही शांती धारण केलीत तर त्रिविध तापांपासून तुमची आपोआप सुटका होईल.

मना सर्वथा सत्य सोडू नको रे ।
मना सर्वथा मिथ्य मांडू नको रे ।।
मना सत्य ते सत्य वाचे वदावे ।
मना मिथ्य ते मिथ्य सोडोनि द्यावे ।।

— श्री संत समर्थ रामदास

मना तू सत्य कधीहि सोडू नकोस. मना खोट्या गोष्टींचा उदोउदो करू नको नेहमी खरे तेच बोल आणि जे जे खोटे आहे ते सोडून दे.

।। पंढरीनाथ महाराज की जय ।।

।। ॐ नमो भगवते वासुदेवाय ।।

नामाचा महिमा नेणेंचि पै ब्रह्मा । म्हणोनिया कर्मा अनुसरला ।
नाम हेचि कर्म नाम हेचि धर्म । केशव हेचि वर्म सांगितले ।।
नाम शुद्ध स्नान नाम शुद्ध संध्या । नामाविणे वेद आणिक नाही ।
करिता आचमन केशव नारायण । करितो उच्चारण हेचि आधी ।।

– श्री संत नामदेव महाराज

नामाचा महिमा ब्रह्मालाहि नीट समजला नसावा अन्यथा तो कर्माला अनुसरला नसता. नाम हेच कर्म, नाम हाच धर्म हे केशवाने वर्म सांगून ठेवले आहे. नाम म्हणजे शुद्ध स्नान, शुद्ध संध्या, नाम वेदापलिकडचे आहे. आचमन केल्यावर केशव, नारायण हाच उच्चार आधी होतो.

बरा देवा कुणबी केलें । नाहीं तरि दंभें असतो मेलों ।
भले केले देवराया । नाचे तुका लागे पायां ।।
विद्या असती काही । तरी पडतो अपायीं ।
सेवा चुकतो संतांची । हेचि नागवण फुकाची ।।

– श्री संत तुकाराम महाराज

देवा, तू मला ब्राह्मण न करता कुणबी केलेस हे बरे केलेस नाहीतर गर्वाने फुगून मी मेलो असतो. तू मला कुणबी केलेस हे भले केलेस. त्यामुळे तुमच्या पाया लागून मी नाचतो. थोडा शिकलो असतो तर भलत्याच फंदात पडलो असतो, संताची सेवा न घडता उगीचच नागवला गेलो असतो.

जयचेनि नामें महादोष जाती ।
जयचेनि नामें गती पाविजेती ।
जयचेनि नामें घडे पुण्य ठेवा ।
प्रभाते मनी राम चिंतित जावा ।।

– श्री संत समर्थ रामदास

ज्याचे नाव घेतल्यवार महादोष, महापापे नष्ट होतात, ज्याच्या नामस्मरणाने मरणानंतर उत्तम गती मिळते, पुण्याची ठेव वाढते, त्या श्रीरामचंद्राचे नामस्मरण, चिंतन भल्या सकाळी करावे.

।। पंढरीनाथ महाराज की जय ।।

।।ॐ नमो भगवते वासुदेवाय।।

एक मूर्ख नेणती। नाम हरीचे न घेती।
मुखे भलतेंचि जल्पती। ते पावती अध:पंथा।।
नयती श्रवणी हरी। आणिक काम न करी।
तो साधुभक्त निर्धारी। हरिचा आवडता।।

– श्री संत ज्ञानेश्वर महाराज

ज्या मूर्खांना हरिनामाचे महत्त्व माहीत नाही, जे हरिनाम न घेता भलताच काहीतरी जप करतात ते अधोगतीला जातात. मनात ज्यांच्या डोळ्यापुढे आणि कानावर केवळ हरीच असातो, दुसरे काही नसते, ते साधू ते भक्त देवाला प्रिय होतात.

असत्याचे मळ बैसले वाचे। ते न फिरती साचे तीर्थोदळे
हरिनामामृत प्रक्षाळी जिव्हेने। पाणिये बहुत काय करीती।
गंगासागरादि तीर्थे कोडीवरी। हरिनामाची सरी न पावती
हरिनामगंगे सुस्नात पैं झाला। नाम्याजवळी आला केशिराजा।।

– श्री संत नामदेव महाराज

आपल्या जिभेवर खोटेपणाची जी पुटे चढली आहेत, जो मळ, राब बसला आहे तो तीर्थयात्रेने जात नाही. हरिनामाने जिव्हेचे प्रक्षालन केले, ती धुतली म्हणजे ते पाप जाते, पाण्याचेहि तिथे काही चालत नाही. गंगासागरादि तीर्थे आहेत खरी पण त्यांना हरिनामाची सर नाही. हरिनामाच्या गंगेने जो सुन्नात झाला त्या नामदेवाच्या सन्निध त्यामुळेच श्रीहरी आला.

हृदयी करता भगवंताचे ध्यान।
नामाविण उच्चार दुजा न जाण।।
असा नेम ज्याच्यापाशी।
राम तेथिल रहिवासी।।

– श्री संत गोंदवलेकर महाराज

हृदयात भगवंताचे ध्यान धरावे, नामाशिवाय दुसऱ्या कशाचाहि उच्चार करु नये. असा ज्याचा नेम असतो त्याच्याजवळ श्रीराम निरंतर निवास करतो.

।। पंढरीनाथ महाराज की जय।।

।।ॐ नमो भगवते वासुदेवाय।।

मायबापांपुढें लेंकराची आळी। आणीक हे पाळी कोण लळे।
सांभाळा जी माझी विषमें अनंता। जवळी असता अव्हेर कां।
आणिकांची चाले सत्ता आम्हांवरी। तुमची ते थोरी काय मग।
तुका म्हणे आलों दुरोनि जवळी। आता टाळाटाळी करू नये।।

– श्री संत तुकाराम महाराज

मुलं आईबापांपुढेच हट्ट करणार कारण त्यांच्याशिवाय त्यांचे हट्ट कोण पुरवणार ? देवा माझ्याजवळ जी विषयवृत्ती आहे, दोष आहेत ते नाहीसे करा आणि मी जवळ असताना माझा अव्हेर का करता ? जर आमच्यावर इतर कुणाची सत्ता चालेल तर तुमचा मोठेपणा तो काय राहिला ? तुकाराम महाराज म्हणतात देवा मी तुमच्याकडे दुरुन आलो आहे आता टाळाटाळ करू नका.

चालता पंढरीची वाट। पापें पळती हातोहात।
मिळाला वैष्णवांचा भार। आनंदे करीती जयजयकार ।।
लोळण घालुनिया पायावरी । फुका मौन देतो हरी ।
बोधला म्हणे सत्य जाणा। बाप पंढरीचा महाराज ।।

– श्री संत माणकोजी बोधला महाराज

एकदा पंढरीच्या वाटेला लागले की पापे हातोहात पळतात, वैष्णवांचा संतांचा परिवार भेटतो ते देवाचा आनंदाने जयजयकार करीत असतात. देवाच्या पायी नुसती लोळण घेतली तरी मुक्त मिळते. बोधला म्हणतात, पंढरीचा राणा हा सर्वांचा पिता आहे हे सत्य जाणूनघ्या.

योगयाग तप व्रत आणि दान। करिता साधन नाना कष्ट।
सुलभ सोपेरे नाम विठोबाचे। सकळ साधनांचे मूळ बीज।।
येणे भवव्यथा तुटेल जीवाची। प्रतिज्ञा संतांची हीच असे।
म्हणोनि नामाचा करा गदारोळ। म्हणे चोखामेळा विठ्ठल वाचे।।

– श्री संत चोखामेळा महाराज

योगयाग, तप, व्रत, दान आणि कष्टदायक साधने करू नका. त्यापेक्षा सोपे असे विठोबाचे नाव घ्या, सर्व साधनांचे ते मूळ बीज आहे. या विठ्ठलनामामुळे भव दुःख नाहीसे होईल, हेच संत सांगत आले आहेत. म्हणून नामघोष करा, हा चोखामेळा सदैव मुखानं विठ्ठलनाम घेत असतो.

।। पंढरीनाथ महाराज की जय ।।

।।ॐ नमो भगवते वासुदेवाय।।

मग नि:सीम भाव उल्हासें। मज अर्पावयाचेनि मिसे
फळ एक आवडे तैसें। भलतयाचे हो।।
भक्तु माझियाकडे दावी। आणि मी दोन्ही हात वोडवी।
मग देठु न फेडितां सेवी। आदरेसी।।

– श्री संत ज्ञानेश्वर महाराज

अतिशय दृढ अशा भक्तिने एखाद्या भक्ताने माझ्यापुढे कोणत्याहि झाडाचे पान किंवा त्याच्या आवडीचे फळ त्याने मला अर्पण केले की मी दोन्ही हातांनी ते उचलतो आणि त्याचा देठहि न तोडता आदरपूर्वक सेवन करतो.

संसारा आलिया एक सुख आहे। आठवावे पाय विठोबाचे।
येणे होय सर्व संसार सुखाचा। न लगे दु:खाचा लेश काही।।
घेतील तयांसी सोपे आहे सुख। बोलियेले मुखे नारायण।
सांगितली सोय करुणासागरें। तुम्हां कां हो वरे न वाटे ते।।

– श्री संत तुकाराम महाराज

संसारात आल्याचे एक सुख मात्र आहे ते म्हणजे विठ्ठलाचं चरण आठवतात, संसार सुखाचा होतो आणि दु:खाचा लवलेश उरत नाही. जे कोणी हे सुख घेतील, त्यांना हे सुख सोपे आहे असे नारायणानेच सांगितले आहे. श्रीहरीनेच उद्धाराचा हा सोपा मार्ग सांगितला आहे. तो तुम्हाला सोयीचा का बर वाटत नाही ?

शुद्धमार्ग सोडू नये। दुर्जनासी तंडों नये।
संबंध पडो देऊ नये। चांडाळासी।।
कर्म मार्ग सांडू नये। वैराग्य मोडू देऊ नये।
साधन भजन खंडू नये। कदा काळीं।।

– श्री संत समर्थ रामदास

आपण नेहमी सन्मार्गाने चालावे. दुर्जनांशी भांडणतंटा करण्याच्या भरीस पडू नये. कनिष्ठांशी संबंध येऊ देऊ नये, कर्म मार्गाचा त्याग करू नये, वैराग्य मोडू नये आणि ईश्वर प्राप्तीचे एक साधन जे भजन त्यात खंड पडू देऊ नये.

।। पंढरीनाथ महाराज की जय।।

॥ॐ नमो भगवते वासुदेवाय॥

आपुले रुपीं मज लपवी निरंतर। सबाह्य भीतर आड राखी।
परि तुज मज असावा संवादु। भ्रांति माया बाधु काय करी॥
काम क्रोध लोभ दंभ मद मत्सर। हे वैरी अपार मारी माझे।
नामा म्हणे आम्ही जन्मजन्मांतरीचे। पोसणें घरीचे दास तुझे॥

– श्री संत नामदेव महाराज

देवा, तुझ्या रुपात मला सदासर्वदा, निरंतर लपवा. अन्नबाह्य माझे रक्षण कर. पण तरीहि माझ्याशी तू संवाद कर, भ्रांति माया बाघतात त्याला काय करणार ? काम, क्रोध, मद, मत्सर हे माझे अपार वैरी आहेत. देवा आम्ही तुझे जन्मजन्मांतरीचे दास आहोत, तेव्हा तुला आमचे पालन पोषण करणे क्रमप्रात आहे.

दीन पतित अन्यायी। शरण आल्यें विठाबाई
मी तो आहे यातीहीन । नकळे काही आचरण॥
मज अधिकार नाही। भेटी देई विठाबाई
ठाव देई चरणापाशी। तुझी कान्होपात्रा दासी॥

– श्री संत कान्होपात्रा

देवा मी दीन आहे, पतित आहे आणि अन्यायी आहे, विठाबाई मी ज्ञातीहीन, कनिष्ठ जातीची आहे, मला कसलेही आधिकार नाहीत. कसे वागावे हे मला कळत नाही, विठोमाऊली मी तुला शरण आले आहे, मला तुझ्या चरणांपाशी जागा दे, ही कान्होपात्रा तुझी दासी आहे.

ऐसी आवडी आहे जीवा। कैं पाहीन केशवा
माझी पुरवा वासना। सिद्धी न्यावी नारायणा॥
नलगे वित्त धन। मुखीं नाम नारायण।
सेना म्हणे कमळापती। हेचि धावे पुढती पुढती

– श्री संत सेना महाराज.

केशवा तुझ्या दर्शनाचीच आवड केवळ उरली आहे. तुला कधी पाहीन असे झाले आहे. ही माझी इच्छा पुरवा, नारायणा सिद्धीस न्या. मला धन नको, केवळ मुखी नारायणाचे नाम असू द्यावे आणि देवा हेच मला पुढेहि द्यावे.

॥ पंढरीनाथ महाराज की जय॥

।। ॐ नमो भगवते वासुदेवाय ।।

उपजे ते नाशे। नाशले पुनरपि दिसे।
हे घटिकायंत्र जैसें। परिभ्रमें गा।।
ना तरी उदो अस्तु आपैसे। अखंडित होत जात जैसे।
हे जन्ममरण तैसें। अनिवार जगीं।।

– श्री संत ज्ञानेश्वर महाराज

जे उपजते उत्पन्न होते ते नाश पावते, नाहींसे होते आणि कालांतराने पुन्हा दिसते हे जणू घटिकायंत्र रहाटगाडगे किंवा कालक्रम अखंडित चाललेला दिसतो. सूर्योदय आणि सूर्यास्त जसे आपोआप सतत निसर्गक्रमाने होत असतात त्याप्रमाणे जन्ममरण या जगात सतत चाललेले असते.

कुमुदिनी काय जाणे परिमळ। भ्रमर सळ भोगितसे।
तैसे तुज ठावें नाहीं तुझें नाम। आम्हीच ते प्रेमसुख जाणो।।
माते तृण बाळा दुधाची ते गोडी। ज्याची नये जोडी त्यासी कामा।
तुका म्हणे मुक्ताफळ शिंपी पोटीं। नाही त्याची भेटी भोग तिये।।

– श्री संत तुकाराम महाराज

कमळाचे फूल काही आपला सुगंध जाणत नाही. त्याचा भोग भुंगे घेतात. त्याप्रमाणे देवा तुझ्या नामाची गोडी तुला माहीत नाही. ते प्रेमसुख केवळ आम्हीच जाणतो. गाय गवत खाते पण त्या गवतापासून निर्माण होणाऱ्या दुधाची गोडी वासरालाच कळते. ज्याचे त्याला कळतेच असे नाही. शिंपल्यातून एकदा मोती बाहेर पडला की त्याची परत शिंपल्याशी भेट होत नाही.

जनीं सांगता ऐकतां जन्म गेला।
परी वादविवाद तैसाहि ठेला।।
उठे संशयो वाद हा दंभधारी।
तुटे वाद संवाद तो हितकारी।।

– श्री संत समर्थ रामदास

या जगात आणि जनलोकात निरनिराळ्या विषयावर सारखे वाद, संवाद, चर्चा होत आहेत. वादविवाद करणारे गेले पण वादाचे विषय तसेच राहिले. हा खोटा वाद तर तुझ्यापासून दूर ठेव, या वादविवादातून दूर राहणे हेच तुझ्या हिताचे आहे.

।। पंढरीनाथ महाराज की जय ।।

।। ॐ नमो भगवते वासुदेवाय ।।

व्याकरणीं चोखडा। तर्की अति गाढा।
परि आत्मज्ञानी फुडा। जात्यंधु जो।।
तें एकावांचूनि आघवां शास्त्री। सिद्धांत निर्माण धात्रीं।
परि जळों ते मूळनक्षत्रीं। न पाहें गा।।

- श्री संत ज्ञानेश्वर महाराज

एखादा माणूस व्याकरणशास्त्राचा तज्ज्ञ असेल. एखाद्याला तर्कशास्त्र अवगत असेल पण त्याला जर अध्यात्मज्ञान नसेल तर तो जन्मांधच समाजावा. त्याला सर्व शास्त्रांचे ज्ञान असले तरी आत्मज्ञानाशिवाय त्याचे जीवन व्यर्थ होय. मूळ नक्षत्रावर जन्मलेल्या मुलाचे तोंड जसे आईबापांनी पाहू नये, त्याप्रमाणे अशात ज्ञानी माणसाकडे पाहू नये.

विष्णुमय जग, वैष्णवांचा धर्म। भेदाभेद भ्रम अमंगळ।
आईकाजी तुम्हा भक्त भागवत। कराल तें हित सत्य करा।।
कोणाहि जिवाचा न घडवा मत्सर। वर्मं सर्वेश्वर पूजनाचे।
तुका म्हणे एका देहाचे अवयव। सुखदु:ख जीवन भोग परि।।

- श्री संत तुकाराम महाराज.

हे सर्व जग विष्णुमय आहे, भेदाभेद हा अमंगळ भ्रम आहे. भक्त भगवंतानो ऐका, जे तुम्हाला हित करायचे असेल ते खरोखरच करा. कुणाचाही मत्सर करू नये हेच परमेश्वराच्या पूजनाचे वर्म आहे. तुकाराम महाराज म्हणतात सर्व अवयव देहाचेच असतात आणि सुख दु:ख भोगणे जिवाच्या नशिबी असते.

शक्यतो करावे नामस्मरण।
आपली काळजी न करावी आपण।।
रामाचा म्हणून प्रपंच केला।
काळजीचे कारण उरत नाही आपणाला।।

- श्री संत गोंदवलेकर महाराज.

आपण जास्तीत जास्त नामस्मरण करावे. आपण आपली काळजी करू नये, आपला प्रपंच रामाचा म्हणून केला तर काळजीचे कारण उरत नाही.

।। पंढरीनाथ महाराज की जय ।।

।। ॐ नमो भगवते वासुदेवाय ।।

हरिविण दैवत नाहीं पै अनुचित्ती। अखंड श्रीपती नाम वाचे।
रामकृष्ण मूर्ती या जपा आवृत्ती। नित्य नामें तृप्ती जाली आम्हां।।
नामाचेनि स्मरणें नित्य पैं सुखांत। दुजियाची मात नेणों आम्ही।
निवृत्ती जपतु अखंड नामावळी। हृदयकमळीं केशीराज।।

– श्री संत निवृत्तिनाथ महाराज

आमच्या चित्तात हरिशिवाय अन्य दैवत नाही, आम्ही मुखांत श्रीपतीचा नामोच्चार अखंड करीत असतो. रामकृष्णाच्या मूर्तीचं ध्यान करीत जप चाललेला असतो. त्यामुळे आम्ही सुखात असतो, जगाशी आमचे देणेघेणे काही नाही, निवृत्ती सदासर्वदा नामजप करीत असतो, त्याच्या हृदयात भगवान् श्रीविष्णुचे वास्तव्य आहे.

त्रिगुण असार निर्गुण हें सार। सारासार विचार हरिपाठ।
सगुण निर्गुण गुणांचे अगुण। हरिविणें मन व्यर्थ जाय।।
अव्यक्त निराकार नाहीं ज्या आकार। जेथूनि चराचर त्यासी भजें।
ज्ञानदेवा ध्यानी रामकृष्ण मनीं। अनंत जन्मांनी पुण्य होय।।

– श्री ज्ञानेश्वर महाराज.

सत्त्व, रज, तम या त्रिगुणांनी केलेले हे जग केवळ असार असून हरिपाठ हाच सारासार विचार आहे. परमात्म्याचे स्वरुप सगुण आणि निर्गुण, गुणी आणि गुणरहित असे दोन्ही आहे. अशा त्या हरिशिवाय अन्यत्र मन गुंतवणे व्यर्थ आहे. जो अव्यक्त, निराकार आहे, जो चराचर सृष्टीचे उत्पत्तिस्थान आहे त्या हरीचे तू चिंतन कर. ज्ञानदेवाच्या ध्यानीमनी रामकृष्ण आहे, ही अनंत जन्मांची पुण्याई होय.

नको अभिमान नको मान। सोडी मी तूं पण तोचि सुखी।
सुखी त्याणें व्हावें जगा निववावें। अज्ञानी लावावे सन्मार्गासी।।
मार्ग जया कळे भावभक्ति बळें। जगाचिया मेळे न दिसती।
दिसती जनींवनीं प्रत्यक्ष लोचनीं। एका जनार्दनी ओळखिले।।

– श्री संत एकनाथ महाराज

कुठलाही अभिमान नको, मानसन्मान नकोत आणि जो मी पण सोडतो तोच सुखी होतो. जो जगाचे शांतवन करतो तोच सुखी होतो. भावभक्तांचा मार्ग ज्याला कळतो त्याला जगाचे भान नसते. त्याला जनीवनी लोचनी हरीच दिसत असतो.

।। पंढरीनाथ महाराज की जय ।।

।। ॐ नमो भगवते वासुदेवाय ।।

साधु बोध झाला तो नुरोनियां ठेला। ठायींच मुराला अनुभवें।
कापुराची वाती उजळली ज्योती। ठायींच समाप्ती झाली जैसी।।
मोक्षरेखें आला भाग्यें विनटला। साधूंचा अंकिला हरिभक्त।
ज्ञानदेवा गोडी संगती सज्जनीं। हरि दिसे जनीं आत्मतत्त्वी।।

– श्री संत ज्ञानेश्वर महाराज

ज्याला सद्गुरुचा उपदेश प्राप्त होतो तो देहभाव विसरतो आणि ब्रह्मात विलीन होतो. कापुराची ज्योत पेटली म्हणजे शेवटी कापूरही राहत नाही व आगही उरत नाही. त्याप्रमाणे ज्याच्यावर सद्गुरुची कृपा झाली आहे तो मोक्षाच्या रेषेवर जाऊन पोहोचतो आणि भाग्यशाली ठरतो– ज्ञानदेव म्हणतात, म्हणूनच मला संतसज्जनांची गोडी वाटते, जनीवनी हरिदर्शन होते.

जन्माचे कारण रामनामापाठी। जाईजें वैकुंठी एकी हेळा।
रामनाम ऐसा जिव्हे उमटे ठसा। तो उद्धरैल आपैसा इहलोकी।।
दो अक्षरीं रामजप हा परम। नलगे तुज नेम नाना पंथ।
नामा म्हणे पवित्र श्रीरामचरित्र। उद्धरिते गोत्र पूर्वजेसी।।

– श्री संत नामदेव महाराज

रामनामाचा पाठ केला तर जन्म मरणाच्या फेऱ्यातून सुटका होऊन जीव वैकुंठी जातो. ज्याच्या जिभेवर रामनामाचा ठसा उमटला आहे तो आपोआप इहलोकीच उद्धरला जाईल. रामनाम हाच परम पवित्र जप केलास तर तुला नाना पंथांचा, नेमांचा विचार करायला नको. रामचरित्र अतिशय पवित्र आहे, नामदेव महाराज म्हणतात त्याच्या वाचनाने आणि चिंतनाने पूर्वजाचांही उद्धार होतो.

प्रात:काळी नाम पवित्रचि घ्यावें। तेणें विसरावे जन्ममृत्यू।
नळ युधिष्ठिर जनक जनार्दन। स्मरणेंचि धन्य होती प्राणी।।
न करी आळस नाम घेतां वाचें। नाही भय सांचे प्राणियांसी।
तुका म्हणजे वाचें गाईल गोविंद। होईल परमानंद नामें एका।।

– श्री संत तुकाराम महाराज

पवित्र असे ईश्वरनाम भल्या सकाळी घ्यावे. जन्म-मृत्यू विसरावे. नळ, युधिष्ठिर, जनक, जनार्दन यांच्या नामस्मरणाने प्राणी धन्य होतो. नाम घ्यायचा आळस करू नका, नाम घेतले तर तुम्हाला कसली भयभीती नाही. जो मुखाने गोविंदाचे नाम घेईल त्याला परमानंद होईल.

।। पंढरीनाथ महाराज की जय ।।

।। ॐ नमो भगवते वासुदेवाय ।।

हरि बोला देतां हरि बोला घेतां। हांसता खेळता हरि बोला।
हरि बोला गातां हरि बोला खातां। सर्व कार्य करिता हरि बोला।।
हरि बोला एकांती हरि बोला लोकांती। देहत्याग अंती हरि बोला।
हरि बोला जनीं हरि बोला विजनीं। एका जनार्दनी हरि बोला।।

– श्री संत एकनाथ महाराज

काही देता घेता, बोलताना, हसताना, गाताना, खाताना हरिनाम घ्या. दिवसातल्या प्रत्येक कार्यारंभी हरिनाम घ्या, चार लोकात हरिनाम घ्या, एकटे असलात तरी हरिनाम घ्या, आणि देहत्यागाचे वेळीही हरिनाम घ्या.

तीर्थ तपराशी जप हृषिकेशी। मुखी अहर्निशी रामनाम।
तीर्थाचे पैं तीर्थ नाम हे समर्थ। होईल कृतार्थ रामनामें।।
होईल साधन तुटेल बंधन। वाचे जनार्दन सुफळसदा।
नामा म्हणे हरि उच्चार तूं करीं। उद्धारिसी निर्धारी इहलोकी।।

– श्री संत नामदेव महाराज

सदैव हृषिकेशाचा जप कर, मुखी सदैव रामनाम असू दे. हे तीर्थाचे तीर्थ आहे. रामनामजपाने जीवन कृतार्थ होईल, बंधने तुटतील. म्हणून नामदेव महाराज म्हणतात तू निर्धारपूर्वक हरिनामाचा जप कर, या इहलोकी तुझा उद्धार होईल.

इतुकें करीं देवा ऐकें हें वचन। समूळ अभिमान जाळी माझा।
इतुकें करीं देवा विनवितो तुज। संतचरणरज वंदी माथा।।
इतकें करीं देवा आईकें हे मात। हृदयी पंढरीनाथ दिवसा रात्री।
भलतिया भावें तारीं पंढरीनाथा। तुका म्हणे आता शरण आलो।

– श्री संत तुकाराम महाराज

देवा माझे हे बोलणे ऐक, माझा अभिमान समूळ जाळून टाक, संतचरणरजांवर माथा टेकविण्याचे भाग्य मला लाभू दे. देवा, माझ्या हृदयात पंढरीनाथ सदैव, रात्रंदिवस राहू दे. मी भोळ्या भावाने देवा तुम्हाला शरण आलो आहे.

।। पंढरीनाथ महाराज की जय ।।

।। ॐ नमो भगवते वासुदेवाय ।।

त्रिभुवनींचे सुख पाहावया नयनीं। दिनरात्र घणी न पुरे माझी।
विटेवरी सांवळा पाहतां पैं डोळा। मन वेळोवेळा आठवितु।।
सागरी भरीतें दाटे तैसे मन नटे। वाट पाहों कोठे तुझी राया।
बापरखुमादेवीवरू पूर्ण प्रकाशला। कुमुदिनी विकासला तैसे जालें।।

– श्री संत ज्ञानेश्वर महाराज

ईश्वरदर्शनाचे, विठ्ठलदर्शनाचे, त्रिभुवनाचे सुख डोळ्यांनी पहाण्याची माझी इच्छा रात्रंदिवसही पुरत नाही. विटेवर उभा असलेला सावळा विठ्ठल पुन:पुन्हा आठवतो. सागराला भरती येते तसे मन दाटून येते, देवा मी तुझी कुठे वाट पाहू ? कमळ उमलावे तसा बाप रखुमादेवीवरू म्हणजे श्री विठ्ठल पूर्णपणे प्रकाशला आहे.

नामाचे सामर्थ्य नेणें वेदशास्त्र। शेषाची वकत्रे मौनावली।
गंगा गणपती चंद्रसूर्य श्रेष्ठ। शंकर वरिष्ठ मौनावले।।
भीष्म पराशर उद्ध व अगंद। ब्रह्मा मुचकुंद मौनावले।
नामा म्हणे येरे काय जाणे स्तुति। दाटीनी श्रीपती उभा केला।।

– श्री संत नामदेव महाराज

वेदशास्त्रांनाही नामाचे सामर्थ्य समजलेले नाही, शेषाचे बोलणेही बंद झाले. गंगा, गणपती, चंद्रसूर्य, शंकर, भीष्म, पराशर, अगंद, ब्रह्मदेव, मुचकुंद या सगळ्यांची वाचा मौनाच्या सामर्थ्यापुढे थांबली. नामदेव महाराज म्हणतात त्याची किती स्तुती करावी तो प्रेमाच्या दाटीत उभा आहे.

अहंकार नुरे उरीं। झालें व्यापक चराचरीं।
निजानंदाची हजरी। सन्मुख तया सर्वदा।।
निळा म्हणे स्थैर्य बुद्धी। निर्द्वंद्व झाले निजात्मा सिद्धी।
सच्चिदानंद पदोपदी। कैवल्य सुखें डुलतो।

– श्री संत निळोबा महाराज

ज्याच्या मनात अहंकार उरलेला नाही, चराचराकडे जो व्यापक दृष्टीने पाहतो, तो निजानंदात मग्न आहे. निळोबा म्हणतात, त्याचे मनातील आपपरभाव नष्ट झाला आहे. तो स्थितप्रज्ञ मोक्षसुखाने डोलतो.

।। पंढरीनाथ महाराज की जय ।।

।। ॐ नमो भगवते वासुदेवाय ।।

आंधळ्याची काठी। अडकली कवणे बेटी।
माझिये हरिणी। गुंतलीस कोणे रानी।।
मुकें मी पाडस। चुकलें भोवें पाहें वास।
तुजविण काय करू। प्राण किती कंठी धरू।।

– श्री संत जनाबाई

वाटेने जाताना आंधळ्याची काठी बांबूच्या बेटात हरवावी तशी माझी स्थिती झाली आहे. विठोबामाऊली तू माझी हरिणी आहेस आणि मी तुझे पाडस आहे. मी मुके पाडस असून चुकले आहे. तुझ्याशिवाय मी काय करू. माझे प्राण अगदी कंठाशी आले आहेत.

चहूंकडे देवा दाटला वणवा।
का नये कनवा तुजलागी।।
सापडले संधी संसाराचे अंगी।
सोडवी लगबगी मायबापा।

– श्री संत निर्मळाबाई

देवा चारही बाजूंनी वणवा भडकला आहे आणि अजून तुला माझी दया येत नाही ? संसारात मी सापडले आहे, मायबापा विठ्ठला आता लवकर ये आणि मला यातून सोडव.

देहासी विटाळ म्हणती सकळ। आत्मा तो निर्मळ शुद्ध बुद्ध।
देहींचा विटाळ देहींच जन्मला। सोवळा तो झाला कवण धर्म।।
म्हणोनि पांडुरंगा वानितसे थोरी। विटाळ देहांतरी वसतसे।
देहाचा विटाळ देहीच निर्धारी। म्हणतसे महारी चोखियाची।।

– श्री संत सोयराबाई

देहाचा विटाळ आहे असं म्हणतात, पण आत्मा हा सदैव शुद्धच असतो. देहातील विटाळाचा देहातच जन्म होतो. विचारांती नरदेह संपूर्णपणे सोवळा आहे असं म्हणता येत नाही. विटाळ हा प्रत्येक देहात असतोच, म्हणून एका देहाचा दुसऱ्या देहाला विटाळ कसा होईल. म्हणून पांडुरंगा, मी तुझी थोरवी गाते.

।। पंढरीनाथ महाराज की जय ।।

काय सांगू तुझी करणी नारायणा। वेदपारायणा केशिराजा।
पृथ्वीवर तीर्थे आहेत अपार। परि पंढरीची सर एका नाही ।।
जन्मोजन्मींचिया पातका दरारा। चुके येरझारा एकें खेपें।
ब्रह्म ज्ञानेविण मोक्ष आहे भूतीं। वाचेसी ते घेती विठ्ठलनाम ।।

– श्री संत नामदेव महाराज

देवा, वेद, पारायणा, केशवा, तुझे कर्तृत्व काय सांगू ? या पृथ्वीवर अनेक तीर्थे आहेत पण पंढरीची सर एकाही तीर्थाला नाही. जन्मोजन्मीच्या पातकांना पंढरीनाथच आवर घालू शकतो, जन्ममरणाच्या फेऱ्या चुकवतो. जे मुखाने विठ्ठलनाम घेतील त्यांना ब्रह्मज्ञानाशिवाय मोक्षप्राप्ती होऊ शकेल.

अंगी हो पैं शांती। दया क्षमा सर्वांभूती।
जेथे जाऊन पाहे देवा। ब्रह्मादिक करीती सेवा ।।
आवडी असे पैं कीर्तनीं। लवे संताचे चरणीं।
जैसी दया पुत्रावरी। तेचि पाहे चराचरी ।।

– श्री संत जनाबाई

अंगी शांतीच शांती, सर्वांबद्दल मनात दया आणि क्षमा अशा संताची ब्रह्मादिकही सेवा करतात. अशा व्यक्तिला कीर्तनाची आवड असते. आणि ते संतांच्या चरणाशी नम्र असतात आणि आपल्या स्वत:च्या मुलांशी जसे वागतात तसेच सर्वांशी वागत असतात.

गेले पळाले दिवस रोज। काय म्हणतोसि माझें माझें।
सळे धरोनि बैसला काळ। फांको ने दि घटिका पळ ।।
कां रे अद्यापि न कळे। केश फिरले कान डोळे।
हित कळोनि असतां हातीं। तोंडी पाडोनि घेसी माती ।।

– श्री संत तुकाराम महाराज

रोजचा दिवस पुढे चालला आहे, पुढे पळतो आहे आणि तू 'माझे माझे' काय म्हणतोस ? काळ तुझ्यावर लक्ष ठेवून बसला आहे, तो तुझी मरण वेळ चुकवू देणार नाही. केस पांढरे झाले, कानांनी ऐकू येईनासे झाले, अजूनहि तू तुझे हित साधले नाहीस तर तोंडात माती घालून घेशील.

।। पंढरीनाथ महाराज की जय ।।

।। ॐ नमो भगवते वासुदेवाय ।।

जीवींचे जिवलगे माझे कृष्णाई कान्हाई । सांवळे डोळसे करुणा येऊ दे काही ।।
आला अपवाद याती संबंध लौकिक पाही । सांवळे डोळसे करुणा येऊ दे काही ।।
दीनोद्धारा ऐसे वेदशास्त्रे गर्जतो पाही । सांवळे डोळसे करुणा येऊ दे काही ।।
शरण कान्होपात्रा तुजला वेळोवेळां पाही । सांवळे डोळसे करुणा येऊ दे काही ।।

- श्री संत कान्होपात्रा

माझे जिवीचे जिवलगा कान्हा कृष्णा, सावळ्या तुला माझी दया येऊ दे. मी कनिष्ठ जातीची, देवा माझ्यावर दया कर. तू दीनोद्धारक आहेस असे वेदशास्त्रे गर्जून सांगतात, सावळ्या तुला माझी दया येऊ दे, मी तुला शरण आले आहे.

कृपा करी पंढरीनाथा । दीनानाथ तूं समर्था ।
अपराध करी क्षमा । तुझा न कळे महिमा ।।
करी भक्तांच्या सांभाळु । अनाथांचा तूं कृपाळु ।
आम्ही बहुत अन्यायी । क्षमा करी विठाबाई ।।

- श्री संत नरहरी सोनार महाराज

दीनानाथा समर्था पंढरीनाथा आमच्यावर कृपा कर. आमच्या अपराधांबद्दल आम्हाला क्षमा कर. तुझे महात्म्य, तुझा महिमा आम्हाला कळत नाही. तू भक्तांचा सांभाळ करतोस, अनाथांवर कृपा करतोस. आम्ही अन्याय करीत आलो आहोत, तेव्हा विठाबाई आम्हाला क्षमा करा.

मागणें ते आम्हा नाही हो कोणासी । आठवावे संतांसी हेच खरे ।
पूर्ण भक्त आम्हा ते भक्ति दाविती । घडावी संगती तयाशीच ।।
सावता म्हणे कृपा करी नारायणा । देव तोचि जाणा असे मग ।।

- श्री संत सावता माळी महाराज

आमचे कोणापाशी काही मागणे नाही. संतांचे स्मरण ठेवावे हेच खरे. जे पूर्ण भक्त आहेत त्यांच्याशी संगत घडावी. सावता माळी म्हणतात, नारायणा कृपा करा मग तेच आम्हाला देवासमान आहेत.

।। पंढरीनाथ महाराज की जय ।।

|| ॐ नमो भगवते वासुदेवाय ||

**रामकृष्ण गोविंदाचे नामस्मरण वाचे । घडिये घडिये साचे नाम विठ्ठलाचे ।।
एकनाथ आठविता दुतां पडियेली चिंता । नाम आनंदे गाता पावे सायुज्यता ।।
तिहीं लोकी नाम थोर वेदशास्त्रांचे सार । सगुण निर्गुणाकार निज ब्रह्मासी ।।
बाप रखुमादेवीवर कृपाळु उदास । नामस्मरणे पारु उतरु हा निर्धारु ।।**

- श्री संत ज्ञानेश्वर महाराज

क्षणोक्षणी रामकृष्ण गोविंदाचे नामस्मरण करावे. विठ्ठलनाम घ्यावे, नाम चिंता दूर करणार आहे. आनंदाने नामस्मरण केले तर सायुज्यतेचा लाभ होतो. नाम हे तिन्ही लोकात श्रेष्ठ आणि वेदशास्त्रांचे सार आहे. रखुमाईचा पति विठ्ठल हा कृपाळू आणि उदार आहे. त्याच्या नामस्मरणाने हा भवसागर पार करण्याचा आमचा निर्धार आहे.

**धाऊनियां मिठी घालीन संतचरणीं । सांगेन वचनीं मनीचे गूज ।
विठोबाचे गांवा न्या रे एकवेळा । फार आहाळला जीव माझा ।।
आनंदाचे जीवन पाहेन श्रीमुख । शोक मोह दु:ख हरती माझे ।
विटेसहित चरण देईन आलिंगनु । तेणें माझी तनु ओल्हावेल ।।**

- श्री संत नामदेव महाराज

मी धावत जाऊन संतचरणांना मिठी घालीन आणि त्यांच्याशी मनातल्या गोष्टी बोलेन. मला एकदा तरी विठ्ठलाच्या गावा न्या, त्याच्यासाठी माझा जीव आसुसला आहे, त्याचे मुख पाहीन तेव्हा माझे जीवन आनंदाने भरून जाईल. शोक, मोह, दु:ख सर्व काही नाहीसे होईल. मग मी विटेवर उभ्या असलेल्या विठ्ठलाला आलिंगन देईन तेव्हा कुठे माझ्या जिवाला ओलावा मिळेल.

**आधी देवास वोळखावे । मग अनन्य भावे भजावें ।
अखंड ध्यानचि धरावें । सर्वोत्तमाचे ।।
हे आपणाकडेच येते । राजी राखिजे समस्ताजे ।
देहासी बरें करावें तें । आत्मयास पावे ।।**

- श्री संत समर्थ रामदास

प्रथम देवाला ओळखावे, मग त्याची अनन्यभावें भक्ति करावी. मग सर्वोत्तम जो ईश्वर त्याचे अखंड ध्यान करावे, सर्वांचे मन राखावे. आत्मा द्रष्टा आणि सर्वसाक्षी असतो, तो देहाचे रक्षण करतो.

|| पंढरीनाथ महाराज की जय ||

।। ॐ नमो भगवते वासुदेवाय ।।

म्हणोनि आईकें अर्जुना । जैसा विस्फुल्लिंग लागे इंधना ।
मग तो प्रौढ जालिया त्रिभुवना । पुरों शके।।
तैसे विषयांचे ध्यान । जरी विपायें वाहे मन ।
तरी येसणें हे पतन । गिंवसीत पावे ।।

– श्री संत ज्ञानेश्वर महाराज

कामापाठोपाठ क्रोध, क्रोधानंतर स्मृतिभ्रंश होतो आणि स्मृतिभ्रंश झाला की ज्ञानाची समाप्ती होते. म्हणून अर्जुना ऐक इंधनावर एखादी ठिणगी जरी पडली की एवढी आग भडकतेकी ती आवरणे अशक्य होते त्याप्रमाणे जरा जरी आपले मन विषयाकडे वळले तर सर्वनाशहोतो.

म्हणोनि होऊनि निश्चिंता । हरुनी अवघी चिंता ।
मग जाऊ एकांता । भजन करू। संसारसंभ्रमे अशा लागे पाठी ।।
तेणें जीवा साटी होईल तुझ्या ।
सेंकी नाडसील, नाडसील । विषयासंगे अवघा नाडसील ।

– श्री संत तुकाराम महाराज

अरे माणसा, चिंतामुक्त होऊन एकांतात जाऊन हरिभजन करू म्हणशील तर ते तुला शक्य होणार नाही, तो तुझा भ्रम आहे. कारण संसारी माणसाच्या मागे निरनिराळ्या आशा लागलेल्या असतात, पण ही आशाच एक दिवस त्याचा प्राण घेते. बाबा रे, विषयाच्या संगतीने फसशील फसशील फसशील हे मी तुला तीन तीनदा सांगतो.

ईश्वरें नाना भेद केलें । भेदे सकळ सृष्टी चाले ।
आंधळे परीक्षावंत मिळाले । तेथे परीक्षा कैची ।।
म्हणोनि संतसंगेचि जावें । सच्छास्त्रचि श्रवण करावें ।
उत्तम गुणास अभ्यासावें । नाना प्रयत्नें ।।

– श्री समर्थ रामदास

ईश्वराने माणसा माणसात, प्राण्यात पशुपक्ष्यात निरनिराळे भेद केले आहेत या भेदांमुळेच सृष्टी चालते. परीक्षक जर आंधळे मिळाले तर ते कसली परीक्षा करणार ? म्हणून सत्संग करावा, संतांच्या सहवासात राहावे, सच्छास्त्र श्रवण करावे आणि प्रयत्नपूर्वक उत्तम गुणांचा अभ्यास करावा.

।। पंढरीनाथ महाराज की जय ।।

१४२ ।। ॐ नमो भगवते वासुदेवाय ।।

सकाळी उठोनि हरीचे नाम उच्चारा। नाम उच्चारिता तुटे पातक थारा।
हरीचे जे नाम ज्याच्या येईल वाचे। ते नर सदैव भाग्याचे ।।
हरीचे नाम जे उच्चारित गेले। हरीरूप होऊनी वैकुंठी ठेले।
बोधला म्हणे देवा नाम उच्चारित गेलो। नाम उच्चारिता विठ्ठलपाया विनटलो ।।

– श्री संत माणकोजी बोधला महाराज

सकाळी उठून हरिनामाचा उच्चार करा म्हणजे पातकाला थारा उरणार नाही. ज्यांच्या मुखी हरिनाम आहे ते भाग्यशाली आहेत. जे हरिनाम घेत राहिले ते हरिरूपी होऊन वैकुंठात स्थिरावले. बोधला म्हणतो मी पण नाम उच्चारित गेलो आणि विठ्ठलाचे पायीं स्थिरावलो.

कृपाळू समर्था सद्गुरु अनंता। गुरु कृपावंता दया करी।
अनाथ अपराधी तारी हा भवाब्धि। मृगजळ नदी तारी देखा ।।
दीनांचा दयाळु भक्तांचा कनवाळु। करिता सांभाळु हरिभक्ताचा।
हरिनाम उच्चारी देव कृपा करी। भक्तांचा कैवारी पांडुरंग ।।

– श्री संत नरहरी सोनार महाराज

हे कृपाळू समर्था सद्गुरु अनंता कृपावंता माझ्यावर दया कर. मी अनाथ आहे अपराधी आहे, या भवसागरातून मला तारून ने. तू दीनांचा दयाळू, भक्तांचा कनवाळू आहेस. तू हरिभक्ताचा सांभाळ करतोस. जे हरिनामाचे उच्चारण करतात, त्यांच्यावर देव कृपा करतो. पांडुरंग हा भक्तांचा कैवारी आहे.

कां गा रुसलासी कृपाळू हरी। तुजविण दुसरी भक्ति नेणें।
दीन रंक पापी हीन माझी मती। सांभाळा श्रीपती अनाथनाथा ।।
आशा मोह माया लागलीसे पाठी। काळ क्रोध दृष्टि पाहतसे।
सावता म्हणे देवा नका ठेऊ येथे। उचलोनि अनंता नेई वेगी ।।

– श्री संत सावता माळी महाराज

देवा, कृपाळू हरिराया का रुसलात ? तुझ्याशिवाय आम्ही कुणाचीही भक्ति करीत नाही. मी गरीब आहे, पापी आहे, माझी बुद्धि हीन आहे, तेव्हां अनाथनाथा तूंच माझा सांभाळ कर. आशा, मोह, माया, या गोष्टी पाठी लागल्या आहेत, काळ रागारागाने माझ्याकडे पाहतो आहे. तेव्हा मला आता इथं ठेवू नका, वेगानं या आणि मला उचलून घ्या.

।। पंढरीनाथ महाराज की जय ।।

।। ॐ नमो भगवते वासुदेवाय ।।

उदार तुम्ही संत। मायबाप कृपावंत।
केवढा केला उपकार। काय वागूं मी पामर।।
जड जीवा उद्धार केला। मार्ग दाखविला सुपंथ।
सेना म्हणे उतराई। होता काही दिसेना।।

– श्री संत सेना महाराज

संतानो तुम्ही उदार आहात, कृपावंत मायबाप आहात, तुमचे माझ्यावर अनंत उपकार आहेत, मी पामर त्याचं काय वर्णन करणार ? तुम्ही जड जीवांचा उद्धार केलात, सन्मार्ग दाखवलात, सेना म्हणतो, तुमचे उतराई कसे व्हावे हेच कळत नाही.

संतावाचुनियां सुख कोठे नाही। अमृत ज्याचे पायी नित्य वसे।
संतांचे संगती होय मोक्ष गती। नको वा संगती दुर्जनांची।।
दुर्जनांच्या संगे दु:ख प्राप्त होय। तेथें कैची सोय तारावया।
बोधला म्हणे सत्य हे त्रिवाचा। नको अभक्तांचा संग देवा।।

– श्री संत माणकोजी बोधला महाराज

संतसंगतीशिवाय सुख कुठेही नाही. त्यांच्या चरणी अमृताचा वास असतो. संतसंगतीमुळेच मोक्ष मिळतो. म्हणून दुर्जनांची संगत नकोच. दुर्जनांच्या संगतीने दु:ख मिळते ते कसले तारुन नेतात ? बोधला म्हणतात हे त्रिवार सत्य आहे म्हणून देवा, अभक्तांचा संग नको रे बाबा !

संतांची संगती आवडे या जीवा। आणिक केशवा दुजे नको।
कर्ममेळा म्हणे पंढरी निवासा। पुरवावी आशा हीचि माझी।।
आणिक वासना नाहीं दुजी मना। संतचरणीं जाणा मस्तक हे।
घालीन लोटांगण वंदीन पायधुळी। पूर्वकर्मा होळी होय तेणें।।

– श्री संत कर्ममेळा महाराज.

या जिवाला संगतीची आवड आहे. केशवा आणखी दुसरे मला काही नको. कर्ममेळा म्हणतो, पंढरीनिवासा पंढरीराया एवढी माझी इच्छा पूर्ण कर. मनात आता दुसरी कसलीही वासना उरलेली नाही. संतांच्या चरणावर मस्तक ठेवावे, त्यांना लोटांगण घालून त्यांची पायधूळ कपाळाला लावली म्हणजे सारी पूर्वकर्मे, पापे जळून जातील.

।। पंढरीनाथ महाराज की जय।।

||ॐ नमो भगवते वासुदेवाय ||

बहुत हिंडलो देश देशांतर । परी मन नाही स्थिर झाले कोठे ।
बहुत तीर्थे फिरोनिया आलों । मनासवे झालो वेडगळचि ।
बहुत प्रतिमा ऐकिल्या पहिल्या । मनाच्या राहिल्या येरझारा ।
चोखा म्हणे पाहतां पंढरी वैकुंठ । मनाचे हे कष्ट दूर गेले ।

-श्री संत चोखामेळा महाराज

खूप गावोगाव हिंडलो पण कुठेहि मन स्थिर झाले नाही, अनेक तीर्थांना भेटी दिल्या, वेडगळासारखां मनाबरोबर भटकलो. अनेक देवदेवतांची दर्शने घेतली, त्यांच्याबद्दल ऐकले पण चोखा म्हणतो तरीसुद्धा मनातला गलबला संपला नाही. मग पंढरी हे भूवैकुंठ पाहिल्यावर मनाचे सर्व कष्ट दूर झाले.

कान्हो जन्मूनिया उत्तम कुळीं । केली संसाराची होळी ।
पैका जमूनिया फार । पोशी दारा आणि कुमर ।।
सदा निंदी साधुसंता । नेणे कर्म धर्म व्रता ।
कान्होपाठक करितो नर । अंती भोगी नरक थोर ।।

- श्री संत कान्होबा पाठक महाराज

हा कान्होबा उत्तम कुळात जन्मला असूनही त्याने संसाराकडे पाठ फिरवली. पण जे नुसताच पैसा जमवीत राहतात आणि बायको मुलांचे पोषण करतात, साधुसंताची नेहमी निंदा करतात, त्यांना व्रत, धर्म, कर्म माहीत नसते. कान्होबा पाठक म्हणतात असे पुरुष शेवटी नरकात जातात.

आलो तुझ्या दर्शनासी । भेट द्यावी बा आम्हांसी ।
सर्व संत हो राऊळी । मी रे एकटी तळमळी ।।
देव आले रे बाहेरी । मज नेले खांद्यावरी ।
भागू म्हणे भेट झाली । माझी चिंता हारली ।। - श्री संत भागूबाई

देवा, आम्ही तुझ्या दर्शनाला आलो आहोत तेव्हा तू आम्हाला भेटायला हवंस. सगळे संत देवळात जमले आहेत आणि मी मात्र एकटी इथे तळमळते आहे. देवाने, करुणासिंधु विठ्ठलाने हे ऐकले, मग देव बाहेर आले त्यांनी खांद्यावरून मला आत नेले. भागू म्हणते अशी माझी आणि देवाची भेट झाली. त्यामुळे माझ्या सगळ्या चिंता संपल्या.

|| पंढरीनाथ महाराज की जय ||

।। ॐ नमो भगवते वासुदेवाय नमः ।।

विष्णुविणें जप व्यर्थ त्यांचें ज्ञान। रामकृष्णी मन नाही ज्याचें।
उपजोनि करंटा नेणें अद्वय वाटा। रामकृष्णी पैठा कैसा होय।।
द्वैताची झाडणी गुरुविण ज्ञान। त्या कैंचे कीर्तन घडे नामीं।
ज्ञानदेव म्हणे सगुण हें ध्यान। मानपाठ मौन प्रपंचाचे।।

– श्री संत ज्ञानेश्वर महाराज

जो विष्णुनामाशिवाय इतर गोष्टींचा जप करतो. ज्याचे चित्त रामकृष्णाच्या ठायी नाही त्याचे ज्ञान वाया गेले असे समजावे. मनुष्य जन्माला येऊन ज्याला अद्वैताचे ज्ञान झाले नाही त्याला करंटाच म्हणायला हवे. रामकृष्ण स्वरुपात तो कसा एकरुप होणार ? द्वैत झटकून, झाडून टाकण्याचे ज्ञान त्याला गुरुशिवाय कसे मिळणार ? अणि ज्याला असे ज्ञान नाही त्याला हरिनामाचे कीर्तन तरी कसे घडणार ? ज्ञानदेव म्हणतात हे कीर्तन म्हणजे हरीचे सगुण ध्यानच होय. असा नामपाठ केला म्हणजे प्रपंच शांत होतो, मौनावतो.

गोविंद गोपाळ वाचेसी निखळ। तो उद्धारे तात्काळ कलीमाजी।
नारायण नारायण हेचि पारायण। उद्धरले जन इहलोकीं।।
तुटती यातना कर्माच्या भावना। जड जीव उद्धरणा नाम स्मरा।
नामा म्हणे राम हा जप परम। न लगती नेम नाना कोटी।।

– श्री संत नामदेव महाराज

या कलियुगात गोविंद गोपाळांचे नाव घेणारे उद्धरले जातात. जे नारायण नामाचे पारायण करतात त्यांचाच इहलोकी उद्धार होतो. कर्माच्या यातना संपतात आणि या जड जिवाचा उद्धार होतो; त्यासाठी नामस्मरण करा. नामदेव म्हणतात रामनामाचा जप कर म्हणजे कुठलेही नेमधर्म करायला नकोत.

सुधारसें ओलावली। रसना धाली न घाये।
कळों नये जाली धणीं। नारायणीं पूर्णता।।
आवडे तें तेचि यासी। ब्रह्मरसी निरसें।
तुका म्हणे बहुतां परी। करुणा करी सेवन।।

– श्री संत तुकाराम महाराज

हरिनामाने रसना, जीभ ओली झाली आहे पण ती तृप्त झालेली असून नसल्यासारखी आहे. या नामस्मरणापुढे ब्रह्मरसही फिका वाटतो. तुकाराम महाराज म्हणतात, या नामरसाचे सतत सेवन करतो पण तृप्ती होत नाही.

।। पंढरीनाथ महाराज की जय ।।

।। ॐ नमो भगवते वासुदेवाय नम ।।

अद्वय आनंद तो हा परमानंद। शोभे सच्चिदानंद विटेवरी।
सावळे रुपडे गुणा अगोचर। उभा कटी कर ठेऊनि विटे।।
पीतांबर परिधान चंदनाची उटी। रुळे माळ कंठी वैजयंती।
भानुदास म्हणे ब्रह्म अगोचर। नेणवे विचार ब्रह्मादिका।।

– श्री संत भानुदास महाराज

दुसरा कोणताही आनंद नसलेला, एकमेव आनंद असलेला हा परमानंद सच्चिदानंद विटेवर उभा आहे. त्याचे सावळे रूप दिसते आहे पण त्याचे नेमके गुण आपल्यास अज्ञात आहेत. तो कमरेवर हात ठेवून विटेवर उभा आहे. नेसू पितांबर आहे, सर्वांगाला चंदनाची उटी आहे, गळ्यात वैजयंती माळ रुळते आहे. भानुदास म्हणतात, हे अज्ञान ब्रह्मच आहे, त्याचा विचार ब्रह्मादिकांनाहि करता आला नाही.

तुळशीवृंदावन विष्णुचे पूजन। भक्तीसी कारण मुख्य हेंचि।
सर्वांभूती दया भेद नव्हे चित्ता। साधी परमार्थ हाचि एक।।
व्युत्पत्ति विचार न करी निर्धार। व्यर्थ वांया भार काय करिसी।
म्हणे जनार्दन एकविध भजन। सांगितले जाण एकनाथा।।

– श्री संत जनार्दन स्वामी महाराज

तुळशी वृंदावन असावे, विष्णुची पूजा करावी यालाच भक्ति म्हणतात. सर्वांविषयी मनात दया बुद्धि असावी, भेदाभेद नसावा. कसलेही निर्धार निश्चय करू नयेत, भजनाच्या एकमेव मार्गाचा अवलंब करावा असे जनार्दन स्वामींनी एकनाथांना सांगितले.

विश्वाचा व्यापक विश्वंभर साक्षी। नये अनुमानासी वेदशास्त्र।
नवल गे माय नवल गे माय। चोखनिया खाय नवनीत।।
धरिती बांधिती गौळणी बाळा। वोढोनि सकळां आणितात।
एका जनार्दनी येतो काकुळती। न कळे ज्याची गति वेदशास्त्र।।

– श्री संत एकनाथ महाराज.

विश्व व्यापणारा विश्वंभर हा सर्वसाक्षी आहे. त्याची कल्पना, तो कसा आहे हे वेदशास्त्रांनाही समजलेले नाही. हा विश्वंभर चोरुनी लोणी खातो, गौळणी त्याला बांधून ठेवतात. या सगळ्या नवलाच्याच गोष्टी म्हणायला हव्यात आणि विशेष म्हणजे जो वेदशास्त्रांनाही समजलेला नाही तो गौळणीपुढे काकुळती करतो !

।। पंढरीनाथ महाराज की जय ।।

।। ॐ नमो भगवते वासुदेवाय नम ।।

उदंड तीर्थे उदंड क्षेत्रे। परि पवित्र पंढरी।
उदंड देव उदंड दैवते। परि कृपावंत विठ्ठल।।
उदंड भक्त उदंड संत। परि कृपावंत पुंडलीक।
उदंड गातो एक एका। परि एका जनार्दनी सखा।।

– श्री संत एकनाथ महाराज

या जगात पुष्कळ, उदंड तीर्थक्षेत्रे आहेत, तीर्थे आहेत पण पंढरीसारखे पवित्र एकहि नाही. देव दैवतांनाही काही कमी नाही. तीही पुष्कळ आहेत. पण कृपासागर, करुणाकर एक श्रीविठ्ठल. भक्तही उदंड आहेत पण पुंडलीकासारखा कृपाळू संत नाही. हा एकनाथ उदंड गातो, पुष्कळ गातो आहे पण जनार्दनाप्रमाणे जमत नाही.

कन्या सासुरासी जाये। मागे परतोनि पाहे।
तैसे जालें माझ्या जिवा। केव्हां भेटसी केशवा।।
चुकलिया माये। बाळ हुरुहुरू पाहे।
जीवनावेगळी मासोळी। तैसा तुका तळमळी।।

– श्री संत तुकाराम महाराज

मुलगी सासरी जाताना सारखी मागे मागे वळून पाहते, देवा, तशी माझी स्थिती झाली आहे. केशवा मला कधी भेटशील ? आई पासून चुकलेले मूल कावरंबावरं होऊन आईला शोधीत असते. पाण्यातून बाहेर काढलेला मासा जसा तडफडत असतो तसा हा तुकाराम देवा तुमच्यासाठी तळमळतो, तडफडतो आहे.

सुंदर उटी मलयागरे। वेढिली चिरें तेणेंचि।
मोरपिसे मुगुटावरी। मुरली अधरी वाजवितु।।
घन:श्याम हा मदनमूर्ती। झळके दीप्ती पदकाची।
निळा म्हणे पांडुरंग। संतसंग भोवताली।। – श्री संत निळोबा महाराज

मलयगिरीवरून येणाऱ्या सुगंधासारखी सुंदर उटी ज्याला लावलेली आहे, अनेक उंची वस्त्रे ज्याने पांघरली आहेत, ज्याच्या मुगुटावर मोरपिसे आहेत, ज्याच्या ओठावर मुरली आह, तो घन:श्याम पांडुरंग म्हणजे मदनमूर्तीच आहे. त्याच्या अंगावर पदकांचे तेज झळाळते आहे. निळोबा म्हणतात पांडुरंगाच्या भोवती सतत संतमेळा असतो.

।। पंढरीनाथ महाराज की जय ।।

॥ ॐ नमो भगवते वासुदेवाय ॥

काढी काढी भ्रंति देहाची सर्वथा । प्रपंचाची चिंता नको तुज ।
सर्वभावे शरण विठ्ठलासी जाई । ठायीचाचि ठायी निवारील ॥
देह गेह माझे म्हणणे हे दुजे । सर्व विठ्ठलराजे समर्पी तू ।
एका जनार्दनी करी आठवण । चिंती तूं पावत परब्रह्म ॥

— श्री संत एकनाथ महाराज

आपल्या देहाच्या प्रेमावर तू जो अडकून पडला आहेस त्यातून बाहेर ये. प्रपंचाची व्यर्थ चिंता करू नको. तनमने कसा, सर्वभावे त्या विठ्ठलाला शरण जा. तो जागच्या जागीच तुझे संकट निवारण करील. हा देह हेच माझे सर्वस्व आहे, हेच माझे घर आहे हे बोलणे तू सोड आणि आपले सर्व काही विठ्ठल राजाला समर्पण कर. तू पावन परब्रह्माचंच स्मरण कर एवढी आठवण मी तुला देतो.

नये जरी तुज मधुर उत्तर । दिधला सुस्वर नाही देवें ।
नाही तयाविण भुकेला विठ्ठल । येईल तैसा बोल रामकृष्ण ॥
देवापाशी मागें आवडीची भक्ति । विश्वासेंशी प्रीती भावबळे ।
तुका म्हणे मना सांगतो विचार । धरावा निर्धार दिसेंदिस ॥

— श्री संत तुकाराम महाराज

तुला देवाने जरी गोड आवाज दिला नसला तरी तुला येईल तसे रामकृष्ण तू म्हणत रहा. कारण देव गोड आवाजाचा भुकेला नाही, त्याला विश्वास, प्रेम आणि भावबळ हवे असते. तुकाराम महाराज म्हणतात, मनाला मी हाच विचार सांगतो आणि दिवसेंदिवस निर्धार करायला लावतो.

ऐशी विठाई माऊली । अनाथां कृपेची साऊली ।
उभी असे निरंतर । ठेवूनिया कटी कर ॥
देऊनि प्रेमाचे भातुके । दासां अवलोकी कौतुके ।
निळा म्हणे महिमा इचा । वर्णितां कुंठित वेदवाचा ॥

— श्री संत निळोबा महाराज

विठाई माऊली ही अनाथांना कृपेची सावली आहे. कटीवर कर ठेवून ती निरंतर उभी आहे. आपल्या प्रेमाचा खाऊ देऊन ती आपल्या भक्तांकडे कौतुकाने पाहते. निळोबा म्हणतात हिचा महिमा गाता गाता वेदांची वाचाही कुंठित झाली, त्यांचे बोलणे खुंटले.

॥ पंढरीनाथ महाराज की जय ॥

।। ॐ नमो भगवते वासुदेवाय ।।

आजी सोनियाचा दिनु । वर्षे अमृताचा धनु ।
हरी पाहिला रे सबाह्य अभ्यंतरी । अवघा व्यापक मुरारी ।।
बरवा संतसमागमु । प्रगटला आत्मारामु ।
कृपासिंधु करुणाकर । बाप रखुमादेवीवर ।।

– श्री संत ज्ञानेश्वर महाराज

आजचा दिवस सोन्याचा उगवला आहे. अमृताचा मेघ बरसतो आहे; अंतर्बाह्य मला श्रीहरीचे दर्शन झाले– सर्व विश्व व्यापणाऱ्या मुरारीचे मला दर्शन झाले– संत सहवास हा नेहमीच सुखद असतो, तिथेच आत्माराम प्रकट होतो. करुणाकर कृपासिंधु असा श्रीविठ्ठल, रखुमादेवीवर आहे.

नव्हे आराणूक परि मनी वाहे । होईल त्या साहे पांडुरंग ।
पंढरीसी जावें उद्वेग मानसीं । धरिल्या पावसीं संदेह नाही ।।
नसो बळ देह असो पराधीन । परि हे चिंतन टाको नको ।
तुका म्हणे देहा पडोया चिंतनें । पुढे लागे येणें याजसाठी ।।

– श्री संत तुकाराम महाराज

जो पांडुरंगाच्या भेटीसाठी अस्वस्थ झाला आहे त्यालाच पांडुरंग सहाय्य करतो. पंढरीला जाण्यासाठी तिळ तिळ तुटशील तरच तिथे जाशील यात शंका नाही. अंगी बळ नसेल, परस्वाधीन असशील, तरी देवाचे नाव टाकू नको. चिंतन सोडू नको. तुकाराम महराज म्हणतात– ईश्वर चिंतन चालले असतानाच देह पडावा, कारण पुढे यासाठीच मुनष्यजन्म हवा असतो.

त्याचे भक्तिचे कौतुक। तया नाव प्रासादिक।
सहज बोलता विवेक। प्रगट होय ।।
जेणें देह बुद्धि तुटे । तेणे भवसिंधु आहे ।
जेणे भगवंत प्रगटे । या नाव कवित्व ।।

– श्री संत समर्थ रामदास

जो भक्तिप्रेमाने ईश्वराचे वर्णन करील त्याच्याच भक्तिचे कौतुक असते, त्याच्या सहज बोलण्यातूनही विवेक प्रगटतो. अनेक संदेह जिथे फिरतात, भक्तिमार्ग कळतो, देह बुद्धी नाहीशी होते, भवसिंधु आटतो, तिथे भगवंत प्रगट होतो व तेच खरे कवित्व होय.

।। पंढरीनाथ महाराज की जय ।।

।। ॐ नमो भगवते वासुदेवाय ।।

नाममाला घे पवित्र। अंती हेचि शस्त्र।
राम हा महामंत्र। सर्व बाधा निवारी।।
भवकर्मविख। रामनामी होय चोख।
हरेल भवव्यथादु:ख। पुढे सुख उपजेल।।

– श्री संत ज्ञानेश्वर महाराज

तू नामजप कर, पवित्र अशी नाममाला हाती घे, कारण सर्व शत्रूंवर मात करणारे हेच सर्वोत्तम शस्त्र आहे. राम या महामंत्रांत सर्व बाधांचं निवारण होतं, भव कर्माचं जे विष आहे ते रामनामानं अमृत होतं, सगळ्या भवव्यथा, दु:खे, संकटे नाहीशी होतील आणि पुढे सुखाची प्राप्ती होईल.

इतुके मागतसे तुज। वनीं जन्म देई मज।
सुखें करुनि राहीन। तुझें चरण पाहीन।।
बहुत शिणलो। आता तुजपाशी आलो।
न करी अव्हेर। दास तुझा मी किंकर।।

– श्री संत नामदेव महाराज

देवा, पंढरीराया माझे तुझ्याकडे एवढेच मागणे आहे की मला पुढचा जन्म एखाद्या वनात, रानात दे. तिथेच मग मी सुखात राहीन, नित्य नेहमी तुझ्या चरणांचे दर्शन घेईन– आतापर्यंत मी खूप दमलो आहे, शिणलो आहे आणि दमून भागून तुझ्या चरणांशी, तुझ्यापाशी आलो आहे. आता तू माझा अव्हेर करू नकोस, मी तुझा दासानुदास आहे.

जगीं विठ्ठल रुक्मिणी। तुम्ही अखंड स्मरा ध्यानीं।
मग तुज काय उणें। झाले सोयरें त्रिभुवनें।।
साराचे जे सार। भवसिंधु उतरी पार।
मन ठेऊनि चरणी। म्हणे नामयाची जनी।। – श्री संत जनाबाई

या जगात येऊन तुम्ही विठ्ठल रुक्मिणीचे अखंड स्मरण करा. असे स्मरण तुम्ही केलेत तर तुम्हाला काही कमी पडणार नाही. सगळी त्रिभुवनेच तुमचे नातेसंबंधी, सगेसोयरे होतील– विठ्ठल रुक्मिणी म्हणजे सर्व सारांचे सार आहे, त्यांच्या नामजपाने हा भवसिंधु सहज पार करता येतो असे त्यांच्या चरणांवर मन ठेवून नामयाची जनी सांगते आहे.

।। पंढरीनाथ महाराज की जय ।।

।। ॐ नमो भगवते वासुदेवाय ।।

रूप पाहतां लोचनी। सुख जालें वो साजणी।
तो हा विठ्ठल बरवा। तो हा माधव बरवा।।
बहुत सुकृतांची जोडी। म्हणुनि विठ्ठल आवडी।
सर्व सुखाचे आगरु। बाप रखुमादेवीवरू।।

– श्री संत ज्ञानेश्वर महाराज

पांडुरंगा, विठ्ठला तुझे रूप या डोळ्यांनी पाहिल्यावर प्रियकराला प्रेयसीचे दर्शन व्हावे तसे साजणसुख मला झाले. तो विठ्ठल हा माधव खरा उत्तम. पूर्वजन्मी पुष्कळ पुण्य केले म्हणून या जन्मी विठ्ठलाची आवड निर्माण झाली असावी. रखुमादेवीचा पति श्रीविठ्ठल हा सर्व सुखांचे आगर आहे.

अनंत ब्रह्मांडे तुझिया उदरीं। घन:श्यामा हरि तुज नमो।
देवराया तुझे कोमळ हृदय। कृपादृष्टी पाहे मजकडे।।
तुझा मी किंकर आहे वासुदेवा। अभय या जीवां देई आता।
नामा म्हणे घाली चरणांसी मिठी। बोले जगजेठी स्वामी माझा।।

– श्री संत नामदेव महाराज

देवा घन:श्यामा अनंत ब्रह्मांडे तुझ्या पोटात साठवलेली आहेत. तुला माझा नमस्कार असो. देवराया, तू कोमल हृदयाचा आहेस, तू तुझी कृपादृष्टि माझ्याकडे वळव, वासुदेवा मी तुझा सेवक आहे तेव्हा तू मला अभय दे- देवांच्या चरणांना पायांना मिठी मारून नामदेव म्हणतो, हा जगजेठी स्वामी माझा आहे.

पहा ते पांडव अखंड वनवासी। परि त्या देवासी आठविती।
प्रल्हादासी पिता करीतो जाचणी। परि तो स्मरे मनी नारायण।।
सुदामा ब्राह्मण दरिद्रे पिडिला। नाही विसरला पांडुरंगा।
तुका म्हणे तुझा न पडावा विसर। दु:खाचे डोंगर झाले तरी।।

– श्री संत तुकाराम महाराज

पांडव अखंड वनवासी होते पण देवाचे सदैव स्मरण करीत होते. प्रल्हादाला बाप त्रास देत असे, जाच करीत असे, पण सदान् कदा मनोमनी नारायण आठवत असे. दारिद्र्याचने सुदाम ब्राह्मण पिडला होता पण तो पांडुरंगाला विसरला नाही. तुकाराम महाराज म्हणतात, देवा, माझ्यावर दु:खाचे डोंगर कोसळले तरी तुझा मला विसर पडू देऊ नकोस.

।। पंढरीनाथ महाराज की जय ।।

।। ॐ नमो भगवते वासुदेवाय ।।

तुज सगुण म्हणों की निर्गुण रे। सगुण निर्गुण एक गोविंदु रे।
अनुमाने ना, अनुमाने ना। श्रुति नेति नेति म्हणती गोविंदु रे।।
तुज स्थूळ म्हणू की सूक्ष्म रे। स्थूळ सूक्ष्म एक गोविंदु रे।
तुज आकार म्हणू की निराकार रे। साकारु निराकारु एक गोविंदु रे।।

- श्री संत ज्ञानेश्वर महाराज

देवा, तुला सगुण म्हणू की निर्गुण काहीच कळत नाही. सगुण अथवा निर्गुण असलास तरी तू आमचा गोविंदच आहेस तुझ्याबद्दल कसलेच अनुमान करता येत नाही, श्रुतींना देखील तू उमजला नाहीस. तू स्थूल आहेस की सूक्ष्म आहेस काही समजत नाही. तू स्थूल ऐस अथवा सूक्ष्म ऐस आमचा गोविंदच आहेस. तुला आकार आहे म्हणू की तुला निराकार समजू. साकार निराकार कसाही असलास तरी तू गोविंदच आहेस.

जनांसी तारक विठ्ठलचि एक। केलासे विवेक सनकादिकीं।
ते रूप बोळले पंढरीस देखा। द्वैताची पै शाखा तोडियेली।।
उगवले बिंब अद्वैत स्वयंम। नाम हे सुलभ विठ्ठलराज।
निवृत्तीचे गूज विठ्ठल सहज। गयनींराजे मज सांगितले।।

- श्री संत निवृत्तिनाथ महाराज

सर्व लोकांना मारणारा केवळ विठ्ठलच आहे असा बोध सनकादिकांनी देखील केलाआहे. पंढरीला हे रुपडे पहा, या देवाने द्वैत तोडून टाकून अद्वैत स्थापन केले. अद्वैताचे स्वयंभूबिंब त्यामुळे उगवले. विठ्ठलनाम सोपे आहे, या निवृत्तीची ही गुजगोष्ट गहिनीनाथांनी सांगितलीआहे.

मनाचे मवाळ हरिरूप चिंतीती। रामकृष्ण मूर्ति नित्य कथा।
रामकृष्ण ध्यान सदा पै सर्वदा। न पवेल आपदा नाना योनी।।
हरिध्यान जप मुक्त पै अनंत। जीव शिवीं रत सर्वकाळ।
सोपान प्रेमा आनंद हरीचा। तुटला मोहाचा मोहपाश।।

- श्री संत सोपानदेव महाराज

ज्यांचं मन कोवळं आहे, नाजुक आहे ते सतत हरिरुपाचं चिंतन करीत असतात. रामकृष्णांची मूर्ति मनात आणून त्यांच्या कथा त्यांचं ध्यान सदासर्वदा करीत असतात. त्यामुळं त्यांच्यावर कोणतीही संकटे येत नाहीत. त्यांचा जीव सदैव ईश्वरचिंतनात मग्न असतो. सोपानाला हरीच्या प्रेमाचा आनंद आहे. त्यामुळेच सगळे मोहपाश तुटले आहेत.

।। पंढरीनाथ महाराज की जय ।।

|| ॐ नमो भगवते वासुदेवाय ||

अखंड जपतु नाममंत्र वाचे । त्याहूनी दैवाचे कोण भूमी ।
अमृती राहिला त्यासि कायसें मरण । नित्यता शरण हरि चरण ।।
नाममंत्र राशी अनंत पुण्य त्यासी । नाही पै भाग्यासी तपाहून ।
निवृत्ती म्हणे सार रामनाम मंत्रु । कैसा त्यासी शत्रु जिंकी मनी ।।

— श्री संत निवृत्तिनाथ महाराज

जो वाचेने अखंड रामनाम जपतो त्याच्याहून अधिक भाग्यशाली कोण असणार ? जो अमृतात राहतो त्याला मरण कोठले ? नाममंत्र म्हणजे अनंत पुण्याची ठेव, तप:श्चर्येपेक्षाही नामजप करणारे भाग्यशाली. निवृत्तिनाथ म्हणतात जो रामनाम मंत्र म्हणतो, त्याचा शत्रू त्याला कसा जिंकू शकेल ?

समाधीचे साधन । ते रामनाम चिंतन ।
चित्त सुखसंपन्न । हर्ष जीवनी केला ।।
कोटी तपाचिया राशी । जोडीती रामनामपाशी ।
नाम जपता अहर्निशी । वैकुंठपद पाविजे ।।

— श्री संत ज्ञानेश्वर महाराज

रामनाम चिंतन हे एक समाधीचे साधन आहे. रामनामामुळे चित्त सुखसंपन्न तर होतेच पण जीवनात आनंद निर्माण होतो. रामनाम जपल्यामुळे कोटी तपाच्या राशीचे पुण्य लाभते, वैकुंठपद प्राप्त होते.

भजन भावो देही नित्यनाम पेठा । नामेचि वैकुंठा गणिका गेली ।
नाममंत्र आम्हा हरी रामकृष्ण । दिननिशी प्रश्न मुक्तिमार्गु ।।
नामाचि तारकु तरले भवसिंधु । हरिनाम छंदु मंत्रसार ।
मुक्ताई चिंतनी हरिप्रेम पोटी । नित्यनाम घोटीं अमृत सदा ।।

— श्री संत मुक्ताबाई

नेहमी भजन करीत असावे, नाम घेत असावे. रामकृष्ण हरी हा नाममंत्र रात्रंदिवस जपला तर कोणत्याही समस्येतून मुक्ति मार्ग सापडतो. या मुक्ताईचे सदैव हरिनामाचे चिंतन चाललेले असते, कारण हरिनाम एक अमृतच आहे.

|| पंढरीनाथ महाराज की जय ||

।। ॐ नमो भगवते वासुदेवाय ।।

क्षीरसागरात अससी बैसला। धांवोनि मजला भेटी देई।
कैलासी शिव पूजितसे तुजला। धावोनि मजला भेटी देई।।
शेषावरी जरी अससी निजला। धांवोनि मजला भेटी देई।
गहिंवरोनि नामा वाहन विठ्ठला। धांवोनि मजला भेटी देई।।

– श्री संत नामदेव महाराज

देवा भगवंता तू क्षीरसागरात जरी बसला असलास तरी धावत येऊन मला भेट. कैलासावर शिवशंकर तुझे पूजन करतो तरी धावत येऊन मला भेट. तू शेषावर निजला असलास तरी धावत येऊन मला भेट. गहिवरून हा नामा विठ्ठला तुला साद घालतो आहे तू मला धावत येऊन भेट.

माझे मनीं जें जें होतें। तें तें दिधले अनंते।
देइ नेउनि विदेही केलें। शांति देऊनि मीपण नेलें।।
मूळ नेलें हें क्रोधाचें। ठाणें केलें विवेकाचे।
निज पदी दिधला ठाव। जनी म्हणे दाता देव।।

– श्री संत जनाबाई

माझ्या मनात जे जे होते ते ते अनंताने मला दिले. माझा देह नेऊन मला विदेही केली, देह असूनही विदेहावस्था दिली, मन:शांती देऊन माझे मीपण माझा अहंकार नेला, रागाचे मूळ नेऊन तिथे विवेकाला बसवला आणि स्वत:च्या पायाशी मला जागा दिली. जनाबाई म्हणते सर्व काही देणारा देव असतो.

पहा दिसतो पदार्थ। अवघा नाशिवंत व्यर्थ।
माया बहुरूपी नटली। नवखंडी प्रगटली।।
उमज पडेना हो काही। मस्तक सद्‌गुरुचे पायी।
सद्‌गुरुनाम हे अमृत। नरहरी जपे हृदयात।।

– श्री संत नरहरी सोनार महाराज

जो जो पदार्थ दृष्टीला दिसतो आहे तो तो नाशिवंत आहे. माया बहुरुपांनी नटून या नवखंड पृथ्वीवर प्रकटली आहे. काही उमजत नाही म्हणून सद्‌गुरुंचे पायावर मस्तक ठेवले आहे. सद्‌गुरुनाम हे अमृत आहे आणि या नरहरीने ते हृदयात जपले आहे.

।। पंढरीनाथ महाराज की जय ।।

।। ॐ नमो भगवते वासुदेवाय ।।

समयासी सादर व्हावे। देव ठेविले तैसे रहावे।
कोणे दिवशी बसून हत्तीवर। कोणे दिवशी पालखीसुभेदार ।।
कोणे दिवशी पायाचा चाकर। चालून जावे कोणे दिवशी।
कोणे दिवशी होईल सद्‌गुरुची कृपा। चुकती जन्माच्या खेपा।।

– श्री संत सावता माळी महाराज

जशी वेळ येईल तसे सामोरे जावे. देवाने ठेवले आहे तसे रहावे. एखाद्या दिवशी हत्तीवर बसावे. सुभेदार होऊन पालखीतून जावे किंवा एखाद्या दिवशी पायी जावे, मग एखाद्या दिवशी सद्‌गुरुची कृपा होईल आणि जन्ममरणाच्या फेऱ्या चुकतील.

ज्याचे घेता मुखी नाम। धाकी पडे काळ यम।
ऐशी नामाची थोरी। उद्धरिले दुराचारी।।
नष्ट गणिका अजामेळ। वाल्मिकी झाला ते सोज्वळ।
ऐशी नाम माळा। कान्होपात्र ल्याली गळा।।

– श्री संत कान्होपात्रा

ज्याच्या मुखात नाम आहे त्याला यम देखील घाबरतो. असे नामाचे महात्म्य आहे. या नामामुळे अजामिळ आणि वाल्मिकी हे दुराचारी देखील उद्धरले. अशा नामांच्या माळाच्या माळा कान्होपात्रानं गळ्यात घातल्या आहेत.

केशवाचे ध्यान धरुनि अंतरी। मृतिके माझारी नाचतसे।
विठ्ठलाचे नाम स्मरे वेळोवेळ। नेत्री वाहे जळ सद्‌गदित।।
कुलालाचे वंशी जन्मले शरीर। तो गोरा कुंभार हरिभक्त।
म्हणे गोरा कुंभार जीवन्मुक्त होणे। जग हे करणे शहाणे बापा।।

– श्री संत गोरा कुंभार महाराज

त्या केशवाची विठ्ठलाची मूर्ति मनोमनी धरून मी मातीवर नाचतो. विठ्ठलाचे नाव मी सतत घेतो आणि माझ्या डोळ्यातून अश्रू वहात असतात. कुंभाराच्या कुळात ज्याचे हे शरीर जन्मले तो गोरा कुंभार हरिभक्त आहे. गोरा कुंभार म्हणतो, हे जग शहाणे करून आपण जीवन्मुक्त व्हावे, मोक्षपदी पोचावे.

।। पंढरीनाथ महाराज की जय ।।

।। ॐ नमो भगवते वासुदेवाय ।।

त्रिवेणी संगमी नाना तीर्थे भ्रमी। चित्त नाही नामी तरी ते व्यर्थ।
नामासी विन्मुख तो नर पापिया। हरीविण धावया न पावे कोणी।।
पुराणप्रसिद्ध बोलले वाल्मीक। नामे तिन्ही लोक उद्धरती।
ज्ञानदेव म्हणे नाम जपा हरीचे। परंपरा त्याचे कुळ शुद्ध।।

– श्री संत ज्ञानेश्वर महाराज

त्रिवेणी संगमात स्नान, नाना तीर्थांमध्ये भ्रमण, तीर्थक्षेत्री फिरत राहणे, यात मन गुंतलेले असेल पण नामात नसेल तर ही स्नाने आणि यात्रा व्यर्थ होत. नामाला जो विन्मुख झाला, नामाकडे ज्याने पाठ फिरवली असा माणूस पापी होय. संकटाचे वेळी धावा केल्यावर हरीशिवाय कुणी येत नाही. वाल्मिकी ऋषींनी पुराणात सांगितले आहे की नामाने तिन्ही लोकांचा स्वर्ग, मृत्यू, पाताळ उद्धार होतो. म्हणून ज्ञानदेव सांगतात हरिनाम जपा, जो असा जप करतो त्याचे कुळ पूर्वजांसह शुद्ध होते.

करिता हरिकथा नाम सुखराशी। उद्धरी जीवासी एका नामें।
तें हे रामनाम जपें तू सप्रेम। जप हा सुगम सुफळ सदा।।
नामेंचि तरले, नामेंचि पावले। नाम म्हणता गेले वैकुंठासी।
नामा म्हणे एक नामेंसि विनटे। ते वैकुंठीचे पेठे पावले देखा।।

– श्री संत नामदेव महाराज

हरिकथा करता करता सुखाची केवळ राशि असलेले नाम घ्यावे. नामाने जिवाचा उद्धार होतो. तू सदैव प्रेमाने रामनामाचा जप कर, हा सोपा आणि फळ देणारा आहे. नाम म्हणत अनेकजण तरले आणि वैकुंठाला गेले. नामदेव म्हणतात, नामाने वैकुंठाची पेठ गाठता येते.

अयोध्या मथुरा काशी अवंतिका। कांची हो द्वारका माया सत्य।
मोक्षपुऱ्या ऐशा नित्य वाचे स्मरे। प्राणि तो उद्धरे स्मरणमात्रे।।
नित्य नित्य मनीं हरी आठवावा। तेणेंचि तरावा भवसिंधु।
तुका म्हणे ऐसा नामाचा महिमा। राहील जो नेमा तोचि धन्य।।

– श्री संत तुकाराम महाराज

अयोध्या, मथुरा, काशी, अवंतिका, कांची, द्वारका या मोक्ष देणाऱ्या नगरी आहेत. त्यांचे नित्य स्मरण केल्याने प्राणिमात्रांचा उद्धार होईल. हरीचे नित्य स्मरण केले तर हा भवसागर सहज तरून जाता येईल. तुकाराम महाराज म्हणतात, नामाचा असा महिमा आहे. जो नेमाने नाम घेईल तो धन्य होईल.

।। पंढरीनाथ महाराज की जय ।।

।। ॐ नमो भगवते वासुदेवाय ।।

समचरण विटेवरी। पाहता समाधान अंतरी।
चला जाऊ पंढरीसी। भेटू रखुमाई वरासी।।
होती संताचिया भेटी। सांगू सुखाचिया गोष्टी।
जन्ममरणाची चिंता। सेना म्हणे नाही आतां।।

– श्री संत सेना महाराज

विटेवर समचरण ठेवून उभ्या असलेल्या विठ्ठलाला पाहिले की अंत:करण समाधानाने भरून येते. चला पंढरीला जाऊ, रखुमाईच्या पतीला भेटू. तेथे संतांचीही भेट होईल, चार सुखाच्या गोष्टी बोलता येतील. आता मला जन्ममरणाची चिंता नाही असे सेना म्हणतात.

अहो जी विश्वंभरा। विनंती माझी परिसावी।
मज दिनावरी कृपा करा। आपला म्हणोनि।।
कृपादृष्टि धरावे हातां। मज द्यावी ज्ञानमती।
तुमचे नाम महिमान। वर्णावया।।

– श्री संत माणकोजी बोधला

देवा, विश्वंभरा माझी एक विनंती ऐका. या गरीबाला आपला म्हणून त्याच्यावर कृपा करा. कृपादृष्टि ठेवून माझा हात धरा आणि तुमचे महात्म्य वर्णन करण्यासाठी मला बुद्धी द्या.

श्रीमुखाची शोभा कस्तुरी मळवट। उभा असे नीट विटेवरी।
कर दोनी कटी कुंडल झळकती। तेज हे फाकती दशदिशा।।
वैजयंती माळा चंदनाची उटी। टिळक लल्लाटी कस्तुरीचा।
चोखा म्हणे माझ्या जीवींचा जीवनु। पाहता तनु मनु भुलोनी जाय।।

– श्री संत चोखा मेळा महाराज

विठ्ठलाच्या मुखाची शोभा काय वर्णावी ? कस्तुरीचा मळवट, विटेवर उभा, दोन्ही हात कटीवर, कानात कुंडले, आणि त्याचे तेज दशदिशांना पसरले आहे. गळ्यात वैजयंती माळ, अंगाला चंदनाची उटी आणि कपाळावर कस्तुरीचा टिळा. चोखा महाराज म्हणतात हा माझा प्राण आहे आणि त्याला पाहिल्यावर तनमन भुलून जातं, गुंगून जातं.

।। पंढरीनाथ महाराज की जय ।।

।। ॐ नमो भगवते वासुदेवाय ।।

कामक्रोध वैरी लागले पाठी। पाडिलीसी तुटी तुमची माझी।
आता लवकरी सोडवी दातारा। चुकवी वेरझारा जन्ममरण।।
बहु काकुळती येतो करुणाकरा। न दिसे दुजा थारा तुम्हांविण।
चोखा म्हणे तूं आमुचि माऊली। कृपेची साउली करी देवा।।

– श्री संत चोखा मेळा महाराज

काम, क्रोध हे शत्रू पाठी लागल्यामुळे देवा, तुमच्या माझ्यात अंतर पडले. देवा, उदारा, दातारा आता लवकर सोडव, जन्ममरणाच्या फेऱ्यातून मुक्त कर. देवा मी अगदी काकुळतीस येऊन तुला विनवतो आहे. हे करुणाकरा, तुझ्याशिवाय आम्हाला कुणाचाही आधार नाही, तूच आमची माऊली आहेस, तेव्हा तुझ्या कृपेच्या सवालीत आम्हाला ठेव.

चरण मिरवले विटेवरी दोनी। ध्यातसे ध्यानी सदाशिव।
तो हा पंढरीराव कर दोन्ही कटी। उभा असे तरी भीवरेच्या।।
मुगुट कुंडलें श्रीमुख शोभलें। ध्यानी मिरविले योगियांच्या।
बंका म्हणे सर्व सिद्धीचा दातार। भक्तां अभयकर देत असे।।

– श्री संत बंका महाराज

विटेवर चरण मिरवणारा सदाशिव विठ्ठल माझ्या ध्यानीमनी आहे. तो हा विठ्ठल कमरेवर दोन्ही हात ठेवून भीवरा नदीच्या – चंद्रभागेच्या तटी उभा आहे. मुकुट आणि कुंडलांनी त्याची शोभा वाढली आहे. योगीजन त्याच्या या रूपाचे ध्यान करतात. बंका महाराज म्हणतात हा सर्व काही देणारा आणि भक्तांना अभयदाता असा देव आहे.

अखंड ते मन ठेविलें चरणीं। आणिक ते ध्यानी आहे माझ्या।
गोड गोजिरी विठोबाची पाउले। सुखे म्या ठेविले मस्तकासी।।
वायां तोंडपिटी करा कशासाठी। तुमची तो रहाटी कळों आली।
कर्ममेळा म्हणे लोटांगण पायीं। मागणें तें देई हेंचि एक।।

– श्री संत कर्ममेळा महाराज

देवा, तुझ्या चरणांवर मी माझे मन अखंड वाहिले आहे, माझ्या ध्यानात तूच मला दिसतोस. विठोबाची गोड गोजिरी पाऊले मी मस्तकावर ठेवतो. मग व्यर्थ बडबड कशासाठी ? तुमची रीत माझ्या लक्षात आली आहे. देवा तुझ्या पायी आम्हाला अखंड ठेव एवढीच मागणी तुला लोटांगण घालून हा कर्ममेळा करतो आहे.

।। पंढरीनाथ महाराज की जय ।।

।। ॐ नमो भगवते वासुदेवाय ।।

प्रपंची असूनि परमार्थ साधावा। वाचे आठवावा पांडुरंग।
उच नीच काही न पाहे सर्वथा। पुराणीच्या कथा पुराणीच।।
घटका आणि पळ साधी उतावीळ। वाडगा तो काळ जाऊ नेदी।
सांवता म्हणे कांति, जपें नामावळी। हृदय कमळी पांडुरंग।।

– श्री संत सांवता माळी महाराज

प्रपंचात राहून परमार्थ साधावा, तोंडी नेहमी पांडुरंगाचे नाव असावे. देवापाशी उच्च नीच भाव नाही, सर्वजण सारखेच आहेत, पुराणातल्या कथा हेच सांगतात. काळ सारखा पुढे जात असतो म्हणून एक क्षणही वाया न जाऊ देता ईश्वरचरणी तो लावला पाहिजे. सावता आपल्या पत्नीला उद्देशून शेवटी म्हणतात, "अग कांते, तू नामजप कर म्हणजे तुझ्या हृदयकमळात पांडुरंग वास करील."

तुमच्या कृपेचे पोसणे मी हरी। तुम्हांविण दुःख वारी कोण माझे।
भवताप श्रम निवारी दयाळा। मागणे गोपाळा हेचि असे।।
काया वाचा मनें संतांची ते सेवा। आन नको हेवा दुजा काही।
चोखा म्हणे देवा नका धरू दुजें। उतरा हे वोझें संसाराचे।।

– श्री संत चोखा मेळा महाराज

देवा, तुमच्या कृपेवर मी पोसतो आहे. तुमच्याशिवाय माझे दुःख दूर कोण करणार ? हे दयाळा, माझा भवताप निवारण कर, हेच गोपाळा तुझ्याकडे माझे मागणे आहे. काया वाचा मने संतांची सेवा घडावी, मला बाकी दुसरे काही नको, देवा तुम्ही दुसरीकडे पाहू नका, माझ्यावरील संसाराचे ओझे उतरा असे चोखा महाराज देवाला विनवीत आहेत.

भक्तासाठी रुपें धरी। त्याचे काम अंगे करी।
आला पुंडलीकासाठी। अकस्माता जगजेठी।।
अनंत ब्रह्मांडे रचिली। नाना परी क्रीडा केली।
हे तव न कळे कोणासी। जगमित्र नागा ध्याय मानसी।।

– श्री संत जगमित्र नागा महाराज

देवा तू भक्तांसाठी नाना रूपे धारण करतोस, त्यांची कामे स्वत: करतोस, पुंडलीकासाठी तू अवचित आलास, अनेक ब्रह्मांडांची रचना केलीस, नाना क्रीडा केल्यास, खेळ दाखवलेस पण हे कुणाला कळत नाही. जगमित्र मागा तुझे मनीमानसी ध्यान करतो.

।। पंढरीनाथ महाराज की जय ।।

॥ ॐ नमो भगवते वासुदेवाय ॥

आलिया अतिथा द्यावे अन्नदान । याहुनी साधन आणिक नाही ।
ज्ञातीसी कारण नाहीं पै तत्त्वतां । असो पै भलता अन्न द्यावे ॥
अन्न परब्रह्म वेदांती विचार । साधी हाचि निर्धार प्रेमतत्त्वे ।
म्हणे जनार्दन यापरतें आणिक । नाही दुजे देख एकनाथा ॥

- श्री संत जनार्दन स्वामी महाराज

जो अतिथी येईल त्याला जेवू खाऊ घालावे त्याची जातपात पाहू नये. यासारखे ईश्वरप्राप्तीचे साधन नाही. अन्न हे परब्रह्म आहे असे वेदांनी सांगितले आहे, तेव्हा प्रेमाने अन्नदान करावे. जनार्दन स्वामी म्हणतात यासारखे दुसरे काही नाही.

श्रीगुरुराया पार नाही तव गुणीं । म्हणोनि विनवणी करितसे ।
मांडिला व्यवहार हरिनामी आदर । सादरा सदर वदवावे ॥
न कळोचि महिमा उंचनीचपणे । कृपेचे पोसणे तुमचे जहालों ।
एका जनार्दनी करुनि स्तवन । घातिलें दुकान मोलेंविण ॥

- श्री संत एकनाथ महाराज

गुरुराया तुमच्या गुणांना पार नाही, अंत नाही म्हणून मी तुमची विनवणी करतो. हरिनामाचा मी आदरपूर्वक व्यवहार मांडला आहे, उच्चनीच मी काही जाणत नाही. तुमच्या कृपेवरच मी पोसलो आहे. गुरुदेवा जनार्दना तुमची प्रार्थना करून, तुमचे स्तवन करूनच हे फुकटचे दुकान घातले आहे. येथील सर्व काही मोलाशिवाय किंमत दिल्याशिवाय मिळेल.

सावध झालो सावध झालो । हरिच्या आलो जागरणा ।
जेथे वैष्णवांचे भार । जयजयकार गर्जतसे ॥
पळोनिया गेली झोंप । होतें पाप आड तें ।
तुका म्हणे तया ठाया । बोल छाया कृपेची ॥

- श्री संत तुकाराम महाराज

मी पूर्णपणे सावध होऊन, जागा होऊन हरिनामाच्या जागरणासाठी आलो आहे. इथे अनेक वैष्णवभक्त जमले आहेत आणि ते भगवंताचा जयजयकार करीत आहेत, तुकाराम महाराज म्हणतात, इथेच देवाच्या कृपेची सावली आहे.

॥ पंढरीनाथ महाराज की जय ॥

वासुदेव स्मरणें तुटती जन्ममरण व्याधी। अहं सोहं कोहं मूळ ह्या सांडी उपाधी।
रामकृष्ण वासुदेव गोपाळ वाचे आठवा। जन्मजरा तुटे वाचे आठवीत सांठवा।।
चिपळ्या टाळ घुळघुळा शब्द नांदे। तेणें ब्रह्मानंद हृदयी आठवण नांदे।
एक जनार्दनी वासुदेव चिंतिता। यम काळ दूत पळती नाम ऐकतां।।

– श्री संत एकनाथ महाराज

वासुदेवाचे स्मरण केल्याने जन्ममरणाच्या व्याधीतून सुटका होते. अहं, कोहं – मी कोण तू कोण या उपाधी दूर जातात. रामकृष्ण वासुदेव गोपाळाचे स्मरण करा, या स्मरणाने जन्म मरणाचा फेरा चुकवता येईल, या वासुदेवाचे भजन करताना चिपळ्यांचा जो घुळघुळ आवाज येतो त्यामुळे ब्रह्मानंद होतो, देवाचे स्मरण होते– वासुदेवाचे चिंतन केल्याने यमदूत दूर पळून जातात.

असे भूतदया मानसी। अवघा देखेल हृषिकेशी।
जीव न विसंबे त्यासी। मागें मागें हिंडतसे।।
तुका म्हणे निर्विकार। शरणागता वज्रपंजर।।
जे जे अुनसरले नर। तयां जन्म चुकलें।।

– श्री संत तुकाराम महाराज

ज्याच्या मनात भूतदया आहे आणि जो सर्वत्र देव भरून राहिला आहे हे जाणतो त्याला देव विसंबत नाही. त्याच्या मागेमागे हिंडतो. देव हा शरण आलेल्यांना वज्रासारखा पिंजरा आहे – त्याची भक्ति करणारे जन्ममरणाच्या फेऱ्यातून सुटले.

पाणी बुडउं ये मिठाते।
तंव मीठचि पाणी आतें।।
तैवी आपण जालेनि अद्वैते।
नाशे भय।।

– श्री संत समर्थ रामदास

पाणी मिठाला बुडवू पहाते तेव्हा मीठच पाणी होऊन जाते. त्याप्रमाणे मनात एकदा अद्वैत रूजले की सर्व प्रकारची भयभीती नाहीशी होते.

।। पंढरीनाथ महाराज की जय ।।

।। ॐ नमो भगवते वासुदेवाय ।।

भक्ति तो करुणा पंढरीच्या राया। अगा यादवराया श्रीकृष्ण रामा।
तूं माय माऊली जीवी जीवनकळा। भक्ताचा लळा पुरविसी ।।
आवडे साबडे भक्ताचे कीर्तन। नाचसी येऊन निरभिमाने।
भानुदास म्हणे पुरवी माझे लळे। विठ्ठल सांवळे माऊलिये ।।

– श्री संत भानुदास महाराज

पंढरीच्या राया मी तुझी करुणा भाकतो. यादवराया श्रीकृष्णराया तू मायमाऊली आहेस, जिवातला जीव आहेस. तू भक्ताचे कोड पुरवतोस, ते मागतील ते देतोस. तुला भक्ताचे कीर्तन एवढे आवडते की त्याच्या कीर्तनात तू अभिमान सोडून नाचतोस, सावळ्या विठ्ठला, माऊली तू माझेही कोड पुरव, लळे पुरव, मी मागेन ते दे.

कंठी नाम हा माझा नवस। पुरवावी आस गुरुराया।
वसोनि अंतरी बोलवीं उत्तर। जेणें हा संसार सार होय ।।
सर्व चराचरी दृष्टि ऐसी करी। दावी रुप हरी अखंडित।
तुजऐसा नाही त्रिभुवनी उदार। कृपे देई वर जनार्दना ।।

– श्री जनार्दन महाराज

तुझे नाव माझ्या ओठी कंठी राहो हाच माझा नवस आहे, गुरुदेवा तेवढी माझी इच्छा पूर्ण करा. मला असं काही सांगा की संसार असार आहे हे माझ्या मनीमानसी उमटेल. सर्व चराचरांकडे पाहण्याची मला समदृष्टी द्या. मला सर्वत्र हरिदर्शन घडू दे. देवा, तुझ्यासारखा उदार त्रिभुवनात कोणी नाही. तुमचा कृपावर मला द्या.

मनमोहन मुरलीवाला। नंदाचा अलबेला।
भक्तासाठी तो जगजेठी। कुब्जेसी रत झाला ।।
विदुराघरच्या भक्षुनि कण्या । परमानंदे धाला।
भक्तिसुखे सुखावला। एका जनार्दनी निमाला ।।

– श्री संत एकनाथ महाराज

तो मनमोहक मुरलीवाला, नंदाचा लाडका तो भक्तांचा जगजेठी आहे, परमेश्वर आहे तो कुब्जेशी रत होतो, विदुराघरच्या कण्या खाऊन त्याला परमानंद होतो, भक्ति सुखाने तो सुखावतो.

।। पंढरीनाथ महाराज की जय ।।

।। ॐ नमो भगवते वासुदेवाय ।।

पंढरीचा महिमा। आणिक नाही त्या उपमा।
धन्य धन्य जगी ठाव। उभा असे देवराव।।
साक्ष ठेवूनि पुंडलिका। तारितसे मूढ लोकां।
एका जनार्दनी देव। उभाउभी निरसी भवे।।

– श्री संत एकनाथ महाराज

पंढरीचा महिमा काय सांगावा, त्याला दुसऱ्या कशाची उपामच देता येत नाही. जगाला धन्य करीत देव इथे उभा आहे. पुंडलिकाच्या साक्षीने तो मूढ जनांना तारतो, भक्तांचे भय घालवतो, भक्तांच्या भीतीचे निरसन करतो.

जनविजन झालें आम्हां। विठ्ठलनाम प्रमाण।
पाहे तिकडे मायबाप। विठ्ठल आहे रखुमाई।।
वनपट्टण एक भाव। अवघा ठाव सरता झाला।
ठाव नाही सुखदु:खा। नाचे तुका कौतुके।।

– श्री संत तुकाराम महाराज

लोक आम्हाला आता परके झाले, विठ्ठलनाम हेच आमचे आता प्रमाण आहे, जिवीचे जीवन आहे. जिकडे पहावे तिकडे आम्हाला मायबाप विठ्ठल रखुमाईच दिसतात. वन असो वा शहरगाव आमच्या मनात एकच भाव असतो. आता सुखदु:ख काहीच उरले नाही, सर्व काही विठ्ठलमय झाले आहे. म्हणून तुका कौतुकाने नाचतो आहे.

ऐकोनिया दासवचने। देव संतोषले मनें।
म्हणती आहे नामापासी। संदेह न धरावा मानसी।।
संत बोलिले ते खरे। सत्यचि मानावें उत्तरें।
निळा म्हणे संतोषविले। कृपा वचनी या विठ्ठले।।

– श्री संत निळोबा महाराज

भक्तांचे बोलणे ऐकून देव मनोमनी संतोषले आणि म्हणाले, नामजपात सर्व काही साठवलेले आहे याबद्दल मनात संशय धरू नये. संतांचे बोलणे, सांगणे, त्यांनी दिलेली उत्तरे हे सर्व सत्य असते. विठ्ठलाच्या या वचनाने निळा संतुष्ट झाला.

।। पंढरीनाथ महाराज की जय ।।

।। ॐ नमो भगवते वासुदेवाय ।।

पंढरीचा निळा लावण्याचा पुतळा। विठो देखियेला डोळा बाईये वो।
वेधलें वो मन तयाचिया गुणीं। क्षणभर विठ्ठलरुक्मिणी न विसंबे।।
पौर्णिमेचे चांदणे क्षणाक्षणा होय उणे। तैसे माझे जिणें विठ्ठलाविण।
बाप रखुमाईदेवी वरु विठ्ठलुचि पुरे। चित्त चैतन्य मुरे बाईये वो।।

– श्री संत ज्ञानेश्वर महाराज

पंढरीचा विठ्ठल, निळासावळा लावण्याचा पुतळा मी डोळ्यांनी पाहिला आणि त्याच्या गुणांनी माझे मन वेधून घेतले. पौर्णिमेचे चांदणे जसे क्षणाक्षणाला कमी होते त्याप्रमाणे विठ्ठलाशिवाय माझे जिणे आहे. रखुमाईचा पति विठ्ठल हा माझ्या चित्तातील चैतन्याचा झरा आहे.

काय माझा आता पाहतोसी अंत। येई बा धांवत देवराया।
माझ्या जिवा होय तुजवीण आकांत। येई बा धांवत देवराया।।
असे जरी काम भेटूनिया जात। येई बा धांवत देवराया।
ये रे देवा आता नामा तुज वाहात। येई बा धांवत देवराया।।

– श्री संत नामदेव महाराज

देवा, का माझा अंत पाहतोस, धावत ये रे देवराया – तुझ्याशिवाय माझ्या जिवाचा आकांत चालला आहे, तेव्हा देवा तू धावत ये. देवा, हा नामदेव तुला हाका मारतो आहे, तुला कितीही आणि कसलेही काम असले तरी देवराया धावत ये आणि मला भेटून जा.

पंढरीचा वारकरी। त्याचे पाय माझे शिरीं।
हो कां उत्तम चांडाळ। पायीं ठेवीन कपाळ।।
वंद्य होय हरिहरा। सिद्ध मुनी ऋषिश्वरा।
मुखीं नाम गर्जे वाणी। म्हणे नामयाची जनी।।

– श्री संत जनाबाई

जो पंढरीचा वारकरी असेल त्याच्या पायांवर माझे मस्तक आहे. मग तो अधम असो वा उत्तम, त्याच्या चरणांवर मी माझे कपाळ टेकवीन. हरिहरांना, सिद्धांना, ऋषिमुनींना वंद्य असलेल्या विठ्ठलाचे नाव माझ्या ओठी आहे असे नामयाची जनी म्हणते.

।। पंढरीनाथ महाराज की जय ।।

।। ॐ नमो भगवते वासुदेवाय ।।

चोखियाची भक्ति कैसी। प्रेमें आवड देवासी।
ढोरे वोडी त्याचे घरी। नीच काम सर्व करी।।
त्याचे स्त्रीचे बाळंतपण। स्वयें करी जनार्दन।
ऐसी आवड भक्तासी देखा। देव भुलले तया सुखा।।

– श्री संत एकनाथ महाराज

चोखा मेळ्याच्या भक्तिवर देव प्रसन्न होता. त्याचसाठी त्याने ढोरे ओढली, सर्व हलकीसलकी कामे केली, इतकेच नव्हे तर भगवंताने स्वत: त्याच्या बायकोचे बाळंतपण केले. अशा या भक्तिसुखाला देव भुलतात.

तुज मागणे ते देवा। आम्हा तुझी चरणसेवा।
आन नेघों देसी तरी। रिद्धी सिद्धी मुक्ति चारी।।
संतसंगती सर्व काळ। थोर प्रेमाचा सुकाळ।
तुका म्हणे नाम। तेणे पुरे माझे काम।।

– श्री संत तुकाराम महाराज

देवा, तुझ्याकडे एकच मागणे आहे ते हे की, तुझी चरणसेवा घडू दे, ऋद्धि सिद्धी आणि चारही मुक्ति दिल्यास तरी त्या नकोत. सर्व काळ, सदैव संतसंगती मिळावी, प्रेमाचा मोठा सुकाळ व्हावा. देवा, मला मात्र तुझे नाम तेवढे पुरेसे आहे असे तुकाराम महाराज म्हणतात.

पंढरपुरा जाऊ चला। भेटों रुक्माई विठ्ठला।
जन्ममरणाचे खंडन। अवलोकिता दृष्टि चरण।।
पुंडलिका वंदूनिया। लागें विठोबाच्या पाया।
निळा म्हणे घेऊनि कडे। नेतील वैकुंठा रोकडे।।

– श्री संत निळोबा महाराज

चला, पंढरपुराला जाऊ, रुक्मिणी विठ्ठलांना भेटू. त्यांचे चरण दृष्टीस पडताच जन्ममरणांचा फेरा चुकतो. पुंडलिकाला वंदन करून विठोबाचे पाय धरू म्हणजे तो आपल्याला कडेवर घेऊन थेट वैकुंठाला नेईल असे निळोबा महाराज म्हणतात.

।। पंढरीनाथ महाराज की जय ।।

।। ॐ नमो भगवते वासुदेवाय ।।

परमार्थ सोयरा अहोरात्र करी। गाईं निरंतरी रामकृष्ण।
नरदेहा यातना चुकतील फेरे। वाया हावभरी होऊ नको।।
रात्रंदिवस करी नामाचाचि पाठ। मोक्षमार्ग फुकट प्राप्त होय।
एका जनार्दनी नामापरते सार। न करी विचार आन दुजा।।

– श्री संत एकनाथ महाराज

परमार्थाला आपला नातेवाईक करावा आणि रात्रंदिवस रामकृष्णाचे नाम घेत रहावे– म्हणजे नरदेहाच्या यातना भोगायला नकोत. त्यामुळे जन्मरमरणाचे फेरेही चुकतील. रात्रंदिवस नामाचा पाठ कराल, नाम घेत रहाल तर सहज, जवळ जवळ फुकट मोक्षप्राप्ती होईल– सर्व भक्तिचे एक सार म्हणजे नाम आहे म्हणून नामाशिवाय दुसरा कसलाही विचार करू नका.

निंदी कोणी मारी। वंदी कोणी पूजा करी।
मज हेंहि नाही तेंहि नाहीं। वेगळा दोहींपासुनि।।
देहभोग भोगे घडे। जें जें जोडें तें तें बरें।
अवघे पावे नारायणी। जनार्दनी तुकयाचे।।

– श्री संत तुकाराम महाराज

कुणी निंदा कुणी वंदा कोणी मार द्या, कुणी पूजा करा मला कशाचेच काही नाही मी या सगळ्यांपासून वेगळा आहे. दूर आहे. देहभोग घडतात. ते प्रारब्ध कर्माने घडतात. यासाठी जेवढ्यांना जोडून घेता येईल तेवढे बरे, शेवटी सर्व काही नारायणार्पणच होणार आहे. तुकोबाच्या जनार्दनाला पावते होणार आहे.

जनांकारणे देव लीलावतारी।
बहूतांपरी आदरे वेषधारी।।
तयां नेणती ते जन तत्परुपी।
दुरात्मे महानष्ट चांडाळ पापी।।

– श्री संत समर्थ रामदास

परमेश्वर भक्तासाठी वेगवेगळे अवतार घेऊन त्याची संकटातून सुटका करतो भक्तांसाठी धावून येणारा परमेश्वर जर तुम्हाला समजला नाही तर तुमच्यासारखे दुरात्मे, महानष्ट, चांडाळ, पापी तुम्हीच !

।। पंढरीनाथ महाराज की जय ।।

।। ॐ नमो भगवते वासुदेवाय ।।

पतीत म्हणोनि जाहलो शरणागत। अनाथाचा नाथ म्हणती तुम्हां।
ते आपुले ब्रीद सांभाळी अनंता। नको पा परता दास तुझा।।
तुझा दास म्हणोनि जगी जाहली मात। अनाथांचा नाथ तूं ते म्हणती।
भानुदास म्हणे सांभाळी वचन। पतीतपावन ब्रीद जगी।।

– श्री संत भानुदास महाराज

मी पतित आहे पापी आहे म्हणून तुला शरण आलो आहे. तुला अनाथांचा नाथ म्हणतात तो तुझा लौकिक तू घालवू नकोस. मला परत पाठवू नकोस. तुझा दास म्हणून मी जगात माहीत झालो आहे आणि तुला तर अनाथांचा नाथ म्हणतात. तेव्हा तुझे वचन तू पाळ, सांभाळ, तू पतितांना पावन करणारा आहेस, पापी लोकांचा उद्धार करणार आहेस, ही तुझी किर्ती कायम ठेव.

जितुका आकार दिसत। नाशिवंत जात लया।
एक नाम सत्य सार। वाडगा पसार शीण तो।।
नामें प्राप्त ब्रह्मपद। नामें देह होय गोविंद।
एक जनार्दनी नाम। सर्व निरसे क्रोधकाम।।

– श्री संत एकनाथ महाराज

या सृष्टीत आपल्याला जे जे आकार दिसतात ते सर्व नाश पावतात, टिकत नाहीत. नाम हेच एक सत्य आहे बाकी सर्व व्यर्थ पसारा आहे. नामजपामुळे ब्रह्मपद प्राप्त होते, नामस्मरणामुळे आपणच देवस्वरूप होतो, नाम घेतल्याने काम क्रोध नाहीसे होतात.

सोंगे छंदे काही। देव जोडे ऐसें नाही।
सारा अवघे गाबाळ। डोळ्याआडील पडळ।।
शुद्ध भावावीण। जो जो केला तो तो सीण।
तुका म्हणे कळे। परि होताती आंधळे।।

– श्री संत तुकाराम महाराज

कसली काही, निरनिराळी सोंगे आणली तरी देव भेटेलच असे नाही. सगळा नुसता फापटपसारा. डोळ्यात फूल पडले, डोळ्यात पडळ आले म्हणजे जसे काही दिसत नाही तसे होते. शुद्ध भावाशिवाय जे जे कराल ते ते शुद्ध श्रम आहेत, व्यर्थ शीण आहे. तुकाराम महाराज म्हणतात हे लोकांना कळते पण ते मुद्दाम आंधळ्यासारखे वागतात.

।। पंढरीनाथ महाराज की जय ।।

।। ॐ नमो भगवते वासुदेवाय ।।

उत्तम पुरुषाचे उत्तम लक्षण। जेथें भेद शून्य मावळला।
भेदशून्य झाला बोध स्थिरावला। विवेक प्रगटला ज्ञानोदय।।
जिकडे पाहे तिकडे उत्तम दरूशन। दया शांती पूर्ण क्षमा अंगी।
एका जनार्दनी उत्तम हे प्राप्ती। जेथे मावळती द्वैताद्वैत।।

– श्री संत एकनाथ महाराज

ज्याचे मनात भेदाभेद राहिलेला नाही, जो भेदशून्य झाला आहे, ज्याला मनोबोध झाला आहे. ज्याचे अंगी विवेक आहे, ज्ञानोदय झाला आहे हे उत्तम पुरुषाचे लक्षण आहे. तो जिकडे पाहील तिकडे त्याला ईश्वर दर्शन होते, त्याचे अंगी दया क्षमा शांती पूर्णपणे बाणलेली असते; द्वैतभावना मावळलेली, समाप्त झालेली असते.

ऐसी जोडी करा राम कंठी धरा। जेणे चुके फेरा गर्भवासे।
नासिवंत आटी प्रिया पुत्र धन। बीज त्याचा सीण तेचि फळा।।
नाव धड करा सहस्त्र नामांची। जे भवसिंधुचे थडी पावे।
तुका म्हणे काळा हाणा तोंडावरी। भाता भरा हरिराम वाणी।।

– श्री संत तुकाराम महाराज

सतत तुमच्या कंठी रामनाम असू दे त्यामुळे जन्ममरणाचा फेरा चुकतो. बायको, मुले, वित्त संपत्ती हे सर्व काही नाशिवंत आहे. जसे बीज तसे फळ असते. सहस्त्रनामाच्या नावेचा आधार घ्या. ही नावच तुम्हाला भवसागरपार नेईल. हरिनामाने आपली छाती भरून घ्या आणि खुशाल काळाच्या तोंडावर लाथा हाणा.

नव्हे पिंडज्ञानें नव्हे तत्त्वज्ञानें।
समाधान कांहीं नव्हे तानमानें।।
नव्हे योगायागें नव्हे भोगत्यागें।
समाधान ते सज्जनाचेनि योगे।।

– श्री संत समर्थ रामदास

एखादं पिंडज्ञान झालं किंवा तत्त्वज्ञान समजलं म्हणजे समाधान मिळतंच असे नाही. योगाची वाट समजली किंवा भोगाचा त्याग केला तरी जे समाधान संतसज्जनांच्या संगतीत मिळते तसे कोठेच मिळत नाही.

।। पंढरीनाथ महाराज की जय ।।

।। ॐ नमो भगवते वासुदेवाय ।।

संत गाती हरिकीर्तनीं। त्यांचे घेईन पायवणी।
हेंचि तप तीर्थ माझे। आणिक मी नेणें दुजे।।
काया कुरवंडी करीन। संत महंत ओवाळीन।
तुका म्हणे नेणें काहीं। अवघे आहे संतापायी।।

– श्री संत तुकाराम महाराज

गात गात जे संत हरिकीर्तन करतात त्यांच्या पायांचे तीर्थ मी घेईन– हेच माझे तप दुसरे काही नाही. संत महंतांवरून माझी काया ओवाळून टाकीन. तुकाराम महाराज म्हणतात, जे काही आहे ते संतांच्या चरणी आहे.

आकारवन्त मूर्ति। जेव्हां देखेन मी दृष्टि।
मग मी राहेन निवांत। ठेवुनियां तेथे चित्त।।
श्रुति वाखाणिती। तैसी येसील प्रचीती।
म्हणे तुकयाचा सेवक। उभा देखेन सन्मुख।।

– श्री संत कान्होबा महाराज

पांडुरंगाची साकार मूर्ति जेव्हा मी माझ्या डोळ्यांनी पाहीन तेव्हा मी तिथे चित्त ठेवून निवांत राहीन. श्रुतींनी ज्या विठ्ठलाची वाखाणणी केली आहे तशी मलाही प्रचीती येईल. तसा मलाही अनुभव येईल– हा कान्होबा, तुकाराम महाराजांचा सेवक विठ्ठलाची उभी सन्मुख मूर्ति पाहूनच बोलतो आहे.

सूर्य विटला प्रकाशासी। परि तो सांडिला नयेचि त्यासी।
तेंवी हा पंढरीशा परमात्मा। सांडू नेणे आपला महिमा।।
अग्नि दीपना विटला। परि न सुटेचि की त्याला ।
निळा म्हणे साखरे गोडी। उदका आर्द्रता न सोडी।।

– श्री संत निळोबा महाराज

सूर्याला जरी प्रकाशाचा कंटाळा आला तरी त्याला प्रकाशाला सोडता येत नाही. त्याप्रमाणे पंढरीच्या पांडुरंगाला आपल्या महिम्याचा, महात्म्याचा त्याग करता येत नाही. अग्निला आपण पेटू नये असं वाटलं तरी त्याला तसं करता येत नाही, साखरेला गोडी सोडता येत नाही आणि उदकाला ओलेपणापासून दूर जाता येत नाही.

।। पंढरीनाथ महाराज की जय ।।

अहो सद्‌गुरु अनंता। फार काय बोलू आता।
नारायणा कृपावंता। असो द्यावी माझी चिंता।।
भलती याती दो कां जन्म। परि आवडो गुरुनाम।
जनार्दन चिंती भावे। यांचें स्मरण असो द्यावे।।

– श्री संत जनार्दन महाराज

हे सद्‌गुरु अनंता, आता अधिक काय बोलू ? हे कृपावंत नारायणा माझी काळजी तुम्हाला असू द्या. कोणत्याही जातीत जन्म घ्या पण गुरुनामाचे प्रेम सतत राहू द्या. देवा, हा जनार्दन तुमचे सतत स्मरण करतो आहे याची आठवण असू द्या.

सप्तपुर्‍यांमाजी पंढरी पावन। नामघोष जाण वैष्णव करीती।
देव तो विठ्ठल देव तो विठ्ठल। आहे सोपा बोल वाचे म्हणता।।
आणिक काही नको यापरते साधन। विठ्ठल निधान टाकूनियां।
एका जनार्दनी विठ्ठलावांचुनि। आत नेणें मनीं दुजे कांही।।

– श्री संत एकनाथ महाराज

सर्व नगरींमध्ये पंढरीनगरी पावन, पवित्र आहे. तिथे वैष्णवांचा नामघोष सतत चाललेला असतो. एक नाम असेल तर दुसरे कोणतेही साधन करण्याची आवश्यकता नाही. एक विठ्ठल सोडून, विठ्ठलाशिवाय दुसरे काही आमच्या मनात येतही नाही.

आपुलिया हिता जो असे जागता। धन्य मातापिता तयाचिया।
कुळी कन्यापुत्र होती जी सात्त्विक। तयाचा हरिख वाटे देवा।।
गीता भागवत करीती श्रवण। अखंड चिंतन विठोबाचे।
तुका म्हणे मज घडो त्याची सेवा। तरी माझ्या दैवा पार नाही।।

– श्री संत तुकाराम महाराज

जो स्वहितदक्ष आहे त्याचे मातापिता धन्य होत. ज्यांच्या कुळातील मुलगे मुली सात्त्विक असतात त्यांचे देवालाही कौतुक वाटते. जे गीता, भागवत श्रवण करतात आणि अखंड श्रीविठ्ठलाचे चिंतन करतात, तुकाराम महाराज म्हणतात, त्यांची सेवा जर माझ्या हातून घडली तरी ते माझे मोठेच सुदैव.

।। पंढरीनाथ महाराज की जय ।।

।। ॐ नमो भगवते वासुदेवाय ।।

कासया वांचूनि झालो भूमिभार। तुझ्या पायीं थार नाहीं तरी।
जाता भले काय डोळियांचे काम। जंव पुरुषोत्तम न देखती।।
काय मुख पेंव श्वापदांचे धाव। नित्य तुझे नाव नुच्चारिता।
तुका म्हणे आता पांडुरंगाविण। न वांचता क्षण जीव भला।।

- श्री संत तुकाराम महाराज

देवा, तुझ्या चरणांचा आसरा नसेल तर मी व्यर्थ भूमिभार झालो असे म्हणायला हवे. देवा पुरुषोत्तमा तुझे दर्शन होत नसेल तर डोळ्यांचे काय काम ? मुखातून तुझे नाम येत नसेल तर मुख म्हणजे धान्याचे पेव किंवा श्वापदांचे घर. तुकाराम महाराज म्हणतात आता पांडुरंगाशिवाय एक क्षण जरी गेला तरी हा जीव गेला तरी चालेल.

म्हणसी दावीन अवस्था। तैसे नको रे अनंता।
होऊनिया साहाकार। रूप दाखवी सुंदर।।
मृगजळाचिया परी। तैसे न करावे हरी।
तुकया बंधु म्हणे हरी। कामा नये बाह्यात्कारी।।

- श्री संत कान्होबा महाराज

देवा माझी अवस्था करून टाकू नकोस, तुझे सगुण साकार सुंदर रूप मला दाखव, मृगजळासारखी फसवाफसवी करू नको, तुकया बंधु म्हणतो वर वर तुझी कृपा मला नको, माझ्या अंतरंगात तू दृढ हो.

तें सुख सांगता वाचे पडे मौन। जाणता ते धन्य गुरुभक्त।
झालासे आनंद इंद्रियाचे द्वारीं। बैसले शेजारी चैतन्याचे।।
घट हा बुडावा जैसा डोहा आंत। न फुटतां ओतप्रोत पाणी।
बहिणी म्हणे तैसे झालें माझें मना। तुकाराम खुणा ओळखी त्या।।

- श्री संत बहिणाबाई

जे सुख सांगायचं म्हटलं तर शब्द पांगळे होतात, वाचा मौन धारण करते- हे जे जाणतात ते गुरुभक्त धन्य होत. चैतन्याचा शेजार घेतलेल्या इंद्रियांना अपार आनंद होतो. एखादा घट, माठ किंवा मडके पाण्यात किंवा डोहात बुडवल्यावर जसे आत बाहेर पाणी असते तसे माझ्या मनाला झाले आहे, आणि हे फक्त तुकाराम महाराजच ओळखू शकतात असे बहिणाबाई म्हणतात.

।। पंढरीनाथ महाराज की जय ।।

।। ॐ नमो भगवते वासुदेवाय ।।

अनादि परब्रह्म जे कां निजधाम। तेंहि मूर्ति मेघ:श्याम विटेवरी।
जें दुर्लभ तिहीं लोकां न कळे ब्रह्मादिकां। तपे पुंडलिका जोडलेसें।।
ज्ञानियांचे ज्ञान मुनीजनांचे ध्यान। ते परब्रह्म निधान विटेवरी।
पुंडलिकाचे तपे जोडलासे ठेवा। भानुदास देवा सेवा मागे।।

– श्री संत भानुदास महाराज

अनादि परब्रह्म निजधाम असे ज्याला म्हणता येईल त्या विठ्ठलाची मेघ:श्याम मूर्ति विटेवर उभी आहे. ज्याचे दर्शन तिन्ही लोकांना दुर्लभ आहे, जे ब्रह्मादिकांनाही कळले नाही, पुंडलिकानं या विठ्ठलाला आपल्या तपोबलानं आपलेसे केले आहे, हा ज्ञानियांचे ज्ञान आणि मुनीजनांचे ध्यान आहे. हे जणू परब्रह्मच विटेवर उभे आहे, पुंडलिकाने हा ठेवा प्राप्त करून घेतला, या देवाची सेवा करण्याची या भानुदासाला इच्छा आहे.

सर्वांभूती भाव नको ठेऊ दुजा। तेणें गरुडध्वजा समाधान।
संतासी नमन आलिया अन्नदान। यापरतें कारण आणिक नाहीं।।
सर्वभावे वारी पंढरीची करी। आणिक व्यापारी गुंतू नको।
म्हणे जनार्दन घेई हाच बोध। सांडोनि सर्वदा द्वेष भेद।।

– श्री संत जनार्दन महाराज

सर्वांभूती तू समभाव ठेवलास तर देवाला समाधान होईल तू संतांना वंदन कर, अन्नदान कर म्हणजे आणखी काही केले नाहीस तरी चालेल. भक्तिभावनेने पंढरीची वारी कर, द्वेष, भेद मनातून काढून टाक. जनार्दन सांगतात हाच बोध तू घे.

पाहू जाता नारायणा। पहाता मुकिजे आपणा।
ऐसा भेटीचा नवलाव। पाहतां नुरे भक्तदेव।।
पाहतां नाठवेचि दुजें। तेंचि होईजे सहजें।
एका जनार्दनी भेटी। जन्ममरणा होय तुटी।।

– श्री संत एकनाथ महाराज

नारायणाचे दर्शन होताच आपण स्वत:ला विसरून जातो. भेटीचे नवल म्हणजे भक्त आणि देव हा भेदभाव विरून जातो. दुसरं काही आठवत नाही. अशी देवाची भेट झाली की जन्ममरणाचे फेरे चुकलेच म्हणून समजा !

।। पंढरीनाथ महाराज की जय ।।

।। ॐ नमो भगवते वासुदेवाय ।।

पर्वताप्रमाणे पातक करणें। वज्रलेप होणें अभक्तांसी।
नाहीं ज्यासी भक्ति ते पतित अभक्त। हरीसी न भजन दैवहत।।
अनंत वाचाळ बरळती बरळ। त्या कैंचा दयाळ पावे हरि।
ज्ञानदेवा प्रमाण आत्मा हा निधान। सर्वांघरी पूर्ण एक नांदे।।

– श्री संत ज्ञानेश्वर महाराज

जे हरिभक्ति करीत नाहीत अशा अभक्तांनी केलेली पर्वतप्राय पापे त्यांच्यावर वज्रलेप होतात. जो हरिभक्ति करीत नाही तो पतित आणि अभक्त समजावा. नुसती बडबड करून हरि कसा प्राप्त होणार ? ज्ञानदेव म्हणतात हरि म्हणजे आत्मरूप ठेवा आहे तो सर्व देहात नांदतो.

धन्य माय व्याली सुकृताचे फळ। फळ ते निर्फळ हरीविण।
वेदांताचे बीज हरि हरि अक्षरें। पवित्र सोपारें हेचि एक।।
योग याग व्रत नेम दान धर्म। नलगे साधन जपतां हरि।
साधनाचें सार नाम मुखीं गातां। हरि हरि म्हणतां कार्यसिद्धी।।

– श्री संत एकनाथ महाराज

पुत्रलाभ झाला हा पुण्याचा प्रभाव परंतु हरिनाम नसेल तर हा लाभही निरर्थक ठरेल. हरि हरि ही अक्षरे वेदांताचे बीज आहेत. पवित्र आणि सोपा असा हा मोक्ष मार्ग आहे. जर हरिनामाचा जप केला तर योग, याग, व्रत, दान, धर्म, काहीही करण्याची आवश्यकता नाही. सर्व साधनांचे सार जे हरिनाम ते मुखी असेल तर कार्यसिद्धी होईलच होईल.

रामकृष्ण माळा घालिता अढळ। तुटेल भवजाळ मायामोह।
होशील तू साधु न पावसी बाधू। पूर्ण ब्रह्मानंद तुष्टेल तुज।।
जपता रामनाम पुरती सर्व काम। आदि अंती नेम साधेल तुज।
नामा म्हणे कृतार्थ सर्व मनोरथ। न लगती ते अर्थ मायापाश।।

– श्री संत नामदेव महाराज

रामकृष्ण नामजप माला अखंड ओढली तर माया मोह नाहीसे होतील, भवताप नाहीसा होईल. कोणतीही बाधा न होता तू साधू होशील आणि ब्रह्मानंदाचे समाधान तुला प्राप्त होईल. नामदेव महाराज म्हणतात मग सर्व मनोरथ पूर्ण होतील. मायापाश अडकवणार नाहीत.

।। पंढरीनाथ महाराज की जय ।।

।। ॐ नमो भगवते वासुदेवाय ।।

करूं हें कीर्तन रामनारायण । जनीं जनार्दन हेचि देखें ।
जगाचा जनक रामकृष्ण एक । न करितां विवेक स्मरे राम ।।
तुटेल भवजाळ कां करिशी पाल्हाळ । सर्व मायाजाळ इंद्रियबाधा ।
नामा म्हणे गोविंद स्मरें तू सावध । नव्हे तुज बाध नाना विघ्ने ।।

- श्री संत नामदेव महाराज

रामाचे, नारायणाचे कीर्तन करू, लोकांमध्ये ईश्वर पाहू. जगाचा जनक रामकृष्णच आहे, काही शंका उद्भवली तर विवेकाने रामाचे स्मरण करावे. या स्मरणाने भवसागर पार होईल, इंद्रिय बाधा नाहीशी होईल, मायाजाळातून मुक्ति मिळेल. म्हणून तू सावध हो, नामदेव महाराज सांगतात, तू गोविंदाचे स्मरण कर म्हणजे निरनिराळ्या विघ्नांची तुला बाधा होणार नाही.

हरि बोला हरि बोला नातरी अबोला । व्यर्थ गलबला करू नका ।
नको अभिमान नको नको मान । सोडी मी तूं पण तोचि सुखी ।।
सुखी त्याणें व्हावें जगा निववावें । अज्ञानी लावावे सन्मार्गासी ।
दिसती जनीं वनीं प्रत्यक्ष लोचनीं । एका जनार्दनी ओळखिलें ।।

- श्री संत एकनाथ महाराज

जर काही बोलायचं असेल तर हरिनाम बोला नाहीतर गप्प रहा. कसलाही अभिमान धरू नको, मानसन्मानांची अपेक्षा करू नको. अशांनीच सुखी व्हावे आणि जगाला मार्गदर्शन करावे, अज्ञानी जनांना सन्मार्गाला लावावे.

पहाटेच्या प्रहरीं म्हणा हरी हरी । तया सुख सरी नाही दुजे ।
माधवा वामना श्रीधरा गोविंदा । अच्युता मुकुंदा पुरुषोत्तमा ।।
नरहरि भार्गवा गोपाळा वासुदेवा । हृषिकेशी पावा स्मरण मात्रें ।
तुका म्हणे एका नामीं भाव राहे । तेव्हां होय साह्य पांडुरंग ।।

- श्री संत तुकाराम महाराज

पहाटेच्या वेळी हरिनाम घ्या, त्या सुखाची सर दुसऱ्या कशाला येणार नाही. माधव, वामन, श्रीधर, गोविंद, अच्युत, मुकुंद, पुरुषोत्तम, नरहरि, भार्गव, गोपाळ, वासुदेव या सर्व नामोच्चारांनी स्मरणांनी हृषिकेशी पावतो, प्रसन्न होतो. तुकाराम महाराज म्हणतात, जर नामावर पूर्ण श्रद्धा ठेवली तर तो श्रीपांडुरंग सहाय्य करतो.

।। पंढरीनाथ महाराज की जय ।।

।। ॐ नमो भगवते वासुदेवाय ।।

का उद्यान हाता चढिन्नले। तरी आपैसी सांपडली फळे फुलें।
तेवी देखिलिया जिया देखवले। विश्व सकळ।।
एऱ्हवी साचचि गा धनुर्धरा। नाही शेवटु माझिया विस्तारा।
पै गगनाऐशिया अपारा। मजमाजी लपणें।।

– श्री संत ज्ञानेश्वर महाराज

एखादी बाग मिळाल्यावर त्या बागेतील फळे फुले सहजच मिळतात. त्याप्रमाणे माझ्या विभूती तुला समजल्या तर विश्वच हाती लागल्यासारखे होईल. अर्जुना, खरे तर माझा विस्तार अनंत आहे, आकाशही माझ्यात सामावलेले आहे.

नित्य नाम वाचे तोचि एक धन्य। त्याचे शुद्ध पुण्य इये जनीं।
रामनामकिर्ती नित्य मंत्र वाचे। दहन पापाचे एका नामें।।
ऐसा तो नित्यता पुढें तत्त्व नाम। नाही तयासम दुजे कोणी।
निवृत्ति अव्यक्त रामनाम जपे। नित्यता पै सोपे रामनाम।।

– श्री संत निवृत्ति महाराज

जो वाचेने सतत नाम घेतो तो धन्य होय. त्याचे पुण्य शुद्ध होय. रामनामाची किर्ती जो सतत गातो त्याच्या पापांचे दहन नामांच्या योगे होते. रामनामासारखे दुसरे तत्त्व नाही. निवृत्ति देखील रामनामाचा जप करतो कारण ते सोपे आणि सुलभ आहे.

तपाचे हें तप राम हे अमूप। करी कां रे जप रामनामीं।
रामकृष्ण म्हणे वाचें नारायण। तुटले बंधन यमपाश।।
साधेल साधन होती कोटी यज्ञ। राम जनार्दन जप करी।
नामा म्हणे जिव्हें नामस्मरण करी। म्हणे नरहरी एक्या भावे।।

– श्री संत नामदेव महाराज

रामनामाचा अमूप जप करा हेच तप आहे. रामकृष्णाचे नाव मुखाने घेतले तर बंधने तुटतील यमपाशाचे भय राहणार नाही. राम जनार्दन जप हेच साधन, त्यायोगे कोटी यज्ञांचे पुण्य मिळेल यासाठी हे जिव्हे सतत नामस्मरण कर, एकाग्र चित्ताने नरहरी म्हण.

।। पंढरीनाथ महाराज की जय ।।

॥ ॐ नमो भगवते वासुदेवाय ॥

चोराचिया संगे क्रमिता पै पंथ । ठकूनियां घात करितील ।
काम क्रोध लोभ घेऊनियां संगे । परमार्थासि रिघे तोचि मूर्ख ।।
बांधोनिया शिळा पोहू जाता सिंधु । पावे मतिमंदु मृत्यू शीघ्र ।
देहगेह भ्रांती सोडुनिया द्यावें । साधन करावे शुद्ध मार्गे ।।

– श्री ज्ञानेश्वर महाराज

चोराबरोबर वाटचाल करायची म्हणाल तर कधी ते फसवून घात करतील हे सांगता येणार नाही. काम, क्रोध, लोभ यांच्या संगतीत राहून परमार्थ करू पाहणारा मूर्खच म्हणावा लागेल. पोटाला किंवा पाठीला दगड बांधून समुद्र पोहू पाहणाऱ्या मतिमंदाला मृत्यूलाच सामोरे जावे लागेल. म्हणून देहाचा, प्रपंचाचा कशाचाही लोभ न ठेवता शुद्ध मार्गाने साधन करावे.

तीर्थ विठ्ठल क्षेत्र विठ्ठल । देव विठ्ठल देवपूजा विठ्ठल ।
माता विठ्ठल पिता विठ्ठल । बंधु विठ्ठल गोत्र विठ्ठल ।।
गुरु विठ्ठल, गुरु देवता विठ्ठल । निधान विठ्ठल निरंतर विठ्ठल ।
नामा म्हणे मज विठ्ठल सांपडला । म्हणोनि फळिकाळा पाड नाहीं ।।

– श्री संत नामदेव महाराज

माझे तीर्थ आणि क्षेत्र, देव आणि देवपूजा, आई आणि बाप, भाऊ आणि नातेवाईक, गुरु आणि गुरुदेवता, माझे निरंतर निधान सर्व काही विठ्ठलच आहे. हा विठ्ठल मला गवसला आहे, त्यामुळे मला कळिकाळाचेही भय नाही.

जन्मा येऊनि देख । करा देहाचे सार्थक ।
वाचे नाम विठ्ठलाचे । तेणें सार्थक देहाचें ।।
ऐसा नामाचा महिमा । शेषा वर्णितां झाली सीमा ।
नाम तारक त्रिभुवनीं । म्हणे नामयाची जनी ।।

– श्री संत जनाबाई

जन्माला येऊन देहाचे सार्थक करा, तोंडाने विठ्ठलाचे नाव घ्या. तरच जन्माला आल्याचे देहाचे, सार्थक होईल. नामाचा असा अपूर्व महिमा आहे, शेषाने देखील त्याचे वर्णन केले. नामदेवाची जनी म्हणते या त्रिभुवनात नामच केवळ तारक आहे.

॥ पंढरीनाथ महाराज की जय ॥

।। ॐ नमो भगवते वासुदेवाय ।।

ये गे ये विठाबाई। कृपादृष्टीने तूं पाही।
तुजविण न सुचे कांही। आता मी वो करूं कांही।।
भाव माझा तुजवरी। आतां रक्षी नाना परी।
येई सखये धाउनी। म्हणे नामयाची जनीं।।

– श्री संत जनाबाई

विठू माऊली, विठाबाई ये माझ्याकडे कृपा दृष्टीने पहा. मला तुझ्याशिवाय काही सुचत नाही. आता मी दुसरं करू तरी काय ? माझा सर्व भक्तिभाव तुझ्यावर एकवटला आहे, आता तूच माझे रक्षण कर, सखे विठाई धावत ये अशी साद तुला नामदेवाची जनी घालते आहे.

पतित तूं पावना। म्हणविसी नारायणा।
तरी सांभाळी वचन। ब्रीद वागविसी जाण।।
याती शुद्ध नाहीं भाव। दुष्ट आचरण स्वभाव।
मुखीं नाम नाहीं। कान्होपात्रा शरण पायीं।।

– श्री संत कान्होपात्रा

देवा, तू पतितांना पावन करणारा म्हणवतोस तेव्हा तुझा शब्द तू पाळला पाहिजेस. माझी जात हीन आहे. मनात, शुद्ध भाव नाही, माझं वागणं दुष्टाव्याचं आहे पण मुखी तुझं नाव असलेली कान्होपात्रा तुला शरण आली आहे.

पुंडलिका झाला अनुताप। धन्य सत्य गुरु मायबाप।
जन्मा येऊनिया काय केली करणी। व्यर्थ शिणविली जननी।।
नऊ महिने ओझे वागवून। नाही गेला तिचा शीण।
ऐसा झालो अपराधी। क्षमा करा कृपानिधी।।

– श्री संत गोरा कुंभार महाराज

पुंडलिकाला पश्चाताप झाला त्यामुळे ते म्हणतात, मी जन्माला येऊन काय केले ? आईला त्रासच दिला. तिने नऊ महिने माझे ओझे वागवले. तिचा शीण अद्याप गेला नाही. असा मी अपराधी आहे, तेव्हा कृपानिधी मला क्षमा करा. गुरु, आई-वडिल यांची सेवा करणे हेच खरे.

।। पंढरीनाथ महाराज की जय ।।

कन्या सासुऱ्यासी जाये। मागें परतोनि पाहे।
तैसे झाले माझ्या जिवा। केव्हा भेटसी केशवा।।
चुकलिया माये। बाळ हुरूहुरू पाहे।
जीवना वेगळी मासोळी। तैसा तुका तळमळी।।

– श्री संत तुकाराम महाराज

नव्यानं लग्न झालेली मुलगी सासरी जाताना सारखी मागे वळून, माहेराकडे पहाते तशी माझी स्थिती झाली आहे. चुकलेले मूल कावरेबावरे होऊन आईला शोधत असते. पाण्यातून काढलेल्या माशाप्रमाणे हा तुकाराम विठ्ठलाच्या दर्शनासाठी तळमळतो आहे.

विकासिला नयन स्फुरण आले बाहीं। दाटले हृदयी करुणाभरितें।
जातां मार्गी भक्त सावता तो माळी। आला तया जवळी पांडुरंग।।
नामा ज्ञानदेव राहिले बाहेरी। मळियां भीतरी गेला देव।
माथा ठेवुनि हात केला सावधान। दिले अलिंगन चहूं भुजी।।

– श्री संत सावता माळी

माझा डोळा लवतो आहे. बाहु स्फुरण पावतो आहे, हृदय करुणेने भरून आले आहे. वाटेने जाता जाता सावता माळी भेटला, पांडुरंग त्याच्या जवळ आला, नामदेव आणि ज्ञानदेव यांना त्याने बाहेरच थांबवले आणि देव मळ्यात शिरला. सावताला त्याने त्याच्या मस्तकावर हात ठेवून सावध केले आणि चारही हातांनी त्याला आलिंगन दिले.

धन्य महाराज पुंडलीक मुनी। वैकुंठीचा सखा आणिला भूतळा लागोनि।
केला उपकार जग तारिले सकळ। निरसली भ्रांति माउली स्नेहाळ।।
आली चंद्रभागा गर्जना करीत। तुझिया भेटीलागी उतावीळ धावत।
जोडोनियां पाणि सेना करी विनवणी। म्हणे धन्य पुंडलिका माथा ठेविला चरणीं।।

– श्री संत सेना महाराज

पुंडलीक महाराज मुनी धन्य होत. त्यांनी वैकुंठीचा स्नेही भूतलावर आणून जगावर उपकार केले, साऱ्या जगाला तारले. तुझ्या भेटीसाठी उतावीळ झालेली चंद्रभागा गर्जना करीत धावत आली. दोन्ही हात जोडून सेना तुझी विनवणी करतो की, पुंडलिका तू धन्य आहेस. मी तुझ्या चरणांवर माथा ठेवतो.

।। पंढरीनाथ महाराज की जय ।।

।। ॐ नमो भगवते वासुदेवाय ।।

आलिंगन भेटी। मग चरणीं घाली मिठी।
ऐसा माझा भोळा भाव। पंढरिराज जाणता।।
घेतले हिरोनी। सणिभाग चक्रपाणी।
सेना म्हणे मायबापें। द्यावें भानें हे आता।।

– श्री संत सेना महाराज

आधी तुला आलिंगन देतो, मग तुझ्या चरणांना मिठी घालतो असा माझा भोळा भाव पंढरीनाथ जाणतो. सेना म्हणतो देवा आता प्रसाद द्यावा.

अरे कान्हा कृष्णा कमलावल्लभा। काय वर्णू तुझ्या रुपाची शोभा।
पाहतां तुझे रूप दिसें सर्वां ठायी। भावे भक्ति करोनी शरण आलो पायीं।।
आकळे तुझा महिमा न ब्रह्मादिका। साधु आणि संता नामे सापडसी एका।
बोधला म्हणे चित्त राहो तुझें पायी। तुजविण सखा मज आणिक नाहीं।।

– श्री संत माणकोजी बोधला महाराज

अरे कृष्णा, कान्होबा, लक्ष्मीपति तुझ्या रुपाची शोभा मी काय वर्णू? तुझे रुप मला सर्वत्र दिसते. तुझी भावभक्ति करून मी तुझ्या चरणी शरण आलो आहे. तुझा महिमा ब्रह्मादिकांना कळला नाही पण नामजपामुळे तू साधुसंतांना सापडतोस. बोधला म्हणतो, देवा चित्त सदैव तुझ्या पायी राहू दे, तुझ्याशिवाय मला अन्य कोणी सखा नाही. मित्र नाही.

नाम हे सोपें जपता विठ्ठल। अवघेंचि फळ हाता लागे।
योग याग जप तप अनुष्ठान। तीर्थ व्रत दान नाम जपतां।।
सुखचि सुख नाहीं यातायाती। बैसोनी एकांती नाम स्मरा।
चोखा म्हणे साधेल साधन। तुटेल बंधन भवपाश।।

– श्री संत चोखा मेळा महाराज

विठ्ठलाचे नाव जप करायला, घ्यायला अगदी सोपे आहे आणि विठ्ठलनाम घेतल्याने फळ सहज हाती लागते. जप तप अनुष्ठान तीर्थ व्रत दान या सर्व गोष्टींचे पुण्य नामजपाने प्राप्त होते. विठ्ठलनाम जपाने केवळ सुखच मिळते, कसली यातायात नाही. एकांतात बसून नामस्मरण करा, त्यायोगे फलप्राप्ती होईल आणि भवपाशाचे बंधन तुटेल.

।। पंढरीनाथ महाराज की जय ।।

।। ॐ नमो भगवते वासुदेवाय ।।

ऐसे भूतांप्रती आनान। जे प्रकृती वशें दिसे जीवन।
ते आघवाठायीं अभिन्न। मीचि एक।।
ऐसे अनादि ते सहज। तें मी गा विश्वबीज।
हे हातातळी तुज। देईं जन असे।।

– श्री संत ज्ञानेश्वर महाराज

निरनिराळ्या प्राण्यांचे प्रकृतीप्रमाणे जे जीवन दिसते ते मीच आहे. अभिन्नत्वाने आहे. असे जे अनादि जग, त्याचे मूळ बीज आहे. मी तुझ्या हाती देतो.

जीव विठ्ठल आत्मा विठ्ठल। परमात्मा विठ्ठल विठ्ठल।
जनक विठ्ठल जननी विठ्ठल। सोयरा विठ्ठल सांगाती।।
अहिक्य विठ्ठल परत्र विठ्ठल। निरंतर विठ्ठल तारिता।
नाम विठ्ठल रुप विठ्ठल। पतित पावन विठ्ठल विठ्ठलनामा।।

– श्री संत नामदेव महाराज

हा जीव विठ्ठल आहे आणि आत्माही विठ्ठल आहे, परमात्मा विठ्ठलच आहे. आई विठ्ठल, पिता विठ्ठल, सोयरा विठ्ठल आणि सखा सांगाती विठ्ठलच आहे. या बाजूला, अत्र विठ्ठल आहे आणि त्या बाजूला परत्रही विठ्ठल आहे. निरंतर तारणारा विठ्ठल आहे, नाम विठ्ठल, रूप विठ्ठल आणि पतितांना पावन करणारा विठ्ठलच आहे.

नाम फुकट चोखट। नाम घेता न ये वीट।
जड शिळा ज्या सागरी। आत्मारामें नामें तारी।।
पुत्रभाव स्मरण केले। तया वैकुंठासी नेले।
नाम महिमा जनी जाणें। ध्यातां विठ्ठलचि होणें।।

– श्री संत जनाबाई

नाम हे फुकट आणि चोख आहे. हे नाम घेण्याचा कंटाळा येत नाही. श्रीरामाचे नाव घेतल्यावर जड शिळा समुद्रावर तरंगल्या. मुलाचे नाव मरणसमयी घेतल्याने वैकुंठप्राप्ती झाली. नामाचा महिमा जनीच जाणते. आणि नाम घेता घेता स्वत: विठ्ठलच होते.

।। पंढरीनाथ महाराज की जय ।।

।। ॐ नमो भगवते वासुदेवाय ।।

ये ग ये ग विठाबाई। माझे पंढरीचे आई।
भीमा आणि चंद्रभागा। तुझे चरणीच्या गंगा।।
इतुक्यांसहित त्वां बा यावे। माझे रंगणीं नाचावें।
माझा रंग तुझिया गुणी। म्हणे नामयाची जनी।।

- श्री संत जनाबाई

विठाबाई, माझे पंढरीचे आई ये, ये मला भेट. भीमा आणि चंद्रभागा या तुझ्या पायाशी असलेल्या गंगाच आहेत. या सर्वांसह तू ये, माझ्याबरोबर या रिंगणात नृत्य कर, नाच कर, माझे जे काही आहे ते तुझ्यामुळेच आहे असे नामदेवाची जनी म्हणते.

माझें माहेर पंढरी। सुखे नांदू भीमातीरीं।
येथे आहे माय बाप। हरे ताप दरुशनें।।
निवारिली तळमळ चिंता। गेली व्यथा अंतरीची।
कैशी विटेवरी शोभली। पाहुनि कान्होपात्रा धाली।।

- श्री संत कान्होपात्रा

माझे माहेर पंढरपूर आहे त्यामुळे तिथे भीमातीरी आम्ही सुखाने नांदू. आमचे मायबाप इथेच आहेत. त्यांच्या दर्शनाने आमचे सर्व ताप, दुःखे, काळज्या, चिंता नाहीशा होतात. तो आमच्या चिंता निवारण करतो. त्याच्या दर्शनानं मनातील व्यथा नाहीशा होतात. विटेवरची त्याची मूर्ति पाहून कान्होपात्रेला अतिशय आनंद होतो.

भली केली हीन याति। नाही वाढली महंती।
जरी असता ब्राह्मणजन्म। तरी हे अंगी लागते कर्म।।
स्नान नाही, संध्या नाही। याति कुळ संबंध नाही।
सावता म्हणे हीन याती। कृपा करावी श्रीपती।।

- श्री संत सावता माळी महाराज

देवा, मला कनिष्ठ जातीत जन्माला घातलेस हे बरे केलेस, नाहीतर उगाचच माझे महत्त्व वाढले असते. आता स्नान संध्येचे बंधन नाही- म्हणून सावता म्हणतो, देवा तू मला हीन जातीत जन्माला घातलेस हीच मोठी कृपा केलीस.

।। पंढरीनाथ महाराज की जय ।।

।। ॐ नमो भगवते वासुदेवाय ।।

अवघाचि संसार सुखाचा करीन। आनंदे भरीन तिन्ही लोक।
जाईन गे माये तया पंढरपुरा। भेटेन माहेरा आपुलिया।।
सर्व सुकृताचे फळ मी लाहीन। क्षेत्र मी देईन परब्रह्मी।
बाप रखुमादेविवरा विठ्ठलचि भेटी। आपुलिये संवसारी घेऊनि राहे।।

– श्री संत ज्ञानेश्वर महाराज

मी हा सर्व संसार, हे सर्व जग सुखाचे करीन. आनंदाने तिन्ही लोक भरून टाकीन. मी माझ्या माहेरी पंढरपूरला जाईन आणि विठ्ठलाला भेटेन. मी केलेल्या पुण्याचे फळ मी प्राप्त करून घेईन, आणि परमब्रह्माला माझे क्षेम कळवीन. माझ्या पित्यासमान असलेल्या विठ्ठलाला मी भेटेन आणि त्याचाच होऊन राहीन.

चक्रवाल पक्षी वियोगे बाहाती। झालें मजप्रती तैसे आता।
चुकलिया माय बाळकें रडती। झालें मजप्रती तैसे आतां।।
वत्स न देखता गाई हंबरती। झालें मजप्रती तैसे आता।
नामा म्हणे मज ऐसे वाटे चित्तीं। करीतसे खंती फार तुझी।।

– श्री संत नामदेव महाराज

वियोगानं चक्रवाक पक्षी वेडेपिसे होतात. तसे मला आता झाले आहे. चुकलेलं लेकरू, आईला दुरावलेलं मूल रडू लागतं तसं माझं झालं आहे. वासरु दिसलं नाही तर गाई हंबरू लागतात तशी माझी अवस्था झाली आहे. नामदेव महाराज म्हणतात, देवा, तुझ्यासाठी माझा जीव खंतावला आहे.

माझा शिणभाग गेला। तुज पाहतां विठ्ठला।
पापताप जाती। तुझें नाम ज्याचे चित्तीं।।
अखंडित नामस्मरण। बाधू न हाके तया विघ्न।
जनी म्हणे हरिहर। भजतां वैकुंठी त्या घर।।

– श्री संत जनाबाई

देवा, विठ्ठला, तुझ्या दर्शनाने माझा सर्व शीण गेला. ज्याच्या चित्तात तुझे नाम भरून राहिले आहे त्याची पापे जळून जातात. जो अखंड नामस्मरण करतो त्याला कोणातीही विघ्ने येत नाहीत. जनी म्हणजे जो हरिहराचं भजन करील त्याला वैकुंठाचं घर मिळेल, वैकुंठात जागा मिळेल.

।। पंढरीनाथ महाराज की जय ।।

।। ॐ नमो भगवते वासुदेवाय ।।

सर्व सुखाचे जें निजसुखाचे सार गे माय। तो हा पंढरीराय विटेवरी।
सकळ साराचे सार गे माय। तो हा पंढरीराय विटेवरी।।
सर्व साधनांचे जे कां निजसाधन माय। तो हा पंढरीराय विटेवरी।
जे कां जीवांचे जीवन कान्होपात्राचे निजधन। तो हा पंढरीराय विटेवरी।।

- श्री संत कान्होपात्रा

सर्व सुखांचे आणि माझे जे सुख त्याचे सार म्हणजे विटेवर उभा असलेला हा पंढरीराय. सर्व सारांचे सार म्हणजे विटेवर उभा असलेला हा पंढरीराय. सर्व साधनांचे साधन म्हणजे हा विटेवरचा पंढरीराय. अनेकांच्या जिवीचे जीवन, कान्होपात्रेचे स्वतःचे धन असलेला हा विटेवरचा पंढरीराय.

आलो पतित शरण। पावन करी नारायण।
मी तरी अवगुणी बहुत। दया करी पंढरीनाथ।।
दयासागरा अनंता। कृपा करीं पंढरीनाथा।
तुझे नामामृत सार। नरहरी जपे निरंतर।।

- श्री संत नरहरी सोनार महाराज.

देवा नारायणा, मी पतित आहे, अवगुणी आहे, पापी आहे आणि तुला शरण आलो आहे. तेव्हां पंढरीनाथा माझ्यावर दया कर, दयासागरा अनंता पंढरीनाथा, माझ्यावर कृपा कर, तुझे नाम हा नरहरी निरंतर जपत असतो.

ऐकावे विठ्ठल धुरे। विनंती माझी हो सत्वरे।
करी संसाराची बोहरी। इतुकें मागतो श्रीहरी।।
कष्ट करितां जन्म गेला। तुझा विसर पडला।
माळी सावता मागे संतान। देवा करी गा निःसंतान।।

- श्री संत सावता माळी महाराज

आमच्या नेतेपदी असलेल्या विठ्ठला ऐका, माझी ही विनंती लगेचच ऐका. माझ्या संसाराची इतिश्री कर, एवढेच मागणे आहे. सगळा जन्म कष्ट करण्यात गेला त्यामुळे तुझी आठवण राहिली नाही. आता देवा या सावता माळ्याने तुझ्याकडे संतान मागितले तर त्याचे तू निःसंतान कर.

।। पंढरीनाथ महाराज की जय ।।

।। ॐ नमो भगवते वासुदेवाय ।।

जाता पंढरीसी सुख वाटे जीवा। आनंदे केशवा भेटताचि।
या सुखाची उपमा नाही त्रिभुवनीं। पाहिली शोधोनि अवघी तीर्थे।।
ऐसा नामघोष ऐसे पताकांचे भार। ऐसे वैष्णव डिंगर दावा कोठे।
सेना म्हणे खूण सांगितली संती। यापरती विश्रांती न मिळे जीवा।।

– श्री संत सेना महाराज

पंढरीला गेल्यावर जिवाला सुख वाटते. आनंदानं केशवाला भेटल्यावर जे सुख मिळते त्या सुखाला त्रिभुवनात उपमा नाही. सगळ्या तीर्थांपलिकडचे हे सुख आहे. पंढरीला जसा नामघोष होतो, पताकांचे भार दिसतात आणि वैष्णव दिसतात तसे मला अन्यत्र कुठेतरीदाखवा. सेना म्हणतो ही संतांची खूण सांगतो की देवदर्शनानेच त्याच्या तनमनाला विश्रांती मिळते.

अनंत कोटी आमचे अपराध साहिले। तूं आमची माऊली पांडुरंगा।
तुज परत जिवलग नाही त्रिभुवनी। तूं आमुची जननी पांडुरंगा।।
अनंत कोटी तुझ्या उपकाराच्या रासी। बापा रुसीकेसी पांडुरंगा।
बोधला म्हणे तुज काये होऊन ऊतराई। तूं आमुचा मायबाप तू पांडुरंगा।।

– श्री संत माणकोजी बोधला महाराज

देवा, पांडुरंगा तू आमचे अनंत कोटी अपराध सहन केलेस, तूच आमची माऊली आहेस. तुझ्यासारखा जिवलग या त्रिभुवनात दुसरा कोणी नाही. तुझ्या अनंत कोटी उपकारांच्या राशी आमच्यावर आहेत. मायबाप पांडुरंगा मी तुझा उतराई होऊ ?

गोजिरें साजिरें श्रीमुख चांगलें। ध्यानीं मिरविले योगियांच्या।
पंढरी भुवैकुंठ भिवरेच्या तीरी। वैकुंठाचा हरी उभा विटे।।
राई रखुमाई सत्यभामा नारी। पुंडलिके सहपरिवारीं आणियेला।
वैजयंती माळ किरीट कुंडले। प्रेमें आलिंगिले चोखियाने।।

– श्री संत चोखा मेळा महाराज

जे देवाचे मुख साजिरे गोजिरे आहे ते योगीजन जेव्हां ध्यान करतात तेव्हा त्यांच्या ध्यानात येते. या भूमीवरील वैकुंठ, भीवरा नदीच्या तीरी आहे आणि तिथे वैकुंठाचा हरि विटेवर उभा आहे. राही रखुमाई सत्यभामा या त्याच्या स्त्रिया आहेत, त्याला पुंडलिकाने सहपरिवार पंढरपूरला आणला, त्याला चोख्याने प्रेमाने आलिंगन दिले आहे.

।। पंढरीनाथ महाराज की जय ।।

।। ॐ नमो भगवते वासुदेवाय ।।

सुखदु:ख काही भजनप्रवाही। मायामोह पाही हरी रया।
हरिरुपी सुख हरिरुपी दु:ख। हरिरुप शोक आत्मा माझा।।
साकार निराकार सर्व हा आचार। हरिरूप सार भजन भाव।
निवृत्तीचे ज्ञान हरि रूप ध्यान। मनाचे उन्मन हरिरुपी।।

– श्री संत ज्ञानेश्वर महाराज

सुखदु:ख भजन प्रवाहात वाहून जातं. मायामोह हरि पाहतो. सुख हरिरुप आणि दु:खही हरिरुप. शोक हरिरुप, माझा आत्माही हरिरुप. हा सर्व साकार निराकार आचारही हरिरुप आहे. निवृत्ति महाराजांनी दिलेले ज्ञान हरिरुप, करतो ते ध्यान हरिरुप आणि मनातील कल्लोळही हरिरुप.

काळाचेही काळ। आम्ही विठोबाचे लडिवाळ।
करु सत्ता सर्वांठायीं। वसों निकट वास पायीं।।
ऐसी कोणाची वैखरी। वदे आमुचे समोरी।
तुका म्हणे बाण। हातीं हरिनाम तीक्ष्ण।।

– श्री संत तुकाराम महाराज

आम्ही विठोबाचे लाडके असल्यामुळे आम्हाला काळाचेही भय नाही. आता आमचीच सत्ता सर्वत्र आहे आणि आम्ही सतत विठ्ठलचरणी निवास करू. आमच्या विरोधात जर कोणी बोलू लागले तर तुकाराम महाराज म्हणतात आमच्या हातात हरिनामाचे तीक्ष्ण बाण आहेत.

मना वासना वासुदेवीं वसों रे।
मना कामना कामसंगी नसों दें।।
मना कल्पना वाडगी ते न कीजे।
मना सज्जना सज्जनि वस्ति कीजे।।

– श्री संत समर्थ रामदास

माझ्या मना माझं मन सदैव ईश्वरचरणी वासुदेवाजवळ राहू दे, ते कधीही कामभावनेकडे वळू देऊ नकोस. माझ्या मना उगीच भलत्यासलत्या कल्पना करू नको. सज्जन मना तू सदैव सज्जनांच्याच सहवासात रहा.

।। पंढरीनाथ महाराज की जय ।।

जैसे जळाचे कल्लोळ। आणि कल्लोळी आयी जळ।
ऐसेनि वसवीतसे सकळ। तो निवासु मी।।
जो मज होय अनन्य शरण। त्याचें निवारीं मी जन्ममरण।
या लागी शरणागता शरण्य। मीचि एकु।।

– श्री संत ज्ञानेश्वर महाराज

ज्याप्रमाणे लाटा जलाशयातच उत्पन्न होतात आणि लाटातही पाणी असते त्याप्रमाणे हे सर्व जग वसविणारा आणि त्या जगात असणारा मीच आहे. जो मला अनन्यभावाने शरण येतो त्याला मी जन्ममरणाच्या चक्रातून मुक्त करतो, शरणागताला अभय देणारा मीच एकटा आहे.

युक्ताहार लगे न आणिक साधने। अल्प नारायणे दाखविलें।
कलियुगामाजी करावे कीर्तन। तेणें नारायण देईल भेटी।।
न लगे लौकिक सांडावा वेव्हार। घ्यावे वनांतर भस्म दंड।
तुका म्हणे मज आणिक उपाव। दिसती ते वाव नामेंविण।।

या भवसागरातून तरुन जाण्यासाठी युक्ताहार मिताहार वगैरे नको, केवळ कीर्तन केल्याने नारायणाची भेट होईल यासाठी लौकिक व्यवहार सोडण्याची आवश्यकता नाही. अंगाला भस्म फासायला नको, दंड घेऊन वनात जायला नको, तुकाराम महाराज म्हणतात. सर्वांवर हरिनाम हा एकच उपाय आहे.

हरीनाम नेमस्त पाषाण तारी।
बहु तारिले मानव देह धारी।।
तया रामनामीं सदा जो विकल्पी।
वेदना कदा जीव तो पापरुपी।।

– श्री संत समर्थ रामदास

रामनाम घेऊन समुद्रात टाकलेले दगड तरले– मग मानवाने जर श्रीरामाचे नाम घेतले तर तोहि तरुन जातो, अनेक जणांनी रामनाम घेऊन भवसागर पार केला आहे. रामनामविषयी जे शंका व्यक्त करतात ते मात्र पापाच्या महानदीत बुडून जातील.

।। पंढरीनाथ महाराज की जय ।।

।। ॐ नमो भगवते वासुदेवाय ।।

म्हणौनि गा पंडुसुता। जैसी सकामा न जिणवेचि वनिता।
तेवीं मायामय हे सरिता। न तरवें जीवा।।
येथ एकचि लीला तरलें। जे सर्वभावे मज भजले।
तयां ऐलीच थडी सरलें। मायाजळ।।

– श्री संत ज्ञानेश्वर महाराज

अर्जुना, ज्याप्रमाणे विषयी किंवा कामी पुरुषाला स्त्री जिंकता येत नाही त्याप्रमाणे सर्वसामान्य जिवांना स्वसामर्थ्यावर ही माया नदी तरुन जाता येणार नाही. ज्यांनी सर्व भावे माझी भक्ति केली, माझे भजन केले त्यांना ऐलतीरावरच मायेपासून मुक्ति मिळाली.

भले तरी देऊं कांसेची लंगोटी। नाठाळाचे माथा देऊ काठी।
मायबापाहूनि बहु मायावंत। करुं घातपात शत्रूहूनि।।
अमृत ते काय गोड आम्हांपुढें। विष ते बापुडे कडू किती।
तुका म्हणे आम्ही अवघेचि गोड। जया पुरे कोड त्याचे परी।।

– श्री संत तुकाराम महाराज

जे भले आहेत, चांगले आहेत त्यांना प्रसंगी आम्ही कमरेची लंगोटीही देऊ, पण जे नाठाळ असतील त्यांच्या डोक्यात काठी घालू. आम्ही आईबापांपेक्षा अधिक माया करणारे आहोत व शत्रूपेक्षाही अधिक घातपात करणारे आहोत. आमच्यापुढे अमृताची ती काय गोडी आणि विषाचा काय पाड. तुकाराम महाराज म्हणतात आम्ही अवघेचि गोड आहोत. ज्याच्या त्याच्या इच्छेप्रमाणे देऊ.

जेणें मक्षिका भक्षिली जाणिवेची।
तया भोजनाची रुची प्राप्त कैची।।
अहंभाव ज्या मानसीचा विरेना।
तया ज्ञान हें अन्न पोटी जिरेना।।

– श्री संत समर्थ रामदास

सुग्रास भोजनाच्या शेवटच्या घासातून माशी पोटात गेली त्या भोजनाला कसली चव ? सगळे ओकून बाहेर पडते. ज्याच्या मनातला अहंभाव नाहीसा झाला नाही तोपर्यंत आत्मज्ञानाची प्राप्ती दूरच.

।। पंढरीनाथ महाराज की जय ।।

।। ॐ नमो भगवते वासुदेवाय ।।

गाईची तृषा हरुं। कां व्याघ्रा विष होऊनि मारुं।
ऐसे नेणेंचि गा करुं। तोय जैसे।।
तैसी आघवियांचि भूतमात्रीं। एकपणें जया मैत्री।
कृपेसी धात्री। आपणचि जो।।

– श्री संत ज्ञानेश्वर महाराज

पाणी जसे मी गाईची तहान भागवीन पण वाघाला विष होऊन मारीन असे म्हणत नाही. सर्व प्राणीमात्रांशी ज्यांची सारखीच मैत्री असते. तेच माझ्या कृपेला पात्र होतात. माझे भक्त असे असतात.

तुज न होतां माझें कांही। परि मी न संडी भक्तिसोई।
हो कां भलते ठायीं। कुळीं जन्म भलतैसा।।
तूं भितोसि माझिया दोषां। कांही मागणें ते आशा।
तुका म्हणे ऐसा। कांही न धरी संकोच।।

– श्री संत तुकाराम महाराज

देवा, तू माझ्यासाठी काही केले नाहीस तरी मी तुझी भक्ति करणे सोडणार नाही. पुढचा जन्म मला कुठेही मिळो, माझ्या अंगी असलेल्या दोषांचे तुला भय वाटते, मी तुझ्याकडे काहीतरी मागणी करीन असे तुला वाटत असेल, पण देवा, तुकाराम महाराज पुढे म्हणतात तूं याविषयी मनात मुळीच संकोच धरू नकोस. मी तुझ्याकडे काहीही मागणार नाही. तू अगदी निश्चिंत रहा.

तिन्ही लोक जाळूं शके कोप येतां।
निवाला हरु तो मुखें नाम घेतां।।
जपे आदरे पार्वती विश्वमाता।
म्हणोनि म्हणा तेंचि हे नाम आतां।।

– श्री संत समर्थ रामदास

जर भगवान् शंकराला राग आला तर तिसरा डोळा उघडून तो तिन्ही लोक भस्म करू शकतो. परंतु त्यानं श्रीरामाचं नामस्मरण करताच तो शीतल आणि शांत झाला. प्रत्यक्ष पार्वतीमातासुद्धा आदरपूर्वक जप करते म्हणून आपणही नामस्मरण केले पाहिजे.

।। **पंढरीनाथ महाराज की जय** ।।

।। ॐ नमो भगवते वासुदेवाय ।।

सदा सर्वकाळ मनीं वसे देव। तेथें नाही भेव कळिकाळाचा।
काळ तो पुढारी जोडितसे हात। मुखीं नाम गात तयापुढें।।
म्हणोनि आदरें वाचे नाम घ्यावें। रात्रंदिवस घ्यावे विठ्ठलासी।
एका जनार्दनी जपतां नाम होटीं। पूर्वजा वैकुंठीं पायवाट।।

– श्री संत एकनाथ महाराज

ज्याच्या मनात, अंत:करण सदैव ईश्वर आहे त्याला कळिकाळाचेही भय नाही. तो प्रत्यक्ष काळ त्याच्यापुढे हात जोडून उभा असतो, त्याच्यापुढे हा मुखांत नाम घेतच असतो. म्हणून आदराने सतत वाचेने नाम घ्यावे, रात्रंदिवस विठ्ठलाचे स्तवन करावे अशा रितीने ज्याच्या ओठावर सतत नाम आहे त्याचे पूर्वजही वैकुंठाला जातील.

चतुर्भुज मूर्ति लावण्य रुपडें। पाहतां आवडे जीवा बहू।
वैजयंती माळा किरीट कुंडलें। भूषण मिरविले मकराकार।।
कासे सोनसळा पितांबर पिवळा। कस्तुरीचा टिळा शोभे माथे।
शंखचक्र हाती पद्म ते शोभलें। भानुदासे वंदिले चरणकमळ।।

– श्री संत भानुदास महाराज

या चतुर्भुज मूर्तीचे लावण्य रुपडे पहाता क्षणी या जिवाला अतिशय आवडते. ती वैजयंती माळ, तो मुकुट, ती मकराकार त्याला भूषणविणारी कुंडले, कटिनेसूचा पिवळा पितांबर, कपाळी कस्तुरीचा टिळा, हातात शंख, चक्र आणि कमळ, अशा या मूर्तिचे चरणकमळ हा भानुदास वंदितो.

तुज म्हणतील कृपेचा सागर। तरी का केला धीर पांडुरंगा।
अझुनि कां नये तुज माझी दया। काय देवराया पाहतोसी।।
आळवितो जैसे पाडस कुरंगिणी। पीडीलिया बनीं तहानभुकें।
तुका म्हणे माझे कोण हरिल दु:ख। तुजविण एक पांडुरंगा।।

– श्री संत तुकाराम महाराज

देवा पांडुरंगा तुला कृपेचा सागर म्हणतात म्हणून मी तुला आळविण्याचा धीर केला, तुला अजून माझी दया येत नाही, का माझी अशी परीक्षा पाहतोस ? पांडुरंगा, तुझ्याशिवाय माझे दु:ख दूर करणारे कोणीही नाही असे तुकाराम महाराज म्हणतात.

।। पंढरीनाथ महाराज की जय ।।

।। ॐ नमो भगवते वासुदेवाय ।।

धन्य धन्य हे नगर। भूवैकुंठ पंढरपूर।
धन्य धन्य चंद्रभागा। मध्ये पुंडलिक उभा।।
धन्य धन्य वेणुनाद। क्रीडा करितो गोविंद।
धन्य पंढरीचा वास। देवा गाये भानुदास।।

– श्री संत भानुदास महाराज.

हे भूवैकुंठ नगर पंढरपूर धन्य होय, येथील चंद्रभागा नदी धन्य होय, जिच्या मध्यभागी पुंडलिक उभा आहे, श्रीकृष्णाचा वेणुनाद धन्य होय. तिथेच हा गोविंद क्रीडा करीत असतो. पंढरीचा निवास धन्य होय. अशा देवाचे स्तवन भानुदास करतो.

तुमचा प्रसाद लाधला मस्तकीं। श्रीदत्तराया तेणें मी झालो सुखी।
वाचे वदे नाम दत्त दत्त आवडी। हीच माझी जोडी न करी दुजी।।
पायांचा आठव द्यावा सर्वकाळ। अखंड कल्लोळ नामघोष।
म्हणे जनार्दन एकनाथ परियेसी। ध्यान अहर्निशी दत्तात्रेय।।

– श्री संत जनार्दन महाराज

श्री दत्तराया तुमचा प्रसाद मला मिळाला त्यामुळे मी सुखी झालो. मी मुखाने मोठ्या आवडीने तुझे दत्त दत्त नाम घेतो. तुमच्या चरणांचे स्मरण सदैव राहू दे, तुझ्या नाम घोषाचा अखंड कल्लोळ होऊ दे, जनार्दन स्वामी एकनाथांना सांगतात ऐक, दत्तात्रेयाचे ध्यान अहर्निश, सदैव करीत रहा.

रामनामाची धन्य ख्याती। पापी तरले पुढे तरती।
तरला कोळी अजामेळ। गणिका आणि ते सकळ।।
नामें पावत स्त्रियांदि याती। नामें सर्वा एकचि मुक्ति।
एका जनार्दनी शरण। नामें तिहीं लोकी पावन।।

– श्री संत एकनाथ महाराज

रामनामाचा महिमा केवढा आहे. या नामाने आजपर्यंत अनेक पापी तरले, पुढेही तरतील. अजामेळ तरला, गणिका तरली, या रामनामाने स्त्रियादि सर्व जाती पावन झाल्या. सर्वांना मुक्ति मिळाली. एका रामनामाला शरण गेल्याने तिन्ही लोकात पावन होता येते.

।। पंढरीनाथ महाराज की जय ।।

।। ॐ नमो भगवते वासुदेवाय ।।

मातेचिया गळां न मिळे गळसरी। बाईलेसी सरी सोनियाची।
मातेचिया हाता न मिळे कंकण। बाईले करी तोडे घडी जाण।।
मातेसी न मिळे अंगी चोळी। बाईलेसी नेसवी चंद्रकळा काळी।
बाईले आधीन ठेविले जिणें। एका जनार्दनी नरकी पेणें।।

– श्री संत एकनाथ महाराज

आईच्या गळ्यात काही नाही पण बायकोच्या गळ्यात मात्र सोन्याची सरी, आईच्या हातात साध्या बांगड्या नाहीत पण बायकोच्या हातात तोडे. आईच्या अंगावर धड चोळी नाही पण बायकोला मात्र काळी चंद्रकळा नेसवतो. अशाप्रकारे ज्याचे जिणे बायकोच्या आधीन झाले आहे तो नरकात जाईल.

सुख पाहतां जवापाडे। दुःख पर्वता एवढे।
धरी धरी आठवण। मानी संतांचे वचन।।
नेले रात्रीने ते अर्ध। बाळपण जरा व्याध।
तुका म्हणे पुढा। घाणा जुंतीजसी मूढा।।

– श्री संत तुकाराम महाराज

सुख पाहिलं तर अगदी जवाएवढं, मोहरीच्या दाण्याएवढं पण दुःख मात्र पर्वताएवढं. म्हणून संतांचे वचन मान्य कर, देवाची आठवण ठेव. अर्धे आयुष्य झोपेत गेले, बाळपण अजाणतेपणात आणि म्हातारपण आधिव्याधीत संपते. यासाठी तुकाराम महाराज म्हणतात, यापुढे तरी या घाण्याला जुंपून घेऊ नकोस.

काला करिती संतजन। सवें त्यांच्या नारायण।
वांटी आपुल्या निजहस्तें। भाग्याचा तो पावे तेथे।।
लाही सित लागे हातीं। दोष देखोनियां त्या पळती।
निळा म्हणे क्षीराचा बुंद। लागतां पावे ब्रह्मानंद।।

– श्री संत निळोबा महाराज

कीर्तनानंतर संतमंडळी जेव्हा काला करतात तेव्हा त्यांच्याबरोबर साक्षात् नारायण असतो तोच काल्याचा प्रसाद सर्वांना वाटतो आणि जे भाग्यशाली असतात त्यांनाच तो मिळतो. एखाद्याच्या हाताला लाही किंवा भाताचं शित लागलं तरी तो दोषमुक्त होतो. तर निळोबा महाराज म्हणतात, ज्याला भगवंताहातून दुधाचा थेंब मिळतो त्याला तर ब्रह्मानंदाची प्राप्तीहोते.

।। पंढरीनाथ महाराज की जय ।।

।। ॐ नमो भगवते वासुदेवाय ।।

मार्ग ते बहुतां आहेत। सोपा पंथ पंढरीचा।
येचि मागें सुखे जातां। हरे संसाराची चिंता।।
मार्गी नाही गोवा गुंती। पाहतां निवृत्ती क्रोधकामां।
एका जनार्दनी सोपे वर्म। आहे ते सुधर्म सर्वांसी।।

– श्री संत एकनाथ महाराज

तसे अनेक मार्ग आहेत, पुष्कळ वाटा आहेत पण पंढरीचा मार्ग, पंढरीची वाट सोपी– या मार्गानं जायला लागलं तर संसाराची चिंता संपते. या वाटेवर कसलाही गोंधळ, गुंतागुंत नाही. उलट या मार्गाने गेल्यावर काम क्रोध दूर पळतात. हे सोपे वर्म हा सुधर्म सर्वांसाठीआहे.

विठ्ठल सोयरा सज्जन विसावा। जाईन त्याच्या गावा भेटावया।
सीण भाग त्यासी सांगेन अपुला। तो माझा बापुला सर्व जाणे।।
संत महंत सिद्ध महानुभव मुनि। जीवभाव जाऊनि सांगेन त्या।
माझिये माहेरी सुखा काय उणे। नलगे येणे जाणे तुका म्हणे।

– श्री संत तुकाराम महाराज

आमचा सोयरा विठ्ठल सर्व सज्जनांचा विसावा आहे. त्याच्या गावाला पंढरीला मी त्याला भेटायला जाईन. त्याचे दर्शन झाले की, माझा सर्व श्रमपरिहार होईल. माझी सर्व दुःखे मी त्याला सांगेन कारण मला जाणणारा तोच आहे. संत महंत सिद्ध महानुभाव त्या सर्वांना माझ्या जिवाचा भाव सांगेन. या माझ्या माहेरी सुखाला उणे नाही, काही कमी नाही. त्याच्या दर्शनानं जन्ममरणाच्या चक्रातून सुटका होते. असं तुकाराम महाराज म्हणतात.

योगी चिंतिती चिंतनी। ध्यानीं मनीं रूप ज्याचे।
तो हा अकल्पितचि आला। उभा केला पुंडलिके।।
हृतू कमळीं चतुरानन। ज्यातें स्तवून पूजितु।
निळा म्हणे शिवहि चिंती ज्याते। एकांती सर्वदा।।

– श्री संत निळोबा महाराज

जो योग्यांच्या चिंतनाचा विषय आहे. ज्यांचे रूप त्यांच्या ध्यानी मनी आहे तो हा विठ्ठल अचानक आला आणि पुंडलिकानं त्याला विटेवर उभा केला. माझ्या हृदय कमळी, माझ्या हृदयात हा चतुरानन परमेश्वर आहे. मी त्याची प्रार्थना करतो, त्याचे पूजन करतो. निळोबामहाराज म्हणतात या विठ्ठलाचे साक्षात् श्रीशंकरही एकांतात चिंतन करतो, स्मरण करतो.

।। ॐ नमो भगवते वासुदेवाय ।।

देखोनिया पंढरपूर। जीवा आनंद अपार।
टाळमृदंग वाजती। रामकृष्ण उच्चारिती।।
पुंडलिका लागतां पायां। चुके येरझार वायां।
पाहता विठ्ठलमूर्ती। भानुदासासी विश्रांती।।

- श्री संत भानुदास महाराज

पंढरपूर पाहिलं की जिवाला अपार आनंद होतो. तिथे सतत टाळ मृदंग वाजत असतात आणि रामकृष्ण हा नामघोष चाललेला असतो. पुंडलिकाच्या पायांना हात लावला की जन्म मरणाचा फेरा चुकतो. ह्या विठ्ठलाला एकदा पाहिले की भानुदासाला जणू विश्रांती मिळते.

धन्य कृष्णातीरी धन्य औदुंबर। जेथे गुरुवर वसतसे।
धन्य तोचि नर येती जे यात्रेसी। दर्शन मात्रे त्यांसी मोक्ष जोडे।।
अनंत जन्मांची पातके संचित। नुरतीं किंचित् तीर्थ घेतां।
जनार्दन म्हणे तीर्थे त्याचे पाशीं। चारी मुक्ति दासी होती त्याच्या।।

- श्री संत जनार्दन महाराज

कृष्णातीरी असलेले औदुंबर धन्य होय कारण तिथे गुरुदत्तात्रेयाची वस्ती आहे. तिथे यात्रेला येणारे लोक धन्य होत. केवळ गुरुदेव दत्तात्रेयाच्या दर्शनाने त्यांना मोक्ष प्राप्ती होते. त्याचे तीर्थ घेताच अनंत जन्मांची पापे नाहीशी होतात. सर्व तीर्थे त्याच्या पायापाशी आहेत, कारण चारही मुक्ति त्याच्या दासी आहेत.

मुखें गावे नाम। तेणें पुरे सर्व काम।
सर्व साधनांचे सार। तेणे पावे पैलपार।।
नामे बहुत तारिले। महादोषी उद्धरिलें।
रामनाम बहु श्रेष्ठ। घेतां न लगती कष्ट।।

- श्री संत एकनाथ महाराज

मुखाने नेहमी नाम घ्यावे म्हणजे सर्व कामे होतात. सर्व साधनांचे तेच सार आहे, नामामुळेच भवसागर पार करता येतो. नामामुळे अनेकजण तरून गेले, महादोषी महापापीदेखील उद्धरले गेले. रामनाम हे सर्वश्रेष्ठ आहे, ते घेण्यासाठी काही कष्ट पडत नाहीत.

।। पंढरीनाथ महाराज की जय ।।

॥ ॐ नमो भगवते वासुदेवाय ॥

या लागीं जें जें जिविका वर्तन ।
तेहि करावे कृष्णार्पण ।
हे माझें म्हणोनि अभिमान ।
भक्त सज्ञान न धरिती कदा ॥

- श्री संत एकनाथ महाराज

आपण जे जे कर्म करू ते कृष्णार्पण करावे. हे माझे ते माझे म्हणून अभिमान धरू नये. ज्ञानी भक्त असे कधीही करीत नाहीत.

दह्याचिये अंगी निघे ताकलोणी । एक मोलें दोन्ही मागोंनये ।
आकाशाचे पोटी चंद्र तारांगणें । दोहींशी समान पाहों नये ॥
पृथ्वीच्या पोटी हिरा गारगोटी । दोहोंसी संसारी करू नये ।
तुका म्हणे तैसे संत आणि जन । दोहोंसी समान भजू नये ॥

- श्री संत तुकाराम महाराज

दह्यामुळे ताक आणि लोणी निघते पण दोघांची किंमत एकच करू नये. आकाशात चंद्र असतो आणि चांदण्याही असतात पण दोन्ही सारख्या दृष्टीने पाहू नयेत. पृथ्वीच्या पोटातून हिरा आणि गारगोटी दोन्ही निघतात पण दोघांची अदलाबदल करू नये. तुकाराम महाराज म्हणतात, त्याप्रमाणे संत आणि प्रापंचिक यांना समान समजू नये.

सुकृताचा होता साठा । भूवैकुंठा ते आले ।
सन्मुख देव भेटे तया । लागती पायां भाग्याचे ॥
न्याहाळिती दृष्टि मुख । कैवल्यसुख तुच्छ पुढे ।
निळा म्हणे ब्रह्मानंदा । झाले तत्पदा अधिकारी ॥

- श्री संत निळोबा महाराज

ज्यांच्याजवळ पुण्याचा साठा होता ते पंढरपूरला आले. त्यांना देव समोरासमोर भेटला. देवाचे मुख डोळ्यांनी पाहिल्यावर त्यांना मोक्षसुखही त्याच्यापुढे फिके वाटले. निळोबा म्हणतात ब्रह्मानंदाला तेच अधिकारी ठरले.

॥ पंढरीनाथ महाराज की जय ॥

१९५

।। ॐ नमो भगवते वासुदेवाय ।।

कर्म पराधीनपणें। निपजतसे प्रकृती गुणें।
येरी धरी मोकली अंत:करणे। वाहिजे वांया।।
म्हणौनि संगु जंव प्रकृतीचा। तंववरी त्यागु न घडे कर्माचा।
ऐसियाहि करूं म्हणती तयांचा। आग्रहोचि उरे।।

– श्री संत ज्ञानेश्वर महाराज

कर्म हे पराधीन असल्यामुळे जे घडते ते प्रकृतीमुळे घडते. मी कर्म करीन वा करणार नाही असे म्हणणे व्यर्थ होय. शरीराची जोपर्यंत साथसंगत आहे तोपर्यंत कर्मत्याग घडण्याची शक्यता नाही. तरीही आपण कर्म त्याग करू असे जर कोणी म्हणत असतील तर त्यांचा केवळ आग्रहच ठरेल.

करावी ते पूजा मनेंचि उत्तम। लौकिकाचं काम काय असें।
कळावे तयासी कळे अंतरीचे। कारण तें सांचे साचा अंगी।।
अतिशया अंती लाभ किंवा घात। फळ देते चित्त बीजा ऐसें।
तुका म्हणे जेणें राहे समाधान। ऐसे ते भजन पार पावी।।

– श्री संत तुकाराम महाराज

देवाची मानसपूजा करणे हे नेहमी चांगले. देव्हारा, गंध, फुले, उदबत्ती उपकरणे यांचा देखावा हवा कशाला तो नकोच. ईश्वराला आपली पूजा समजावी असे वाटत असेल तर मनापासून केलेली मानसपूजाही त्याला पोहोचते. काही अतिरेक केला तर लाभ किंवा हानि अथवा घातही होईल. जसे बी असेल तसे फळ मिळते. तुकाराम महाराज म्हणतात, ज्या भजनाने समाधान मिळते तेच पैलतीराला पोचवते.

धरीं रे मना संगती सज्जनाची।
जेणें वृत्ति हे पालटे दुर्जनाची।।
बळें भाव सद्‌बुद्धि सन्मार्ग लागे।
महाक्रूर तो काळ विक्राळ भंगे।।

– श्री संत समर्थ रामदास

माझ्या मना, तू सतत सज्जनांची संगत धर, अशी संत सज्जनांची संगत तू धरशील तर तुझ्या वृत्तीत बदल होईल. अशा रीतीने तू सन्मार्गाला लागलास तर तुला कळिकाळाचेही भय नाही.

।। पंढरीनाथ महाराज की जय ।।

।। ॐ नमो भगवते वासुदेवाय ।।

स्वधर्मु जो बापा। तोचि नित्ययज्ञु जाण पां।
म्हणौनि वर्तता तेथ पापा। संचारु नाही।।
म्हणौनि स्वधर्मानुष्ठान। तें अखंड यज्ञ याजन।
जो करी तया बंधन। कांहीच न घडे।।

– श्री संत ज्ञानेश्वर महाराज

स्वधर्मानुष्ठान हा एक नित्य यज्ञच आहे. जो कोणी हा यज्ञ करतो तेथे पाप येऊ शकत नाही; हा यज्ञ जो करतो त्याला कसलेही बंधन राहत नाही.

उपकारासाठी केले हे उपाय। येणेंविण काय चाड आम्हां।
बुडतां हे जन न देखवे डोळां। येतो कळवळा म्हणुनि।।
तुका म्हणे माझे देखतील डोळे। भोग देते वेळ येईल कळों।
आठवे देव तो करावा उपाय। येर त्यजी वाव खटपटा।।

– श्री संत तुकाराम महाराज

आम्ही जे उपाय सांगितले ते कुणावर उपकार करण्यासाठी नव्हे, आम्हाला त्याची गरज नव्हती पण जगात लोक बुडत आहेत हे पहावेना, त्यांच्याबद्दलची कणव आमच्या मनात दाटून आली. तुकाराम महाराज म्हणतात, जेव्हां प्रत्यक्ष भोगायची वेळ येईल तेव्हा आमची आठवण होईल. त्यावेळी ते सगळं आम्हाला आमच्याच डोळ्यांनी पहावं लागेल. यासाठी देवाची आठवण राहील असे काहीतरी करीत रहावे, इतर खटाटोप करू नये.

मुखीं नाम नाहीं तया मुक्ति कैची।
अहंता गुणे यातना ते फुकाची।।
पुढें अंत येईल तो दैन्यवाणा।
म्हणोनि म्हणा रे म्हणा देवराणा।।

– श्री संत समर्थ रामदास

ज्याच्या मुखात श्रीरामाचे नाम नाही त्याला मुक्ति कशी मिळेल ? अहंभाव सदा बाळगल्याने पुढे यातनांना सामोरे जावे लागते आणि अतिशय दीनवाणा अंत होतो. यासाठी मुखी श्रीरामाचे नाम असू द्या.

।। पंढरीनाथ महाराज की जय ।।

॥ ॐ नमो भगवते वासुदेवाय ॥

ते ज्ञान पैं गा बरवें । जरी मनीं आथि आणावें ।
तरी संता यां भजावे । सर्वस्वेसी ॥
जो ज्ञानाचा कुरूठा । तेथ सेवा हा दारवंठा ।
तो स्वाधीन करी सुभटा । वोळगोनी ॥

- श्री संत ज्ञानेश्वर महाराज

सर्वोत्तम ज्ञानाचा लाभ आपल्याला मिळावा असे जर वाटत असेल तर संतांना शरण जावे. सर्वस्वाने संतांचे भजनपूजन करावे. कारण संत म्हणजे ज्ञानाची घरे आहेत, अशा संतांची सेवा म्हणजे त्या घराचा उंबरठा आहे. अशा संतांची सेवा करून त्यांना आपलेसे करून घ्यावे.

धन्य आजि दिन । झालें संतांचे दर्शन ।
झाली पापातापा तुटी । दैन्य गेलें उठाउठी ॥
झालें समाधान । पायीं विसावले मन ।
तुका म्हणे संत आले घरा । तोचि दिवाळी दसरा ॥

- श्री संत तुकाराम महाराज

संतांचे दर्शन झाल्यामुळे आजचा दिवस धन्य झाला. पापताप संपले, दैन्य लयाला गेले, नाहीसे झाले. संतांच्या पायी मन विसावल्यामुळे समाधान झाले. तुकाराम महाराज म्हणतात, जेव्हां संतमंडळी घरी येतात तेव्हांच खरा दिवाळी दसरा साजरा होतो.

मना मत्सरें नाम सांडू नो हो ।
अती आदरें हा निजध्यास राहो ॥
समस्तांमध्ये नाम हे सार आहे ।
दुजी तुळणा तूळितांहि न साहे ॥

- श्री संत समर्थ रामदास

रागानं किंवा वैतागानं नामस्मरण सोडू नको. अत्यंत आदराने ते घेत रहा. नाम हा तुझा ध्यास असू दे. नाम हे सर्व साधनांचे सार आहे. त्याची कशाशीही तुलना होणार नाही.

॥ पंढरीनाथ महाराज की जय ॥

।। ॐ नमो भगवते वासुदेवाय ।।

कर्माधारे रहाटिजे। परी कर्मफळ न निरीक्षिजे।
जैसा मंत्रज्ञु न बधिजे। भूतबाधा।।
तियापरी जे सुबुद्धि। आपु जालिया निरवधि।
हा असतांचि उपाधि। आकळूं न सके।।

– श्री संत ज्ञानेश्वर महाराज

मांत्रिकाला कधीही भूतबाधा होत नाही, त्याला पिशाच्च पछाडत नाही त्याप्रमाणे कर्मफळाची अपेक्षा न ठेवता कर्माधारे आपले वर्तन ठेवावे. कर्मफळाची आशा करू नये अशी सद्बुद्धि ज्यांना प्राप्त झाली आहे त्यांना जन्ममरणाची उपाधि चिकटत नाही, ते त्या फेऱ्यातून मुक्त होतात.

हीन शूर बुद्धिपासी। आकृतीसी भेद नाही।
एक दांडी एक खांदी। पदोपदीं भोगणें।।
एका ऐसे एक नाहीं। भिन्न पाही प्रकृती।
तुका म्हणे भूमी खंडे। पीक दंडे जेथें तें।।

– श्री संत तुकाराम महाराज

चांगले आणि वाईट हा आकृतीभेद आहे. एकजण पालखीची दांडी खांद्यावर घेऊन वाहतो आहे, तर दुसरा आत आरामात बसला आहे, सगळे नशिबाचे खेळ! निसर्गात सुद्धा एकाएकासारखे एक नाही, सर्व काही निरनिराळे. जसे जसे जमिनीचे नशीब असेल तशी पिके तिच्यावर उभी राहतात असे तुकाराम महाराज म्हणतात.

सकळांसी नम्र बोले। मर्यादा धरून चाले।
सर्व सज्जन तोषविले। तो सत्त्वगुण।।
सकळ जनासी आर्जव। नाहीं विरोधास ठाव।
परोपकारीं वेंची जीव। तो सत्त्वगुण।।

– श्री संत समर्थ रामदास

सत्त्वगुणी माणसं सर्वांशी नम्रपणे बोलतात. ते मर्यादा कधीही ओलांडीत नाहीत. जी माणसे सज्जनांना आनंद देतात ती सत्त्वगुणी होत. सर्वांशी आर्जवानं बोलतात त्यांना विरोध कसा तो ठाऊक नसतो. परोपकारात अशी सत्त्वगुणी माणसे आपले जीवन व्यतीत करतात.

।। पंढरीनाथ महाराज की जय ।।

।। ॐ नमो भगवते वासुदेवाय ।।

तैसे शरीराच्या लोपी। सर्वथा नाशु नाही स्वरुपीं।
म्हणऊनि तूं हे नारोपी। भ्रांति बापा।।
जैसे जीर्ण वस्त्र सांडिजे। मग नूतन वेढिजे।
तैसे देहांतराने स्वीकारिजे। चैतन्यनाथें।।

– श्री संत ज्ञानेश्वर महाराज

शरीराचा जरी नाश झाला तरी मूळ रुपाचा म्हणजे आत्म्याचा नाश होत नाही. म्हणून तू उगाच काही मनात आणू नकोस, भ्रांतिपासून दूर हो. ज्याप्रमाणे आपण जुने वस्त्र सोडून नवे वस्त्र वेढून घेतो, त्याप्रमाणे आत्मा जुनी जीर्ण शरीरें टाकून नवीं धारण करतो.

का रे दास होसी संसाराचा खर। दुःखाचे डोंगर भोगावया।
मिष्टान्नाची गोडी जिव्हेच्या अगरी। मसक भरल्यावरी स्वाद नेणें।।
आणीकहि भोग आणिकां इंद्रियांचे। नाहीं ऐसे साचे जवळीं काहीं।
तुका म्हणे कां रे नाशिवंतासाठी। देवासवे तुटी करितोसी।।

– श्री संत तुकाराम महाराज

गाढवा, तू संसाराचा दास का होतो आहेस ? त्यामुळे दुःखाचे डोंगर कोसळतात. मिष्टान्नाची पक्वान्नाची चव जिभेवर असते पण पोट भरले की त्याचीही चव लागत नाही. तसे इंद्रियाचे भोग भोगण्यात खऱ्या सुखाचा लाभ होतोच असे नाही. तुकाराम महाराज म्हणतात, या नाशिवंत देहासाठी देवापासून दूर जाऊ नकोस.

येक ब्रह्माविष्णु महेश। ऐकोनि म्हणती हे विशेष।
गुणातीत जो जगदीश। तो पाहिला पाहिजे।।
नसतां देवाचे दर्शन। कैसेन होईजे पावन।
धन्य धन्य ते साधुजन। सकळही जाणती।।

– श्री संत समर्थ रामदास

काहीजण ब्रह्मदेव, विष्णु आणि शंकर यांचे महात्म्य ऐकून त्यांची भक्ति करू लागतात. त्यांच्यात काही वेगळे आणि विशेष आहे असे समजतात पण तसे न करता गुणातीत जगदीशाचा शोध घेतला पाहिजे. देव सर्वत्र असतो देवाचे दर्शन झाले नाही तर आपले कसे होईल असे अनेकांच्या मनात येते अशा वेळी साधुजनांना विचारणा करावी, कारण तेच सर्व काही जाणतात.

।। पंढरीनाथ महाराज की जय ।।

।। ॐ नमो भगवते वासुदेवाय ।।

शुचित्वें शुचि गंगा होये। आणि पापातापहि जाये।
परी तेथें आहे। बुडणें एक।।
खोलिये पारु नेणिजे। तरी भक्ती न बुडिजे।
रोकडाचि लाहिजे। न मरतां मोक्षु।।

– श्री संत ज्ञानेश्वर महाराज

गंगा नदी ही पतित पावन करणारी म्हणून पवित्र आहे. गंगास्नानाने तनमनाचे ताप जातात, पाप धुतले जाते, हे सगळे खरे, पण गंगेत बुडण्याचे भय असते. भक्तिनदीची खोली तशी अपार आहे पण तिच्यात भक्त बुडत नाहीत, प्राण न घेता ही नदी त्यांना सहज मोक्ष देते.

विठ्ठल विठ्ठल म्हणा वेळोवेळां। हा सुखसोहळा स्वर्गी नाहीं।
कृष्णविष्णु हरि गोविंद गोपाळ। मार्ग हा प्राजंळ वैकुंठीचा।।
सकळांशी येथे आहे अधिकार। कलियुगी उद्धार हरिच्या नामें।
तुका म्हणे नामापाशी चारी मुक्ति। ऐसे बहुतां ग्रंथी बोलविले।।

– श्री संत तुकाराम महाराज

लोक हो मी तुम्हाला विनवतो, सदासर्वदा विठ्ठलाचे नाम घ्या. हा सुख सोहळा स्वर्गात नाही. कृष्ण, विष्णु, हरि, गोविंद, गोपाळा म्हणा. वैकुंठाची ही सोपी वाट आहे. सर्वांना नामाचा अधिकार आहे आणि कलियुगात उद्धार हरिनामेच होतो. तुकाराम महाराज म्हणतात, नामस्मरणाने चारी मुक्ति प्राप्त होतात. ग्रंथही हेच सांगतात.

तैसे निंद्य सोडून द्यावें। वंद्य ते हृदई धरावे।
सत्कीर्तीने भरावे। भूमंडळ।।
या कारणें मनोगत। राखेल तो मोठा महंत।
मनोगत राखता समस्त। वोढोनी येती।।

– श्री संत समर्थ रामदास

जे निंद्य आहे ते सर्व सोडून, जे वंद्य आहे त्याचाच केवळ अंगीकार करावा, सर्वांना राजी ठेवावे, संतुष्ट ठेवावे, दुसऱ्याचे मन राखील तो मोठा महंत. मन सांभाळले तर लोक आपोआप येतात.

।। पंढरीनाथ महाराज की जय ।।

।। ॐ नमो भगवते वासुदेवाय ।।

लावण्य रुपडें पहा डोळेभरी। मूर्ति हे गोजिरी विटेवरी।
राही रखुमाई सत्यभामा आई। गरुड, हनुमंत ठायी उभे असती।।
चंद्रभागा तीर्थ पुंडलीक मुनी। दक्षिण वाहिनी शोभतसे।
वेणुनादी काला गोपाळ करिती। भानुदासा तृप्ति पाहुनिया।।

– श्री संत भानुदास महाराज

विटेवर उभी असलेली लावण्यमूर्ति डोळे भरून पहावी. राही रखुमाई, सत्यभामा, गरुड, हनुमंत, त्याच्या सेवेसाठी उभे आहेत. दक्षिण वाहिनी चंद्रभागा तीर्थांसमान आहे आणि पुंडलीक मुनी आहे. कृष्णाच्या बासरीचा स्वर येताच सर्व गोपाळ जो गडबड गोंधळ करतात तो पाहून हा भानुदास तृप्त होतो.

संकल्प विकल्प यावरी घालीं शून्य। मन करी निमग्न हरिपायीं।
उपासना दृढ संतांचे चरणी। तेचि पैं निर्वाणी तारक तुज।।
पडतां जडभारी संत साहाकारी। सर्व भावे हरी तोचि होती।
म्हणे जनार्दन एकनाथा न विसंबे। सोपा मार्ग ऐके सर्वभावें।।

– श्री संत जनार्दन महाराज

संकल्प विकल्प हे सर्व सोडून हरिचरणी मन एकचित्त करावे. संतांची दृढ उपासना करावी, संकटकाळी तेच तुला तारतील. एखादा अवघड प्रश्न आला तर संतच सहकार्य देतील, तेच हरिरुप होतील. म्हणून जनार्दन महाराज एकनाथांना सांगतात, अन्य कशावर न अवलंबून राहता याच मार्गाने जा.

आवडीच्या सुखा सुखावला। वैकुंठ सांडोनि पंढरीये आला।
देखोनिया पुंडलिका। उभा सान पाई देखा।।
न बैसे खाली। युगे अठ्ठावीस जाली।
ऐशी भक्ताची माऊली। उभी तिष्ठत राहिली।।

– श्री संत एकनाथ महाराज

आपल्या आवडीचे सुख मिळावे म्हणून हा श्रीविठ्ठल वैकुंठ सोडून पंढरीला आला. पुंडलीकाला त्यानं पाहिलं आणि पाय जुळवून तो त्याच्यासमोर उभा राहिला. अठ्ठावीस युगे झाली तो खाली म्हणून बसला नाही. भक्तांची ही विठूमाऊली अशाप्रकारे तिष्ठत उभी राहिली आहे.

।। पंढरीनाथ महाराज की जय ।।

।। ॐ नमो भगवते वासुदेवाय ।।

आम्हां काळाचे भय तें काय। जनार्दन बाप माय।
पाजी प्रेमाचा तो पान्हा। नये मना आन दुजे।।
दिशाद्रुम भरला पाहीं। जनार्दन सर्वांठायी।
एका जनार्दनी ध्यान। जनार्दन तो घ्या ना आंत।।

– श्री संत एकनाथ महाराज.

जनार्दन म्हणजे साक्षात् विष्णु आमचा मायबाप असताना आम्हाला कळिकाळाचे भय नाही, तोच आम्हाला प्रेम पान्हा पाजतो, त्यामुळे आमच्या मनात दुसरे काही येत नाही. हा सर्व दशदिशात भरून राहिला आहे तोच सदैव आमच्या ध्यानीमनी असतो.

आता तरी पुढें हाचि उपदेश। नका करुं नाश आयुष्याचा।
सकळांच्या पायां माझें दंडवत। आपुलाले चित्त शुद्ध करा।।
हित तें करावे देवाचे चिंतन। करुनिया मन एकविध।
तुका म्हणे लाभ होय तो व्यापार। करा काय फार शिकवावे।।

– श्री संत तुकाराम महाराज

आता यापुढे तरी आयुष्याचा नाश करू नका हाच उपदेश आहे. सर्वांच्या पायी दंडवत घालून मी सांगतो, लोक हो आपले चित्त शुद्ध करा. देवाचे चिंतन करण्यात, देवासाठी मन एकाग्र करण्यातच तुमचे हित आहे. तुकाराम महाराज म्हणतात, लाभ देणारा हाच व्यापार आहे, आता आणखी काय शिकवायचे ?

विठ्ठलारे तुझे वर्णिता गुणवाद। विठ्ठलारे दग्ध झाली पापें।
विठ्ठलारे तुझे पाहता श्रीमुख। विठ्ठलारे सुख झाले नयना।।
विठ्ठलारे तुज देता आलिंगन। विठ्ठला तनमन निवाल्या बाह्या।
विठ्ठलारे तुझी ऐकता किर्ती। विठ्ठल हे विश्रांती पावले स्मरणें।

– श्री संत कान्होबा महाराज

बा विठ्ठला तुझे गुणवर्णन केले असता पापे जळून जातात. तुझे दर्शन घेतले असता डोळ्यांना सुख होते. तुला आलिंगन दिल्यावर तनमनाला निवायला होते आणि तुझी किर्ती ऐकल्यावर आणि स्मरणाने मनाला विश्रांती मिळते.

।। पंढरीनाथ महाराज की जय ।।

।। ॐ नमो भगवते वासुदेवाय ।।

न गमे न गमे हरिवीण। न गमे न गमे मेळवा शाम कोणी गे।
तळमळ करी तैसा जळाविण मासा। दिसती दिशा वोस गो।।
नाठवे भूकतान विकळ जाले मन। घडी जाय प्रमाण जुक एकी वा।
जरी तुम्ही नोळखा सांगतो ऐका। तुकया बंधुचा सखया जगजीवन वो।।

– श्री संत कान्होबा महाराज

मला हरिशिवाय मुळीच करमत नाही. तो घन:श्याम मला कुणीतरी भेटवा. पाण्याशिवाय मासा जसा तळमळतो तसा मी तळमळतो आहे. माझी तहानभूक हरपली आहे, वेळ जाता जात नाही. मी कुणासाठी हे सगळं म्हणतो आहे हे तुम्ही ओळखलंच असेल – त्या जगजीवनासाठी बरं का.

शिव तो निवृत्ती। विष्णु ज्ञानदेव पाही।
सोपान तो ब्रह्मा। मूळ माया मुक्ताबाई।।
चौदाशे वर्षांचे तप्तीतीर रहिवासी। गर्व हरविला चालविले भिंतीसी।
धन्य कान्होपात्रा आजी झाली भाग्याची। भेटी झाली ज्ञानदेवाची म्हणूनिया।।

– श्री संत कान्होपात्रा

निवृत्ती म्हणजे शंकर, तर ज्ञानदेव म्हणजे विष्णु, सोपान ब्रह्मदेव तर मुक्ताबाई मूळ माया. चौदाशे वर्षे वयाच्या तापीतीरी राहणाऱ्या चांगदेवाचा गर्व, भिंत चालवून ज्ञानदेवाने हरण केला. ज्ञानदेवाची भेट झाल्याने कान्होपात्रा आज धन्य झाली.

हेचि परमार्थाचे सार। हरीचिया उच्चार नामाचा।
तिहीं केला पावले ते। वैकुंठी सरते सुखी झाले।।
गातां वानितां हरी गुणरासी। झाले त्रैलोक्यासी पूज्य ते।
निळा म्हणे निका उपावो। सांपडला ठावो वैष्णवां।।

– श्री संत निळोबा महाराज

हरिनामाचा उच्चार हेच परमार्थाचे सार आहे. ज्यांनी हे केले ते वैकुंठी जाऊन सुखी झाले. जे हरिचे गुण गातात ते तिन्ही लोकात पूज्य होतात. निळोबा म्हणतात, हा सोपा उपाय वैष्णवांना सापडला आहे.

।। पंढरीनाथ महाराज की जय ।।

।। ॐ नमो भगवते वासुदेवाय ।।

आलो दृढ धरुनि जीवीं। तो गोसवी भेटला।
जन्ममरण हरला पांग। तुटला लाग प्रपंचा।।
इच्छा केली ते पावलों। धन्य झालो कृतकृत्य।
भानुदास म्हणे देवा। घ्यावी सेवा जन्मोजन्मीं।।

– श्री संत भानुदास महाराज

जन्मलो आणि विठ्ठल भेटला, जन्ममरण सरले, प्रपंचाचा पाश संपला. ज्या ज्या गोष्टींची इच्छा केली ते ते सर्व मिळाले. अगदी कृतकृत्य झालो. भानुदास म्हणतात, देवा माझी सेवा जन्मोजन्मी घ्या.

पुष्पावती चंद्रभागे। करिता स्नान भंगे दोष।
घेतां विठ्ठल दरुशन। होती पातकी पावन।।
करितां प्रदक्षिणा। पुन्हा जन्म नाही जाणा।
एका जनार्दनी शरण। कळस पाहतां मुक्त जाण।।

– श्री संत एकनाथ महाराज

चंद्रभागेत स्नान केल्यावर दोष निवारण होते. श्रीविठ्ठलाचे दर्शन घेतल्यावर पापीही पावन होतात. प्रदक्षिणा घालणाऱ्यांना पुन्हा जन्म नाही आणि जे कळसाचे दर्शन घेतील ते मुक्त होतील.

हेंचि दान देगा देवा। तुझा विसर न व्हावा।
गुण गाईन आवडी। हेचि माझी सर्व जोडी।।
नलगे मुक्ति आणि संपदा। संतसंग देई सदा।
तुका म्हणे गर्भवासी। सुखें घालावें आम्हांसी।।

– श्री संत तुकाराम महाराज

देवा तुझ्याकडे एकच दान मागतो की तुझा कधीही विसर होऊ देऊ नकोस. तुझे गुण मी आवडीने गाईन. मला मुक्ति नको, संपत्ती नको. संतसंग तेवढा द्या – मग आम्हाला खुशाल गर्भवासी करावे.

।। पंढरीनाथ महाराज की जय ।।

।। ॐ नमो भगवते वासुदेवाय ।।

संत तेच जाणूं जगीं। दया क्षमा ज्यांचे अंगी।
लोभ अहंत न ये मना। जगीं विरक्त तेचि जाणा।।
इहपरलोकी सुखी। शुद्ध ज्ञान ज्यांचे मुखी।
मिथ्या कल्पना मागे सारा। ताटी उघडा ज्ञानेश्वरा।।

– श्री संत मुक्ताबाई

दया, क्षमा हे गुण ज्यांच्या अंगी आहेत तेच संत होत. लोभ आणि अहंकाराला ज्यांच्या मनात थारा नाही त्यांनाच विरक्त म्हणावे. ईश्वराचे शुद्ध ज्ञान ज्यांना झाले ते इहलोकी म्हणजे पृथ्वीवर आणि परलोकी म्हणजे स्वर्गातही सुखी समाधानी असतात. म्हणून माया मोहादि खोट्या कल्पना आपण दूर सारल्या पाहिजेत.

ऊस डोंगा परी रस नव्हे डोंगा। काय भुललासी वरलिया रंगा।
कमान डोंगी परी तीर नव्हे डोंगा। काय भुललासी वरलिया रंगा।।
नदी डोंगी परी जळ नव्हे डोंगे। काय भुललासी वरलिया रंगा।
चोखा डोंगा परी भाव नव्हे डोंगा। काय भुललासी वरलिया रंगा।।

– श्री संत चोखा मेळा महाराज

ऊस वेडावाकडा असेल पण त्याचा रस काही वेडावाकडा नसतो गोडच असतो म्हणून वरवर दिसणाऱ्या रंगाला, गोष्टीला भुलू नकोस. धनुष्याची कमान वाकडी असते पण बाण सरळच असतो, नदी वेडीवाकडी वाहते पण तिचं पाणी स्वच्छ आणि मधुर असतं. चोखोबा कनिष्ठ जातीचा असला तरी त्याचा भक्तिभाव श्रेष्ठ आहे. यासाठी वर वर पाहून निष्कर्ष काढू नयेत हे बरे.

दया तिचें नाव भूतांचे पाळण। आणिक निर्दाळण कंटकांचे।
धर्मनीतीचा तो ऐकुनी बेव्हार। निवडीलें सार असार ते।।
पाप त्याचे नांव न विचारिता नीत। भलतेची उन्मत्त करी सदा।
तुका म्हणे धर्म रक्षावयासाठी। देवास ही आटी जन्म घेणें।।

– श्री संत तुकाराम महाराज

ज्यामुळे दुष्टांचे निर्दालन होते आणि प्राणिमात्रांचे, सर्व जीवसृष्टीचे पालन पोषण होते तिला दया असं म्हणावं. धर्मशास्त्र आणि नीतीशास्त्र यांचा व्यवहार पाहूनच हे सार काढले आहे. नीती नसते ते पाप असतं. धर्म संरक्षणासाठी देवालाही प्रयास पडतात.

।। पंढरीनाथ महाराज की जय ।।

।। ॐ नमो भगवते वासुदेवाय ।।

जयांचिये आवडी। केली मजशी कुळवाडी।
भोग मोक्ष बापुडीं। त्यजिली कुढें।।
ऐसें अनन्य योगें। विकलें जीवें मनें आंगे।
तयांचे कायि एक सांगे। जें सर्व मी करीं।।

- श्री संत ज्ञानेश्वर महाराज

ज्यांनी प्रेमाने माझ्याशी संबंध ठेवला त्यांनी मोक्ष, भोग यांचाही त्याग केला. ज्यांनी अनन्य भावाने मला आपले सर्वस्व अर्पण केले आहे त्यांना मी काही कमी पडू देत नाही.

करु हरीकथा कीर्तन।
तोडू यमाचे बंधन।।
एवढा प्रताप नामाचा।
रिघ नव्हे कळिकाळाचा।।

- श्री संत नामदेव महाराज

आम्ही हरिकथेचे कीर्तन करू आणि यमाच्या पाशापासून सुटका करून घेऊ. नामाचा प्रताप एवढा आहे की जिथे नाम आहे तिथे कळिकाळही प्रवेश करू शकत नाही.

सुख वाटे येचि ठायीं। बहु पायीं संतांचे।
म्हणउनि केला वास। नाही नास ते ठायीं।।
न करवे हाली चाली। निवारली चिंता हे।
तुका म्हणे निवे तनु। रजकणु लागता।।

- श्री संत तुकाराम महाराज

संत सहवासातच मला सुख वाटते. संताबरोबर सतत राहिले तरी कुठलेही नुकसान होत नाही. संत सहवासात कसलीही हालचाल करावी लागत नाही. संत सर्व चिंता निवारण करतात. संतांची पायधूळ अंगाला लागल्यावर तनमन शांत होते.

।। पंढरीनाथ महाराज की जय ।।

।। ॐ नमो भगवते वासुदेवाय ।।

पाला खाऊनिया धाला बहिणी घरी। भक्तिलागीं हरि वेडा झाला।
सुदाम्याचे पोहे कोरडेचि खाय। टकमका पाहे चहूंकडे ।।
विदुराच्या कण्या खाय धणीवरी। जाला बळिचे द्वारी द्वारपाल।
नामा म्हणे हरिचे न कळती पवाडे। नेणों भक्तापुढे वेडा झाला ।।

– श्री संत नामदेव महाराज

साधा पाला खाऊन बहिणाबाईचे घरी राहिला, तिच्या भक्तिमुळे वेडा झाला. टकमका इकडे तिकडे पहात सुदाम्याचे पोहे कोरडेच खाल्ले. विदुराघरच्या कण्या भक्षण केल्या, बळिराजाचा द्वारपाल झाला. अशा हरीचे पवाडे, कौतुक काही कळत नाही तो नेहमी भक्तांपुढे वेडा झालेला असतो.

कांही न मागती देवा। त्यांची करुं धावे सेवा।
हळू हळू फेडी ऋण। होऊनिया रुपें दीन ।।
होऊ न सके वेगळा। क्षण एक त्या निराळा।
तुका म्हणे भक्तिभाव। तोचि देवाचाही देव ।।

– श्री संत तुकाराम महाराज

जो देवाकडे काहीही मागत नाही त्याची सेवा करण्यासाठी देव धावतो, मग देव आपल्या भक्ताचे ऋण हळूहळू फेडतो. दीन होऊन फेडून टाकतो. भगवंत अशा भक्तापासून क्षणभरही निराळा होत नाही. असा भक्त देवाचाही देव आहे.

प्रपंचात असावी खबरदारी। मन लावावे रामावरी।
त्याचा राम होईल दाता। न करावी कशाचीही चिंता ।।
करवंटीचे कारण। खोबरे असावे सुखरूप जाण।
तैसे आपले देहाचे संबंध ठेवून। चित्ती असावा रघुनंदन ।।

– श्री संत गोंदवलेकर महाराज

आपण आपल्या प्रपंचात सावधानता अवश्य बाळगावी, खबरदारी जरूर घ्यावी पण मन प्रभु रामचंद्राकडे लावावे. अशा रामभक्तांचा रामच दाता होईल, त्याला काही कमी पडू देणार नाही, त्याला कशाचीही चिंता असणार नाही. आतले खोबरे सांभाळण्यासाठी देवाने करवंटी निर्माण केली, त्याप्रमाणे मनातला देव जपण्यासाठी देहाची निर्मिती केली आहे.

।। पंढरीनाथ महाराज की जय ।।

॥ ॐ नमो भगवते वासुदेवाय ॥

जेथे जातो तेथे तू माझा सांगाती ।
चालविसी हातीं धरुनियां ॥
चालों वाटें आम्ही तुझाचि आधार ।
चालविसी भार सवें माझा ॥

- श्री संत तुकाराम महाराज

देवा, श्रीविठ्ठला मी जिथे जिथे जातो तिथे तिथे तू माझ्याबरोबर असतोस. माझा हात हातात घेऊन तूच मला चालवतोस. त्यामुळे चालताना आम्हाला तुझा आधार वाटतो, माझा सगळा भार तूच अंगावर घेतला आहेस.

मना गूज हे तूज प्राप्त जालें ।
परी अंतरी पाहिजे यत्न केले ॥
सदा श्रवणे पाविजे निश्चयासी ।
धरी सज्जनी संगती धन्य होसी ॥

- श्री संत समर्थ रामदास

एकदा आत्मज्ञान झाले की स्वस्थ राहू नये. साधना पुढे चालू ठेवावी, प्रयत्न थांबवू नयेत. नित्यनेमाने श्रवणभक्ति करावी आणि सज्जनांची संगत धरून धन्य व्हावे.

नामात ठेवावे प्रेम । तेथे प्रकटेल पुरुषोत्तम ।
देहाचे चलन ज्याचे सत्तेने । त्या रघुपतीचे स्मरण असावे आनंदाने ॥
नामाविण राम । जैसे पाकळ्याविना फूल जाण ।
नाम ज्याने घेतले सर्वकाळ । जिंकला त्याने अंत:काळ ॥

- श्री संत गोंदवलेकर महाराज

नामात प्रेम ठेवावे म्हणजे देव प्रकट होण्यास विलंब लागणार नाही. देहाची क्रिया ज्या श्रीरामाच्या सत्तेने चालते त्याचे सतत स्मरण ठेवावे. पाकळ्यांशिवाय फूल जसे नसते किंवा असून नसल्यासारखे असते, त्याप्रमाणे जो नाम घेत नाही त्याच्या जीवनाला अर्थ नाही. जो सदासर्वदा नाम घेतो तो कळिकाळालाही जिंकतो.

॥ पंढरीनाथ महाराज की जय ॥

।। ॐ नमो भगवते वासुदेवाय ।।

संतांचे संगती मनोमार्ग गती। आकळावा श्रीपती येणें पंथें।
रामकृष्ण वाचा भाव हा जिवाचा। आत्मा जो शिवाचा राम जप।।
एकतत्त्वी नाम साधिती साधन। द्वैताचे बंधन न बाधिजे।
नामामृत गोडी वैष्णवां लाधली। योगियां साधली जीवनकळा।।

– श्री संत ज्ञानेश्वर महाराज

आपला मनोमार्ग संतसंगतीकडे वळवावा आणि भगवंताला जाणून घ्यावे रामकृष्ण नामाचा जप गजर हाच तुझ्या जीवनाचा हेतू असू दे. शिवशंकराला रामनामाचा जप त्याच्या आत्म्याएवढा प्रिय आहे. भगवंताची प्राप्ती होण्याचे नामजप हे एक साधन आहे. मग द्वैताचे बंधन उरत नाही. योग्यांना जीवनकळा प्राप्त झाल्यानंतर ती गोडी नामरूपी अमृतात वैष्णवांना लाभते.

ओळखिला हरि धन्य तो संसारी। मोक्ष त्याचे घरीं सिद्धिसहित।
सिद्धी लावी पिसे कोण तया पुसे। नेले राजहंसे पाणी काय।।
काय ते करावे संदेही निर्गुण। ज्ञानाने सगुण ओस केले।
एका जनार्दनी नाही यातायाती। सुखाची विश्रांती हरि संगे।।

– श्री संत एकनाथ महाराज

ज्याने हरिला जाणले, ईश्वराला ओळखले तो संसारात असूनहि धन्य समजावा. त्याच्या घरी मोक्ष सिद्धीसहित आला असे समजावे. सिद्धीमुळे वेड लागते पण त्याला कोणी विचारीत नाही. ज्ञान प्राप्तीमुळे सगुण निर्गुण हे संशय संपतात. केवळ हरिसंगेच सुखाची विश्रांती मिळते.

सदा फळ सुफळ वाचेसी गोपाळ। वंदि कळिकाळ शास्त्र सांगे।
ब्रह्मांड नायक ऐसें जें कौतुक। तें नाम एक श्रीकृष्ण ऐसे।।
आदि अंत पाहतां नाहीं पै सर्वथा। परिपूर्ण सरिता अमृताची।
नामा म्हणे अनंत कां करिशी संकेत। उद्धरिले पतित युगायुगीं।।

– श्री संत नामदेव महाराज

ज्याच्या मुखात सदैव देवाचे नाव आहे त्याला कळिकाळही वंदन करतो असे शास्त्र सांगते. ब्रह्मांडनायक असे ज्याला कौतुकात म्हटले जाते ते श्रीकृष्णाचे नाव होय. त्याला आदि नाही अंत नाही तो साक्षात् पूर्ण भरलेली अमृताची नदी आहे. नामदेव महाराज म्हणतात, या देवाने अनेक पतितांचा युगानुयुगे उद्धार केला आहे.

।। पंढरीनाथ महाराज की जय ।।

।। ॐ नमो भगवते वासुदेवाय ।।

ज्याचे मुखी नाम अमृतसरिता। तोचि एक पुरता घटु जाण।
नामाचेनि बळे कळिकाळ आपण। ब्रह्मांडा येसणा तोचि होय।।
न पाहे तयाकडे काळ अवचिता। नामाची सरिता जया मुखीं।
निवृत्ति नामामृत उच्चारी रामनाम। नित्य परब्रह्म त्याचे घरीं।।

– श्री संत निवृत्तिनाथ महाराज

ज्याच्या मुखात नाम म्हणजे साक्षात् अमृताची सरिताच आहे तो सर्व काही पावला असे समजावे. नामाच्या शक्तिने तो काळाला नमवतो. ब्रह्मांडाला वेसण घालतो, त्याच्यावर अवचित् अकस्मात झडप घालीत नाही. जो नित्य रामनामाचे उच्चारण करतो त्याचे घरी परब्रह्मच वस्तीला आहे असे समजावे.

करा रे बापांनो साधन हरिचे। झणीं करणीचे करूं नका।
जेणें न ये जन्म यमाची यातना। ऐशिया साधना करा काही।।
साधनाचे सार मंत्रबीज हरि। आत्मतत्त्व धरी तोचि एक।
एका जनार्दनी न घ्यावा संशय। निश्चयेसी होय हरिरूप।।

– श्री संत एकनाथ महाराज

लोक हो सदैव हरिनामात मग्न रहा, असे केल्याने जन्ममरणाचा फेरा चुकेल. यमयातनांपासून सुटका होईल. नामजप हे सर्व साधनांचे मंत्रबीजासारखे सार आहे. आत्मतत्त्व त्यातूनच समजते. याबद्दल मनात संशय बाळगू नये. मग स्वत: हरिरूप निश्चितच होता येईल.

नाही तुज काही मागत संपत्ती। आठवण चित्तीं असो द्यावी।
सरलिया भोग येईन शेवटीं। पायापें या भेटी अनुसंधानें।।
आता मजसाठी याल आकारास। रोकडी हे आस नाही देवा।
तुका म्हणे मुखीं असो तुझे नाम। देईल तो श्रम देवो काळ।।

– श्री संत तुकाराम महाराज

देवा आम्ही तुझ्याजवळ काही धनसंपत्ती मागत नाही. चित्तात सदैव तुझी आठवण असू द्यावी एवढीच माझी मागणी आहे. तुकाराम महाराज म्हणतात देवा तुझे नाव सदैव मुखी असो. मग काळाची करणी काय असेल ती असो.

।। पंढरीनाथ महाराज की जय ।।

।। ॐ नमो भगवते वासुदेवाय ।।

एक तत्त्व नाम दृढ धरीं मना। हरीसी करुणा येईल तुझी।
ते नाम सोपे रे रामकृष्ण गोविंद। वाचेसी सद्‌गद् जपा आधी।।
नामापरतें तत्त्व नाहीं रे अन्यथा। वायां आणिक पंथा जाशील क्षणी।
ज्ञानदेव नाम जपमाळ अंतरीं। धरोनि श्रीहरि जपे सदा।।

- श्री संत ज्ञानेश्वर महाराज

माझ्या मना निश्चयपूर्वक तू हरिनामच दृढ भावनेने धरून ठेव- म्हणजे हरीला तुझ्याबद्दल करुणा वाटेल. रामकृष्णगोविंद हे नाम अतिशय सोपे आहे. प्रथम त्या नामाचाच सद्‌गदित होऊन जप कर. नामापेक्षा कोणतेही तत्त्व श्रेष्ठ नाही. तू मात्र उगाच घाई करून दुसऱ्या वाटेने जाऊ नकोस. या ज्ञानदेवाने मौन धरून अंत:करणात जपमाळ धरली आहे व सदासर्वदा श्रीहरीचा जप चालू आहे.

नामावाचुनि कांही दुजे येथें नाहीं। वेगी लवलाही राम जपा।
गोविंद गोपाळ वाचेसी रसाळ। पावसी केवळ निजपद।।
ध्रुव प्रल्हाद बळी अंबऋषी प्रबुद्ध। नामेंचि चित्पद पावले देख।
नामा म्हणे राम वाचे जपा नाम। संसार भवभ्रम हरे नामें।।

- श्री संत नामदेव महाराज

नामाशिवाय इथे दुसरे काही नाही यासाठी त्वरेने ताबडतोब रामनामाचा जप करा. गोविंद, गोपाळ ही नावे रसाळ आहेत. त्या नामाने मोक्ष प्राप्त होतो. ध्रुव, प्रल्हाद, बळी, अंबऋषि हे प्रबुद्ध भक्त नामामुळे मोक्षपदी पोहोचले. नामदेव महाराज म्हणतात, रामनाम सदैव जपत रहा आणि भवसागर पार करा.

आवडें हें रूप गोजिरें सगुण। पाहतां लोचन सुखावलें।
आता दृष्टीपुढे ऐसाचि तूं राहें। जो मी तुज पाहें पांडुरंगा।।
लांचावले मन लागलीसे गोडी। तें जीवें न सोडी ऐसें झालें।
तुका म्हणे आम्ही मागावे लडिवाळी। पुरवावी आळी मायबापे।।

- श्री संत तुकाराम महाराज

श्री विठ्ठला तुझे हे गोजिरे सगुण रूप मला अतिशय प्रिय आहे. ते पाहून माझे डोळे निवले, सुखावले. तू आता असाच माझ्या दृष्टिपुढे रहा आणि मी तुझ्याकडे सतत पहात राहीन, तुझ्या दर्शनासाठी मन लालचावलेले आहे, आणि तुझ्यापासून दूर व्हावे तुला सोडावे असे वाटत नाही. देवा आम्ही तुझ्याकडे लाडाने हट्ट करावा आणि तू पुरवावा.

।। पंढरीनाथ महाराज की जय ।।

।। ॐ नमो भगवते वासुदेवाय ।।

सुखाची आवडी घे कां रे गोविंदी। चित्त हे आनंदी ठेऊनियां।
मनाची मोहर लावा की रे नामी। मनोरथ कामीं गुंतू नका।।
अकळित काळ जंव आहे दुरी। तंव तूं श्रीहरि चित्तवेगीं।
देहाचा दीपक जंव आहे देही। तंव तो निवडुनि घेई निकें।।

– श्री संत ज्ञानेश्वर महाराज

चित्त आनंदित ठेवा नामोच्चाराने निर्माण होणाऱ्या गोविंदाच्या सुखाची गोडी अनुभवा. इतर कामाधामात मन गुंतू न देता मनाची सारी ओढ नामस्मरणाकडे लावावी. नकळत झडप घालणारा काळ जोपर्यंत दूर आहे तोपर्यंत हरि चिंतनात मन रमवा. देहाचा दीप जोपर्यंत तेवतो आहे तोपर्यंत परमात्म्याचा लाभ करून घ्या.

नामाचि तो जाणे अनु कांही नेणें। संसार नामाविणे जाईपणा।
नाम स्मरे त्यांसी संसार नाहीं। खुंटली ते पाही येरझार।।
नाम न होय त्याचे जळो जालेपण। आळसी बायांविण संसाराची।
नामा म्हणे मज नामीच सौरसु। नाम स्मरे हृषिकेशु त्यासी पावे।।

– श्री संत नामदेव महाराज

नामाशिवाय तो दुसरं काही जाणत नाही. नामाशिवाय संसार होत नाही. पण जे नामस्मरण करतात त्यांना संसार नसतो. त्यांची जन्ममरणाच्या फेऱ्यातून सुटका झालेली असते. ज्यांचे ओठी नाम नाही त्यांचे आयुष्य व्यर्थ होय. नामदेव महाराज म्हणतात, मला नामातच केवळ रस आहे आणि नामस्मरण करतो त्याला देव पावतो.

माझी आंधळ्याची काठी। अडकली कवणे बेटी।
आतां सांगू मी कवणासी। धांवे पावे हृषिकेशी।।
तुजवांचूनि विठ्ठला। कोणी नाही रे मजला।
माथा ठेवी तुझे चरणीं। म्हणे नामयाची जनी।।

– श्री संत जनाबाई

मी आंधळी माझी काठी कुठं गेली देवजाणे पण मी हे सांगणार कुणाला ? तेव्हां हृषिकेशी तूच धाव, विठ्ठला तुझ्याशिवाय कोणी नाही. तुझ्या चरणांवर मी मस्तक ठेवीन असे नामदेवाची जनी म्हणते.

।। पंढरीनाथ महाराज की जय ।।

।। ॐ नमो भगवते वासुदेवाय ।।

तूं तो माझें मी तो तुझें। ऐक्य जालें तेथें कैचे दुजे।
तू तो मी गा मी तो तूं गा। अज्ञाने बापुडी नेणती पैं गा।।
निर्गुण होते तें गुणासी आले। अज्ञान निरसूनि एकचि जालें।
ज्ञानदेव म्हणे परतुनि पाही। जीवाचा जीवनु कवणे ठायीं।।

– श्री संत ज्ञानेश्वर महाराज

देवा, तूं मी आहेस आणि मी तूं आहेस असे ऐक्य झाल्यावर दुजेपण रहातेच कुठे ? तू तो मी आणि मी तो तू असेच आहे, पण अज्ञानामुळे कित्येकांना ते समजत नाही. जे निर्गुण होते ते सगुण झाले. अज्ञान नाहीसे झाले. ज्ञानदेव म्हणतात, आपले पंचप्राण कशात आहेत हे परत एकदा नीट पहा.

मोक्षालागी धन वेंचावें नलगे। रामकृष्ण वोळगे जपी जेसु।
रामकृष्ण मुखें तया अनंत सुखें। तो जाय विशेषें वैकुंठभवनी।।
वेगाचेनि वेगें जपा लागवेगें। प्रपंच वाउगे हरिनामें।
सोपान संचित रामनामामृत। नित्यता सेवित हरिकथा।।

– श्री संत सोपानदेव महाराज.

मोक्ष मिळविण्यासाठी पैसा खर्च करावा लागत नाही. केवळ रामकृष्ण नामाचा जप करावा, त्यामुळे अनंत सुखे तर प्राप्त होतातच पण मरणोत्तर वैकुंठाचे प्राप्ती होते. म्हणून हरिनामाचा जप वेगाने करा म्हणजे प्रपंचाची चिंता राहणार नाही. सोपानांचे संचित हरिनामच आहे आणि तो सतत हरिकथेत रमलेला असतो.

मुक्तजीव सदा होति पै नामपाठे। तेचि रूप इटें देखिले आम्हीं।
पुंडलिके विठ्ठल आणिला पंढरी। आणूनि लवकरी तारी जन।।
ऐसे पुण्य केलें एका पुंडलिकेची। निरसिली जनाची भ्रमभुली।
मुक्ताई चिंतनें मुक्त पैं जाली। चरणीं समरसली हरि पाठें।।

– श्री संत मुक्ताबाई

ज्यांच्या नामस्मरणाने जिवांना मुक्ति लाभते ते रुप आम्ही विटेवर पाहिले. पुंडलिकाने विठ्ठलाला पंढरपूरला आणले आणि लोकांना भ्रम आणि भयमुक्त केले. त्याच्या चिंतनाने मुक्ताई मुक्त झाली, हरिपाठ म्हणत त्याच्या चरणांशी समरस झाली.

।। पंढरीनाथ महाराज की जय ।।

।। ॐ नमो भगवते वासुदेवाय ।।

सोळा कळीचंद्र पूर्णिमे पूर्ण बोधू।
संतजना उद्‌बोधू सागरन्याये।
नित्यता पूर्णिमा हृदयीं चंद्रमा।
आलिंगन मेघश्यामा देतु आहे।।

– श्री संत ज्ञानेश्वर महाराज

पौर्णिमेच्या दिवशी सोळा कलांनी चंद्रास पूर्णता आल्यावर सागराला भरती येते. श्री हरिरूप असा हा चंद्र भक्तांच्या हृदयात नित्य पौर्णिमेप्रमाणे प्रकाशत असतो. या मेघश्यामाला आलिंगन देण्यासाठी अतं:करणातील भाव उंचबळून येतात.

हरिविण भावो न धरावा पोटीं। सर्व भावे सृष्टि एकतत्त्वें।
तत्त्वता श्रीहरि सर्वांघरी आहे। उभारोनि बहि वेद बेले।।
हरिविण नाहीं जीव शिव पाही। शिवाच्या हो देही आत्मा हरि।
सोपान म्हणे हरिविण नाहीं तत्त्व। हरि हाचि सर्वत्र सर्वी वसे।।

– श्री संत सोपानदेव महाराज

हरिशिवाय कोणताही भाव मनात आणू नये. सर्व सृष्टीत हरि भरलेला आहे. वेदांनीही हात उंचावून हेच सांगितले आहे. जीव किंवा शिव हरिशिवाय नाहीत. शिवाच्याही देही आत्मा हरीच आहे. सोपान म्हणतो हरिशिवाय जगात अन्य तत्त्व नाही, हरि हाच सर्वत्र भरून राहिलेला आहे.

कुडि हे नोवरी, आत्मा हा नोवरा। दोघे पूर्ण जाती निरंतरा।
पांचही प्राण सर्वही वऱ्हाडी। आशा तृष्णा दोन्ही देशघडी।।
शांति निवृत्ति दोघे सुवासिनी। भक्ति करवली सखी बहिणी।
वटेश्वर चांगा वरधवा। तुम्ही नेऊनि मध्ये बैसवा।।

– श्री संत चांगदेव महाराज

शरीर ही नवरी तर आत्मा हा नवरा दोघेही निरंतर असतात. पंचप्राण हे वऱ्हाडी, शांति, निवृत्ति दोघी सुवासिनी तर भक्ति ही सख्खी बहीण करवली. वटेश्वर चांगा हा नवरदेव आहे, त्याला यांच्या मध्ये नेऊन बसवा.

।। पंढरीनाथ महाराज की जय ।।

।। ॐ नमो भगवते वासुदेवाय ।।

हरिविण व्यर्थ आचार समर्थ। हरि हेंचि हेत अरे जना।
तें रूप पंढरी पुंडलिक संगे। एक नामें पांग पाश तोडी।।
सर्व ब्रह्मार्पण क्रिया करी जाण। वेदमते खुण ऐसी असे।
निवृत्तीचा देव सर्व हा गोविंद। नाहीं भिन्न भेद विश्वी इये।।

– श्री संत निवृत्तीनाथ महाराज.

हरिशिवाय आचार विचार व्यर्थ आहेत. पुंडलिकाने आणलेले ते पंढरीरायाचे रुप – त्याच्या नामस्मरणाने मायापाश तुटतात. ब्रह्मार्पणाची क्रिया ही हरिभक्तीत सामावलेली आहेहे वेदांनीही जाणले आहे. निवृत्तिचा देव गोविंदच आहे आणि या जगात तो भेदाभेद जाणतनाही.

गोपाळ रे तुझे ध्यान लागो मना। आनु न विसंबे हरि जगजीवना।
सोनियाचा दिवस अजि अमृतें पाहिला। नाम आठवता रुपी पै प्रकट जाहला।।
तनुमानु शरण विनटलों तुझ्या पायीं। रखुमादेविवरा वांचुनि आनु नेणो काही।
तुझिया नामें सकळ संदेहो फिटला। बाप रखुमाई देविवरा विठ्ठला।।

– श्री संत ज्ञानेश्वर महाराज

गोपाळा, तुझे ध्यान माझ्या मनाला सतत लागो, जगजीवना तुझे मला कधीही विस्मरण होऊ देऊ नकोस. आजचा दिवस सोनियाचा आहे, अमृततुल्य आहे. तुझे नाम घेताच तू प्रकट झालास. मी तनमनाने तुला शरण आलो आहे. तुझ्याशिवाय आम्हाला दुसरे कोणी नाही. देवा तुझ्या नामघोषाने सगळे संशय विरून गेले.

हरिनाम जपे सहस्त्रवरि सोपें। जातील रे पापे अनंत कोटी।
हरिविण नाम नाहीं पारे सार। दुसरा विचार करू नको।।
हरि ध्यान चोख पवित्र परि कर। नित्यता शंकर हरिध्यानी।
सोपान म्हणे हरि जप करा रे सर्वथा। न पावाल व्यथा भव जाळी।।

– श्री संत सोपानदेव महाराज

हजारो वेळा हरिनामाचा जप करावा म्हणजे अनंत कोटी पापे जळून जातील. हरिशिवाय दुसऱ्या कशातही अर्थ नाही, मनात दुसरा काही विचार आणूही नये. हरिचे चिंतन हे पवित्र आहे, भगवान शंकरही त्याचे ध्यान करतात. सोपानदेव म्हणतात हरिनामाचा सदैव जप करा म्हणजे संसारचिंतांची तमा बाळगण्याचे काही कारण उरणार नाही.

।। पंढरीनाथ महाराज की जय ।।

।। ॐ नमो भगवते वासुदेवाय ।।

चित्रीं सूर्यबिंब काढू येईल चांग । प्रकाशाचे अंग काढिता न ये ।
संन्यासाचे सोंग आणू येईल सांग । अनुभवाचे अंग दाविता नये ।।
ब्रह्मज्ञान मुखें बोलू येईल सांग । वैराग्याचे अंग अणिता नये ।
ज्ञानदेव म्हणे गुरुकृपा सांग । तरीच हे भाग्य येईल हाता ।।

– श्री संत ज्ञानेश्वर महाराज

चित्रामध्ये सूर्याचे बिंब चांगले काढता येईल पण त्यात प्रकाश काही दाखवता येणार नाही. संन्याशाचे सोंग आणता येईल पण अनुभवाचे अंग मात्र दाखवता येणार नाही. ब्रह्मज्ञान तोंडाने सांगता येईल पण वैराग्य कसे आणता येणार ? श्री ज्ञानदेव म्हणतात, गुरुकृपा झाली तरच हे भाग्य हाताशी येईल.

केशव नारायण हा जप आमचा । सर्व हा मंत्रांचा आत्माराम ।
माधव गोविंद सर्वशास्त्री आहे । उभारुनि बाहे वेदु सांगे ।।
नामाचेनि पाठें तरुं हा भवसागरु । आणिक विचारु नेणों आम्ही ।
विष्णु मधुसूदन हे दैवत आमुचे । नित्य पै नामाचे सार आम्हा ।।

– श्री संत नामदेव महाराज

केशव, नारायण हा आमचा जप म्हणजे सर्व मंत्रांचा आत्माराम आहे. माधव, गोविंद ही नावे सर्व शास्त्रात आहेत हे वेद हात उंचावून सांगत आहेत. नामस्मरणाच्या मार्गाने आम्ही हा भवसागर तरून जाऊ. बाकी आम्हाला काही विचारू नका. विष्णु, मधुसूदन हे आमचे दैवत आहे, आणि नामाचे तेच सार आहे.

पुंडलिकापाशी । नामा उभा कीर्तनासी ।
येऊनिया पांडुरंगे । स्वये टाळ धरी अंगे ।।
गाऊ लागे बरोबरी । नाही बोलायाचे उरी ।
स्वर देवाचा उमटला । दासी जनीने ओळखिला ।।

– श्री संत जनाबाई

पुंडलिकाजवळ नामदेव महाराज जेव्हा कीर्तनाला उभे राहतात तेव्हा स्वत: श्रीविठ्ठल टाळ वाजवायला येतो, त्यांच्याबरोबर गाऊ लागतो. पण हा देवाचा स्वर केवळ जनाबाईनेच ओळखला.

।। पंढरीनाथ महाराज की जय ।।

॥ ॐ नमो भगवते वासुदेवाय ॥

तुझे भेटीविण । जाती सकळांचे प्राण ।
दया तुझिया मना । कां रे नये नारायणा ॥
बोलविना आतां । कंठ शोषला अनंता ।
ऐसे पाहोनियां । नामा म्हणे आली दया ॥

– श्री संत नामदेव महाराज

देवा, तुझ्या भेटीशिवाय सर्वांचे प्राण जातात तरी तुझ्या मनात दया कशी जागी होत नाही. घसा कोरडा पडला आहे, तोंडून शब्द फुटत नाही हे पाहिल्यावर देवाला दया आली, असे नामदेव महाराज म्हणतात.

तापत्रया तापले देहे असे पीडिले । वासना विभांडिले मन माझे ।
विठोबा वेगळे न देखे मी सुख । पाहेन तुझे मुख एका वेळ ॥
सुखाची साऊली पाहीन दृष्टिभरी । जाईन महाद्वारीं लोटांगणी ।
हारल शीणभाग जन्मजन्मांतरीचा । नारा नामयाचा शरणागत ॥

– श्री संत नारा महाराज

तापत्रयांनी देहाचा नुसता छळ चालवला आहे, वासनांत मन गुंतले आहे. पण विठोबा शिवाय मला कशातही सुख दिसत नाही. तुझे मुख म्हणजे जणू सुखाची सावली, ती मी डोळे भरून पाहीन आणि महाद्वारात जाऊन तुला लोटांगण घालीन. म्हणजे जन्मजन्मांतरीचा शीण नाहीसा होईल, असे नामदेवाचा शरणागत सेवक नारा म्हणतो.

हिंडता श्रमलों बहुश्रम झाला । अजूनि माझी तुला करुणा न ये ।
मज काय देतां होईल तुझे उणें । किती होसी कृपण पांडुरंगा ॥
घेऊनी धरणें बैसलों महाद्वारीं । झालों पै भिकारी पंढरीचा ।
विठा म्हणे देवा माझे मज देया । लौकिक कां वाया करितोसी ॥

– श्री संत विठाबाई

हिंडून हिंडून दमलो, अतिशय कष्ट झाले पण देवा तुला अजून माझी दया येत नाही. मला जर तू काही दिलेस तर तुला काय कमी पडणार आहे ? तू किती कृपण होतोस, किती चिक्कूपणा करतोस. मी तुझ्या महाद्वारात धरणे धरून बसलो आहे. मी पंढरीचा भिकारी झालो आहे. देवा मला जे हवे ते सत्वर देऊन टाका, तुमच्या लौकिकाला उणेपणा येऊ देऊ नका.

॥ पंढरीनाथ महाराज की जय ॥

।। ॐ नमो भगवते वासुदेवाय ।।

हरि भोळा हरि भोळा । आम्ही डोळां पाहिला ।
हरि श्रेष्ठ हरि श्रेष्ठ । आम्हा कष्ट नाही ते ।।
हरि उदार हरि उदार । आम्हां धीर होईना ।
नामा म्हणे हरि दाता । आम्हां दासा रक्षितो ।।

– श्री संत नामदेव महाराज

भोळा हरि आम्ही डोळ्यांनी पाहिला. श्रेष्ठ असा हरि पाहिल्यावर आमचे कष्ट संपले. हरि अतिशय उदार आहे पण त्याच्याजवळ काही मागण्याचा आम्हा धीर होत नाही. नामदेव महाराज म्हणतात, हरि दाता आहे, सतत देणारा आहे आणि तोच आमचा रक्षणकर्ता आहे.

नाही केली तुझी सेवा । दुःख वाटतसे माझ्या जिवा ।
जें जें दुःख झालें मला । ते त्वां सोसिले विठ्ठला ।।
रात्रंदिवस मजपाशीं । दळूं कांडू लागलासी ।
क्षमा करावी देवराया । दासी जनी लागे पायां ।।

– श्री संत जनाबाई

देवा, मी तुझी सेवा करू शकले नाही याचे मला दुःख वाटते. जे जे दुःख मला झाले ते तू सोसलेस. रात्रं दिवस माझ्यापाशी येऊन मला दळायला कांडायला लागलास. देवा मी जो तुला त्रास दिला त्याबद्दल मला क्षमा कर, ही तुझी दासी जनी तुझ्या पायांशी आली आहे.

तारी मज आतां रखुमाईच्या कांता । पंढरीच्या नाथा माय बापा ।
अनाथांचा नाथ ऐकियेलें कानी । सनकादिक मुनी बोलताती ।।
त्याचिया वचनाचा पावोनी विश्वास । धरिली तुझी कास पांडुरंगा ।
नामयाची लेकी लिंबाई म्हणे देवा । कृपाळू केशवा सांभाळावे ।।

– श्री संत लिंबाई

विठ्ठला, रखुमाईवरा आता मला तुम्हीच तारा. पंढरीच्या नाथा मायबापा, तू अनाथांचा नाथ आहेस असे मी कानांनी ऐकले आहे आणि सनकादिक ऋषीमुनींनी तेच सांगितले आहे. या वचनांवर विश्वास ठेवून मी तुझी भक्त झाले आहे. नामदेवांची मुलगी लिंबाई, देवा मला सांभाळ असे म्हणते.

।। पंढरीनाथ महाराज की जय ।।

।। ॐ नमो भगवते वासुदेवाय ।।

सहज कर्म भक्ति घडावया कोडे । ज्ञान धन निवाडे नाम जपो ।
नाममात्र नमन ज्ञानधन पूर्ण । रामनामें कर्ण भरूं राया ।।
सत्त्वाचे सागरीं उतरो पैलथडी । रीती अर्धघडी जावो नेदी ।
ज्ञानदेवा चित्त अवघे धन गोत । रामनामें तृप्त सकळ जीव ।।

– श्री संत ज्ञानेश्वर महाराज

सहज होणाऱ्या कर्माद्वारे भक्ती करावी, नामजप करावा. ज्ञानधन परमात्म्याचे स्मरण हीच मुख्य वंदना असल्यामुळे रामनामाने आपण आपले कर्ण भरून टाकू या. या नामामुळेच भव सागरातून आपण पैलतीरी पोहोचू. म्हणून रामनामाशिवाय एक क्षणही जाऊ देऊ नका. ज्ञानेश्वर महाराज म्हणतात, या नामामुळे माझे चित्त, धन, गोत भरून गेले आहे, त्याप्रमाणे सर्व जीव रामनामाने तृप्त व्हावेत.

कपटाचे कुपथ्य झालें तुझें पोटीं । स्मरावा जगजेठी कृपाळु तो ।
नाम औषध घ्यावें नाम औषध घ्यावें । संतांचे लागावे समागमीं ।।
त्यापाशी औषध आहे नानाविध । रामकृष्ण गोविंद म्हणती वाचे ।
तेंचि हे औषध प्रल्हादे घेतलें । तें तूं उगलें म्हणे नामा ।।

– श्री संत नामदेव महाराज

तू कपट केलेस त्याचे तुला कुपथ्य झाले, आता तू कृपाळू देवाचे स्मरण कर. नामाचे औषध घे, सत्संगात, संत समागमात वेळ घालव. त्यांच्यापाशी पुष्कळ औषधे आहेत. मुखाने रामकृष्ण गोविंद म्हणत रहा. भक्त प्रल्हादाने हेच औषध घेतले, तेच तू घे असे नामदेव महाराज म्हणतात.

शरीराची होय माती । कोणी न ये सांगाती ।
सारी अवघी कामें खोटी । अंती जाणें मसणवटी ।।
गोत घरे टाकुनि सारी । शेवटी गावाचे बाहेरी ।
ऐसे स्वप्नवत् असार । नरहरी जोडितसे कर ।।

– श्री संत नरहरी सोनार महाराज

शरीराची मरणानंतर माती होते, बरोबर कोणीही येत नाही, सर्व काही खोटे असते. शेवटी मसणवटीत घरदार, गणगोत टाकून गावाबाहेर जावे लागते. असं सगळं जीवन असार, स्वप्नवत् आहे, म्हणून हा नरहरी हरीला नमस्कार करतो.

।। पंढरीनाथ महाराज की जय ।।

।। ॐ नमो भगवते वासुदेवाय ।।

स्मरतांचि पावसी । तरी भक्तांसी लाधसी ।
ऐसें कांही न घडे देवा । वांयां कोण करी सेवा ।।
न पुरता आस । मग कोण पुसे देवास ।
कोठे चक्रपाणी । तुज आधीं लाही जनी ।।

– श्री संत जनाबाई

देवा, तू सर्वांनाच पावतोस, भक्तांना लाभतोस. असं जर काही घडलं नाही तर तुझी उगीच सेवा कोण करील ? देव इच्छा पूर्ण करणार नसेल तर देवाला कोण विचारील ? चक्रपाणी तू कुठेही असलास तरी जनी तुला प्राप्त करून घेईलच.

मी तुझा अंकिला अगा पंढरीनाथा । ब्रीद आपुलें आतां सत्य करी ।
पतितपावन ऐसे बोलती पुराणें । तारियले हीन अनंत त्याते ।।
म्हणोनि ब्रीदाचा तोडर तुझ्या पायीं । गर्जताती घाई वेदश्रुती ।
विठा म्हणे मज देईं चरणसेवा । आणिक केशवा न मागें काही ।।

– श्री संत विठा महाराज

देवा पंढरीनाथा मी तुझा अंकित आहे, तू तुझे ब्रीद आता खरे कर. तुला पुराणांनी पतितपावन असे म्हटले आहे. अनेकांना अगदी कनिष्ठ जातीतल्या लोकांनाही तू तारले आहेस. या ब्रीदाचा दागिना तुझ्या पायात आहे असे वेदश्रुती गर्जून सांगतात. विठा म्हणतो देवा मला तुझी चरणसेवा करू दे, याशिवाय माझे काही मागणे नाही.

कृतायुगीं नामा प्रल्हाद पैं झाला । स्तंभी अवतरला नारायण ।
त्रेतायुगी नामा अगंद कपि असे । रामचंद्रें त्यासी आलिंगिला ।।
धन्य तो नामा धन्य तो नामा । पढिये पुरुषोत्तमा जीवाहुनि ।
द्वापारी नामा उद्धव गहन । नारायण क्षण न विसंबे ।।

– श्री संत परिसा भागवत महाराज

कृत्तायुगात नामदेव प्रल्हाद झाला होता तेव्हा खांबातून देव प्रकट झाला. त्रेतायुगात नामदेव अंगद वानर झाला होता तेव्हा प्रभु रामचंद्राने त्याला आलिंगन दिले होते. पुरुषोत्तम ज्याला जिवाहूनही जपत होता तो नामदेव धन्य होय. हाच नामदेव द्वापार युगात उद्धव झाला होता, त्यावेळी भगवान् श्रीकृष्ण त्याला क्षणभरही विसंबत नसे.

।। पंढरीनाथ महाराज की जय ।।

।। ॐ नमो भगवते वासुदेवाय ।।

सदा सर्व काळ नाम मुखीं गाये । आणीक ते नये दुजा हेत ।
धन्य त्याची माय पावन ते कुळ । धन्य तो निर्मळ वंश त्याचा ।।
जन्मजन्मांतरीचे सुकृत पदरीं । वाचे तो उच्चारी रामकृष्ण ।
एका जनार्दनी सदा जपे नाम । तो देह उत्तम इहलोकीं ।।

– श्री संत एकनाथ महाराज

निर्हेतुकपणे पण भक्तिभावाने जो तुझे नाव घेतो त्याची माता धन्य आणि त्याचे कुळ पवित्र आणि त्याचा निर्मळ वंश धन्य होय. ज्याचे जवळ अनेक जन्मांचे पुण्य आहे त्याच्याच तोंडून रामकृष्ण हा उच्चार येतो. जो सदा नामजप करतो त्याचा देह इहलोकात उत्तम समजावा.

दया तिचें नाव भूतांचे पाळण । आणिक निर्दाळण कंटकांचे ।
धर्मनीतीचा हा ऐकावा वेव्हार । निवडिले सार असार तें ।।
पाप त्याचें नाव न विचारीता नीत । भलतेचि उन्मत्त करी सदा ।
तुका म्हणे धर्म रक्षावयासाठी । देवासही आटी जन्म घेणें ।।

– श्री संत तुकाराम महाराज

सर्व प्राणिमात्राचे पालन करणे त्याला दया असे म्हणतात. दुष्टांचा नाश करणे ही देखील दयाच आहे. धर्मनीतीचा हा व्यवहार आहे. पापाने माणूस नीती अनीतीचा विचार करीत नाही. उन्मत्त होतो. त्यामुळे धर्माचे रक्षण करण्यासाठी देवाला अवतार घ्यावा लागतो.

मूळ स्थळ ज्याचे गोमतीचे तीरी । तो हा सारी दोरी खेळवितो ।
ऐसे हे कळलें असावें सकळां । चोर त्या वेगळा नाही दुजा ।।
वैष्णव हे हेर त्याचे पाळती । खूण ही निरुती सांगितली ।
तुकया बंधु म्हणे आले अनुभवास । तेणेंच आम्हांस नागविले ।।

– श्री संत कान्होबा महाराज

त्याचे मूळ स्थळ गोमती नदीच्या काठी आहे पण सर्वांची दोरी त्याच्या हातात असल्याने खेळविणारा तोच आहे. हे सर्वांना आता कळून चुकले आहे, चोर काय त्यापेक्षा वेगळा असतो काय ? वैष्णव हे हेर त्यानेच पालन केलेले आहेत. तुकाराम महाराजांचा भाऊ कान्होबा म्हणतो हे आमच्या अनुभवाला आले आहे– या, या भगवंतानेच आमचे सर्वस्व लुटून नेले आहे.

।। पंढरीनाथ महाराज की जय ।।

।। ॐ नमो भगवते वासुदेवाय ।।

सदा माझे डोळे जडो तुझी मूर्ती । रखुमाईच्या पती सोयरिया ।
गोड तुझे रूप गोड तुझे नाम । देई मज प्रेम सर्व काळ ।।
विठो माऊलिये हाचि वर देई । संचरोनि राही हृदयामाजी ।
तुका म्हणे काही न मागे आणिक। तुझें पायीं सुख सर्व आहे ।।

– श्री संत तुकाराम महाराज

देवा, सदैव माझे दोन्ही डोळे तुझ्या मूर्तीवर खिळून राहोत. रखुमाईवरा विठ्ठला तूं माझा सोयरा आहेस. तुझे रूप गोड आहे, तुझे नाव गोड आहे. तू मला सर्वकाळ, सदैव प्रेम दे. विठूमाऊली तू माझ्या हृदयात राहशील असाच वर मला दे. मी तुझ्याकडे आणखी काही मागत नाही. असे सांगून तुकाराम महाराज पुढे म्हणतात, देवा, तुझ्या पायीच सर्व सुख आहे.

ते सुख सांगता वाचे पडे मौन । जाणता ते धन्य गुरुभक्त।
झालासे आनंद इंद्रियांचे द्वारीं । बैसले शेजारी चैतन्याचे ।।
घट हा बुडावा जैसा डोहा आत । न फुटता ओतप्रोत पाणी ।
बहिणी म्हणे तैसे झाले माझ्या मना । तुकाराम खुणा ओळखी त्या ।।

– श्री संत बहिणाबाई

दर्शनाचे सुख काही शब्दात सांगता येत नाही. ज्यांना ते समजले ते गुरुभक्त धन्य होत. चैतन्याचा शेजार लाभल्याने इंद्रियांना परमानंद झाला. पाण्यात घट बुडल्यावर जसे आतबाहेर पाणीच असते तसे माझ्या मनाचे झाले. आणि हे केवळ तुकाराम महाराजच जाणतात, असे बहिणाबाई म्हणते.

पुंडलीक म्हणे देवा । आता करावा वास येथें ।
असो एक जीवें प्राणें । मी तूं पणे वोसंडुनि ।।
बहुत बरे म्हणती देव । ठेविले पाव विटेवरी ।
निळा म्हणे नव्हे तुटी । युगापाठी युग जाता ।।

– श्री संत निळोबा महाराज

देवाला पुंडलीक म्हणाला, देवा तू आता इथेच रहा. आपण दोघे आता एकजीव होऊ, तुझ्या माझ्यातले मी तू पण संपवू. तू विटेवर पाय ठेवून उभा राहिलास हे बरे झाले. निळोबा म्हणतात युगानुयुगे गेली तरी आता त्यात फरक होणार नाही.

।। पंढरीनाथ महाराज की जय ।।

।। ॐ नमो भगवते वासुदेवाय ।।

वेदशास्त्राचे सार। तो हा विठ्ठल विटेवर।
पुढे शोभे चंद्रभागा। स्नाने उद्धार या जगा।।
पद्मतळे गोपाळपूर। भक्त आणि हरिहर।
भानुदास जोडोनी हात। उभा समोर तिष्ठत।।

– श्री संत भानुदास महाराज

सर्व वेदांचे आणि शास्त्रांचे सार असलेला विठ्ठल विटेवर उभा आहे. त्याच्या पुढे चंद्रभागा आहे. या चंद्रभागेत स्नान करणाऱ्यांचा उद्धार होतो. पद्मतळे, गोपाळपूर, हरिहर इथे भक्त रमतात. या विठ्ठलापुढे हा भानुदास हात जोडून तिष्ठत उभा राहिला आहे.

नरहरी गुरुराया। दीन बंधु सखया।
करिसी दासां अंतराया। काय वाटे बडिवार।।
निशिदिनी हाका। वियोगाने वाढे शोका।
निराशवाटे सेवका। निद्रा आली तुज काय।।

– श्री संत जनार्दन महाराज

नरहरी गुरुराया, दीन बंधु सखया या दासाला तू का अंतर देतोस ? रात्रंदिवस मी तुला हाका मारतो आहे पण तू येत नाहीस. तुझ्या वियोगाचे दु:ख वाढतेच आहे. या तुझ्या सेवकाला आता निराश वाटते आहे, देवा तू झोपला आहेस का, का कुठे गुंतला आहेस ?

श्रीगुरुराया पार नाहीं तव गुणा। म्हणोनि विनवणी करितसें।
मांडिला व्यवहार हरिनामीं आदर। सादरा सादर वदवावे।।
न कळेचि महिमा उंच नीचपणे। कृपेचे पोसणें तुमचे जाहलों।
एका जनार्दनी करूनी स्तवन। घातिलें दुकान मोलाविण।।

– श्री संत एकनाथ महाराज

श्री गुरुदेवा तुझ्या गुणांना अंत नाही म्हणून तुझी विनवणी करतो. हरिनामाविषयी मनात आदरभाव ठेवून व्यवहार करतो आहे. मला तुझा महिमा नीट कळत नाही. मी तुमच्या कृपेवर पोसलो, मी तुमचे स्तवन करतो, तुमची प्रार्थना करतो. कुणाकडून दमडीही न घेता हे दुकान मी चालवतो आहे.

।। पंढरीनाथ महाराज की जय ।।

।। ॐ नमो भगवते वासुदेवाय ।।

देवा परीस उदार । भक्त जाणा निर्धार ।
याजसाठी धावे पाठी । देत लंगोटी आपुली ।।
आपण दिगंबरची असे । भक्त वस्त्र भूषणे सौरसे ।
म्हणोनि भक्ताचा अंकित । एका जनार्दनी तिष्ठत ।।

– श्री संत एकनाथ महाराज

देवासारखा उदार कोणी नाही. त्याचे भक्तावर विलक्षण प्रेम असते म्हणून तो भक्तामागे धावत सुटतो. स्वत: दिगंबर राहून आपली लंगोटी तो भक्ताला देतो, वस्त्रभूषणे कितीतरी पुरवतो म्हणून देवाला भक्तांचा अंकित म्हटले जाते.

कर कटावरी तुळसीच्या माळा । ऐसे रुप डोळां दावी हरी ।
ठेविले चरण दोन्ही विटेवरी । ऐसे रुप हरी दावी डोळां ।।
कटी पितांबर कास मिरवली । दाखवी वहिली ऐसी मूर्ति ।
तुका म्हणे माझी पुरवावी आस । विनंती उदास करू नये ।।

– श्री संत तुकाराम महाराज

कमरेवर हात गळ्यात तुळशीमाळा, देवा विठ्ठला असे तुझे रुप मला दाखव, तुझे दोन्ही पाय विटेवर ठेवले आहेस असे तुझे रुप दाखव. पितांबर नेसलेल्या तुझ्या मूर्तीचे मला दर्शन घडू दे- देवा एवढी माझी इच्छा पूर्ण कर. देवा, या माझ्या विनंतीकडे दुर्लक्ष करू नको.

पुंडलिके शेत केलें । पिकविले अपार ।
सर्वागत नावरे एका । मग सकळ लोकां हांकारीं ।।
यार म्हणे बांधा मोटा । करा सांठा न्या घरा ।
निळा म्हणे कल्पवरी । लुटती परी सरेना ।।

– श्री संत निळोबा महाराज

पुंडलिकाने भक्तिचे शेत केले आणि ते अपार पिकवले. पण ते पीक त्याला एकट्याला आवरेना त्यामुळे त्याने सर्वांना हाका मारून म्हटले, लोक हो या पोती भरा, याचा साठा करा आणि घरी न्या. निळोबा म्हणतात कल्पन्तापर्यंत भक्त हा साठा लुटत राहिले पण संपेच ना !

।। पंढरीनाथ महाराज की जय ।।

।। ॐ नमो भगवते वासुदेवाय ।।

जरी कल्मषाचा आगरु । तूं भ्रांतीचा सागरु ।
व्यामोहाचा डोंगरु । होऊनि अससी ।।
तऱ्ही ज्ञानशक्तिचेनि पाडें । हे आघवेंचि गा थोकडे ।
ऐसे सामर्थ्य असे चोखडें । ज्ञानी इये ।।

– श्री संत ज्ञानेश्वर महाराज

तू पापाचे आगर, भ्रांतीचा सागर किंवा मनातील गुंतागुंतीचा व्यामोहाचा डोंगर जरी असलास तरी ज्ञानशक्तिपुढे या सर्व गोष्टी यथातथाच, तुच्छ आहेत. असे ज्ञानाचे सामर्थ्य विलक्षण आहे.

उघड बोलती संत । जैसा हेत पुरवितो ।
मनींचे जाणती ते सदा । होऊ नेदी विषबाधा ।।
अज्ञान सज्ञान । तारिती कृपे करून ।
सन्तापायीं ज्याचा भाव । तेथे प्रगटेचि देव ।।

– श्री संत एकनाथ महाराज

सन्त हे स्पष्टपणे बोलतात आणि मन मोकळे करतात. मनातले नेमके ते जाणतात आणि कुविचारांची विषबाधा मनाला होऊ देत नाहीत. अज्ञानी असोत वा सज्ञानी, सन्त सर्वांना तारतात. जे सन्तांच्या पायी लीन झाले आहेत त्यांना देवदर्शन घडते.

भक्ति तो कठीण शुळावरील पोळी । निवडे तो बळी विरळा शूर ।
जेथे पाहे तेथें देखीचा पर्वत । पायांविण भिंत तातडीची ।।
कमाविलें तरी पाका ओज घडे । रुचि आणि जोडे श्लाघ्यता हे ।
तुका म्हणे मना पाहिजे अंकुश । नित्य नवा दीस जागृतीचा ।।

– श्री संत तुकाराम महाराज

भगवद्भक्ति ही महाकर्मकठीण आहे. ती सुळावरची पोळीच आहे. एखादा बलवानच तिची निवड करू शकतो. खोल पाया न घेता घाईघाईने भिंत उभी करतात. त्याप्रमाणे काहीजणांची भक्ति वरवर असते. उत्तमोत्तम पदार्थ एकत्र करून अन्न तयार केले तर अन्नाला रुचि येते आणि पाकसिद्धी करणाऱ्याचे कौतुक होते. तुकाराम महाराज म्हणतात, मनावर भक्तिचा अंकुश ठेवून प्रत्येक दिवशी जागृती साधावी.

।। पंढरीनाथ महाराज की जय ।।

॥ ॐ नमो भगवते वासुदेवाय ॥

मग नाना हेतु प्रकारे । यथोचिते उपचारें ।
मानिली देवतांतरे । उपासिनी ॥
तेथ जें जें अपेक्षित । ते तैसेंचि पावती समस्त ।
परी तें कमफळ निश्चित । वोळख तूं ॥

- श्री संत ज्ञानेश्वर महाराज

नाना हेतु मनात ठेवून निरनिराळ्या देवतांची उपासना केली जाते. उपासकांना त्यांच्या अपेक्षेप्रमाणे त्या देवतेच्या पूजाभक्तिचे फळ मिळते. पण ते त्यांच्या कर्माचे फळ असते, त्यात देवाचा हात कुठेही नसतो.

पूजन तो एक पुरे । वाचे स्मरे रामनाम ।
नको गंधाक्षता तुळशी । मुखीं नाम अहर्निशी ॥
धूप दीप नैवेद्य तांबूल । सदा वाचे नाम बोल ।
एका जनार्दनी शरण । सहज पूजा घडे जाण ॥

- श्री संत एकनाथ महाराज

रामनाम जर मुखाने म्हणशील तर देवाची तेवढी पूजा पुरे. मग गंधाक्षता नकोत, तुळशी, धूपदीप, नैवेद्य, तांबूल काहीही नको, केवळ अहर्निश रामनामाचा जप करा. परमेश्वराला शरण गेलास तर तुझ्या हातून देवपूजा घडलीच असे समज.

जेणें वाढे अपकिर्ती । सर्वार्थी ते त्यजावें ।
सत्य रुचे भलेपण । वचन ते जगासी ॥
होईजे तें शूर त्यागें । वाऊगें ते सारावें ।
तुका म्हणे खोटे वर्म । निंद्य कर्म काळिमा ॥

- श्री संत तुकाराम महाराज

ज्या गोष्टीमुळे आपली अपकिर्ती होईल अशी कोणतीही गोष्ट करु नये. सर्वार्थाने तिचा त्याग करावा. खरे बोलावे, प्रामाणिकपणे वागावे हेच जगाला आवडते. वाईट गोष्टीचा त्याग करून जगात शूर व्हावे. तुकाराम महाराज म्हणतात खोटेपणा हे निंद्य कर्म आहे. काळिमा लावणारे दुष्कर्म आहे.

॥ पंढरीनाथ महाराज की जय ॥

।। ॐ नमो भगवते वासुदेवाय ।।

काहीं एखाधेनि वैकुंठा जावे । तें तिहीं वैकुंठचि केले आघवें ।
ऐसे नामघोष गौरवें । धवळले विश्व ।।
तेजें सूर्य तैसे सोज्वळ । परि तोहि अस्तवें हें किडाळ ।
चंद्र संपूर्ण एखादे वेळ । हे सदा पुरते ।।

– श्री संत ज्ञानेश्वर महाराज

वैकुंठाला जाणारा एखादाच असतो पण साधुसंतांनी सर्व जगच वैकुंठ केले. आपल्या नामभजनाने पवित्र केले. या साधुंचे तेज सूर्याप्रमाणे आहे म्हणावे तर सूर्य अस्ताला जातो. चंद्रासारखे म्हणावे तर चंद्र एकदाच पूर्ण असतो पण साधु मात्र निरंतर पूर्णत्व पावलेले आहेत.

अधिकार तैसा करू उपदेश । साहे ओझें तेंचि द्यावें ।
मुंगीवरी भार गजाचे पालण । घालिता ते कोण कार्यसिद्धी ।।
तुका म्हणे फांसे वाघुरा कुऱ्हाडी । प्रसंगी ते काढी पारधी तो ।
नव्हे वैद्य आम्ही अर्थाचे भुकेले । भलते द्यावे पाले भलत्यासी ।।

– श्री संत तुकाराम महाराज

ज्याचा जसा अधिकार असेल तसा त्याला उपदेश करू. ज्याला जेवढे ओझे सोसेल तेवढेच त्याला द्यावे हे बरे. हत्तीचे कपडे मुंगीला घातले तर कोणते कार्य सिद्धीस जाणार ? तुकाराम महाराज म्हणतात, पारध्याजवळ फासे, कुऱ्हाडी, जाळी सर्व काही असते व प्रसंगानुसार तो उपयोग करतो. काही वैद्य पैशासाठी भलत्या रोगावर भलतेच औषध देतात, तसे आम्ही पैशासाठी आसुसलेले नाही.

सत्क्रिया आचरावी । असत्क्रिया त्यागावी ।
वाट भक्तिची धरावी । तो सत्वगुण ।।
सत्त्वगुणे भगवद्‌भक्ति। सत्त्वगुणें ज्ञानप्राप्ती ।
सत्त्वगुणें सायुज्यमुक्ति। पाविजेते ।।

– श्री संत समर्थ रामदास

नेहमी सन्मार्गाने जावे, कुमार्ग टाळावे. भक्तिची वाट धरावी, हाच सत्त्वगुण होय. सत्वगुणी भगवंताची भक्ति करतो, सत्त्वगुणानेच ज्ञान प्राप्ती होते आणि सायुज्य मुक्ति मिळते.

।। पंढरीनाथ महाराज की जय ।।

।। ॐ नमो भगवते वासुदेवाय ।।

धरिला पंढरीचा चोर । प्रेमें बांधुनिया दोर ।
हृदय बंदिखाना केला । आंत विठ्ठल कोंडिला ।।
शब्दें केले जवाजुडी । विठ्ठल पायीं घातली बेडी ।
सोऽहं शब्दे मारा केला । विठ्ठल काकुळती आला ।।

– श्री संत जनाबाई

क्षेत्र पंढरपूर इथे असलेला चोर मी धरला आहे, प्रेमाच्या दोराने मी त्याला बांधला आहे. माझ्या हृदयाच्या दोराने मी त्याला बांधला आहे. माझ्या हृदयाच्या तुरुंगात त्याला मी कोंडून ठेवला आहे. शब्दाची जुळवाजुळव करून मी विठ्ठलाच्या पायात बेडी घातली आहे. पण तो गप्पच होता. शेवट सोहंम् मंत्राचा मारा केला तेव्हा कुठं तो काकुळतीस आला.

जन्मा येऊनि तया लाभ झाला । बिडवई भेटला पांडुरंग ।
संसारदु:खें नासियेली तेणें । उत्तम हे केणें नामघोष ।।
धन्य तेचि संत सिद्ध महानुभाव । पंढरीचा ठाव ठाकियेला ।
तुका म्हणे तुझा होईन अंकिला । न भें मी विठ्ठला कळिकाळासी ।।

– श्री संत तुकाराम महाराज

जन्माला येऊन ज्यांना पांडुरंग भेटला त्यांना खरोखरच लाभ झाला आहे. ज्याने संसारदु:खाचा नाश केला असा हा नामघोषाचा उत्तम माल आहे. जे साधुसंत आणि सिद्ध पंढरीला पोहोचले ते धन्य होत. तुकाराम महाराज म्हणतात, मी तुझा अंकित असल्याने, तुझ्या आज्ञेत असल्याने मला कळिकाळाचे भय नाही.

ऐका प्रचितीची लक्षणें । प्रचित पाहेल ते शहाणे । येर वेडे दैन्यवाणे । प्रचीतीवीण ।
नाना रत्नें नाना नाणीं । परीक्षून न घेता हानी । प्रचित नयेता निरुपणी । बैसो नये ।।
तुरंग शस्त्र दमून पाहिले । बरें पाहातां प्रचितीस आले । तरी मग पाहिजे घेतले ।
बीज उगवलेसें पहावें । मग द्रव्य घालून घ्यावे । प्रचित आलियां ऐकावे निरुपण ।।

– श्री संत समर्थ रामदास

आता अनुभवाची प्रचीतीची लक्षणे सांगतो. जो प्रचीती पाहतो, अनुभव घेतो तो खरा शहाणा होय. अनुभव न घेणारे वेडे होत. रत्नांची व नाण्यांची परीक्षा न घेता ते घेतल्यास नुकसान होते. ज्या निरुपणाने प्रचीती येत नाही ते निरुपण ऐकण्यास बसू नये. घोडा चालवून पहावा, शस्त्र वापरून पहावे, बी उगवते का हे पहावे, मगच पैसे खर्चून ते घ्यावे. प्रचीतीशिवाय निरुपण ऐकू नये.

।। पंढरीनाथ महाराज की जय ।।

।। ॐ नमो भगवते वासुदेवाय ।।

निरंतर ध्याता हरि। सर्व कर्माची बोहरी।
दोष जाती दिगंतरी। रामकृष्ण उच्चारणी।।
जपतीर्थ हेंचि नाम। जपव्रता हेचि नेम।
ऐसे धरोनिया प्रेम। तोचि भक्त तरेल।।

– श्री संत ज्ञानेश्वर महाराज

सदासर्वदा हरिचे चिंतन केले तर कर्माचा शेवट होतो. रामकृष्ण उच्चाराने सर्व दोष नाहीसे होतात. जप हेच तीर्थ, जप हाच नेम, असे प्रेमाने जो मनात धरील तोच भक्त तारला जाईल.

षड्गुणसंपन्न पंढरीच्या राया। आमुच्या स्वामिया केशिराजा।
रामकृष्ण हरी श्रीधरा मुकुंदा। सज्जनी स्वानंदा सर्वातीता।।
गोविंदा गोपाळा गोप वेषधरीं। गोवर्धन धरी नखावरी।
दुष्ट दुर्जनांच्या दुखवीता चित्ता। पावन पतिता नामा म्हणे।।

– श्री संत नामदेव महाराज

अनेक गुणांनी संपन्न असलेल्या पंढरीराया, आमचा स्वामी असलेल्या केशवा, रामकृष्ण, हरी, श्रीधरा, मुकुंदा, सज्जनांना आनंद देणाऱ्या सर्वातीता, तू दुष्ट दुर्जनांनाही प्रसंगी दुखवीत नाहीस. पतितांना तू पावन करणारा आहेस, असे नामदेव महाराज म्हणतात.

कां गा न येसी विठ्ठला। ऐसा कोण दोष मला।
मायबाप तूंचि धनी। मला सांभाळी निर्वाणी।।
त्वां बा उद्धरिले थोर। तेथे किती मी पामर।
दीनानाथा दीन बंधु। जनी म्हणे कृपासिंधु।।

– श्री संत जनाबाई

विठ्ठला तू का येत नाहीस ? असा कोणता अपराध माझ्या हातून घडला. तूच आमचा मायबाप, तूच आमचा धनी, तूच शेवटी आम्हाला सांभाळ. तू अनेक थोरांचा उद्धार केलास त्याच्या मानाने मी पामरच आहे. हे दीनानाथा, दीन बंधु, मी जनाबाई तुला कृपासिंधु म्हणते.

।। पंढरीनाथ महाराज की जय ।।

।। ॐ नमो भगवते वासुदेवाय ।।

माझिया बापाचा तुजपाशी ठेवा । विठो म्हणे द्यावा केशीराजा ।
ठेविले ठेवणे झडकरी देई । वेव्हार काही लावू नको ।।
आपुले मागता कोण आड येईल । आता जाणवेल तुझे माझे ।
विटेसहित चरणी घालीन मिठी । करीन संवसाटी जन्मोजन्म ।।

- श्री संत विठा

देवा, माझ्या वडिलांचा भक्तिचा ठेवा तुझ्याकडे आहे तो आता मला दे. ठेवलेली ठेव लवकर परत दे. उगीच व्यवहाराच्या गोष्टी काढू नको. आपण आपलीच वस्तु मागितल्यावर कोण आड येईल ? आता तुला माझी आठवण येईल. तुझ्या चरणांना मी विटेसहित मिठी घालीन आणि जन्मोजन्मी तुझी सेवा करीन.

श्रीमूर्ति असे बिंबली । तरी हे देहस्थिती पालटली ।
धन्य माझा इह जन्म । हृदयीं विठोबाचे नाम ।।
तृष्णा आणि आशा । पळोनि गेल्या दाही दिशा ।
नामा म्हणे जनी पाहे । द्वारी विठ्ठल उभा आहे ।।

- श्री संत जनाबाई

विठ्ठलाची मूर्ति मनोमनी बिंबली त्यामुळे देहाची स्थिती पालटली. हा माझा जन्म हृदयात विठोबाचे नाम असल्याने धन्य झाला. तृष्णा आणि आशा दाही दिशांना पळून गेल्या. दारात विठ्ठल उभा आहे आणि जनी त्याच्याकडे पहात राहिली आहे, असे नामदेव सांगतात.

वर्म वैरीयाचे हातीं । देऊ नको श्रीपती ।
तूं तो अनाथांचा नाथ । दीनदयाळ कृपावंत ।।
वेद पुराणें गर्जती । साही शास्त्रें विवादती ।
चरणी ब्रीद वागविसी । तुझी कान्होपात्रा दासी ।।

- श्री संत कान्होपात्रा

हे श्रीपती, माझ्यातले जे दोष आहेत ते वैऱ्यांना कळू देऊ नकोस. तू अनाथांचा नाथ, दीनदयाळ कृपावंत आहेस हे वेद आणि पुराणे साही शास्त्रे गर्जून सांगत आहेत. तुझे ब्रीद तू सांभाळतोस, ही कान्होपात्रा तुझी दासी आहे.

।। पंढरीनाथ महाराज की जय ।।

।। ॐ नमो भगवते वासुदेवाय ।।

चिताऱ्या चितरे काढी भिंतीवरी । तैसे सारे जग अवघे हे ।
पोरे हो खेळती शेवटी मोडती । टाकूनिया जाती ।।
तैसे जन सारे करिती संसार । मोहगुणें फार खरे म्हणती ।
काही साध्य करा साधुसंग धरा । नाम हे उच्चारा नरहरि म्हणे ।।

– श्री संत नरहरी सोनार महाराज

एखादा चित्रकार भिंतीवर जसे चित्र काढतो तसे हे जग आहे. मुले खेळतात आणि खेळ मोडून टाकून निघून जातात. तसे सर्व लोक संसार करतात आणि संसाराच्या मोहाने हा खरा आहे असे म्हणतात. जीवनात काही साध्य करावयाचे असेल तर साधुची संगत धरा, नामाचा उच्चार करा.

विटेवरी उभा । जैसा लावण्याचा गाभा ।
पायीं ठेऊनिया माथा । अवघी वारली चिंता ।।
डोळा श्रीमुख पाहता । समाधान चित्ता ।
बहू जन्मीं केला लाग । सेना देखे पांडुरंग ।।

– श्री संत सेना महाराज

विटेवर उभा असलेला हा श्रीविठ्ठल म्हणजे लावण्याचा गाभा आहे, सौंदर्याचा अर्क आहे, त्याच्या चरणावर मस्तक टेकल्यावर सगळ्या चिंता जळून जातात, पळून जातात, डोळ्यांनी विठ्ठलाचे रूप पाहिल्यावर मनाला अपूर्व समाधान होते. अनेक जन्मांची पुण्याई म्हणून या सेनाला पांडुरंगाचे दर्शन घडते.

आमुच्या संसाराचे घेतलेस ओझें । तुजवांचुनि दुजे नाही कोण्ही ।
ऐसा करुणानिधी आणीक नाही कोण्ही । तूं जनक जननी माय बाप ।।
कृपेचा कोवळा दयानिधी । मज येऊनिया आधी सांभाळावे ।
रात्री दिवस आस लागली मनास । भेटी सावकाश द्यावी मज ।।

– श्री संत माणकोजी बोधला महाराज

आमच्या संसाराचे ओझे घेणारा तुझ्यावांचून दुसरा कोणी नाही. तुझ्यासारखा करुणेचा सागरही दुसरा कोणी नाही. तूच माझी आई, तूच माझा पिता. मनानं कोवळा असलेला तू दयेचा सागर आहेस. मला तूच सांभाळ. रात्रंदिवस मनाला तुझा ध्यास लागला आहे. आता मला सवडीने का होईना भेट.

।। पंढरीनाथ महाराज की जय ।।

।। ॐ नमो भगवते वासुदेवाय ।।

भक्षुनियां पोहे संतुष्ट जाहला । मग आनंदला नारायण ।
विश्व कर्म्यालागी तेव्हा आज्ञा केली । क्षणात रचिली सुदामपुरी ।।
सर्व सुवर्णाची द्वारकेप्रमाणें । ब्राह्मणासी दान गुप्त दिल्हें ।
नामा म्हणे दुजा नाहीं देवाविण । देतां घेतां जाण पांडुरंग ।।

– श्री संत नामदेव महाराज

सुदाम्याने दिलेले पोहे खाऊन नारायण तृप्त झाला आणि आनंदित झाला. मग त्याने विश्वकर्म्याला आज्ञा देऊन द्वारकेप्रमाणे सुवर्णाची नगरी सुदाम्यासाठी रचली. त्या ब्राह्मणाला असे गुप्त दान दिले, नामदेव महाराज म्हणतात असं करू शकणारा देवाशिवाय दुसरा कोणी नाही. देताना आणि घेताना पांडुरंगाचे स्मरण ठेवा.

अखंडित ध्यानीं । पांडुरंग जपे वाणी ।
पांडुरंग नाम जप । हेंचि माझे महातप ।।
ऐसे आलें प्रत्ययासी । सहज तेणें तत्त्वमसी ।
संदेह अवघाचि फिरला । जनी म्हणे उदयो झाला ।।

– श्री संत जनाबाई

पांडुरंगाचे नाव वाणी घेत असते, अखंड त्याचे ध्यान चाललेले असते. पांडुरंगाचा नामजप करणे हेच माझे महातप आहे. त्याचा मला प्रत्यय आला, माझ्या मनातले सगळे संशय फिटले आणि मनात पांडुरंगाचा उदय झाला.

व्यापक व्यापला तिहीं त्रिभुवनीं । चारी वर्ण खाणी विठू माझा ।
शंखचक्र करीं वैजयंती माळा । नेसला पिवळा पितांबर ।।
कटावरी जेणें कर हे ठेविले । ध्यान मिरविलें भीमातिरीं ।
चोखा म्हणे माझा आनंदाचा कंद । नाम हे गोविंद मिरविलें ।।

– श्री संत चोखामेळा महाराज

त्रिभुवनांना व्यापणारा, चारही वर्णांची खाण असणारा, हातात शंख चक्र, गळ्यात वैजयंती माळ, नेसू पिवळा पितांबर, कमरेवर हात ठेवलेले असे पांडुरंगाचे ध्यान भीमातीरी मिरवत आहे. चोखा मेळा महाराज म्हणतात हा माझा आनंदाचा कंद आहे, आनंदाचा ठेवा आहे. तो गोविंद हे नाम मिरवितो.

।। पंढरीनाथ महाराज की जय ।।

।। ॐ नमो भगवते वासुदेवाय ।।

प्राणिया उद्धार सर्व हा श्रीधर । ब्रह्म हे साचार कृष्णमूर्ति ।
ते रूप भीवरें पांडुरंग खरे । पुंडलिक निर्धारि उभे असे ।।
युगे अठ्ठावीस उभा हृषिकेश । पुंडलिका सौरस पुरवीत ।
निवृत्तीचे गुज पांडुरंग बीज । विश्वजनकाज पुढे कोडे ।।

– श्री संत निवृत्तिनाथ महाराज

सर्व प्राण्यांचा उद्धारकर्ता हा श्रीधर आहे. पांडुरंगाची ही कृष्णमूर्ती म्हणजे प्रत्यक्ष परब्रह्मच आहे. पुंडलिकाच्या निर्धारामुळे भीवरातीरी हे रूप उभे ठाकले आहे. इथे हृषिकेश पुंडलिकाला प्रसाद देत अठ्ठावीस युगे उभा आहे. पांडुरंग हेच निवृत्तीचे बीज आहे आणि गूजही आहे. विश्वनिर्मात्यापुढे हे एक कोडे आहे.

हे मार्गु तरी दोनी । परि एकवटती निदानीं ।
जैसी सिद्धसाध्य भोजनी । तृप्ती एक।।
तैसी दोनीहि मतें । सूचिती एक कारणातें ।
परि उपस्ति ते योग्यतें । आधीन असे ।।

– श्री संत ज्ञानेश्वर महाराज

ज्ञानमार्ग आणि कर्ममार्ग हे मार्ग दोन असले तरी शेवटी त्याचे फळ एकच असते. तयार केलेल्या आणि तयार असलेल्या भोजनात ज्याप्रमाणे समान तृप्ती मिळते, त्याप्रमाणे हे मार्ग जरी दोन दिसले तरी ते एकाच ठिकाणी आत्मस्वरुपी जाऊन मिळतात.

पिकवावे धन । ज्याची आस करी जन ।
पुरोनि उरे खातां देतां । नन्हे खंडन मविता ।।
खोली पडे ओली बीज । तरीच हाता लागे निज ।
तुका म्हणे धणी । विठ्ठल अक्षरें या तिन्ही ।।

– श्री संत तुकाराम महाराज

धनधान्य पिकविण्याची लोक आशा करतात. पण विठ्ठलरूपी धान्य पुरून उरेल इतकं आहे. खाऊन, देऊनही शिल्लक उरते, किती भोजन राहिले तरी संपत नाही. अर्थात् बीजाची पेरणी ओल्या जमिनीत खोलवर व्हायला हवी, तरच पीक हाती येईल. तुकाराम महाराज म्हणतात, विठ्ठल या तीन अक्षरात जी तृप्ति आहे ती दुसऱ्या कशातही नाही.

।। पंढरीनाथ महाराज की जय ।।

।। ॐ नमो भगवते वासुदेवाय ।।

आणीकहि जे जे सर्व । कायिक वाचिक मानसिक भाव ।
तया मी वांचूनि धांव । आनौती नाही ।।
ऐसे जे मत्पर । उपासिती निरंतर ।
ध्यानमिषें घर । माझें झालें ।।

– श्री संत ज्ञानेश्वर महाराज

भगवान श्रीकृष्ण अर्जुनाला सांगतात, जे भक्त कर्मनाश करतात, शिवाय वाचिक, कायिक, मानसिक कर्मे तीही मलाच समर्पण करतात. असे जे जे माझ्याविषयी तत्पर असतात ते जेव्हां ध्यान करतात तेव्हा मी तिथे वास्तव्याला जातो.

हीन शूर बुद्धिपासीं । आकृतीसी भेद नाहीं ।
एक दांडी एक खांदी । पदोपदीं भोगणे ।।
एका ऐसे एक नाहीं । भिन्न पाहीं प्रकृती ।
तुका म्हणे भूमी खंडे । पीक दंडे जेथें तें ।।

– श्री संत तुकाराम महाराज

चांगले आणि वाईट हा आकृती भेद आहे. एकजण पालखीची दांडी खांद्यावर घेऊन पालखी वाहतो आहे, तर दुसरा आत आरामात बसला आहे. सगळे नशिबाचे खेळ. निसर्गात सर्व काही निरनिराळे आहे, जसे भूमीचे प्रारब्ध असेल तशी पिके तिच्यावर उभी राहतात.

कल्पना करी बंधन । कल्पना दे समाधान ।
ब्रह्मीं लावी अनुसंधान । तेहि कल्पना ।।
कल्पना द्वैताची माता । कल्पना ज्ञप्ती तत्त्वता ।
बद्धता आणि मुक्तता । कल्पनागुणे ।।

– श्री संत समर्थ रामदास

बंधन निर्माण करणे आणि समाधान देणे दोन्ही गोष्टी कल्पनाच करते. इतकेच नव्हेतर ब्रह्म चैतन्याचे चिंतन करायला कल्पनाच शिकवते. कल्पना हीच द्वैताची आई आहे. ज्ञान ही देखील कल्पनाच आहे. बद्ध आणि मुक्त या गोष्टी कल्पनाच शिकविते.

।। पंढरीनाथ महाराज की जय ।।

।। ॐ नमो भगवते वासुदेवाय ।।

संपत्ती विपत्ती दु:ख। हरेल अवघा शोक।
वेगी करुनिया विवेक। हरिस्मरण करी ।।
मंत्र यंत्र सूत्रधारी। सिद्ध साध्य तोचि हरी।
नित्य जपोनी वैखरी। आप्तता करी हरीसी ।।

– श्री संत ज्ञानेश्वर महाराज

संपत्तीचे संकटांचे दु:ख हरिनामामुळे नाहीसे होईल. विवेक धरा आणि हरिनाम स्मरा. तुमचे काय मंत्र तंत्र यंत्रे असतील ती असूद्यात. पण शेवटी यश देणारा हरीच आहे. नित्य हरिस्मरण करा आणि देवाशी जवळीक साधा. हरीशी नाते जोडा.

आलिया संसारी आत्माराम मुखीं। घेतलिया सुखी त्रिभुवनीं।
जाणोनिया नाम आपुलेंचि आधी। मग सोमसिद्धी सर्व साधे ।।
सर्व हरी मग नाही दुजभाव। प्रापंचिक गर्व दिसेचिना।
नामदेव म्हणे सर्वदा साधने। भरे जन वन नाना परी ।।

– श्री संत नामदेव महाराज

संसारात आल्यावर देवाचे नामस्मरण कराल तर सुखी व्हाल. आधी नामाची महती जाणून घ्या, म्हणजे सर्व सिद्धी प्राप्त होतील. एकदा हरिनाम मुखी आले की तुझे माझे संपते, प्रपंचातला अहंभाव नाहीसा होतो. नामदेव महाराज म्हणतात या नामघोषाने जनसमुदाय आणि वनसमुदाय भारून टाका.

आणीक कांही नेणें। असें पायांच्या चिंतनें।
माझा न व्हावा विसर। नाहीं आणिक आधार ।।
भांडवल सेवा। हाचि ठेवियेला ठेवा।
करीं मान भावा। तुका विनंती करी देवा ।।

– श्री संत तुकाराम महाराज

श्रीहरिचरणांशिवाय मी दुसरे काही जाणत नाही. देवा मला तुमचा विसर पडू देऊ नका. तुमच्याशिवाय मला कोणाचाही आधार नाही. देवा तुमची सेवा हेच माझे भांडवल. तेव्हा कृपया माझ्या निष्ठेचा मान ठेवा, असे तुकाराम महाराज म्हणतात.

।। पंढरीनाथ महाराज की जय ।।

॥ ॐ नमो भगवते वासुदेवाय ॥

जैसा उपनिषदांचा गाभा । तैसा विटेवरी उभा ।
अंगिचिया दिव्य प्रभा । धवळिलें विश्व ॥
पुंडलिकाचेनि भावें । श्रीविठ्ठल येणें नावें ।
भानुदास म्हणे दैवे । जोडलें आम्हां ॥

– श्री संत भानुदास महाराज

उपनिषदांचा जणू गाभाच असलेला श्रीविठ्ठल विटेवर उभा आहे. त्याच्या दिव्यप्रभेने सर्व विश्व उजळून निघाले आहे. पुंडलिकाच्या भक्तिभावामुळे विठ्ठल इथे प्रकटला. भानुदास महाराज म्हणतात, केवळ माझे सुदैव म्हणून श्रीविठ्ठलाशी मी जोडला गेलो.

आणिक या सृष्टी साधन पै नाही । घेई लवलाही नाम वाचे ।
उभा दिगंबर कटी ठेवूनिया कर । शोभतसे तीर चंद्रभागा ॥
पुंडलिके निज साधिले साधन । ते तू हृदयी जाण धरी भावे ।
म्हणे जनार्दन एकनाथा हृदयीं । विठ्ठलमंत्र ध्यायीं सर्वकाळ ॥

– श्री संत जनार्दन महाराज

विठ्ठलनामासारखे मोक्ष प्राप्तीचे साधन या जगात दुसरे नाही, तेव्हा तू सत्वर नामजप कर. चंद्रभागेच्या तीराला शोभा आणणारा श्रीविठ्ठल कमरेवर हात ठेवून उभा आहे. पुंडलिकाने आपले साध्य साधले हे तू लक्षात घे आणि जनार्दन स्वामी एकनाथांना सांगतात विठ्ठलमंत्र तू सदैव हृदयी धर.

देतो मोक्ष मुक्ति वाटतसे फुका । ऐसा निश्चयो देखा करुनि ठेलो ।
सावळे रुपडें गोजिरे गोमटे । उभें पुंडलिकें पेठे पंढरीये ॥
वांटितसे इच्छा जयासी जे आहे । उभारुनी बाह्या देत असे ।
एका जनार्दनी देतां न सरे मागे । जाहली असती युगे अठ्ठावीस ॥

– श्री संत एकनाथ महाराज

सर्वांना मोक्ष मुक्ति फुकट, विनामूल्य देऊन टाकायची असा निश्चय करून हा विठ्ठल उभा राहिला आहे. ज्याला जे जे हवे ते ते तो देतो. याबाबतीत तो कधी माघार घेत नाही. अठ्ठावीस युगे असे चालले आहे.

॥ पंढरीनाथ महाराज की जय ॥

।। ॐ नमो भगवते वासुदेवाय ।।

चारी वेद तुझ्या नांदती नगरीं । तेथें मी भिकारी काय वानूं ।
वर्णिता पार नेणें चतुरानन । तेथें मी अज्ञान काय जाणें ।।
अंगलग सेवक शेषाच्या सारिखा । तेथे माझ्या लेखा कोणीकडे ।
नामा म्हणे केशवा काय म्यां करावें । तुझे पायीं रहावे कैशापरी ।।

– श्री संत नामदेव महाराज

देवा, तुझ्या नगरीत चारही वेद नांदतात, तिथे मी भिकारी काय वर्णन करणार ? प्रत्यक्ष ब्रह्मदेवालाही तू नीट समजला नाहीस, तिथे मी अज्ञानी तुला काय ओळखणार ? शेषासारखा सेवक तुझ्या हाताशी आहे, तिथे मला कोण विचारणार ? नामदेव महाराज देवाला विचारतात, आता मी काय करावे, तुझ्या चरणांशी कसे रहावे ?

माझीया मीपणावरी पडो पाषाण । जळो हे भूषण नाम माझें ।
पाप नाही पार दु:खाचे डोंगर । झालो या भूमीसी ओझे ।।
संत महानुभाव ऐका हें उत्तरें । अवगुण अविचार वृद्धि पापा ।
तुका म्हणे सरते कां पांडुरंगी । शरण आलो मायबापा ।।

– श्री संत तुकाराम महाराज

माझ्या अहंकारावर मीपणावर पाषाण पडोत. माझ्या नावाची जी किर्ती पसरली आहे ती जळून जावो. माझ्याजवळ अपार पापे आहेत, दु:खाचे डोंगर आहेत, या भूमीला मी भार झालो आहे. तुकाराम महाराज म्हणतात, संतानो मी असा अवगुणी आहे, तुम्हाला शरण आलो आहे, तेव्हा मला पांडुरंगापाशी पोचवा.

मनीं धरावें ते होतें । विघ्न अवघेचि नासोन जातें ।
कृपा केलियां रघुनाथे । प्रचित येते ।।
रघुनाथ भजने ज्ञान झालें । रघुनाथ भजनी महत्त्व वाढलें ।
म्हणौनि तुवां केलें । पाहिजे आधी ।।

– श्री संत समर्थ रामदास

रघुनाथाने कृपा केली तर मनाला जसे हवे तसे होते, विघ्ने नाहीशी होतात, याचा अनुभव येतो. रघुनाथाची उपासना केल्यामुळे मला आत्मज्ञानाचा अनुभव मिळाला, माझे महत्त्व वाढले म्हणून तूहि आधी रघुनाथाची उपासना कर.

।। पंढरीनाथ महाराज की जय ।।

।। ॐ नमो भगवते वासुदेवाय ।।

निराकार वस्तु आकारासि आली । विश्रांती पै जाली विश्वजना ।
भिवरासंगमी निरंतर सम । तल्लीन ब्रह्म उभे असे ।।
पुंडलिक ध्याये पुढत पुढती सोये । विठ्ठल हेचि गाये संकीर्तनी ।
निवृत्ती संकीर्तन ब्रह्म हे सोज्वळ । नाम हे रसाळ अनिर्वाच्या ।।

– श्री संत निवृत्तीनाथ महाराज

पंढरपूरचा श्रीविठ्ठल म्हणजे आकाराला आलेली निराकार वस्तु. त्याच्या दर्शनाने जगाला विश्रांती मिळाली. चंद्रभागेच्या तीरावर समचरण याचे ध्यान केले आणि सर्वांची सोय झाली. कीर्तनात विठ्ठलच गावा. निवृत्तीनाथ म्हणतात, श्रीविठ्ठल म्हणजे सोज्वळ ब्रह्म आहे आणि त्याचे नाम रसाळ आहे.

नित्य धर्म नाम पाठ । तोचि वैकुंठीची वाट ।
गुरु भजनी जो विनट । तोचि हरिभक्त जाणावा ।।
धन्य धन्य त्याचा वंश । धन्य तो आला जन्मास ।
तयाजवळी हृषिकेश । सर्व काळ नांदतु असे ।।

– श्री संत ज्ञानेश्वर महाराज

जो धार्मिक आहे, जो नेमाने नाम पाठ करतो त्यालाच वैकुंठाची वाट सापडते. गुरुभजनात जो मग्न झाला आहे त्यालाच हरिभक्त म्हणावे, अशा भक्ताचा वंश धन्य होय, तो जन्माला येऊन हरिभक्तिकडे वळल्यामुळे धन्य झाला. ईश्वर सदैव त्याच्याजवळ नांदतो.

सद्‌गुरुनायकें पूर्ण कृपा केली । निजवस्तु दाविली माझी मज ।
माझें सुख मज दावियेलें डोळां । दिधली प्रेमकळा ज्ञानमुद्रा ।।
तया उतराई व्हावें कवण्या गुणें । जन्म नाही येणें ऐसें केले ।
नामा म्हणे निकी दावियती सोय । न विसरावे पाय विठोबाचे ।।

– श्री संत नामदेव महाराज

सद्‌गुरुंनी पूर्ण कृपा केली आणि मला हवे असलेले देवदर्शन घडवले. गुरुने माझे सुख माझ्या डोळ्यांना दाखवले आणि प्रेमाने ज्ञान दिले. त्यांचा मी कसा उतराई होऊ. मला पुनर्जन्म नाही अशी किमया त्यांनी केली. नामदेव महाराज म्हणतात त्यांनी माझी अगदी उत्तम सोय केली, विठ्ठलाचे पाय आता मी कधी विसरणार नाही.

।। पंढरीनाथ महाराज की जय ।।

।। ॐ नमो भगवते वासुदेवाय ।।

येऊनियां पंढरपुरा । उभा सामोरा पुंडलिका ।
उभारुनी बाह्या हात । भक्तां इच्छिले ते देत ।।
भलते याती नारी नर । दरुशने उद्धार सर्वांसी ।
साक्ष भीमरथी आई । एका जनार्दनी पाही ।।

– श्री संत एकनाथ महाराज

पंढरपूरला येऊन श्रीविठ्ठल पुंडलिकाच्या समोर उभा राहिला. हात उंचावून तो भक्तांना भक्त मागतील ते देत असतो. मग मागणारे स्त्री पुरुष कोणत्याही जातीचे असोत. त्याच्या दर्शनाने सर्वांचा उद्धार होतो. माझी वृद्ध आई याची साक्षीदार आहे.

शुद्ध बीजापोटीं । फळें रसाळ गोमटी ।
मुखी अमृताची वाणी । देह देवाचे कारणीं ।।
सर्वांग निर्मळ । चित्त जैसें गंगाजळ ।
तुका म्हणे जाती । ताप दर्शनें विश्रांती ।।

– श्री संत तुकाराम महाराज

बीज चांगले असेल तर फळेही रसाळ आणि गोड येतात. मुखाने नेहमी अमृतासमान मधुर बोलावे, देह देवाचे कारणी लावावा. सर्वांग निर्मळ ठेवावे आणि चित्त गंगाजळाप्रमाणे पवित्र असावे. तुकाराम महाराज म्हणतात, विठ्ठलाच्या दर्शनाने ताप जातात मनाला विश्रांती मिळते.

लेंकुरें उदंड जालीं । तों ते लक्ष्मी निघोनी गेली ।
बापडी भिकेस लागलीं । कांही खाया मिळेना ।।
ऐसी वासना सकळांची । अवघी सोइ री सुखाची ।
स्त्री अत्यंत प्रीतीची । तेहि सुखाच लागली ।।

– श्री संत समर्थ रामदास

घरात पोरवडा झाला, एकापाठोपाठ एक मुलांची रांग लागली, त्यामुळे लक्ष्मी निघून गेली. सगळी भिकेला लागली, काही खायला मिळेना. सगळे सोयरे सुखाचे असतात, जिच्यावर प्रेम केलं ती स्त्रीदेखील, पत्नीसुद्धा केवळ स्वत:च्याच सुखाचा विचार करते.

।। पंढरीनाथ महाराज की जय ।।

।। ॐ नमो भगवते वासुदेवाय ।।

चंद्रभागेतीरी उभा विटेवरी । विठ्ठल राज्य करी पंढरीये ।
येसी तरी येई पंढरीच्या राया । अगा कृपावयी पांडुरंगा ।।
धन्य पंढरपूर विश्रांती माहेर । धन्य भीमातीरी वाळुवंट ।
भानुदास म्हणे चला आम्हांसवे । वाचा ऋण देव आठवावे ।।

– श्री संत भानुदास महाराज

चंद्रभागेच्या तीरावर विटेवर उभा असलेला श्रीविठ्ठल पंढरीचे राज्य चालवतो. अहो पंढरीच्या राया कृपासागरा पांडुरंगा या. धन्य ते पंढरपूर आणि तेथील वाळवंट. भानुदास महाराज म्हणतात, आमच्याबरोबर चला आपण देवाचे ऋण आठवीत बोलत जाऊ.

आलिया अतिथा द्यावें अन्नदान । याहुनी साधन आणिक नाही ।
ज्ञातीसी कारण नाहीं पैं तत्त्वतां । असो पैं भलता अन्न द्यावें ।।
अन्न परब्रह्म वेदांती विचार । साधी हाचि निर्धार प्रेमतत्त्वें ।
म्हणे जनार्दन यापरतें आणिक। नाही दुजे देख एकनाथा ।।

– श्री संत जनार्दन महाराज

दाराशी आलेल्या भुकेल्या अतिथीला अन्नदान करावे यासारखे दुसरे पुण्य नाही. तिथे जातिभेद मानू नये, कोणीही अतिथी आला तरी त्याला अन्न द्यावे. वेदांनी अन्नाला परब्रह्म म्हटले आहे, हे निर्धारपूर्वक समजून घे. एकनाथा, यासारखे दुसरे पुण्य नाही.

तापलीया तापत्रयें संतांशरण जावें । जीवेंभावें धरावें चरण त्यांचे ।
करुनि विनवणी वंदू पाय वणी । घालूं लोटांगणी मस्तक हे ।।
उपासना मार्ग सांगती ते खूण । देती मंत्र निर्वाण विठ्ठल हरी ।
एका जनार्दनी संतासी शरण । रात्र आणि दिन चिंतू त्यांसी ।।

– श्री संत एकनाथ महाराज

संसारातील त्रिविध तापांनी वैतागलेल्या जिवाने संतांना शरण जावे. त्यांचे जिवाभावाने चरण धरावेत, त्यांची विनवणी करावी, त्यांच्या चरणांच्या तीर्थाला वंदन करावे, पायावर मस्तक ठेवून त्यांना लोटांगण घालावे, ते उपासना मार्ग सांगतील. विठ्ठल हरी असा मंत्र देतील. यासाठी संतांना शरण जावे, रात्रंदिवस त्यांचे चिंतन करावे.

।। पंढरीनाथ महाराज की जय ।।

।। ॐ नमो भगवते वासुदेवाय ।।

संकल्प विकल्प नका वायां । धरा पाया विठोबाच्या ।
सर्व तीर्था, हेचि मूळ । आणीक केवळ दुजे नाहीं ।।
संतसमागमे उपाधी । तुटती आधि व्याधी घडतांचि ।
एका जनार्दनी वर्म सोपें । हरती पापें कलियुगी ।।

– श्री संत एकनाथ महाराज

निरनिराळे संकल्प करण्यात, बेत आखण्यात वेळ घालवू नका, श्री विठ्ठलाचे पाय धरा. सर्व तीर्थाचे हेच मूळ आहे, दुसरे काही नाही. संतांच्या सहवासात आल्यावर सगळ्या व्याधी उपाधी नाहीशा होतात. ही अगदी सोपी युक्ति आहे. या युक्तिने कलियुगात पापे नाहीशी होतात.

लोलुप्यता काय निद्रेसी जिंकावें । भोजन करावे परिमित ।
एकांती लोकांती स्त्रियांशी भाषण । प्राण गेल्या जाण बोलो नये ।।
संग सज्जनांचा उच्चार नामाचा । घोष कीर्तनाचा अहर्निशी ।
तुका म्हणे ऐशा साधनी जो राहे । तोचि ज्ञान लाहे गुरुकृपा ।।

– श्री संत तुकाराम महाराज

भक्ताने कशाचाही लोभ धरू नये. झोपेला जिंकावे, भोजन बेताचे करावे. प्राण गेला तरी स्त्रियांशी एकांतात संभाषण करू नये. तुकाराम महाराज म्हणतात, अशा रीतीने जो राहील त्याला ज्ञानप्राप्ती तर होईलच पण त्याच्यावर गुरुकृपाही होईल.

नाना सुकृताचे फळ । तो हा नरदेह केवळ ।
त्याहीमध्ये भाग्य सफळ । तरीच सन्मार्ग लागे ।।
पुण्यसामग्री पुरती । तयासीच घडे भगवद्भक्ति।
जे जे जैसें करिती । ते पावती तैसेचि ।।

– श्री संत समर्थ रामदास

अनेक पुण्यांचे फळ म्हणजे हा नरदेह. त्यातच ज्यांचे भाग्य अधिक ते सन्मार्गाला लागतात. ज्यांचे पुण्य प्रबल आहे तेच ईश्वरभक्तिकडे वळतात. जसे करावे तसेच फळ प्राप्त होते.

।। पंढरीनाथ महाराज की जय ।।

।। ॐ नमो भगवते वासुदेवाय ।।

देवाचे हे आत्मे ते हे जाणावे संत । त्यांचे पदीं व्हावे रत सदा दृढ ।
श्रीहरीची भेटी सहजचि होय । श्रम लया जाय झाला आधीं ।।
पापाचे पर्वत भस्म नामाग्नीने । अभक्तांसी हाण नामाविण ।
नामदेव म्हणे नामाग्नीच्या पोटीं । नाना पाप कोटी दग्ध होती ।।

– श्री संत नामदेव महाराज

संत हे देवाचे आत्मेच असतात, त्यांचे पायी सदैव घट्ट रहावे, मग श्रीहरीची भेट सहज होईल, झालेले कष्ट लयास जातील. नामाचा महिमा असा की नामामुळे पापाचे पर्वत भस्म होतात. जे अभक्त नाम घेत नाहीत त्यांचेवर प्रहार करावेत. नामदेव महाराज म्हणतात, क्षणभर नाम हा अग्नि आहे असे समजले तर या नामाग्नीमुळे कोटी कोटी पापे जळून खाक होतात.

व्हावे कथेसी सादर । मन करुनीया स्थीर ।
बाबा काय झोपी जातां । झाले चौऱ्याऐशीचे साता ।।
नरदेह कैसा रे मागुता । भेटी नव्हे त्या सीताकांता ।
जनी म्हणे हरीचे नाम । मुखी म्हणा धरुनि प्रेम ।।

– श्री संत जनाबाई

मन स्थिर करून कथा कीर्तनासाठी बसावे. चौऱ्याशीचे फेरे झाले आता तरी झोपू नका. पुन्हा हा मानव जन्म मिळणार नाही हे लक्षात घेऊन श्रीरामाचे स्मरण करा. जनाबाई म्हणते प्रेमाने हरिनाम घ्या.

कामक्रोध अहंकार नका देहीं । आशा तृष्णा माया लज्जा चिंता काही ।
वास पंढरीचा जन्म सदा देई । आणीक दुजें मागणें तुज नाहीं ।।
कृपा देईं दान हरि मज कृपा देईं दान । नासीं तिमीर दाखवी चरण ।
आर्त पुरवावें भेटी देऊन । नको उपेक्षु आलिया शरण ।।

देवा, काम, क्रोध, लोभ, मोह, अहंकार, लज्जा, तृष्णा, माया चिंता इत्यादी विकार माझ्या शरीरात राहू देऊ नकोस. मला सदा पंढरीत जन्म मिळावा, तिथेच माझा निवास असावा, याशिवाय माझे दुसरे मागणे नाही. देवा मला तुझी कृपा हवी, कृपादान हवे. माझ्या मनातील अंधार नाहीसा कर. मला दर्शन देऊन माझी इच्छा पुरव. या शरणागताची उपेक्षा करू नको.

।। पंढरीनाथ महाराज की जय ।।

।। ॐ नमो भगवते वासुदेवाय ।।

अपत्याचे हित किजे त्या जनकें। जरी वेडे मुकें झालें देवा।
तैसे मी पोसणें तुझे जीवलग। अंतरीचे गूज सांग काही।।
राखीन मी नाव तुझे सर्व भावें। चित्तवित्त जीव देईन पायीं।
जरी देवा हीन म्हणसील मज। नामा म्हणे लाज येईल कोणा।।

– श्री संत नामदेव महाराज

मूल वेडे, मुके असले तरी बाप त्याची काळजी घेतच असतो. तसे देवा तू माझे पालन पोषण कर, तुझ्या मनातली गोष्ट मला सांग. मी तुझे नाव जिवाच्या कराराने राखीन, माझे सर्वस्व, चित्त, वित्त तुला देईन, आणि देवा मला जर तू हीन म्हणालास तर कुणाची लाज जाईल!

एक जटा मस्तकीं शोभती। एका किरीट कुंडले तळपती।
एका अर्धांगी कमळा। एका विराजे हिमबाळा।।
एक गजचर्म आसन। एका हृदयीं श्रीवत्सलांच्छन।
एका जनार्दनी दोघे। तया पदीं नमन माझें।।

– श्री संत एकनाथ महाराज

श्री भगवान शंकराच्या मस्तकावर जटा शोभतात, तर भगवान् विष्णुच्या मस्तकी मुकुट शोभतो. एकाची अर्धांगी लक्ष्मी, तर दुसऱ्याचे हिमकन्या पार्वती. एकाची बैठक हत्तीच्या कातड्यावर, तर दुसऱ्याच्या हृदयावर वत्सलांच्छन. या दोघांच्या चरणी माझा नमस्कार, असे एकनाथ महाराज म्हणतात.

नव्हे मतोळ्या वाण। नित्य नवा नारायण।
सुख उपजे श्रवणें। खरें टांकसाळी नाणें।।
लाभ हातोहातीं। अधिक पुढती पुढती।
तुका म्हणे नेणों किती। पुरोनि उरले पुढती।।

– श्री संत तुकाराम महाराज

हा जो माल विक्रीस काढला आहे तो जुना पुराणा नाही, नित्य नवा आहे. नाम श्रवणाने सुद्धा सुख व्हावे असे हे टाकसाळीतले खणखणीत खरे नाणे आहे. त्याचा सतत लाभच होत असतो. तुकाराम महाराज म्हणतात हे हरिनामरुपी धन कित्येकांना पुरून पुढल्यांना किती उरले आहे हे कळत नाही.

।। पंढरीनाथ महाराज की जय ।।

।। ॐ नमो भगवते वासुदेवाय ।।

गुणदोष नायकावे कानीं । सदा वाचा नामस्मरणीं ।
हेचि परमार्थाचे सार । मोक्षमुक्तिचे भांडार ।।
साधे सर्व योगास्थिती । द्वेष धरू नये भूतीं ।
सर्वांठायी जनार्दन । म्हणोनि वंदावे ते जन ।।

– श्री संत एकनाथ महाराज

आपले गुण किंवा दोष कुणाच्या तोंडून ऐकू नयेत. मुखाने सदैव नामस्मरण करावे. हेच परमार्थाचे सार आणि मोक्षमुक्तिचे भांडार आहे. नामस्मरणानेच योग साधता येतो. कुणाचाही द्वेष मत्सर करू नये. सर्व व्यक्तिमात्रात, परमेश्वर भरला आहे हे लक्षात घेऊन सर्वांना वंदन करावे.

पाहिजे ते समयीं देणें । नेदिता उणें पडो कोठें ।
ऐसा कृपेचा सागर । रमावर श्रीविठ्ठल ।।
उपकार याचे आठविता । न सांडे चित्ता आनंद तो ।
निळा म्हणे भरोंसा झाला । संदेह फिटला मानसीचा ।।

– श्री संत निळोबा महाराज

जे पाहिजे ते वेळेवर देणारा, कुठेही काहीही कमी न पडू देणारा असा कृपासागर म्हणजे रमेचा पति श्रीविठ्ठल आहे. त्याचे उपकार आठवायला गेलो तर चित्ताला अपरिचित आनंद होतो. निळोबा महाराज म्हणतात, माझी अगदी खात्री झाली, मनातल्या शंकाकुशंका फिटल्या.

तुका म्हणे कास धरीत पीतांबरी । तूं भवसागरी तारु देवा ।।
वैकुंठा जावया तपाचे सायास । लागे जिवा नाश करणें बहु ।।
तया पुंडलिकें केला उपकार । फेडावया भार पृथिवीचा ।
तुका म्हणे सोपी केली पायवाट । पंढरी वैकुंठ भूमीवरी ।।

– श्री संत तुकाराम महाराज

देवा, तू मला भवसागराच्या पैलतीरी पोचवावंस म्हणून मी तुझा पितांबर घट्ट धरून ठेवीन. वैकुंठाला जावयाचे तर तपोसाधनेचे कष्ट करावे लागतात, प्रसंगी प्राणावरही बेतते. पण पृथ्वीवरील पापाचा भार कमी होण्यासाठी पुंडलिकाने जगावर उपकार केले आहेत. तुकाराम महाराज म्हणतात, पंढरी हे पृथ्वीवरील वैकुंठ आहे. त्यामुळे वैकुंठाची वाट सोपी झाली आहे.

।। पंढरीनाथ महाराज की जय ।।

।। ॐ नमो भगवते वासुदेवाय ।।

स्मरण करितां रामनाम ध्वनी । ऐकतांचि कर्णी पळती यम ।
ऐसे पाठ करी रामनाम हरी । होतील कामारी ऋद्धि सिद्धी ।।
साध्य तेंचि साधी न करी उपाधि । जन्मांतरीच्या व्याधि हरती नामे ।
नामा म्हणे सर्व नाम हाचि भाव । नाहीं आणिक देव रामेंविण ।।

– श्री संत नामदेव महाराज

रामनामाचा गजर ऐकताक्षणी यमराज पळून जातो. रामनामाचा सदा जप करा, ऋद्धि–सिद्धी तुमच्या दासी होतील. जे जमेल तेच करावे, नामस्मरणाने जन्मोजन्मीच्या व्याधी नाहीशा होतील, नामदेवमहाराज म्हणतात, नाम हीच भक्ति आणि श्रीरामाशिवाय अन्य दैवत नाही.

आम्ही जावें कवण्या ठाया । न बोलसी पंढरीराया ।
सरिता नेली सिंधुपाशी । जरी तो ठाव न दे तिसी ।।
जळ कोपले जळचराशी । माता न घे बाळकासी ।
म्हणे जनी आले शरण । जरी त्वां धरिलेसें मौन्य ।।

– श्री संत जनाबाई

देवा पंढरीराया, तू जर बोलला नाहीस तर आम्ही कुठे जावे ? नदी समुद्रापाशी गेली आणि समुद्राने तिला सामावून घेतले नाही किंवा पाणी जलचरांवर रागावले, आई मुलाला घेईना असं झालं आहे ? म्हणून तू जरी मौन धरले असलेस तरी ही जनाबाई तुला शरण आली आहे.

उत्तम घालावे आमुचिये मुखीं । निवारावे दु:खी होऊं नेदी ।
न बैसे न वजे जवळुनि दुरी । मागें पुढें वारी घातपात ।।
नाहीं शंका असो भलतिये ठायीं । मावळले पाही द्वैताद्वैत ।
तुका म्हणे भार घेतला विठ्ठले । अंतरी भरले बाह्यरूप ।।

– श्री संत तुकाराम महाराज

हा विठ्ठल जे उत्तम आहे ते आमच्या मुखी घालतो, वाईट असेल ते दूर करतो. आमची संकटे दूर करून आम्हाला दु:खी होऊ देत नाही. क्षणभरही न विसंबता, विठाई माऊली आमचे रक्षण करते. आमच्या मनात आता शंका उरल्या नाहीत. द्वैताद्वैत मावळले आहे. तुकाराम महाराज म्हणतात, विठ्ठलानेच आमचा भार घेतला आहे.

।। पंढरीनाथ महाराज की जय ।।

।। ॐ नमो भगवते वासुदेवाय ।।

मन कामना हरि मने बोहरी । चिंतिता श्रीहरी सुखानंद ।
ते पुंडलिकतपें वोळलें स्वरुप । जनाची पै पापें निर्दाळिली ।।
वेणुनाद तीर्थ चंद्रभागा समर्थ । विठ्ठल दैवत रहिवास ।
निवृत्ति साकार विठ्ठल आचार । भिवरा ते नीर अमृतमय ।।

– श्री संत निवृत्तिनाथ महाराज

या हरीने मन वेधून घेतले आहे. या हरीचे चिंतन करताना मन सुखाने ओसंडून जाते. पुंडलिकाच्या तपश्चर्येमुळे विठ्ठल इथे आला आणि जनलोकांची पापे त्याने नाहीशी केली. चंद्रभागेतीरी विठ्ठलाचा आता रहिवास आहे. विठ्ठल हाच निवृत्तीचा आचार आहे आणि या चंद्रभागेचे पाणी अमृतासारखे आहे.

हरि आला रे हरि आला रे । संतसंगे ब्रह्मानंदु जाला रे ।
हरि येथें रे हरि तेथें रे । हरि वांचूनि न दिसे रितें रे ।।
हरि पाही रे हरि ध्याई रे । हरि वांचुनि दुजे नाहीं रे ।
हरि जाणारे हरि वाना रे । बाप रखुमादेविवरु राणारे ।।

– श्री संत ज्ञानेश्वर महाराज

हरि आला आणि या संतांच्या संगतीत ब्रह्मानंद झाला. हरि इथे आहे आणि तिथेंही आहे, हरिशिवाय रिते, रिकामे काही नाही. हरीला पहावे, हरीचे चिंतन करावे. हरिवांचून दुसरे काही नाही. हरीला जाणून घ्या, त्याची स्तुती करा, रखमादेवीचा हा पति म्हणजे राजा आहे.

भाव माझा तुझें चरणीं । तुझें रुप माजें मनीं ।
सांपडलो एकमेकां । जन्मोजन्मीं नाहीं सुटिका ।।
त्वां मज केले रे विदेही । म्यां तुज धरिलें हृदयीं ।
त्वां तोडिली माझी माया । मी जडलो तुझ्या पायां ।।

– श्री संत नामदेव महाराज

देवा माझा भक्तिभाव तुझ्या चरणी आहे. तुझे रुप माझ्या मनात ठसले आहे. आपण एकमेकांना मिळालो आहोत. आता यातून जन्मोजन्मी सुटका नाही. तू मला देहाच्या अभिलाषेतून मुक्त केलेस मी तुला हृदयी धरले आहे. तू माझी मायाजालातून सुटका केलीस आणि मी तुझ्या पायी लीन झालो आहे.

।। पंढरीनाथ महाराज की जय ।।

।। ॐ नमो भगवते वासुदेवाय ।।

विठ्ठल विठ्ठल वदता वाचे। स्वरुप त्याचे ठसावें।
हा तो अनुभवा अनुभव। निरसे भवे काळाचे।।
रुप देखता आनंद। जन्म कंद तुटे तेणें।
एका जनार्दनी मन। जडोनि ठेलें चरणीं।।

– श्री संत एकनाथ महाराज

मुखाने विठ्ठलाचे नाव घ्यावे, त्याचे रूप मनात ठसवून घ्यावे, आणि हा वेगळा अनुभव अवश्य घ्यावा. विठ्ठलाचे रुप पाहिल्यावर आनंद होतो. जन्ममृत्यूच्या फेऱ्यातून सुटका होते, त्यामुळे त्याच्या चरणी माझे मन जडून गेले आहे.

अनंत तीर्थांचे माहेर अनंत रुपाचे सार। तो हा कटी कर ठेवुनि उभा।
धन्य धन्य पांडुरंग, सकळ दोषा होय भंग। पूर्वज उद्धरती सांग पंढरपूर देखलिया।।
तेथे एक शीत दिधल्या अन्न। कोटी कुळांचे होय उद्धरण।
नामा म्हणे धन्य जन्म जे धरिती पंढरीचा नेम। तया पुरुषोत्तम न विसंबे।।

– श्री संत नामदेव महाराज

अनेक तीर्थांचे माहेर, अनंत रुपांचे सार असलेला हा श्रीविठ्ठल इथे कटिवर हात ठेवून उभा आहे. पंढरपूरला जाऊन विठ्ठलाने दर्शन घेतल्यावर सर्व दोष नाहीसे होतात, पूर्वजांचा उद्धार होतो. इथे थोडे जरी अन्नदान केले तरी अनेक पिढ्यांचा, कुळांचा उद्धार होतो. जे नियमानं पंढरीला जातात त्यांच्याकडे परमेश्वर कधीही दुर्लक्ष करीत नाही.

कनवाळु कृपाळु तूं माय माऊली। धांवुनिया भेटली विठाबाई।
निवारिलीं विघ्नें दुरितें पळाली। जोडुनिया कर विठाई विनविली।।
शरण कान्होपात्रा चरणीं निमाली। धावोनिया भेटली विठाबाई।
विनवी कान्होपात्रा पंढरीरायाते। आमुते पंढरीनाथे न विसरिजे।।

– श्री संत कान्होपात्रा

विठ्ठला तू दयाळू कृपाळू माय माऊली आहेस, संकटाचे वेळी तू धावून येतेस, आमची विघ्ने पळवून लावतेस, तुला मी हात जोडून विनवते. ही कान्होपात्रा तुला शरण आली आहे आणि तुला विनंती करते की आई आम्हांला विसरू नको.

।। पंढरीनाथ महाराज की जय ।।

भजन करी महादेव । राम पूजी सदाशिव ।
दोघे देव एक पाही । तयां ऐक्य दुजें नाहीं ।।
शिव रामा नाही भेद । ऐसे देव तेहि सिद्ध ।
जनी म्हणे आत्मा एक। सर्व घटी तो व्यापक।।

– श्री संत जनाबाई

भगवान् शंकर भजन करतात, रामचंद्र शंकराची पूजा करतात. दोन्ही देव एकच आहेत, त्यांच्यात वेगळेपणा नाही, शंकर आणि राम यांच्यामध्ये भेद नाही. जनाबाई म्हणते, आत्मा हा एकच असतो आणि तो सर्वांभूती व्यापून असतो.

तुजविण जिवलग सोईरे । मज नाहीं बा दुसरे ।
विठो धांवे दवडा दवडी । भक्त आपुला सोडवी ।।
बहुत गांजिलो संसारी । जोजावलो मद मत्सरीं ।
विठा म्हणे राखें लाज । होसी आमुचा पूर्वज ।।

– श्री संत विठा महाराज

देवा, तुझ्याशिवाय जिवलग सोयरा मला कोणी नाही. भक्त संकटात सापडला की तू वेगाने धावत येतोस. या संसारात मी अगदी वैतागून गेलो आहे, या मदमत्सरात गुंतून पडलो आहे. आता तूंच आमची लाज राख आमचा पूर्वज हो.

विवेक हातवडा घेऊन । कामक्रोध केला चूर्ण ।
मनबुद्धीची कातरी । रामनाम सोनें चोरी ।।
ज्ञान ताजवा घेऊनि हातीं । दोन्ही अक्षरे जोखिती ।
नरहरी सोनार हरीचा दास । भजन करी रात्रंदिवस ।।

– श्री संत नरहरी सोनार महाराज

विवेकाचा हातोडा घेऊन मी कामक्रोध चूर्ण केले आहेत. मनबुद्धीची मी कातरी वापरतो आणि रामनामाचे सोने चोरतो. ज्ञानाचा ताजवा हातात घेऊन राम ही दोन्ही अक्षरे काय वजनाची आहेत हे पाहतो. हा नरहरी सोनार हरीचा दास आहे आणि तो रात्रंदिवस भजन करीत असतो.

।। पंढरीनाथ महाराज की जय ।।

।। ॐ नमो भगवते वासुदेवाय ।।

जिणें अशाश्वत देह नाशिवंत । अवघें सारे व्यर्थ असे देखा ।
काहीं नाहीं दान काही नाहीं पुण्य । जन्मासी येऊनि व्यर्थ जाय ।।
परोपकार काही नाहीं केला देवा । सद्गुरु केशवा हृदयी घ्यावा ।
सारामध्ये सार नाम असे थोर । हृदयी निरंतर नरहरीच्या ।।

– श्री संत नरहरी सोनार महाराज

हे आयुष्य अशाश्वत आहे, त्याचा काही भरवसा धरता येत नाही. सर्व काही व्यर्थ आहे. काही दानधर्म केला नाही, पुण्य संपादन केले नाही तर जन्माला येऊन काय उपयोग ? मी काहीच परोपकार केला नाही, तरी देवा मला हृदयात ठेवा. सर्वांचे सार जे नाम ते या नरहरीच्या हृदयी निरंतर आहे.

असाल तेथें नामाचे चिंतन । याहुति साधन आणिक नाहीं ।
सोडवील माझा भक्तांचा कैवारी । प्रतिज्ञा निर्धार केली आम्ही ।।
गुणदोष याती न विचारी कांही । धावे लवलाही भक्तकाजी ।
अवघें काळीं वाचे म्हणा नारायण । सेना म्हणे क्षण जाऊं न द्या ।।

– श्री संत सेना महाराज

जिथे असाल तिथें नामाचे चिंतन करा, ईश्वरप्राप्तीचे याहून दुसरे साधन नाही. मला सर्व संकटातून हा भक्तांच्या कैवारी असलेला परमेश्वर सोडवीलच सोडवील. तो तुमचे गुणदोष विचारत नाही, जातपात पहात नाही. भक्तासाठी वेगाने धावून येतो म्हणून सेना म्हणतो सदैव नामजप करावा, एक क्षणही तसा जाऊ देऊ नये.

तूंचि माझा देव तूंचि माझा जीव । तूंचि माझा भाव पांडुरंगा ।
तूंचि माझा आचार तूंचि माझा विचार । तूंचि सर्व भार चालविशी ।।
सर्व भावे मज तूं होसी प्रमाण । ऐशी तुझी आण वाहातसे ।
तुका म्हणे तुज विकला जीवभाव । तूंचि माझा भाव पांडुरंगा ।।

– श्री संत तुकाराम महाराज

देवा तूच माझा देव आणि तूच माझा जीव माझा भाव, आचार विचार सर्व काही देवा तूच आहेस. आणि माझा भार तूच चालवतो आहेस. तूच माझा सर्वभाव आहेस हे मी शपथपूर्वक सांगतो. तुकाराम महाराज म्हणतात देवा, माझा जीव भाव मी तुला विकला आहे आता तूच काय ते ठरव.

।। पंढरीनाथ महाराज की जय ।।

।। ॐ नमो भगवते वासुदेवाय ।।

जन्मांतरीचे सुकृत आजी फळासी आले । म्हणोनि देखिले विठ्ठल चरण ।
धन्य भाग्य आजी डोळियां लाधले । म्हणुनि देखीले विठ्ठलचरण ।।
येऊनिया देहासी धन्य झाले । म्हणुनि देखीले विठ्ठलचरण ।
घाली गर्भवासा कान्होपात्रा म्हणे । जन्मोजन्मीं देखेन विठ्ठल चरण ।।

– श्री संत कान्होपात्रा

जन्मांतरीचे पुण्य आज फळाला आले, म्हणून विठ्ठलचरणांच्या दर्शनाचे डोळ्यांना भाग्य लाभले. या देही येऊन धन्य झाले, आता खुशाल गर्भवास द्या, मी जन्मोजन्मी विठ्ठल चरण पाहीन.

श्रवणे नयन जिव्हा शुद्ध करी । हरीनामें सोहंकारी सर्व काम ।
मग तुझा तूंचि दिवटा होसी गा सुभटा । मग जासील वैकुंठा हरिपाठे ।।
रामनामें गणिका तरली अधम । अजामिळ परम चांडाळ दोषी ।
म्हणे गोरा कुंभार विठ्ठल मंत्र सोपा । एक वेळ बापा उच्चारिरे ।।

– श्री संत गोरा कुंभार महाराज

श्रवणामुळे, ऐकण्यामुळे डोळे आणि जीभ शुद्ध होते. हरिनामाने सर्व कामे होतात– त्यामुळे तुझा तूच मार्गदर्शक होशील आणि हरिपाठामुळे तूं वैकुंठाला जाशील. रामनाम जपाने वेश्येचा उद्धार झाला, परमदोषी, चांडाळ, अजामिळ, तरून गेला. म्हणून गोरा कुंभार सांगतात, बाबा रे, विठ्ठल मंत्र सोपा आहे त्याचा एकदा तरी उच्चार कर.

अनंत जन्म घेतले याचे देही । माझे स्वहित नव्हे कोठे कांही ।
वेगी पावे, कृपानिधी । भवकर्म छेदी बा माझी आता ।।
संसारकर्मे बहुत भुललो । तुझे भजनी सावध नाहीं झालो ।
बोधला म्हणे तुज विनवितो देवा । काही घडो दे देही संतसेवा ।।

– श्री संत माणकोजी बोधला महाराज

या देहाने अनंत जन्म घेतले पण कधी स्वहित साधले नाही. हे कृपानिधी परमेश्वरा, आता वेगाने धाव आणि या भवसागरातून माझी सुटका कर. संसारात मी भुलून गेलो, तुझे भजन करायचे राहून गेले, बोधला महाराज म्हणतात देवा, आता तरी काही संतसेवा घडू दे, अशी तुझ्या पायांशी विनंती करतो.

।। पंढरीनाथ महाराज की जय ।।

।। ॐ नमो भगवते वासुदेवाय ।।

विकासिला नयन स्फुरण आले बाहीं । दाटलें हृदयीं करुण भरिजें ।
जाता मार्गी भक्त सावता तो माळी । तया आला जवळी पांडुरंग ।।
नामा ज्ञानदेव राहिले बाहेरी । मळिया भीतरीं गेला देव ।
माथा ठेवुनि हात केला सावधान । दिलें आलिंगन चहूं भुजी ।।

– श्री संत सावता माळी महाराज

डोळा लवू लागला, हात फुरफुरू लागले, हृदय करुणेने भरून आले, या भक्त सावता माळ्याच्या जवळ पांडुरंग आला, नामदेव ज्ञानदेव, बाहेर राहिले आणि सावत्याच्या झोपडीत देव आला. सावत्याच्या मस्तकावर हात ठेवून त्याने त्याला सावध केले आणि चारही हाताने त्याला आलिंगन दिले.

वाट धरिता पंढरीची । चिंता हारे संसाराची ।
ऐसे कोठे नसे पायीं । धुंडिता ब्रह्मांड पाही ।।
पाहिले शोधुनी । तीर्थे आणि देवस्थानी ।
मोक्षमुक्ति पाही । सेना म्हणे लागा पायी ।।

– श्री संत सेना महाराज

एकदा पंढरीची वाट धरली की संसारातील चिंता, काळज्या संपतात. ब्रह्मांडात शोध घेतला तरी असे स्थान मिळणार नाही. तीर्थे आणि देवस्थाने पालथी घातली पण मोक्षमुक्तिचे दुसरे गाव सापडले नाही.

कस्तुरीचे रुप अति हीनवर । माजी असे सार मोल तया ।
आणीक ही तैसी चंदनाची झाडें । परिमळें वाढे मोल तया ।।
काय रुपें असे परीस चांगला । धातु केली मोला वाढ तेणें ।
तुका म्हणे नाहीं जातीसवें काम । ज्याचे मुखी नाम तोचि धन्य ।।

– श्री संत तुकाराम महाराज

कस्तुरीचे रुप अगदी हीन असते पण तिच्यात जो सुगंध असतो त्याला मोल असते. चंदनाची झाडे दिसायला चांगली नसतात पण सुगंधामुळे त्यांचे मोल वाढते. परीस हा काय दिसायला चांगला आहे ? पण तो धातुंचे किमती सोने करतो. तुकाराम महाराज म्हणतात, जातीचा इथे संबंध नाही. ज्याचे मुखी हरिनाम तो धन्य होय.

।। पंढरीनाथ महाराज की जय ।।

।। ॐ नमो भगवते वासुदेवाय ।।

हरिनाम जपे तो नर दुर्लभ । वाचेसी सुलभ रामकृष्ण ।
रामकृष्ण नामीं उन्मनी साधली । तयासी लाधली सकळ सिद्धी ।।
सिद्धी बुद्धि धर्म परिपाठीं आले । प्रपंची निमाले साधुसंगे ।
ज्ञानदेवीं नाम रामकृष्ण ठसा । तेणें दशदिशा आत्माराम ।।

– श्री संत ज्ञानेश्वर महाराज

मुखाने रामकृष्ण हे नाम उच्चारायला सोपे आहे पण हरिनाम घेणारा माणूस विरळाच. रामकृष्ण हा जप करताना ज्याची समाधि लागते त्याने सर्व सिद्धी प्राप्त केल्या आहेत असे समजावे. सिद्धी, बुद्धि, ज्ञान, धर्म हे सर्व काही हरिनामात आहे. हरिनाम आणि साधुसंग यांच्या योगाने प्रापंचिक भवतापापासून मुक्त होतात. ज्ञानदेव म्हणतात, माझ्या मनात रामकृष्ण नामाचा ठसा उमटला आहे. त्यामुळे दाही दिशा मला आत्मारामस्वरुप वाटतात.

वेदान्ताचे बीज हरि हरि अक्षरें । पवित्र सोपारें हेचि एक।
योगयाग व्रत नेम दान धर्म । नलगे साधन जपता हरि ।।
साधनाचे सार नाम मुखीं गातां । हरि हरि म्हणतां कार्यसिद्धी ।
नित्य मुक्त तोचि एक ब्रह्मज्ञानी । एका जनार्दनी हरि बोला ।।

– श्री संत एकनाथ महाराज

हरिनाम हेच वेदांताचे मूळ आहे. अगदी सोपे आणि पवित्र असे हरिनाम आहे. हा नामजप केला तर योगयाग, व्रत, नेम, दानधर्म काही करावे लागत नाही. सर्व साधनांचे हेच सार आहे. हरिनाम घेता घेता कार्यसिद्धी होते. नित्य हरिनाम घेणाराच मुक्त होतो.

नको नको माया सांडी लवलाह्या । पुढील उपाया झोंबेकारे ।
रामनाम म्हणें तुटेल बंधन । भवबंध मोचन एकया नामें ।।
स्मरता पतित उद्धरेल यथार्थ । नाम हाचि स्वार्थ तया झाला ।
नामा म्हणे हा जप करी तूं अमूप । नाम चुके खेप इयें जनी ।।

– श्री संत नामदेव महाराज

या मायाजालातून सुटका करून घ्यावयाची असेल तर पुढील उपाय करा. रामनामाचा जप करा म्हणजे सर्व बंधने नाहीशी होतील. हा भवसागर पार करावयाचा असेल तर नाम घ्यावे. या नामजपाने पापी उद्धरतात, नाम हाच त्यांचा मग स्वार्थ होतो. नामदेव महाराज म्हणतात, तू हा नामजप अमूप कर.

।। पंढरीनाथ महाराज की जय ।।

।। ॐ नमो भगवते वासुदेवाय ।।

अखंड जपतां रामनाम वाचे । त्याहूनि दैवाचे कोण भूमीं ।
अमृती राहिले त्यांसी कैचें मरण । नित्यता शरण हरिचरणा ।।
नाम मंत्र रासी अनंत पुण्य त्यासी । नाहीं पैं भाग्यासी पार त्याच्या ।
निवृत्ति म्हणे सार रामनाम मंत्र । कैंचा त्यासी शत्रु जिती जनीं ।।

– श्री संत निवृत्तिनाथ महाराज

रामनामाचा अखंड जप करणाऱ्यांपेक्षा या पृथ्वीतलावर अधिक भाग्यवान कोण ? जे अमृतात राहतात त्यांना कसले मरण ? ते नित्य हरिचरणांना शरण आलेले असतात. नाममंत्र म्हणणारे पुण्यवंत असतात, त्यांच्या भाग्याला पार नसतो. निवृत्तीनाथ महाराज म्हणतात, रामनाम मंत्र हे सर्वांचे सार आहे, त्यांना शत्रु असूच शकत नाही.

एक नाम हरि द्वैत नाम दूरी । अद्वैत कुसरी विरळा जाणे ।
समबुद्धि घेतां समान श्रीहरी । शमदमांवेरी हरि झाला ।।
सर्वांधरी राम देहादेहीं एक। सूर्य प्रकाशक सहस्त्ररश्मी ।
ज्ञानदेव चित्तीं हरिपाठ नेमा । मागिलिया जन्मा मुक्त झालों ।।

– श्री संत ज्ञानेश्वर महाराज

एका हरिनामाचा स्वीकार करा आणि द्वैत नामक शब्द दूर करा. अर्थात् सर्वत्र अद्वैत अनुसरणारे क्वचित् असतात. सम बुद्धि अंगी बाणवली म्हणजे सर्वत्र हरिदर्शन होते. शमदम ज्याने साध्य केले तो हरीच म्हणावा. सहस्त्रावधी किरणांनी प्रकाश देणारा सूर्य जसा एकच असतो त्याप्रमाणे प्रत्येक देहात राम आहे. ज्ञानदेव म्हणतात माझ्या चित्ती हरिनाम असल्याने मी जन्ममरणाच्या चक्रातून मुक्त झालो आहे.

यमुना कावेरी गंगा भागीरथी । कृष्णा सरस्वती तुंगभद्रा ।
नर्मदा आठवी वेळोवेळ वाचे । नाहीं भय साचे प्राणियासी ।।
जयाचे संगते प्राणी उद्धरती । दर्शनेचं होती मुक्ति प्राप्त ।
तुका म्हणे रामीं एकनिष्ठ भाव । तेथें वासुदेव सर्व काळ ।।

– श्री संत तुकाराम महाराज

यमुना, कावेरी, गंगा, भागीरथी, कृष्णा, सरस्वती, तुंगभद्रा आणि नर्मदा यांचे वेळोवेळी स्मरण केले तर कसलेही भय नाही. यांच्या संगतीने प्राण्यांचा उद्धार होतो, केवळ दर्शनाने मुक्ति मिळते.

।। पंढरीनाथ महाराज की जय ।।

।। ॐ नमो भगवते वासुदेवाय ।।

नेणो विठो मार्ग चुकला । उघडा पंढरपुरा आला ।
भक्त पुंडलिके देखिला । उभा केला विटेवरी ।।
तो हा विठोबा निधान । ज्याचे ब्रह्मादिका ध्यान ।
पाऊले समान । विटेवरी शोभती ।।

– श्री संत ज्ञानेश्वर महाराज

श्री विठ्ठल वाट चुकला आणि पंढरपूरला आला. भक्त पुंडलिकाने त्याला पाहून विटेवर उभा केला. तो हा विठ्ठल सर्वांचा ठेवा. ब्रह्मादिक त्याचे ध्यान करतात. त्याचे समचरण विटेवर शोभतात.

देवा तूं जया होसी प्रसन्न । तया न लगे कर्मबंधन ।
निके म्हणती सकळ जन । नीच लोक वंदिती ।।
तुझी दृष्टी कृपावंता । जयावरी पडे अनाथनाथा ।
तया न बाधी संसारगाथा । सर्वस्व ज्याचे हरीसीं ।।

– श्री संत नामदेव महाराज

देवा, तूं ज्याला प्रसन्न होशील तो कर्मबंधनातून मुक्त होईल. तुझी सर्वजण स्तुती करतात, कनिष्ठ लोकही तुला वंदन करतात. हे अनाथनाथा भगवंता ज्यांच्यावर तुझी कृपादृष्टि पडेल त्यांना संसार व्यथेची बाधा होत नाही. त्यांचे तू सर्वस्व हरण करतोस.

ये रे ये रे माझ्या रामा । मनमोहन मेघश्यामा ।
संतमिसे भेटीं । देईं देईं कृपा गोष्टी ।।
आमची चुकवी जन्मव्याधि । आम्हा देई हो समाधी ।
जनी म्हणे चक्रपाणी । करी ऐसी हो करणी ।।

– माझ्या रामा, मनमोहन मेघश्यामा ये संतांच्या निमित्ताने ये आणि तुझ्या कृपेच्या गोष्टी सांग. आमचे जन्ममरणाचे फेरे चुकव आम्हाला समाधी दे. जनाबाई म्हणताता, देवा तू असेच कर.

।। पंढरीनाथ महाराज की जय ।।

।। ॐ नमो भगवते वासुदेवाय ।।

धन्य ते पंढरी, धन्य पंढरीनाथ। तेणे हो पतित उद्धरिले।
धन्य नामदेव, धन्य पंढरीनाथ। तयाने अनाथ उद्धरिले।।
धन्य ज्ञानेश्वर, धन्य त्याचा भाव। त्याचे पाय देव आम्हां भेटी।
नामयाची जनी पालट पै झाला। भेटावया आला पांडुरंग।।

– श्री संत जनाबाई

ती पंढरी धन्य आणि पतितांचा, पापीजनांचा उद्धार करणारा पंढरीनाथही धन्य होय. नामदेव धन्य आणि अनाथांचा उद्धार करणारा पंढरीनाथ धन्य. ज्ञानेश्वर धन्य आणि त्याचा भक्तिभावही धन्य. त्याचे चरणदर्शन होण्याचे भाग्य आम्हाला लाभले, त्याचे पाय आमच्या भेटीला आले. नामयाची जनीदेखील बदलली आणि तिला भेटायला प्रत्यक्ष पांडुरंग आला.

आनंदे नाचत पंढरीसी जाऊं। गीती गुण गाऊ विठोबाचे।
पंढरीपावन पुण्यभूमी जाणें। विठ्ठल दर्शने दोष जाती।।
आनंदे हो प्रेमें नाचो महाद्वारीं। आठवूं अंतरी घडोघडी।
आम्हा वैष्णवांचा कुळधर्म कुळीचा। घोष हरिनामाचा सदा वाचे।।

– श्री संत विठा महाराज

आम्ही आनंदाने नाचत पंढरपूरला जाऊ. विठोबाच्या गुणांचे गायन करू. पंढरी ही पुण्यभूमी आहे, तेथील विठ्ठलाच्या दर्शनाने दोष नाहीसे होतात, मंदिराच्या महाद्वारात त्याचे क्षणोक्षणी स्मरण करीत आम्ही आनंदाने नाचू. हरिनामाचा घोष सदैव करणे हा आम्हा वैष्णवांचा कुळधर्मच आहे.

इंद्रनीळ तनु प्रसन्न वदन। दर्शन दीप्ती जाण हीरयाचे।
अडोनिया सरा पाहू या गोपाळ। डोळियां सुकाळ होई आजी।।
कंठी वैजयंती नयन पुंजाळती। आरत्या ओवाळिती गोपबाळा।
काळासी अटळ योगियांचे हीत। परसा भागवत जवळी उभा।।

– श्री संत परसा भागवत महाराज

इंद्रनीळ मण्यासारखे तेज:पुंज शरीर, प्रसन्न चेहरा, त्याला पाहिले की हिऱ्यांनी दिपावे तसे दिपायला होते. हे सर्व जाणून गोपाळाचे दर्शन घेऊ म्हणजे, डोळ्यांना पर्वणीच जणू. गळ्यातल्या वैजयंतीकडे पाहून डोळे दिपतात. गोपिका त्याला आरत्या ओवाळतात. याच्या दर्शनाने काळ थांबतो, योग्यांचे हित होते, परसा भागवत देवाच्या अगदी जवळ उभा आहे.

।। पंढरीनाथ महाराज की जय ।।

।। ॐ नमो भगवते वासुदेवाय ।।

हरि तु माझे राउळ मी सुध्री केरसुणी । दरबार झाडुनि पडिली असे ।
हरि तु माझा तरुवर मी तुझे फूलफळ । सोमती सकळ पत्रे खांद्या ।।
हरि तू माझा सिऊ मी तंव तुझी शक्ति। घरचार हा व्यक्त करू दोघे ।
हरि तू माझी विहीर मी तव तुझी मोट । चालतील पाट पीकति मळे ।।

– श्री संत शेख महंमद महाराज

हरिदेवा तू माझे मंदिर आहेस आणि मी तुझी साधीसुधी केरसुणी, तुझा दरबार झाडून कडेला पडून राहिलेली आहे. हरि तू माझे झाड आहेस आणि मी तुझी फळेफुले आहे, ती फांद्यांवर शोभत आहेत. देवा तू माझा शिवशंकर आहेस मी तुझी शक्ति आहे. आपण दोघे संसार करू. हरिदेवा तू माझी विहीर आहेस आणि मी तुझी मोट आहे, या मोटेमुळे पाट भरून वाहतील, मळे पिकतील.

हरिहर ब्रह्मादिक। जयालागी कटीती तप ।
तो हा पंढरीचा राणा । न ये अनुमाना श्रुतीसी ।।
शास्त्रें पुराणें भांबावली । चारी मौन्यची राहिली ।
पुंडलीक वरदायिनी । कान्होपात्रेचा जो धनी ।।

– श्री संत कान्होपात्रा.

हरिहर आणि ब्रह्मदेव ज्याच्यासाठी तप करतात. तो हा पंढरीचा राणा श्रुतीनांही समजला नाही. त्याच्यापुढे शास्त्रे पुराणे गोंधळून जाऊन गप्प राहिली. पुंडलिकाला प्रसन्न झालेला असा श्रीविठ्ठल या कान्होपात्रेचा धनी, मालक आहे.

देवा तुझा मी कुंभार । नासी पापाचे डोंगर ।
केशवाचे ध्यान धरुनि अंतरी । मृत्तिकें माझारी नाचतसे ।।
विठ्ठलाचे नाम स्मरे वेळोवेळ । नेत्रीं वाहे जळ सदोदित ।
कुलालाचे वंशी जन्मले शरीर । तो गोरा कुंभार हरिभक्त।।

– श्री संत गोरा कुंभार महाराज

देवा, मी तुझा कुंभार आहे आणि पापाचे डोंगर नष्ट करतो आहे. केशवाला मनोमनी आणून मातीत नाचतो आहे. सदासर्वदा विठ्ठलाचे नाव घेतो आहे आणि माझ्या डोळ्यातून सदैव पाणी वाहते आहे. कुंभार कुळात ज्याचे हे शरीर जन्मले तो गोरा कुंभार हरिभक्त आहे.

।। पंढरीनाथ महाराज की जय ।।

।। ॐ नमो भगवते वासुदेवाय ।।

जग हे अवघें सारे ब्रह्मरुप। सर्वांभूती एक पांडुरंग।
अणु रेणूपर्यंत ब्रह्म भरियेले। सर्वांघटी राहिले अखंडित।।
विश्व हे व्यापिले भरूनी उरले। कवतुक दाविलें मायाजाळ।
अखंडित वस्तु हृदयीं बिंबली। गुरुकृपे पाही नरहरी।।

– श्री संत नरहरी सोनार महाराज

सगळे जग ब्रह्मरूप झाले आहे, सर्वत्र पांडुरंग भरून राहिला आहे, अणुरेणुत चराचरात ब्रह्मच आहे आणि ते विश्व व्यापून उरले आहे तो हा परमेश्वर गुरुकृपेमुळे माझ्या हृदयात स्थिर झाला आहे.

मागणें ते आम्हा नाही हो कोणासी। आठवावें संतांसि हेचि खरे।
नको तुझे ज्ञान, नको तुझा मान। माझे आहे मन वेगळेचि।।
नको तुझी भुक्ति नको तुझी मुक्ति। मज आहे विश्रांती वेगळीच।
चरणीं ठेवुनि माया विनवितसे सावता। ऐका पंढरीनाथा विज्ञापणा।।

– श्री संत सावता माळी महाराज

आम्ही कोणाकडे काही मागत नाही संतांचे स्मरण हेच शेवटी खरे. देवा मला ज्ञान नको; मान नको माझं मन वेगळंच आहे मला तुझी मुक्ति नको, भुक्ति नको माझी विश्रांती वेगळीच आहे. पंढरीनाथा, तुझ्या चरणांवर माथा ठेवून एवढीच माझी विनंती आहे, विज्ञापना आहे.

म्हणविलो विठोबाचा दास। शरण जाईन संतास।
सदा सुकाळ प्रेमाचा। नासे दुष्ट मळ बुद्धीचा।।
ऐकता हरीचे कीर्तन। अभक्त भक्तिलागे जाण।
सेना म्हणे हेचि सुख। नाही ब्रह्मयासी देख।।

– श्री संत सेना महाराज

मी स्वत:ला विठोबाचा दास म्हणवतो मी संतांना शरण जातो. तिथे प्रेमाचा सुकाळ असतो. मनातील दुष्ट प्रवृत्ती नष्ट होतात. हरि कीर्तन ऐकल्यावर नास्तिकाचाही आस्तिक होतो. सेना महाराज म्हणतात हे जे सुख आम्हाला मिळते ते ब्रह्मदेवालाही मिळत नाही.

।। पंढरीनाथ महाराज की जय ।।

।। ॐ नमो भगवते वासुदेवाय ।।

भावें विण भक्ति कशाने करावी । माया मोह वैरी देहामाजी ।
तुझे नाम दिव्यरस जिव्हे स्वाद । काम क्रोध नाश करिती माझा ।।
जे जे वस्तुसी मी नित्य नयनी पाहे । त्या त्या विषया मन धावताहे ।
नामा म्हणे थोर उबगलो संसारी । काळ वैरी पुढारां ग्रासू पाहे ।।

– श्री संत नामदेव महाराज

मनात भाव नसेल तर भक्ति कशी करणार ? माया आणि मोह हे दोन शत्रू देहात वस्ती करत आहेत. तुझे नाव घेतले की जिभेला गोड रुचि येते. पण काम क्रोध माझा नाश करायला टपून बसले आहेत. जे डोळ्याला दिसते ते ते हवेसे वाटते– नामदेव महाराज म्हणतात, या संसाराला मी अगदी कंटाळलो आहे, हा काळ वैरी कधी येईल सांगता येत नाही.

पंढरीराया माझिया बापें । प्रसन्न केले तुज प्रतापें ।
आम्हां दिले तुझे हातीं । पाळी म्हणे प्रेमभक्ति।।
तृप्तिसहित माझिया मना । क्षेत्र घालीन तुझिया चरणा ।
तुझे गुणगान कीर्तन । हे मज देईगा जीवदान ।।

– श्री संत विठा महाराज

पित्यासमान असलेल्या पंढरीच्या विठ्ठला मी प्रयत्नाने प्रयासाने आणि प्रतापाने तुला प्रसन्न केले आहे. आम्ही आम्हाला तुझे हाती सोपवले आहे. प्रेमभक्तिचे मी पालन करीन. माझे मन तृप्त झाले आहे. तुझे गुणगान, कीर्तन केले की मला जीवदान मिळाल्यासारखे वाटते.

पूर्वसंबंधे मज दिले बापाने । शेखीं काय जाणें कैसे झाले ।
प्रसूतीलागी मज आणिले कल्याणा । अंतरला राणा पंढरीचा ।।
मुकुंदे मजशी थोर केला गोवा । लोटियले भवनदी माजी ।
लाडाई म्हणे देह अर्पीन विठ्ठला । म्हणोनि आदरिला प्राणायाम ।।

– श्री संत लाडाई

पूर्वीच्या संबंधानुसार बापाने माझे लग्न लावून दिले, पुढे बाळंतपणासाठी मला कल्याणला आणले, पण त्यामुळे पंढरीचा राणा मला अंतरला. देवाने, मुकुंदाने माझी मोठी फसवणूक केली आणि मला भवनदीत लोटून दिलेस. लाडाई म्हणते मी हा देह विठ्ठलाला अर्पण करीन म्हणून हे सर्व केले आहे.

।। पंढरीनाथ महाराज की जय ।।

।। ॐ नमो भगवते वासुदेवाय ।।

जिहीं यज्ञु सिद्धी जाये । परेशा तोषु होये ।
तें हें सामान्य अन्न न होये । म्हणौनिया ।।
हे न म्हणावे साधारण । अन्न ब्रह्मरूप जाण ।
हे जीवनहेतु कारण । विश्वा यथा ।।

– श्री संत ज्ञानेश्वर महाराज

ज्या अन्नामुळे साक्षात् परमेश्वर संतुष्ट होतो. यज्ञ सिद्धीस जातात, त्या अन्नाला सामान्य समजू नये, साधारण म्हणून त्याची उपेक्षा करू नये. ते ब्रह्मरूप आहे हे लक्षात घ्यावे, कारण हेच अन्न सर्व जगाला जगवीत असते.

माझी सर्व चिंता आहे विठोबाची । मी त्याच्या पायांशी न विसंबे ।
विसरेना रूप क्षण एक चित्तीं । जिवलग मूर्ती सांवळी ते ।।
विसरतां हरी क्षण एक घडी । अंतरेल जोडी लक्षलाभ ।
तुका म्हणे माझ्या विठोबाचे पाय । संजीवनी आहे हृदयामाजी ।।

– श्री संत तुकाराम महाराज

माझी सर्व चिंता विठोबाला आहे, कारण मी त्याचे पाय कधीही विसरत नाही. जिवलग अशी ती सावळी मूर्ति, त्या मूर्तीचे रूप क्षणभरही माझ्या चित्ताआड होत नाही, क्षणमात्र जरी मी हरीला विसरलो तर लक्ष लक्ष लाभांना मी अंतरेन. तुकाराम महाराज म्हणतात, विठोबाचे पाय ही संजीवनी माझ्या मनी मानसी सर्वदा आहे.

जे वेदांचे अभ्यांतरी । ते काढून अपत्यापरी ।
शिष्यश्रवणीं कवळ भरी । उद्‌गार वचने ।।
वेदशास्त्र महानुभाव । पाहता एकचि अनुभव ।
तोचि एक गुरुराव । ऐक्यरूपे ।।

– श्री संत समर्थ रामदास

वेदांच्या अंतरंगात जे ज्ञान असते ते गुरु बाहेर काढून मुलाला घास भरवावे त्याप्रमाणे शिष्याच्या कानात घालतात. वेद असोत किंवा शास्त्रे असोत, पुराणे असोत. आत्मस्वरूपाचा अनुभव निराळा नसतो, ते सर्व गुरुजवळ ऐक्य रुपाने असते.

।। पंढरीनाथ महाराज की जय ।।

२६०

।। ॐ नमो भगवते वासुदेवाय ।।

पतितपावन नाम ऐकूनि आलो मी द्वारां ।
पतितपावन नव्हेचि म्हणुनि जातो माघारा ।।
पतित पावन नाम तुझे ठेवियेले कोणी ।
पतितपावन देवा परि तू मोठा घातकी ।।

— श्री संत नामदेव महाराज

देवा, तू पतितांना पापी जनांना पावन करणारा आहेस अशी तुझी किर्ती ऐकून मी तुझ्या दारी आलो पण तू पतितांना पावन करणारा वाटत नाहीस म्हणून माघारी जातो. तुझे पतितपावन हे नांव कुणी ठेवले, तू तर मोठा घातकी आहेस.

परिसाचे अंगे सोनें झाला विळा । वांकणे या कळा हीन नव्हे ।
अंतरी पालट घडला कारण । मग समाधान तेंचि गोड ।।
पिंकलिया सैंद पूर्वकर्मा नये । अव्हेरू तो काय घडे मग ।
तुका म्हणे आणा पंगती सुरण । पृथक ते गुण केले पाकें ।।

— श्री संत तुकाराम महाराज

परिसाचे स्पर्शाने लोखंडाचा विळा सोन्याचा झाला, तो केवळ वाकडा आहे म्हणून त्याला कमीपणा येत नाही. अंतरी पालट घडणे हे महत्त्वाचे आहे त्यामुळे जे समाधान मिळते ते गोड असते. शेंदाड फळ पिकले की त्याचा कडूपणा जातो मग अशा फळाचा कोणी अव्हेर करील काय ? तुकाराम महाराज म्हणतात, सुरण हा खाजरा असला तरी तो शिजविल्यावर त्याचा दोष जातो आणि तो पंगतीत वाढायला आणतात.

तुम्ही आम्ही सुखें होतो एके ठायीं । कोणते अन्यायी सापडलो ।
तुझ्याचि हिताने वाढला संसार । आम्ही का रे दूर अंतरलो ।।
महत्त्वाचे असे केले आम्हा भक्त । म्हणसी आम्ही मुक्त बद्ध तुम्ही ।
बहिणी म्हणे नको आम्हांपुढे शब्द । सांगता हा वाद हरि वसी ।।

— श्री संत बहिणाबाई

देवा, आपण दोघे, तुम्ही आणि आम्ही एका ठिकाणी सुखात होतो आणि अचानक तुम्ही आमच्यावर का अन्याय केलात ? तुझ्या इच्छेमुळे हा संसार वाढला असे आहे, तर मग तू आम्हाला दूर का केलेस ? आम्ही बद्ध आणि तू मुक्त असे का झाले ? बहिणी म्हणते, हा शब्दांचा खेळ आता संपवा.

।। पंढरीनाथ महाराज की जय ।।

।। ॐ नमो भगवते वासुदेवाय ।।

पै वसंताचे रिगवणें । झाडांचेनि साजेपणें ।
जाणिजे तेवी करणें । सांगती ज्ञान ।।
का भूमीचे मार्दव । सांगे कोंभाची लवलव ।
नाता आचार गौरव । सुकुलीनांचे ।।

– श्री संत ज्ञानेश्वर महाराज

झाडांच्या टवटवीवरून वसंत ऋतूचे आगमन झाल्याचे समजते. त्याप्रमाणे ज्ञानी पुरुषाची इंद्रिये त्या पुरुषातील ज्ञानीपणा दर्शवतात. अंकुरांचा लुसलुशीतपणा भूमीचे मार्दव किंवा मऊपणा सांगतो, त्याप्रमाणे आचार हा कुलवंतांचा थोरपणा दाखवतो.

द्रव्य नसतां उपाये शिणवीं । जाल्या संरक्षणीं आधी लावी ।।
रात्रि दिवस हृद्रोग जिवीं । अविश्वासे नांदवी धनलोभु ।।
द्रव्य सहसा न मिळे पाही । मिळे तरी अनीती उपायीं ।
या लागी द्रव्याच्या ठायीं । सुख नाहीं त्रिशुद्धी ।।

– श्री संत एकनाथ महाराज

द्रव्य नाही म्हणून ते मिळविण्यासाठी नाना उपाय केले, द्रव्य मिळवले पण त्याच्या रक्षणाची अहोरात्र चिंता, धनामुळे कोणावर विश्वासही ठेवता येत नाही. द्रव्य सहज मिळत नाही, अनीतिच्या मार्गाने मात्र मिळते, यासाठी द्रव्यापुढे सुख नाही हे लक्षात ठेवा.

कोणे दिवशीं बसून हत्तीवर । कोणे दिवशीं पालखी सुभेदार ।
कोणे दिवशीं पायाचा चाकर । चालून जावे ।।
कोणे दिवशीं द्रव्याची साठवण । कोणे दिवशीं घरात नाही धान्य ।
कोणे दिवशीं यम येतो चालून । कोणे दिवशीं प्राण जाती घेऊन ।।

– श्री संत सावता माळी महाराज

एखाद्या दिवशी हत्तीवर बसायला मिळेल, तर एखाद्या दिवशी आपण पालखीत सुभेदार पुढे, तर एखाद्या दिवशी पायीच चालावे लागेल. एखाद्या दिवशी घरात भरपूर द्रव्य असेल, तर एखाद्या दिवशी घरात धान्य मुळीच नसेल आणि एखाद्या दिवशी यम येऊन आपला प्राण घेऊन जाईल. थोडक्यात काय, सर्व दैवाधीन आहे.

।। पंढरीनाथ महाराज की जय ।।

॥ ॐ नमो भगवते वासुदेवाय ॥

आम्ही वारीक वारीक। करू हजामत बारीक।
विवेकदर्पण दाऊं। वैराग्य चिमटा हलवू।।
उदकशांती डोई घोळू। अहंकाराची शेंडी पिळू।
चौवर्णा देऊनि हात। सेना राहिला निवांत।।

- श्री संत सेना महाराज

आम्ही जातीचे न्हावी, आम्ही अगदी बारीक हजामत करू. विवेकाचा आरसा दाखवू, वैराग्याचा चिमटा हलवू, शांतिजलाने डोके घोळू, अहंकाराची शेंडी पिळू, सर्व वर्णांना हात देऊन आता हा सेना निवांत राहिला आहे.

धाव घाली विठू आता चालू नको मंद।
बडवे मज मारिती ऐसा काही अपराध।।
नका जी मोकलू चक्रपाणी दुजे द्वारां।
जोडोनिया कर चोखा विनवितसे।।

- श्री संत चोखामेळा महाराज

विठ्ठला आता धावून ये. मी कोणताही अपराध केला नसताना हे बडवे तुझे पुजारी मला मारहाण करीत आहेत. तेव्हा सावकाशीने न येता वेगाने धावत ये. मला कुठल्याही दुसऱ्या दाराशी पाठवू नको. असे हात जोडून हा चोखा तुला विनवतो आहे.

शेवट गोड करी गुरुराया।
पंचविषयी आसक्त होऊनि। बनलों मी अविचारी।।
अनन्य भक्तिदान देऊनि। करी मज सुविचारी।
तवकमलामोद सेऊनि। राहिन निरंतरी।।

- श्री संत कलावतीदेवी

गुरुदेवा, माझा शेवट गोड करा. विषयाधीन होऊन मी अविचारी झालो होतो. तेव्हा तू तुझ्या एकमेव भक्तिमार्गाला लावून मला सुविचारी कर. तुझी चरणसेवा करीन मग मी निरंतर राहीन.

॥ पंढरीनाथ महाराज की जय ॥

।। ॐ नमो भगवते वासुदेवाय ।।

स्त्री जन्म म्हणवुनी न व्हावें उदास । साधुसंतां ऐसे केले जनीं ।
संताचे घरची दासी मी अंकिली । विठोबाने दिली प्रेमकळा ।।
विदुर सात्त्विक माझिये कुळीचा । अंगिकार केला त्याच देवें ।
न विचारिता कुळ गणिका उद्धरिली । नामें सरतीं केली तिन्ही लोकी ।।

– श्री संत जनाबाई

मला स्त्री जन्म मिळाला म्हणून मी दु:खी आणि उदास का व्हावे, साधुसंतांचा मला आशीर्वाद आहे. विदुर माझ्या कुळीचा पण देवाने त्याचा स्वीकार केला. कुळ न पाहता एका गणिकेचा उद्धार केला. नामस्मरणाने तिन्ही लोक पार करता येतात.

शांतीपरतें नाही सुख । येर अवघेचि दु:ख ।
म्हणउनि शांति धरा । उतराल पैलतीरा ।।
खवळलिया कामक्रोधी । अंगी भरती आधिव्याधी ।
तुका म्हणजे त्रिविधताप । जाती मग आपोआप ।।

– श्री संत तुकाराम महाराज

शांतिसारखे सुख नाही. बाकी सगळे दु:खच आहे. यासाठी शांतीचा अवलंब करा. म्हणजे मग सहज पैलतीराला पोहोचाल. खवळलेले कामक्रोध, शरीरातील आधिव्याधी, असे सगळे त्रिविध ताप मग आपोआप लयाला जातील.

मृत्यू न म्हणे किं हा क्रूर । मृत्यू न म्हणे हा झुंजार ।
मृत्यू न म्हणे संग्राम शूर । समरांगणी ।।
मृत्यू न म्हणे हा विख्यात । मृत्यू न म्हणे हा श्रीमंत ।
मृत्यू न म्हणे हा संत । मृत्यू न म्हणे हा महंत ।।

– श्री समर्थ रामदास

हा क्रूर आहे, हा झुंजार लढवैय्या आहे, हा समरांगणात शूर आहे, हा विख्यात आहे, हा श्रीमंत आहे, हा संत आहे किंवा महंत आहे, मृत्यू यातील काहीएक जाणत नाही. त्याचा घाला सर्वांवर पडतो.

।। पंढरीनाथ महाराज की जय ।।

।। ॐ नमो भगवते वासुदेवाय ।।

वेदाध्ययन करिसी तरी वैदिकच होसी । परि वैष्णव न होसी अरे जना ।
पुराण सांगसी तरी पुराणिकच होसी । परि वैष्णव न होसी अरे जना ।।
गायन करिसी तरी गुणीजन होसी । परि वैष्णव न होसी अरे जना ।
नामा म्हणे नाम केशवाचे घेसी । तरीच वैष्णव होसी अरे जना ।।

– श्री संत नामदेव महाराज

तू जर वेदांचा अभ्यास केलास तर तू वैदिक होशील, पण वैष्णव काही होणार नाहीस. पुराण सांगितलेस तर पुराणिक होशील, पण वैष्णव काही होणार नाहीस. गायन करशील तर गुणी कलाकार होशील, पण वैष्णव होणार नाहीस. पण नामदेव महाराज म्हणतात तू जर केशवाचे नाव घेशील तर खचितच वैष्णव होशील.

इतुलें करी देवा ऐके हें वचन । समूळ अभिमान जाळी माझा ।
इतुलें करी देवा ऐके हे गोष्टी । सर्व समदृष्टी तुज देखे ।।
इतुलें करी देवा विनवितो तुज । संत चरणरज वंदी माथा ।
भलतिया भावें तारी पंढरीनाथा । तुका म्हणे आता शरण आलो ।।

– श्री संत तुकाराम महाराज

देवा, माझे बोलणे जरा ऐक, माझा अभिमान समूळ जाळून टाक, देवा, मी सांगतो ती गोष्ट नीट ऐक, मला समदृष्टि दे. देवा, माझ्या कपाळाला संतचरणांची धूळ लागेल एवढे तरी कर. तुकाराम महाराज म्हणतात, देवा, आता मी तुला शरण आलो आहे, तेव्हा आता तूच माझे रक्षण कर.

तुजविण कोण आम्हा आहे रे मोरया । तुझिया भेटीची बहु आस रे मोरया ।
देखिता तुज बहु दिवस झाले रे मोरया । रात्रंदिवस तुझी वाट पाही रे मोरया ।।
जन्मोजन्मींचा तुझा दास रे मोरया । एक वेळ कृपादृष्टि पाहे रे मोरया ।
धेनु वत्सालागी जैसी मोहे रे मोरया । तैसा वेगीं येई तू लवलाही रे मोरया ।।

– श्री संत मोरया गोसावी महाराज

श्रीगणपतीदेवा मोरया, तुझ्याशिवाय आम्हाला कोण आहे ? तुझ्या भेटीची आस लागून राहिली आहे. तुझे दर्शन घेऊन बरेच दिवस झाले, रात्रंदिवस मी तुझी वाट पहातो आहे. मी तुझा जन्मोजन्मीचा दास आहे, एकदा तुझी कृपादृष्टि माझ्याकडे वळव. गाय जशी वासराच्या ओढीने धावत येते तसा मोरया तू वेगाने धावत ये.

।। पंढरीनाथ महाराज की जय ।।

।। ॐ नमो भगवते वासुदेवाय ।।

देखे जेतुलाले कर्म निपजे ।
तेतुले आदिपुरुषी जरी अर्पिले ।।
तरी परिपूर्ण सहजे ।
जाहले जाणे ।।

– श्री संत ज्ञानेश्वर महाराज

आपण जी कर्मे करू ती एकदा आदिपुरुषाला, म्हणजे परमेश्वराला एकदा अर्पण केली की ती कर्मे आपोआप पूर्ण होतात असे समजावे.

नाम उच्चारिता कंठी ।
पुढे उभा जग जेठी ।।
ऐसे धरोनिया ध्यान ।
मने करावें चिंतन ।।

– श्री संत तुकाराम महाराज

हरिनामाचा केवळ उच्चार ओठांनी मन:पूर्वक केला की देव आपल्यापुढे उभा राहतो. असा हा साक्षात् परमेश्वर आपल्यापुढे उभा आहे, असे मनात आणून त्याचे चिंतन करावे.

रघुनायकाविण वांया सिणावें ।
जनांसारिखे व्यर्थ कां वोसणावें ।।
सदासर्वदा नाम वाचे वसों दे ।
अहंता मनी पापिणी ते नसो दे ।।

– श्री संत समर्थ रामदास

एका श्रीरामचंद्राच्या नामाशिवाय इतर कोणाच्याही नावाने मला माझी वाणी शिणवायची नाही. इतर कशातही लोकांसारखं मला गुंतायचं नाही. श्रीरामा, सदैव तुझं नाम माझ्या मुखी असू दे, आणि त्या पापी अहंकाराचा माझ्या मनाला स्पर्शही होऊ देऊ नकोस.

।। पंढरीनाथ महाराज की जय ।।

।। ॐ नमो भगवते वासुदेवाय ।।

बरवा वो हरि बरवावो । गोविंद गोपाळ गरुवा वो ।
सांवळा हो हरि सांवळा वो । मदन मोहन कान्हो गोवळा वो ।।
पाहतां वो हरि पाहतां वो । ध्यान लागले या चित्ता वो ।
पढिये वो हरि पढिये वो । बाप रखुमादेवीवरू घडिये वो ।।

– श्री संत ज्ञानेश्वर महाराज

या विश्वाला व्यापून राहिलेला तो श्रीहरि सर्वोत्तम आहे. गोविंद, गोपाळ कोणत्याही नावाने त्याला हाक मारा तो प्रकट होईल; हा सावळा हरी मदन मोहन वेड लावणारा आहे. त्या श्रीहरीला पाहताच माझे ध्यान लागले आहे. माझ्या जीवनातील प्रत्येक क्षण मी त्याच्या, रखुमादेवीवराच्या नामस्मरणात व्यतीत करतो आहे.

पंढरीचा राजा उभा भक्तकाजा । उभारुनि भुजा वाट पाहे ।
घ्या रे नाम सुखें प्रेमें अलौकिक। साधने आणिक करू नका ।।
मनाचिये मनें हृदयी मज धरा । वाचेने उच्चारा नाम माझे ।
बोलेनिया ऐसा उभा भीमातीरी । नामा निरंतरी चरणांपाशी ।।

– श्री संत नामदेव महाराज

आपल्या भक्तांची वाट पहात पंढरीनाथ श्रीविठ्ठल हात पसरून उभा आहे. त्याचे अलौकिक नाम प्रेमाने घ्या, म्हणजे आणखी काही करायला नको 'हृदयींच्या हृदयी माझेच नाव घ्या. मुखाने केवळ माझ्या नामाचाच उच्चार करा.' असे श्रीविठ्ठल भक्तांना सांगत भीमातीरी उभा आहे आणि हा नामदेव निरंतर सदैव त्याच्या चरणाशी आहे.

प्रेम अमृतें रसना ओलावली । मनाची राहिली वृत्ति पायीं ।
सकळहि तेथें वोळली मंगळे । वृष्टि केली जळे आनंदाच्या ।।
सकळ इंद्रियें जाली ब्रह्मरूप । ओतले स्वरूप माजी तया ।
तुका म्हणे जेथे वसे भक्तराव । तेथे नांदे देव संदेहे नाहीं ।।

– श्री संत तुकाराम महाराज

भगवंताच्या अमृतमय नामस्मरणाने ज्याची जीभ ओली झालेली आहे, मनाने जो ईश्वराशी एकरूप झालेला आहे, तेथे सर्व मांगल्य असते. मंगलमय असते. ज्याची सर्व इंद्रिये ब्रह्मरूप झालेली आहेत, ज्याने आपले सर्वस्व परमेश्वराला अर्पण केले आहे, तुकाराम महाराज म्हणतात असा भक्त जिथे असेल तिथेच देवाचे अस्तित्त्व असते यात शंका नाही.

।। पंढरीनाथ महाराज की जय ।।

।। ॐ नमो भगवते वासुदेवाय ।।

श्रोत्रादि इंद्रिये आवरिती । परि रसने नियमु न करीती ।
ते सहस्त्रधा कवळिजती । विषयी इहीं ।।
जैसे वरिवरि पालवी खुडिजे । आणि मुळी उदक घालिजे ।
तरी कैसेनि नाशु उपजे । तया वृक्षा ।।

– श्री संत ज्ञानेश्वर महाराज

इतर इंद्रियांवर ताबा मिळवता येतो पण जिभेला आवर घालता येत नाही, त्यामुळे विषय हजारो वाटांनी देहाला कवळतात, आलिंगन देतात. वर वर पाने खुडली आणि मुळाशी पाणी घातले तर वृक्षाचा नाश कसा होणार ?

संसारतापें तापलो मी देवा ।
करितां या सेवा कुटुंबाची ।।
म्हणउनि तुझे आठविले पाय ।
ये वो माझे नाम पांडुरंगे ।।

– श्री संत तुकाराम महाराज

देवा या संसारातल्या कटकटींना कंटाळलो आहे. या माझ्या कुटुंबाची सेवा करून मी वैतागलो आहे, म्हणून मला तुझ्या चरणांचे सतत स्मरण होते. माझे आई, विठाई माऊली तू लवकर ये.

बहु चांगले नाम या राघवाचें ।
अती साजिरें स्वरूप सोपें फुकाचें ।।
करी मूळ निर्मूळ घेता भवाचें ।
जिवा मानवा हेचि कैवल्य साचे ।।

– श्री संत समर्थ रामदास

रघुनाथाचे नाम घेण्यास अति उत्तम, सोपे आणि सुंदर. भवाचे मूळच हे नाम उखडून टाकते, माणसाला मोक्ष प्राप्ती करून देणारे हेच नाम आहे.

।। पंढरीनाथ महाराज की जय ।।

।। ॐ नमो भगवते वासुदेवाय ।।

हरिमार्ग सारा येणेंचि तरिजे । येरवीं उभिजे संसार रथा ।
जपतां श्रीहरी मोक्ष नांदे नित्य । तरेल पैं सत्य हरिनामें ।।
काय हे ओखद रामनाममृत । हरिनामें तृप्त करी राया ।
निवृत्ति साचार हरिनाम उत्तम । नित्य हृदयात हरि हरि ।।

– श्री संत निवृत्तिनाथ महाराज

हरीचे नामस्मरण नित्य करावे त्यामुळेच संसारातून तरून जाता येईल. श्रीहरीच्या जपामुळे मोक्षप्राप्ती होईल, सत्याचा विजय होईल. रामनामामृत हे औषध आहे, तृप्ति करणारे आहे. निवृत्तिनाथ म्हणतात, मी नित्य हरि हरि हा नामजप हृदयात करतो.

हरिपाठकिर्ती मुखें जरी गाय । पवित्रचि होय देह त्याचा ।
तपाचे सामर्थ्ये तपिन्नला अमूप । चिरंजीव कल्प वैकुंठी नांदे ।।
मातृपितृभ्राता सगोत्र अपार । चतुर्भुज नर होऊनि ठेले ।
ज्ञान गूढ गम्य ज्ञानदेवा लाधले । निवृत्तीने दिले माझ्या हाती ।।

– श्री संत ज्ञानेश्वर महाराज

जो मुखाने हरिनाम उच्चारतो त्याचा देह पवित्र होतो ज्याने हरिनामजपाचे अगणित तप उच्चारले तो अनंत युगे वैकुंठात नांदतो. तो एकटाच नव्हे तर त्याच्या तपोबलाने त्याचे सर्व गोत्रज, आई, बाप, भाऊ ईश्वरस्वरूप होतात. ज्ञानदेव म्हणतात हे गूढ ज्ञान माझ्या हाती निवृत्तीनाथांनी दिले.

विषयांचे कोड कां करिसी गोड । होईल तुज जोड इंद्रियबाधा ।
सर्वहि लटिकें जाण तूं बा निकें। रामाविण ऐकें न सुटिजे ।।
मायाजाळ मोहें इंद्रियांचा रोहो । परि न धरेचि भावो भजनपंथे ।
नामा म्हणे देवा करीं तूं लवलाही । मयूराचा टाहो घनगर्जना ।।

– श्री संत नामदेव महाराज

विषय वासनेच्या आहारी जाशील तर तुझ्या इंद्रियांना बाधा होईल. संसार हा खोटा आहे, लटका आहे, यावर विश्वास ठेव. रामनामावाचून सुटका नाही. इंद्रियांच्या मोहाने, मायाजाळात सापडल्याने, भजनाकडे मन जात नाही. नामदेव महाराज म्हणतात, मेघगर्जना व्हावी म्हणून मोर जसा ओरडत असतो, तसा तू देवाचा धावा करीत रहा.

।। पंढरीनाथ महाराज की जय ।।

।। ॐ नमो भगवते वासुदेवाय ।।

एकेवीण दुजें नाहीं पै ये सृष्टि। हे ध्यान किरीटी दिधले हरी।
नित्य या श्रीहरी जनी पै भरला। द्वैताचा अबोला तया घरीं।।
हरीविण देवो नाहीं नाहीं जनीं। अखंड पर्वणी हरि जपतां।
निवृत्ति साकार हरिनाम पाठ। नित्य वैकुंठ हरि पाठ।।

– श्री संत निवृत्तिनाथ महाराज

या जगात एका वाचून दुसरे नाही असे अर्जुनाला श्रीकृष्णाने सांगितले होते. श्रीहरी सर्वत्र भरून राहिला आहे, याशिवाय दुसरे बोलणे नाही. लोकमानसात हरीशिवाय दुसरा देव नाही. हरिनाम जपाने सदाच पर्वणी. निवृत्तिनाथ म्हणतात, मी अखंड हरिनाम पाठ करतो नित्यपाठानेच वैकुंठाची प्राप्ती होते.

कांसवी दृष्टि जै येईजे भेटी। तें अमृताची सृष्टी घडेत्यासी।
तैसे हे भजन श्रीरामाचे ध्यान। वाचे नारायण अमृतमय।।
धन्य त्याचे कुळ सदा पै सुफळ। दिननिशी फळ रामनाम।
नामा म्हणे चोखट भक्त तो उत्तम। वाचेसी सुगम रामनाम।।

– श्री संत नामदेव महाराज

जेव्हा कासवीसमोर तिची पिल्ले येतात तेव्हा तिला अवघी सृष्टि अमृतमय वाटते. तसे मनीमानसी श्रीरामाचे ध्यान करून भजन करणे व मुखाने नारायणाचे नाम घेणे अमृतासारखे होय. सदासर्वदा, रात्रंदिवस जे रामनाम घेतात त्याचे कुळ धन्य होय. नामदेव महाराज म्हणतात, जो सदैव मुखाने रामनाम घेतो तो उत्तम भक्त समजावा.

सत्पद तें ब्रह्म चित्पद तें माया। आनंदपदीं जया म्हणती हरी।
सत्पद निर्गुण चित्पद सगुण। सगुण निर्गुण हरि पायीं।।
तत्सदिती ऐपपैल वस्तु वरी। गीते माजी हरि बोलियेले।
हरिपदप्राप्ती भोळ्या भाविकांसी। अभिनयांसी नर्कवास।।

– श्री संत एकनाथ महाराज

सत्पद ब्रह्म व चित्पद माया या दोहोंचा एकत्रित आनंद त्याला हरि म्हणतात. सत्पद निर्गुण रूप आणि चित्पद सगुण रूप दोन्ही हरिचरणीच आहेत. पलिकडील वस्तुंवर तत्सदिती असे श्रीकृष्णाने गीतेत सांगितले आहे. भोळ्या भाविकांना हरिपदप्राप्ती होते पण अहंकारी अभिमान्यांना नरकवास घडतो.

।। पंढरीनाथ महाराज की जय ।।

।। ॐ नमो भगवते वासुदेवाय ।।

हरिवंशपुराण हरिनाम कीर्तन । हरीविण सौजन्य नेणे कोणी ।
त्या नरा लाधले वैकुंठ जोडलें । सकळ घडले तीर्थाटण ।।
मनोमार्गे गेला तो तेथें मुकला । हरिपाठी स्थिरावला तोचि धन्य ।
ज्ञानदेवा गोडी हरिनामाची जोडी । रामकृष्णीं आवडी सर्वकाळ ।।

– श्री संत ज्ञानेश्वर महाराज

जो हरिवंशपुराण आणि हरिकीर्तन यात रमतो, हरीशिवाय दुसरे काही जाणत नाही. त्याला वैकुंठप्राप्तीचा आणि सकळ तीर्थाटणाचा लाभ होतो. पण जो आपल्या मनोबुद्धीला अनुसरतो तो या लाभाला वंचित होतो. हरिनामात जो रमतो तो धन्य होतो. म्हणून हरिनाम जोडण्यातच ज्ञानदेवांना गोडी आहे आणि त्यांची आवड सदासर्वदा रामकृष्ण हीच आहे.

जें जें दृष्टी दिसे तें तें हरिरूप । पूजा ध्यान तप त्यासी नाहीं ।
वैकुंठ कैलासी तीर्थक्षेत्री देव । तयाविण ठाव रिता कोठें ।।
वैष्णवांचे गुह्य मोक्षांचा एकांत । अनंतासी अंत पाहतां नाही ।
आदि मध्य अंत अवघा हरि एका । एकाचे अनेक हरि हरि ।।

– श्री संत एकनाथ महाराज

जिकडे पहावे तिकडे हरीरूप दिसू लागले, हरीच दिसू लागला तर पूजा, ध्यान, तप, जप काही करावयास नको. वैकुंठ, कैलास, सर्व तीर्थक्षेत्री देव भरून राहिला आहे. देव नाही अशी जागा नाही. वैष्णवांचे गुह्य किंवा मोक्षाचा एकांत, तसा अनंत त्याचा अंत लागत नाही. आदि मध्य अंत सर्वत्र हरीच असून, एकाचे अनेक हरि तोच करतो.

मन हा मोगरा अर्पूनी ईश्वरा । पुनरपि संसारा येणें नाही ।
मन हे सेवंती अर्पूनी भगवंती । पुनरपि संसृती येणें नाही ।।
मन हे तुळसी अर्पूनी हृषिकेशी । पुनरपि जन्मासी येणें नाही ।
तुका म्हणे ऐसा जन्म दिला देवा । तया वास व्हावा वैकुंठासी ।।

– श्री संत तुकाराम महाराज

ईश्वराला मन हा मोगरा अर्पण करा म्हणजे मग पुन्हा संसारात येणे नको. मन हीच शेवंती भगवंताला अर्पण कराल तर पुन्हा प्रपंचात यायला नको. मन ही तुळस जर हृषिकेशीला अर्पण केलीत तर पुन्हा जन्म नाही. तुकाराम महाराज म्हणतात, देवा या भावनेचा जन्म दिलास त्याला वैकुंठवास दे.

।। पंढरीनाथ महाराज की जय ।।

॥ ॐ नमो भगवते वासुदेवाय ॥

वैष्णवासंगती सुख वाटे जीवा । आणिक मी देवा काही नेणें ।
गायें नाचें उडें आपुलिया छंदे । मनाच्या आनंदे आवडीने ।।
लाज भय शंका दुराविला मान । नकळे साधन यापरतें ।
तुका म्हणे आता आपुल्या सायासें । आम्हां जगदीशे सांभाळावे ।।

— श्री संत तुकाराम महाराज

वैष्णवांच्या, संताच्या संगतीत जिवाला सुखच वाटते, मला मला आणखी काहीही हवेसे वाटत नाही. त्यांच्या सहवासात मी गातो, नाचतो, उड्या मारतो. हाच माझ्या मनाचा आनंद असतो. मग मला कसलीही लाज किंवा भीती वाटत नाही. नामस्मरणासारखे साधन नाही. तुकाराम महाराज म्हणतात, जगदीशा आता तूच आम्हाला सांभाळ.

मना सज्जना भक्तिपंथेची जावे ।
तरी श्रीहरी पाविजेतो स्वभावे ।।
जनी निंद्य ते सर्व सोडोनि द्यावें ।
जनीं वंद्य ते सर्व भावे करावे ।।

— श्री समर्थ रामदास

माझ्या सज्जन मना, इतरत्र कुठेही न जाता तू भक्तिमार्गाने गेलास, तर तुला सहज देव प्रसन्न होईल. जगात ज्याची निंदा होते, जग ज्याचा तिरस्कार करते, अशा गोष्टी तू करू नकोस, मात्र जे जगाला मान्य आहे, वंदनीय आहे ते ते सर्व तू मन:पूर्वक कर.

राम हा तारक मंत्र हा निराकार ।
जपा वारंवार हेचि एक।।
हेंचि एक करा, राम दृढ धरा ।
पुनरपि संसारा येणें नाही ।।

— श्री संत गोंदवलेकर महाराज

श्रीरामचंद्राचा जप हा तो तारक मंत्र आहे. तो पुन: पुन्हा, वारंवार करावा ही एवढी एकच गोष्ट करा. श्रीरामाला दृढ धरा म्हणजे तुमचे जन्ममरणाचे फेरे चुकलेच म्हणून समजा.

॥ पंढरीनाथ महाराज की जय ॥

।। ॐ नमो भगवते वासुदेवाय ।।

काय तुझें वेंचे मज भेटी देतां । वचन बोलता एक दोन ।
काय तुझे रूप घेतो मी चोरोनि । त्या भेणें लपोनि राहिलासी ।।
काय तुझे आम्हां करावे वैकुंठ । भेवो नको भेट आतां मज ।
तुका म्हणे तुझी लागे न दसडी । परि आहे आवडी दर्शनाची ।।

– श्री संत तुकाराम महाराज

देवा, तू मला भेटलास आणि एक दोन शब्द माझ्याशी बोललास, तर तुझे काय जाणार आहे ? मी तुझे रूप चोरून घेईन या भयाने लपून बसलास काय ? आम्हाला तुझे वैकुंठ वगैरे नको, न भिता तू मला भेट. देवा मला तुझी दमडीही नको, केवळ मला तुझ्या दर्शनाची आवड आहे, इच्छा आहे, ती तू पूर्ण कर.

कधी भेटशील आई जगदंबे । खचित तू माय मला ।
जोवर आहेत प्राण कुडिमध्ये । तोवर पाहु दे तुला तुला ।।
मोठीच पोटी आस तुझे रूप । डोळे भरूनि पहावया वया ।
जन्मचि सारा गेला आशांमध्ये । आलि दशा जुनी वया वया ।।

– श्री संत विष्णुदास महाराज

आई जगदंबे, तू मला कधी भेटशील ? जोपर्यंत या शरीरात प्राण आहेत तोवर मला तुझे दर्शन घडू दे. तुझे रूप डोळे भरून पहाण्याची माझी फार इच्छा आहे. निरनिराळ्या गोष्टींची आशा करण्यात सगळा जन्म गेला आणि ही दशा या वयात प्राप्त झाली आहे. आई आता तरी दर्शन दे.

उभा कैवल्याचा गाभा चंद्रभागे काठी । सावळे स्वरूप मूर्ति परम गोमटी ।
निढळावरती कर दोन्ही कासें पीतांबर । मस्तकीं पागोटें अंगी शेला अंगावर ।।
कर्णीं ती कुंडलें नाना पुष्पहार कंठी । रत्नें हिरे मोती नीळ माणकांची दाटी ।
निर्गुणाचा सगुण झाला एका भक्तासाठी । दासगणू म्हणे घाला समचरणा मिठी ।।

– श्री संत दासगणू महाराज

कैवल्याचा, मोक्षाचा केवळ गाभाच असलेला चंद्रभागेतीरी उभा आहे. पितांबर नेसलेला, मस्तकावर पागोटे आणि अंगावर शेला. कानात कुंडले आणि गळ्यात कितीतरी पुष्पहार, रत्ने हिरे माणके, नीळ यांची दाटी. देव खरा निर्गुण निराकार पण भक्तासाठी तो सगुण साकार झाला. दासगणू महाराज म्हणतात याच्या चरणांना मिठी घाला.

।। पंढरीनाथ महाराज की जय ।।

।। ॐ नमो भगवते वासुदेवाय ।।

धनाचा सद्व्यो खरा । द्यावें अनाथा प्रेतसंस्कारा ।
अर्पावे दीनांच्या उद्धारा । धाडावे घरा अयाचिंताच्या ।।
अंध, पंगु, मूक दीन । यांसी संरक्षी जो आपण ।
त्याचेंचि सार्थक धन । शुद्ध पुण्य तयाचे ।।

– श्री संत एकनाथ महाराज

धनाचा खरा सदुपयोगरा करावयाचा असेल तर एखाद्या अनाथाच्या प्रेतसंस्कारासाठी द्रव्य द्यावे किंवा एखाद्या गरीबाचा उद्धार करावा किंवा याचना न करणाऱ्याला अर्पण करावे. अंध, पंगु, मूक आणि गरीब यांच्या रक्षणासाठी धन वापरले तर त्याचे सार्थक होईल व त्याला पुण्यलाभ होईल.

जाणते लेकरू। माता लागे दूर धरूं।
तैसें न करी कृपावंते । पांडुरंगे माझे माते ।।
नाहीं मुक्ताफळा । भेटी मागुती त्या जळा ।
तुका म्हणे लोणी । ताक सांडी निवडूनि ।।

– श्री संत तुकाराम महाराज

मूल जाणते झाले, की आई त्याला लांब लांब ठेवू लागते पण कृपावंत पांडुरंगा, माझे विठाई माऊली तू असे करू नको. पाण्यातून एकदा मोती बाहेर काढला की, त्याची आणि पाण्याची पुन्हा भेट होत नाही. ताकातून लोणी एकदा बाहेर काढले की ते परत ताकात एकजीव होत नाही. म्हणून विठ्ठला माझी तुला ही प्रार्थना आहे असे तुकाराम महाराज म्हणतात.

ऐसे केलें बा गोपाळें । नाही सोवळे ओवळे ।
काटे केतकीच्या झाडा । आत जन्मला केवडा ।।
नारळ वरुता कठीण । परि अंतरी जीवन ।
शेख महमंद अविंध । त्याचे हृदयी गोविंद ।।

– श्री संत शेख महंमद महाराज

या गोपाळाने सोवळे आवळे नाहीसे केले. केवड्याच्या झाडाला काटे असले तरी आत सुगंध देणारा केवडा असतो, नारळ बाहेरून कठीण असला तरी आत गोड पाणी असते. त्याप्रमाणे शेखमहंमद हा मुसलमान असला तरी त्याच्या हृदयात गोविंद आहे.

।। पंढरीनाथ महाराज की जय ।।

।। ॐ नमो भगवते वासुदेवाय ।।

विठ्ठल नाहीं जिये शरीरीं ।
वाया कां गा जन्मले संसारी ।।
विठ्ठलु नाही जिये नगरीं ।
ते अरण्य जाणावे ।।

– श्री संत ज्ञानेश्वर महाराज

ज्यांच्या शरीरात विठ्ठल नाही, मनात विठ्ठल नाही. ओठात विठ्ठल नाही, त्यांचा जन्म व्यर्थ होय. ज्या शरीररूपी नगरीत विठ्ठलाचा वास नाही ती नगरी नसून अरण्य समजावे.

बरा निश्चयो शाश्वताचा करावा ।
म्हणे दास संदेह तो विसरावा ।।
घडीने घडी सार्थकाची करावी ।
सदा संगती सज्जनाची धरावी ।।

– श्री संत समर्थ रामदास

इतर कोणत्याही अशाश्वत सुखाच्या नादी न लागता शाश्वत सुखाचा म्हणजे ईश्वराचा ध्यास धरावा. तसा आपला निश्चय असू द्यावा. कोणत्याही प्रकारच्या संशयाला मनात थारा देऊ नये. प्रत्येक क्षण सार्थकी लावावा. नामस्मरणात, ईश्वरचिंतनात घालवावा आणि नेहमी सज्जनांची संगत धरावी.

आपण व्हावे मनाने रामाचे ।
राम जे करील तेच घडेल साचे ।।
चित्त ठेवावे रामापायी ।
दुजे मनात न आणावे काही ।।

– श्री संत गोंदवलेकर महाराज

आपण मनाने रामाचे व्हावे, कारण राम जे करील तेच घडत असते. रामाच्या चरणी मन दृढ ठेवावे. दुसरे मनात काहीही आणू नये.

।। पंढरीनाथ महाराज की जय ।।

।। ॐ नमो भगवते वासुदेवाय ।।

जन तरी देखे गुंतले प्रपंचे । स्मरण ते त्यांचे त्यासी नाही ।
म्हणउनि मागें परतले मन । घालणीचे रान देखोनियां ।।
इंद्रियांचा गाजे गोंधळ ये ठायी । फोडितसे डोई अहंकार ।
तुका म्हणे देवा वासनेच्या आटें । केली तळपटें बहुतांची ।।

- श्री संत तुकाराम महाराज

एकंदरीत बहुतेक सर्व लोक आपापल्या संसारात, प्रपंचात गुंतले आहेत, त्यामुळे त्यांना देवाचे स्मरण नाही म्हणून त्यांच्या विषयी विचार करताना मन मागे फिरले. संसाराच्या रानात हे लोक चुकले आहेत, इंद्रियांचा गोंधळ चालला आहे. अहंकार मस्तकात गेला आहे, त्यामुळे मस्तक फुटायची वेळ आली आहे. तुकाराम महाराज म्हणतात, या वासनेमुळे कित्येकांचे तळपट झाले. नाश झाला.

प्रपंची जो सावधान । तोचि परमार्थ करील जाण ।
प्रपंची जो अप्रमाण । तो परमार्थी खोटा ।।
म्हणोनि सावधपणे । प्रपंच परमार्थ साधणें ।
ऐसे न करिता भोगणें । नाना दु:खे ।।

- श्री संत समर्थ रामदास

जो सावधपणे, जागरुकतेने प्रपंच करील तोच परमार्थही नीट करील. जो प्रपंचात खोटेपणाने वागेल त्याचा परमार्थही खोटा असेल. म्हणून प्रपंच आणि परमार्थ दोन्ही सावधपणे करावा, नाहीतर नाना तऱ्हेची दु:खे भोगणे कपाळी येईल.

देहाचा विसर पण भगवंताचे ध्यान ।
हेचि भक्तीचे मुख्य लक्षण ।।
देह करावा रामार्पण ।
स्वत:चे कर्तेपण सोडून ।।

- श्री संत गोंदवलेकर महाराज

देहाचा विसर पडण्यासाठी भगवंताचे ध्यान करावे, हेच भक्तिचे मुख्य लक्षण आहे. आपला देह श्रीरामाला अर्पण करावा, कर्तेपण सोडून द्यावे, अहंकाराला विराम द्यावा.

।। पंढरीनाथ महाराज की जय ।।

।। ॐ नमो भगवते वासुदेवाय ।।

शब्देवीण संवादु दुजे विण अनुवादु । हे तव कैसेनि गये ।
परेही परते बोलणें खुंटले । वैखरी कैसेनि सांगे ।।
पाया पडूं गेलें तंव पाऊलचि न दिसे । उभाचि स्वयंभू असे ।
समोर की पाठमोरा न कळे । ठकचि पडले कैसे ।।

– श्री संत ज्ञानेश्वर महाराज

या श्रीविठ्ठलाशी शब्दाशिवाय संवाद साधावा लागतो. दुजेपणा ठेवता येत नाही. परा वाणीने याच्याशी बोलता येत नाही, मग वैखरीचे काय सांगावे ? स्पष्ट वाणीने तरी कसे बोलावे ! त्याच्या पाया पडायला जावे तर पाऊल दिसत नाही, समोर पहावे तर उभा असतो. तो सामोरा आहे की पाठमोरा आहे हे काही कळत नाही.

हरिनामवेली पावली विस्तार ।
फळीं पुष्पींभार वोल्हावली ।।
तेथे माझ्या मना होई पक्षिराज ।
साधावया काज तृप्तीचे या ।।

– श्री संत तुकाराम महाराज

ही हरिनामाची वेल विस्तारली आहे. फुलाफळांनी बहरली आहे. माझ्या मना या वेलीवर पक्षी होऊन तू बैस आणि तुला हवी ती तृप्ती मिळव.

हरिभजनाविण काळ घालवू नको रे । दोरिच्या साप भिऊनी भवा ।
भेटीं नाहीं जिवा शिवा । अंतरिचा ज्ञान दिवा मालवू नको रे ।।
विवेकाची ठरेल ओल । ऐसे बोलावे की बोल ।
आपुल्या मतें उगाच । चिखल कालवू नको रे ।।

– श्री संत सोहिरोबा महाराज

अरे, हरिभजनाशिवाय काळ घालवू नको. दोरिच्या सापाला उगाच भिऊ नकोस. जिवाशिवाची भेट व्हावी असे तुला वाटत असेल तर हृदयातील ज्ञानदीप मालवू नको. विझू देऊ नको. आपली मते उगाचच इतरांना सांगणे म्हणजे चिखल कालवणे होय.

।। पंढरीनाथ महाराज की जय ।।

।। ॐ नमो भगवते वासुदेवाय ।।

न पाहे माघारें आता परतोनि । संसारपासूनि विटला जीव ।
सामोरें येऊनि कवळीं दातारा । काळाचा हाकारा न साहवे ।।
सावधान चित्त होईल आधारें । खेळतांही बरें वाटईल ।
तुका म्हणे कंठ दाटला या सोसे । न पवेचि कैसे जवळी हें ।।

– श्री संत तुकाराम महाराज

देवा, माझा जीव संसाराला पूर्णपणे विटला आहे, आता मला परत तिकडे वळायचं नाही. देवा मला येऊन मिठीत घे. काळाचा धाकही माझ्या सहनशक्तिपलिकडे गेला आहे. देवा तुझा आधार मिळाला तर माझे चित्त सावध होईल, कुठलाही खेळ खेळताना बरेच वाटेल. तुझ्या सोसाने माझा गळा दाटून आला आहे, मी तुझ्या जवळ कसा पोचू तूच सांग.

कष्टेविण फळ नाहीं । कष्टेवीण राज्य नाहीं ।
केल्याविण होत नाही । साध्य जनीं ।।
यत्नाचा लोक भाग्याचा । यत्नेविण दरिद्रता ।
उमजला लोक तो घाला । उमजेना तो हपापिला ।।

– श्री संत समर्थ रामदास

कष्टाशिवाय फळ नाही, कष्टाशिवाय राज्य नाही. केल्याशिवाय या जगात काहीही साध्य होत नाही. प्रयत्न केला तर भाग्योदय होतो, प्रयत्न न केला तर दारिद्र्य येते. यासाठी जाणीवपूर्वक, समजून उमजून वागावे हे ज्याला समजले नाही तो वाया गेला.

दिगंबर मूर्ती उभी कृष्णातीरी । यति रूपधारी होऊनिया ।
दंडकमंडलू शोभताती करीं । साजे अंगावरी भस्म उटी ।।
दिव्यचरण कमळीं पादुका शोभती । वेद सवे असती धेनुरूपे ।
आवडीचे ध्यान हाचि ब्रह्मानंद । दत्त बाळा भेट काही नाही ।।

– श्री संत पंत महाराज बाळेकुंद्री

कृष्णातीरी यतिरूप घेऊन दत्त मूर्ति दिगंबर होऊन उभी आहे. हातात दंड कमंडलू शोभले आहेत, शरीरावर भस्माची उटी लावली आहे. दिव्य अशी चरणकमले म्हणजे पादुकाच आहेत. या गाईच्या रुपाने वेद तुझ्या मागे आहेत. हे माझ्या आवडीचे रूप आहे. या देवाच्या दर्शनातच मला ब्रह्मानंद आहे. हे दत्त बाळा मला भेट, यापेक्षा माझे दुसरे काही मागणे नाही.

।। पंढरीनाथ महाराज की जय ।।

।। ॐ नमो भगवते वासुदेवाय ।।

अवघाचि संसार केला आम्ही गोड। झाडे आणि झूड ब्रह्मरूप।
माता आणि पिता गण आणि गोत। कन्या आणि सुत ब्रह्मरूप।।
हत्ती आणि घोडे बैल आणि रेडे। मुंगी आणि माकडे ब्रह्मरूप।
आनंदाचे लेणे मुक्ताबाई ल्याली। पालवूं लागली चांगयासी।।

– श्री संत मुक्ताबाई

अवघा संसार आम्हाला गोड वाटतो तो आम्ही गोड केला आहे. आम्हाला झाडे झुडे, मातापिता, नातेवाईक, मुलगे आणि मुली यांच्याप्रमाणे हत्ती, घोडे, बैल, मुंगी, माकडे हे सर्व ब्रह्मरूप वाटतात. हे मला समजल्यामुळे मी आनंदित झाले आणि आनंदाने चांगदेवाला झोका देऊ लागले.

अवघा संसार स्त्रियेचा। त्यासी विच्यार पुरुषाचा।
स्त्री वांचोनि गृहस्थाश्रम। काय विधुर आश्रम ?।।
खाणपाण सोयरे धायरे। हे तो स्त्रीवीण नव्हे भले।
धर्म कुळाचार नाना। न होती स्त्रियें वांचोनि जाणा।।

– श्री संत दत्तनाथ महाराज

सगळा संसार स्त्रीचा पण तो पुरुषाच्या विचाराने चालतो. स्त्रीशिवाय गृहस्थाश्रम शक्य आहे का ? एकटा विधुर काय करू शकणार ? खाणेपिणे, सोयरेधायरे, धर्म आणि नाना कुळाचार करणे हे स्त्रीमुळेच शक्य होते.

तापत्रय निवारणाचे छत्र। भार्येपरता नाही मित्र।
पतिव्रता मी सुपवित्र। कशी त्यागू भाविशी।।
भार्या सकळ श्रमाते हर्त्ती। भार्या सकळसुखाने कर्ती।
भार्या पवित्र वंश धर्ती। यशकिर्ती स्त्री संगे।।

– श्री संत मुक्तेश्वर महाराज

स्त्री हे तापत्रय निवारण्याचे छत्र आहे. पत्नीसारखा मित्र नाही, पतिव्रता स्त्रीचा त्याग कोण करील ? पत्नीमुळे श्रमपरिहार होतो, सकळ सुखे प्राप्त होतात. ती वंश चालविणारी पवित्र माता असते. यश आणि किर्ती केवळ स्त्रीमुळेच प्राप्त होऊ शकतात.

।। पंढरीनाथ महाराज की जय ।।

।। ॐ नमो भगवते वासुदेवाय ।।

आशा मनशा यांची संगत धरू नये ।
सदा स्वधर्मे वागणूक ठेवणे ।।
शांती दया क्षमा असो देणें ।
ज्ञान वैराग्य भजन पूजनीं आदर ठेवणे ।।

– श्री संत एकनाथ महाराज

आशा आणि लोभ याची संगत धरू नये. नेहमी स्वधर्मानुसार वागणूक ठेवावी. शांती दया आणि क्षमा याचे जतन करावे. ज्ञान, वैराग्य, पूजन, भजन याबद्दल मनात आदर भावना असावी.

दु:ख वाटून ते घ्यावे, काढावे ऐसिया परी ।
देह दु:खे रोग व्याधि औषधे परते करी ।।
सद् बुद्धि सांगणे लोकां, जेणे ते सुख पावती ।
प्रसंग राखणे आधी सोसावे बहुतांपरी ।।

– श्री संत समर्थ रामदास

दु:ख वाटून घ्यावे. शरीर व्याधी, रोगराई असेल तर योग्य औषधयोजना करून बरे व्हावे. दुसऱ्याला पटेल, ऐकून सुख वाटेल असे सुविचार इतरांना सांगावेत. आपल्याला जरी कष्ट घ्यावे लागले तरी दुसऱ्याला त्याच्यावर आलेल्या अवघड प्रसंगातून सोडवावे.

भावविरहित नर जो त्याला दैवत काशाला ?
एक ना धड भाराभर त्या चिंध्या काशाला ?
एक गुणी ना दुर्गुणी बेटे शंभर काशाला ?
आदर न करी त्याच्या घरचे भोजन काशाला ?

– श्री संत हरिकवि महाराज

ज्याच्या मनात कोणताच भक्तिभाव नाही, त्याला दैवत कशाला हवे ? एक धड नसेल तर भाराभर चिंध्या कशाला, दुर्गुणी असलेले शंभर मुलगे कशाला हवेत आणि जो अतिथीला आदरपूर्वक वाढत नाही त्याच्या घरचे भोजन कशाला ?

।। पंढरीनाथ महाराज की जय ।।

।। ॐ नमो भगवते वासुदेवाय ।।

पंढरिये माझें माहेर साजणी । ओवीयां कांडणी गाऊं गीती ।
राही रखुमाई सत्यभामा माता । पांडुरंग पिता माहियेर ।।
आनंदे ओविया गाईन मी त्यासी । जाती पंढरीसी वारकरी ।
तुका म्हणे माझा बळिया मायबाप । हर्षे नांदे सये घराचारी ।।

– श्री संत तुकाराम महाराज

अग सखे साजणी, पंढरपूर हे माझे माहेर आहे. दळणकांडण करताना आपण पंढरीचे गाणे गाऊ. राही रखुमाई व सत्यभामा मला मातेसमान आहेत, तर श्रीविठ्ठल, पांडुरंग माझा पिता आहे. पंढरीच्या वारकऱ्यांचे कौतुक करणाऱ्या ओव्या मी गाईन. विठ्ठल रखुमाई हे माझे मातापिता आहेत, त्यांच्या घरी मी आनंदाने राहीन.

जावोनी वेव्हार सांगेन पंढरी । जेथें पुंडलिक द्वारी उभा केला ।
देवोनी जाय कां घेवोनि जाय । आता न सोडी पाय केशवाचे ।।
एक अंगेसी एक जांगेसी । तरी जीवें हृषिकेशी न सोडी तुज ।
वेव्हारा सन्निधी पुंडलिक उभा । विठा म्हणे उभा तेणें केला ।।

– श्री संत विठा महाराज

जे काय मनात असेल ते पंढरीला जाऊन पुंडलिकानं उभ्या केलेल्या विठ्ठलाला सांगेन. काही द्या काही घ्या, काही होवो आता विठ्ठलाचे पाय सोडणार नाही. अंगावर एक आणि कमरेला एक अशी अवस्था झाली तरी हृषिकेशी तुला सोडणार नाही. पुंडलिका तूच विठ्ठलाला उभा केलास.

टाळी वाजवावी गुढी उभारावी । वाट हे चालावी पंढरीची ।
पंढरीचा हाट कऊलांची पेठ । मिळाले चतुष्ट वारकरी ।।
हरिनाम गर्जता भय नाही चित्ता । ऐसे बोले गीता भागवत ।
खटनट यावे, शुद्ध होवोनि जावे । दंवडी पिटे भावें चोखामेळा ।।

– श्री संत चोखामेळा महाराज

टाळ्या वाजवीत, गुढ्या उभारीत पंढरीची वाट चालावी. पंढरी म्हणजे ईश्वरी वचनांची पेठ आहे, तिथं चारी दिशांनी वारकरी येत आहेत. हरि नामाचा गजर केला तर कसलीही भीती नाही असे गीतेत आणि भागवतात सांगितलं आहे. खट्याळ नाठाळांनी सुद्धा इथं यावं आणि शुद्ध होऊन जावं, असे चोखामेळा महाराज दवंडी पिटून सांगत आहेत.

।। पंढरीनाथ महाराज की जय ।।

।। ॐ नमो भगवते वासुदेवाय ।।

शरीरसंपत्ती मायेचे टवाळ । वायांचि पाल्हाळ मिरवितोसी ।
नाम हेचि तारि विठ्ठल निर्धारी । म्हणे हरी हरी एक वेळा ।।
स्मरतां गोपाळनाम वंदील काळयम । न लगती नेम मंत्रबाधा ।
नामा म्हणे सार मंत्र तो उत्तम । राम हेचि नाम स्मरे कारे ।।

– श्री संत नामदेव महाराज

शरीरसंपत्ती ही मायेची लीला आहे, उगीचच नुसता पाल्हाळपण का मिरवतोस. विठ्ठलाचे नामच शेवटी तारणार आहे हे विसरू नकोस. एकदा तरी हरि हरि म्हणा. नाम घेणाऱ्याला यमसुद्धा वंदन करतो, मग त्याने हा मंत्र घेतला की बाकी काही करावे लागत नाही. नाम हेच आयुष्याचे सार आहे, उत्तम मंत्र आहे; म्हणून श्रीरामाचे नाम सदा सर्वदा घ्यावे.

संत गाती हरिकीर्तनी । त्यांचे घेईन पायवणी ।
हेचि तप तीर्थ माझे । आणीक मी नेणें दुजें ।।
संत महंत माझी पूजा । आन भाव नाही दुजा ।
तुका म्हणे नेणें कांही । अवघे आहे संतापायीं ।।

– श्री संत तुकाराम महाराज

जे संत हरिकीर्तनात गातात त्यांच्या पायाचे तीर्थ मी घेईन. तीच माझी तप: सिद्धी आणि तेच माझे तीर्थ. संत महंत हीच माझी पूजा आता मनात दुसरी कुठलीच भावना नाही. संतांशिवाय मी काही जाणत नाही असे तुकाराम महाराज म्हणतात.

अहो मंदिरवासी जन । तुम्हीं ऐकावें वचन ।।
आल्या अतीता अन्न द्यावें । रामनाम नित्य घ्यावें ।।
नम्र व्हावें सर्व भूतां । परनारी जैसी माता ।।
दीनदास म्हणे गुरुपात्र । तोची होई जीवनमुक्त ।।

– श्री संत गोंदवलेकर महाराज

देवदर्शनासाठी येणाऱ्या भक्तजनानो, माझे बोलणे ऐका. दाराशी आलेल्या याचकाला अन्न द्यावे, रामनाम नित्य घ्यावे, सर्वांपुढे नम्र असावे, परस्त्री माता समजावी, ज्याला गुरुकृपा लाभली तोच जीवन्मुक्त होतो.

।। पंढरीनाथ महाराज की जय ।।

।। ॐ नमो भगवते वासुदेवाय ।।

दो दांडी एकी श्रुति । दोहों फुलीं एकी द्रुति ।
दोहों दिवीं दीप्ती । एकचि जेवीं ।।
दो ओठी एकी गोठी । दो डोळां येकी दिठी ।
तेवीं दोघीं जिहीं सृष्टी । येकीच जेवीं ।।

– श्री संत ज्ञानेश्वर महाराज

दोन दांड्या किंवा टिपऱ्या असल्या तरी त्यांचा नाद एकच येतो, दिवे दोन असले तरी प्रकाश एकच असतो. दोन ओठ असले तरी संवाद, गोष्ट एकच असते, डोळे दोन असले तरी दृष्टि निरनिराळी नसते, एकच असते. त्याप्रमाणे शिवशक्ति दोन असल्यातरी प्रत्यक्षात एकच असतात.

जेथें देखें तेथें तुझीच पाऊले । विश्व अवघे कोंदाटले ।
रूपगुण नाम अवघा मेघ:श्याम । वेगळे ते काय उरलें ।।
जातां लोटांगणीं अवघीच मेदिनी । सकळ देव पार झाले ।
सदा सर्वकाळ सुदिन सुवेळ । चित्त प्रेमें असें घाले ।।

– श्री संत तुकाराम महाराज

देवा, मी जिकडे पाहीन तिकडे तुझीच पाऊले दिसतात. अवघे विश्व तुझ्या रुपाने भरले आणि भारले आहे. रुप, गुण, नाम हे तुझे मेघ:श्याम स्वरूप झाले असल्यामुळे वेगळे असे काही उरले नाही. पृथ्वीवर मी कुठेही लोटांगण घातले तरी मला तिथे तिथे तूच दिसतोस. प्रत्येक वेळ ही मला सुवेळ आणि प्रत्येक दिवस हा सुदिन असतो. कारण तुझ्या प्रेमात चित्त न्हाऊन निघाले आहे.

संत तेचि संत ।
ज्यांचा हेत विठ्ठलीं ।।
नेणति काही जादू टोणा ।
नामस्मरणावांचोनि ।।

– श्री संत निळोबा महाराज

जे विठ्ठलचरणी रुजू झालेले असतात त्यांनाच संत म्हणावे, ते कोणताही जादू टोणा जाणत नाहीत, ते जाणतात केवळ नामस्मरण.

।। पंढरीनाथ महाराज की जय ।।

|| ॐ नमो भगवते वासुदेवाय ||

परि तयांपाशी पांडवा ।
मी हारपला गिंवसावा ।।
जेथ नामघोषु बरवा ।
करिती माझा ।।

– श्री संत ज्ञानेश्वर महाराज

जर मी हरवलो असेन, मिळत नसेन, तर मी कुठे असेन ? अर्जुना जिथे माझे नामस्मरण चालते, नामघोष चालतो, तिथे मी असेन.

मस्त्य कूर्मशेषा कोणाचा आधार । पृथिवीचा भार वाहावया ।
काय धाक आम्हां कासयाची चिंता । ऐसा तो असता साहाकारी ।।
शंखचक्र गदा आयुधें अपार । वागवितो भार भक्तांसाठी ।
पांडवा जोहरीं राखिले कुसरीं । तो हा बंधुचा कैवारी तुकयाचा ।।

– श्री संत तुकाराम महाराज

मत्स्य कूर्म शेष यांना पृथ्वीचा भार वाहण्यासाठी कुणाचा आधार आहे ? देवाचे सहाय्य असल्यावर आम्ही कशाची चिंता करावी ? आपल्या भक्तांसाठी, भक्तांच्या रक्षणासाठी तो शंख, चक्र, गदा, अशी आयुधे धारण करतो. लाक्षागृहातून पांडवांची सुखरूप सुटका करणारा पांडवांचा कैवारी या तुकारामाचा देव आहे आणि तोच माझा रक्षणकर्ता आणि सहाय्यकर्ता आहे.

अवघा रंग एक झाला । रंगी रंगला श्रीरंग ।
मी तूं पण गेले वाया । पाहतां पंढरीच्या राया ।।
नाही भेदाचें ते काम । पळोनि गेले क्रोध काम ।
पाहतें पाहणें गेले दुरी । म्हणे चोख्याची महारी ।।

– श्री संत सोयराबाई

सगळे रंग आता एक झाले आहेत आणि त्यात श्रीरंग भरून राहिला आहे. पंढरीच्या विठ्ठलाचे दर्शन घडताच मी तू पण संपले. भेदाभेदाचे काम उरले नाही. काम, क्रोध पळून गेले. पहाणारा आणि जे पहायचे ते हे अद्वैत संपले, असे चोखोबांची पत्नी म्हणते.

|| पंढरीनाथ महाराज की जय ||

॥ ॐ नमो भगवते वासुदेवाय ॥

घृताचे थिजलेपण । न मोडिता घृतचि जाण ।
कां नाटिता कंकण । सोनेंचि ते ॥
म्हणोनि विश्वपण जावें । मग मातें घेयावें ।
तैसे नव्हे आघवें । सकटचि मी ॥

– श्री संत ज्ञानेश्वर महाराज

थिजलेल्या तुपाचा घट्टपणा मोडा न मोडा ते तूपच असते, सोन्याचे कंकण आटवा अगर न आटवा ते सोनेच असते. त्याप्रमाणे विश्व बाजूला सारून मला पाहू नका, विश्वासकटच मी आहे, असे भगवान् श्रीकृष्ण सांगतात.

धेनु चरे वनांतरीं । चित्त बाळकापे घरीं ।
तैसे करी वो माझे आई । ठाव देऊनि राखे पायीं ॥
काढिता तळमळी । जिवनाबाहेरी मासोळी ।
तुका म्हणे कुडी । जीवप्राणांची आवडी ॥

– श्री संत तुकाराम महाराज

देवा, गाय रानात चरत असते पण तिचे चित्त घरी गोठ्यात बांधलेल्या वासराकडे असते. त्याप्रमाणे विठोमाऊली तू मला आश्रय दे. तुझ्या चरणांशी मला ठेव. पाण्यातून बाहेर काढलेल्या माशाची जशी तडफड होते, तशी माझी होते आहे. प्राणाला शरीर प्रिय असते तसा तू मला प्रिय आहेस.

राम ठेवील जी स्थिती । त्यात समाधान राखे ही ज्याची वृत्ती ।
त्या नाव खरी विरक्ती । रामा आड जे जे काही ॥
तेथून ठेवी दूर वृत्ती । या नाव विवेकाची प्राप्ती ।
भगवंत ठेवील त्यात हित मानावें । अखंड नामस्मरण घ्यावे ॥

– श्री संत गोंदवलेकर महाराज

प्रभु रामचंद्र जसे ठेवील त्यात समाधान मानावे, अशी ज्याची वृत्ती आहे त्यालाच विरक्त समजावे. उपासनेच्या आड येणाऱ्या प्रत्येक गोष्टीला जो दूर ठेवतो तो विवेकी असतो. भगवंत जसे ठेवील तेच हिताचे समजावे आणि अखंड नामस्मरणात दंग असावे.

॥ पंढरीनाथ महाराज की जय ॥

।। ॐ नमो भगवते वासुदेवाय ।।

अवघीं भूते साम्य आलीं। देखिली म्यां कैं होतीं।
विश्वास तो खरा मग। पांडुरंग कृपेचा।।
माझी कोणी न धरू शंका। ऐसे हो कां निर्द्वंद्व।
तुका म्हणे जे जे भेटे। तें ते वाटे मी ऐसे।।

– श्री संत तुकाराम महाराज

सर्व प्राणीमात्र मला कधी समसमान वाटतील ? सर्व प्राणीमात्र ही परमेश्वराची रूपे आहेत हे मला कधी उमगेल ? असा एकरूपतेचा अनुभव मला येईल तेव्हाच माझ्यावर पांडुरंगाची कृपा झाली आहे असे मी समजेन. माझ्याबद्दल कुणालाही शंका वाटू नये. मला जो जो भेटेल तो तो मीच आहे असं मला वाटते.

स्मरण देवांचे करावें। अखंड नाम जपत जावें।
नामस्मरणें पावावें। समाधान।।
चहुं वर्णा नामाधिकार। नामीं नाहीं लहानथोर।
जड मूढा पैलपार। पावती नामें।।

– श्री संत समर्थ रामदास

सतत, सदैव देवाचे स्मरण करावे, अखंड नाम घेत जावे. नामस्मरणाने समाधान मिळते. नामस्मरणाचा सर्वांना, चारही वर्णांना अधिकार आहे. तिथे लहानथोर काही नसते. अगदी जडमूढ, मूर्ख माणसे सुद्धा नामस्मरणाने भवसागर पार करतात.

पूज्य पूजकेविण अवघा एकचि परमात्मा।
द्वैत विसर्जन हेंचि शुद्ध जलस्नान।।
पूर्ण स्वानुभवें होय वस्त्र परिधान।
भेद गाळुनि अभेद काढिला चंदन।।

– श्री संत हंसराज स्वामी महाराज

भक्त आणि पूजक हे दोन नाहीतच दोघेही ईश्वरस्वरूप आहेत. द्वैत भावनेचे विसर्जन हे देवाला घातलेले जलस्नान होय. मग आत्मानुभावाचे वस्त्र देवाला परिधान करावे, नेसावे आणि अभेदरूपी चंदनाची उटी देवाला लावावी.

।। पंढरीनाथ महाराज की जय ।।

।। ॐ नमो भगवते वासुदेवाय ।।

युगें अठ्ठावीस विटेवरी उभा । वामांगी रखुमाई दिसे दिव्य शोभा ।
पुंडलिका भेटी परब्रह्म आले गा । चरणीं वाहे भीमा उद्धरी जगा ।।
तुळसी माळा गळां कर ठेवुनि कटी । आषाढी कार्तिकी भक्तजन येती ।
जयदेव जयदेव जय पांडुरंगा । रखुमाई वल्लभा पावे जिवलगा ।।

– श्री संत नामदेव महाराज

डावीकडे रखुमाई उभी असलेली हा पांडुरंग अठ्ठावीस युगे विटेवर उभा आहे. पुंडलिक या भक्तासाठी विठ्ठल रुपाने प्रत्यक्ष परब्रह्म आले. त्याच्या चरणांशी वाहणारी भीमा नदी जगाचा उद्धार करते. गळ्यात तुळशी माळा, कटीवर हात असलेल्या पांडुरंगाच्या दर्शनाला आषाढी कार्तिकी एकादशींना भक्तजनांची दर्शनासाठी दाटी होते. पांडुरंगा, जिवाच्या जिवलगा आता मला प्रसन्न हो, मला पाव.

सकळांसी नम्र बोले । मर्यादा धरून चाले ।
सर्व सज्जन तोषविले । तो सत्त्वगुण ।।
सकळ जनासी आर्जव । नाही विरोधास ठाव ।
परोपकारी वेंची जीव । तो सत्त्वगुण ।।

– श्री संत समर्थ रामदास

सर्वांशी नम्रपणाने बोलतो, मर्यादेने वागतो, सर्व सज्जनांना आनंद देतो, तो सत्त्वगुण होय. सत्त्वगुणी माणूस सर्वांशी आर्जवपूर्वक बोलतो, कुणाला विरोध करीत नाही, परोपकारात आपले जीवन व्यतीत करतो.

मन बुद्धीची कातरी । रामनाम सोनें चोरी ।
ज्ञान ताजवा घेऊनि हाती । दोन्ही अक्षरे जोखिती ।।
खांदा वाहोनि पोतडी । उतरला पैलथडी ।
नरहरी सोनार हरी दास । भजन करी रात्रंदिवस ।।

– श्री संत नरहरि सोनार महाराज

कात्रीची दोन पाती म्हणजे मन आणि बुद्धी. या कात्रीनं मी रामनामरूपी सोन्याची चोरी केली आहे. ज्ञानाचा तराजू मी हाती घेऊन रा आणि म ही दोन अक्षरे तोलून पाहतो. माझी हत्यारं मी एका पोतडीत भरून भवनदीच्या पैलतीरी उतरलो आहे. नरहरी सोनार हा हरीचा दास आहे आणि तो रात्रंदिवस भजन करतो आहे.

।। पंढरीनाथ महाराज की जय ।।

।। ॐ नमो भगवते वासुदेवाय ।।

सर्वांभूती दिसे देव । जया ऐसा अनुभव ।
तया चित्तीं देव वसे । जिकडे पाहे तिकडे दिसे ।।
देव जन देव विजन । देवीं जडलें तन मन ।
देव घरी देव दारी । देव दिसे व्यवहारी ।।

– श्री संत एकनाथ महाराज

प्रत्येक प्राणीमात्रात, चराचरात, देव आहे असा ज्याचा अनुभव आहे, त्याच्या मनात आणि चित्तात देवाची वस्ती असते. त्याला जिकडे पहावे तिकडे देव दिसतो. लोकांमध्ये देव आहे. वनात देव आहे. देवापाशी माझे तनमन जडले आहे. देव घरी दारी इतकेच नव्हे तर व्यवहारातही आहे.

लोक हे राखतां राजी । सर्व राजीच होतसे ।
अंतरे चुकता तेथे । सर्व भाजीच होतसे ।।
जन हे वोळतु जेथे । अंतरात्म्याची वोळला ।
जन हे खौळले जेथे । अंतरात्म्याची खौळला ।।

– श्री संत समर्थ रामदास

लोकांचे मन राखले की सर्व काही मनासारखे होते. ते जर नीट जमले नाही तर सगळा विचका होतो. जिकडे लोकमत जाते तिकडे अंतरात्मा जातो आणि लोक थांबले, खोळंबले तर तोही थांबतो.

कर्मासाठी ज्यांचे मन हे प्रसन्न । सार्थकी जीवन लागे त्यांचे ।
आपण स्वत:शी राहे प्रामाणिक। तोचि बा नेमके बोलू शके।।
काळाची ओळख करून जो घेई । होते ना घाई यशालागी ।
करू गेल्या काम उपासिता राम । कालांतरे श्रम दूर होतो ।।

– श्री संत तुकडोजी महाराज

आपलं दैनंदिन काम करताना जे प्रसन्नपणे करतात, त्यांचे जीवन सार्थकी लागले असे समजावे. जी स्वत:शी प्रामाणिक आहे, त्यालाच बोलण्याचा अधिकार आहे. प्रत्येक गोष्ट वेळ आल्यावरच होते, तो यश मिळण्यासाठी घाई करीत नाही. काम करताना श्रीरामाचे नाम घेतले, तर कालांतराने श्रम दूर होतात.

।। पंढरीनाथ महाराज की जय ।।

|| ॐ नमो भगवते वासुदेवाय ||

आपल्या महिमानें । धातु परिसें केलें सोनें ।
तैसें न मनी माझे आता । गुणदोष पंढरीनाथा ।।
गावामागील ओहळ । गंगा न मानी अमंगळ ।
तुका म्हणे माती । केली कस्तुरीने सरजी ।।

– श्री संत तुकाराम महाराज

हीन लोखंडाचे सोने करण्याचे कसब परीसाजवळ असते, त्याप्रमाणे देवा माझे गुणदोष विसरून माझ्यावर कृपा करावी. गावातले ओढे, नाले, गटारे गंगेला मिळाले की गंगा त्यांना अमंगळ समजत नाही. तुकाराम महाराज म्हणतात, कस्तुरीच्या सहवासाने मातीही सुगंधित होते, तसे देवा तुझ्या सहवासाने माझे होऊ दे.

बरें सत्य बोला, यथातथ्य चाला ।
बहू मानिती लोक तेणें तुम्हाला ।।
धरा बुद्धि पोटी विवेके तुम्ही हो ।
बरा गुण तो अंतरामाजि राहो ।।

– श्री संत समर्थ रामदास

नेहमी खरे व हितकारी आणि गोड बोलावे. आपली वागणूक यथातथ्य म्हणजे योग्य असावी, म्हणजे तुम्हाला लोक मानतील. नेहमी विवेक बुद्धीने वागावे आणि अंत:करणात नेहमी सद्भावना असावी.

कालची आजची । उद्याची सदाचि । प्रार्थना ही माझी देवराया ।
नको दिव्य लोक । नको स्वर्ग सौख्य । योगभक्ति मोक्ष नको मला ।।
जीवांच्या यातना । विश्वीच्या वेदना । मला भोगू द्या ना देवराया ।
दीनदु:खितांचे । अश्रू मी गाळावे । आनंदात न्हावे जीव त्यांचे ।।

– महर्षि धुंडिराज शास्त्री विनोद महाराज.

देवा कालची असो आजची असो वा उद्याची तुझ्याकडे माझी एकच प्रार्थना आहे. मला दिव्यलोक नको, स्वर्गसौख्य नको, योगभक्ति, मोक्ष काही नको. या जन्मीच्या यातना, विश्वाच्या वेदना देवा मला भोगू द्या. मी दीनदु:खितांचे अश्रू पुसावे, त्यांचे दु:ख मी सोसावे, म्हणजे मग त्यांचे जीव आनंदात न्हाऊन निघतील.

||. पंढरीनाथ महाराज की जय ||

।। ॐ नमो भगवते वासुदेवाय ।।

आम्ही का संसारा न येणें । करोनिया हरिभक्ती ।
रामनाम कीर्ती । जड जीव उद्धरणें ।।
नाना मते पाषांड । कर्मठता अति बंड ।
तयाचें ठेचावे तोंड । हरिभजने ।।

– श्री संत एकनाथ महाराज

हरिभक्ति करून आम्ही संसारात परत येणार नाही असे होणार नाही. रामनामाचे महत्त्व सांगून जड जिवांचा उद्धार करण्यासाठी आम्ही पुन्हा जन्म घेऊ. निरनिराळ्या लोकांची निरनिराळी मने असतात. काही नास्तिक असतात, काही कर्मठ असतात. हरिभजनाने त्यांची तोंडे ठेचून टाकावीत.

तुझिया सत्तेनें हाले, तुझिया सत्तेने बोले । सांग विठ्ठलें माये माझें ।
साच की लटके विचारी मनासी । हा बोल कोणासी ठेवसील ।।
हे मृत्तिकेचे भांडे भुसी वोतियेले । वोंकारे फोडिला टाहो तेथें ।
सकल देहीचा चाळकू, बुधी खेळवणा तूचि एकू। नाही बा आणिक दुजा येथे ।।

– श्री संत माणकोजी बोधला महाराज

विठाई माऊली, तुझ्या सत्तेनेच जग चालते बोलते – मी हे खोटे, लटके सांगत नाही, तू नीट विचार करशील तर तुलाही पटेल. आमचे हे शरीर पंचमहाभूतांनी केलेले मातीचे पाण्याने भरलेले भांडे आहे. लाकडाच्या भुश्शावर हे भांडे पालथे केले तर त्यातून ओंकार स्वर येईल. सर्व देहमात्रांचा तू चालक आहेस, सर्व जगाला खेळविणारा तुझ्याशिवाय दुसरा कोणी नाही.

आरंभ नाही, शेवट कैचा मध्यस्थितीला भुलू नको ।
संसारामधि एकचि पाऊल, अनुभवाविण टाकू नको ।।
वेदशास्त्रांची भीड धरोनि संशयरानी फिरू नको ।
स्वानुभव सिद्धांत दत्ताचा, ध्यानी धरी कधी विसरू नको ।।

– श्री संत पंतमहाराज बाळेकुंद्री

परमात्म्यात आदि नाही, अंत नाही, पण म्हणून त्याच्या मध्यस्थितीला भूलू नको. संसारातले प्रत्येक पाऊल अनुभवाशी निगडीत ठेव. वेदशास्त्रे, पुराणे काय म्हणतात याची शंका मनात न आणता दत्ताचे ध्यान करण्यास विसरू नको.

।। पंढरीनाथ महाराज की जय ।।

॥ ॐ नमो भगवते वासुदेवाय ॥

देव बघु देव जाया । देवरुप अवघी माया ।
देव गुण देव निर्गुण । गुणातीत देव जाण ॥
देवाविण काही नाही । ऐशी ज्याची दृष्टि पाही ।
एक जनार्दनी देव । सहज चैतन्य स्वयमेंव ॥

- श्री संत एकनाथ महाराज

आपला भाऊ, बायको सर्व काही देव आहे. सर्व मायाच देवरूप आहे. देव सगुण आहे, निर्गुण आहे आणि गुणातीत आहे. देवाशिवाय दुसरे काही नाही, अशी दृष्टि ज्याला लाभते त्याला देव सदैव चैतन्यमय वाटतो.

सांडी सांडी रे गोवळ्या नाना मतें । जेथे मी हारपे लक्ष तें ।
अष्टधा प्रकृती तेणे जाया रे । कर्ण छेदुनि भगवी मुद्रा वायारे ॥
सेवी सद्गुरु चरण लवलाह्या रे । तेणें सर्वही अभ्यंतर पडे ठाया रे ।
सेख महंमद बोले स्वरुपेसी । जगी अवतार घेतला मल वंशी ॥

- श्री संत शेख महंमद महाराज

अरे तू भोळाभाबडा आहेस, परमार्थात अनेक मते आहेत, पण त्या मतांचा तू विचार करू नकोस. प्रकृती आठ प्रकारची आहे, पण तिकडे तू लक्ष देऊ नकोस. कानाला भोके पाडून भगवी वस्त्र धारण करण्यापेक्षा तू लवकरात लवकर सद्गुरु सेवेला लाग, म्हणजे तुझ्या अंत:करणात ईश्वरप्राप्तीचा बांध होईल. श्रीदत्तात्रेयाचे तू चिंतन कर, मलंग वेषातच त्याने अवतार धारण केला आहे.

मना तुज प्रति एक चि विनंती । आळवीं श्रीपती आवडीने ।
हरि पदांबुजी होऊनि भ्रमर । करी निरंतर गुंजारव ॥
श्रीहरि चंद्रमा होई तू चकोर । सेवा ग मधुर सुधा रस ।
श्रीहरि माऊली बाळ तू होऊन । करी स्तनपान स्वामी म्हणे ।

- श्री स्वामी स्वरूपानंद महाराज

माझ्या मना तुला एकच विनंती आहे. श्रीपतीची, भगवंताची प्रार्थना तू आवडीने कर. हरिचरण कमलांजवळ भ्रमर हो आणि नित्य गुंजारव कर. श्रीहरि चंद्र झाला तर तू चकोरहो आणि चांदणे सेवक कर. श्रीहरि माऊली झाला तर तू तिचे स्तनपान कर असे स्वामी सांगतात.

॥ पंढरीनाथ महाराज की जय ॥

।। ॐ नमो भगवते वासुदेवाय ।।

सद्गुरु वाचोनि सापडेना सोय ।
धरावे ते पाय आधीं आधीं ।।
आपणांसारिखे करिती तत्काळ ।
नाही काळ वेळ मग त्यांसी ।।

– श्री संत तुकाराम महाराज

सद्गुरुशिवाय योग्य जागा सापडणार नाही म्हणून सद्गुरुचे पाय आधी धरावे. आलेल्या शिष्याला ते आपल्यासारखे विनाविलंब करतात, काळवेळ पहात नाहीत.

असा धरी छंद । जाय तुटोनिया भावबंध ।
छंद लागला टिटवीला । तिने समुद्रहि आटविला ।।
दुधाचा सागर उपमन्यूला । अढळपदावरी तो ध्रुव बसला ।
मार्कंडेयें यम हरवीला । झाला मंद ।।

– श्री संत गोविंदबुवा महाराज

असा छंद तू धर की भावबंध सहज तुटून जातील. आपली पिले समुद्रात दडवली आहेत हे कळल्यावर टिटवीने समुद्र उपसला, गरीब अभिमन्यूला दूध हवे होते त्याला देवा तू दुधाचा सागरच दिलास, ध्रुवाला अढळपदावर बसवलेस आणि तुझ्या कृपेमुळे देवा मार्कंडेयाने यमाचा पराभव केला.

करावा विचार आपुला आपण । कोण मी कोठून जन्मा आलो ।
जन्मोनिया काय करावे उचित । बरवे हिताहित विचारावे ।।
देहान्ती मागुतें कोठें जाणे असे । काय विश्व कैसे होय जाय ।
स्वामी म्हणे यत्नें ऐसे घेता शोध । होतसे प्रबोध अन्तर्यामी ।।

– श्री संत स्वामी स्वरुपानंद महाराज

मी कुठून आलो याचा आपला आपणच विचार करावा. जन्माला येऊन योग्य तेच करावे. आपले हित अहित न समजले तर इतरांना विचारावे. देह सोडल्यावर आपण कुठे जाणार आहोत याचा शोध घेण्याचा प्रयत्न केला तर आत्मबोध होतो.

।। पंढरीनाथ महाराज की जय ।।

।। ॐ नमो भगवते वासुदेवाय ।।

संताचे संगतीने समज । ध्यानिं आणुनि पुरते उमज ।
अनुभवावीण मान हलवू नको रे ।।
सोहिरा म्हणे ज्ञानज्योती । तेथे कैंचि दिवसराति ।
तयांविण नेत्रपाति । हलवू नको रे ।।

– श्री संत सोहिरोबा महाराज

संतांची संगत हीच सर्वोत्तम आहे हे पुरते समजून उमजून घे. अनुभवाशिवाय उगाच मान हलवू नको. हृदयात एकदा ज्ञानज्योत प्रकट झाली की दिवस आणि रात्र एकच होतात. ज्ञान अज्ञान हे भेदाभेद संपतात. पण सर्व काही नीट समजल्याशिवाय पापण्या हलवून समजण्याचा आव आणू नको.

बारा चौदा पंधरा विंशति पंचविसामधि किती मरती ।
मागे मेलें पुढेंहि मरणार कोण करील याची गणती ।।
आजा काका मामा मेला याचि साक्ष घ्या चित्तीं ।
त्यांचे शोके दु:खित मानस शेवट तुमची तेच गती ।।

– श्री संत देवनाथ महाराज

कित्येकजण बारा, चौदा, पंधरा, वीस, पंचवीस या वयात मरतात, मागे किती मेले आणि पुढे किती मरणार याची मोजदाद कोण करणार ? आपले आजोबा, चुलते, मामा मेले हे तुमच्यासमोर घडले ते लक्षात घ्या. त्यांचा शोक करा, पण शेवट तुमचाही असाच आहे हे विसरू नका. म्हणून सतत परमेश्वराचे स्मरण करा.

देह पराधीन नाशिवंत जाण । वायां अभिमान वाहसी कां ।
गुंतुनी संसारीं मानिसी मी माझें । बाळगिसी ओझे भ्रांतीचे चि ।।
होई सावधान विचार कल्याण । जेणें समाधान पावसील ।
स्वामी म्हणे मोह झुगारुनी दूर । सदा राहे स्थिर आत्मरूपी ।।

– श्री संत स्वामी स्वरुपानंद महाराज

आपला देह पराधीन तर आहेच पण नाशिवंतही आहे हे जाणून घे. संसारात गुंतून मी माझे करीत बसू नकोस, फुका अभिमान बाळगू नकोस, सावध हो, स्वत:च्या कल्याणाचा विचार कर, तरच तुला समाधान मिळेल. स्वामी स्वरुपानंद सांगतात, सर्व मोहांना दूर सार आणि आत्मस्वरुपात स्थिर हो.

।। पंढरीनाथ महाराज की जय ।।

।। ॐ नमो भगवते वासुदेवाय ।।

पंढरीचे सुख जिहीं अनुभविलें । भावे अनुसरलें विठ्ठलपायीं ।
काया वाचा मने रंगले चरणीं । धरियेला मनी पांडुरंग ।।
नामाचेनि बळे उडविली साधने । तोडीली बंधने संसाराची ।
हर्षे निर्मल नामा नाचे महाद्वारीं । कीर्ती चराचरी वर्णितसे ।।

– श्री संत नामदेव महाराज

ज्यांनी पंढरीचे सुख अनुभवले, भक्तिभावपूर्वक विठ्ठलाच्या पायी लागले, काया वाचा मनाने विठ्ठलचरणी लागले, मनात सदैव पांडुरंग धरला, केवळ नामस्मरणाने अन्य साधनांना उडवून लावले, त्यांनी संसाराची बंधने तोडली. नामदेव आनंदाने विठ्ठलाच्या महाद्वारात नाचतो, त्याच्या कीर्तीचे वर्णन करतो.

अग्निमंद भोक्ताचे पोटी । त्यासी बैसविले अन्नताटी ।
तेणे घृतशर्करेची वाटी । हानिली लातें ।।
जयासी जिनकथेची गोडी । त्या घृत साकार मिष्ट थोडी ।
पाहा पाहा इची आवडी । कैसे असे ।।

– श्री संत जिनसागर महाराज

ज्याची भूक नाहीशी झालेली आहे त्याला ताटावर बसवले तर तो तुपसाखरेच्या वाटीला लाथेने उडवील, म्हणून त्याला ईश्वरभक्ति रूपी तूपसाखरेची गोडी आहे त्याला ती द्यावी. तो मग कशी आवडीने ती खाईल ते पहा.

एरंड धोतरा पेरून । करूं पाहे अमृतपान ।
कैसी प्राप्त ती होईल । केवळ इच्छा दिसे फोल ।।
कडू पेरले भोपळे । कैसी येतील द्राक्षफळे ।
लक्ष्मण म्हणे बा रे । पेरिले ते उगवे रे ।।

– श्री संत लक्ष्मण महाराज

धोतऱ्याचं पेरून अमृतपान करू पाहणाऱ्याची इच्छा कशी फलद्रूप होईल ? कडू भोपळे पेरले तर त्याला द्राक्षे कशी येतील. म्हणून लक्ष्मण महाराज म्हणतात, जे पेरावं तेच उगवतं हे लक्षात ठेवा.

।। पंढरीनाथ महाराज की जय ।।

।। ॐ नमो भगवते वासुदेवाय ।।

संतसंगे अंतरंगे नाम बोलावें ।
कीर्तनरंगी देवासन्निध सुखें डोलावें ।।
सगुण चरित्रे परम पवित्रें सादर वर्णावी ।
निरभिमानें सज्जन वृंदें आधी वंदावी ।।

- श्री संत एकनाथ महाराज

संताची संगत धरावी, मनापासून नामजप करावा, कीर्तन रंगात देवाजवळ बसून सुखाने रंगावे, डोलावे. गुणी जनांची पवित्र चरित्रे वर्णावी आणि मनात कोणताही अभिमान न ठेवता सज्जनांना वंदन करावे.

रात्रंदिवस मन करी तळमळ । बहु हळहळ वाटे जीवा ।
काय करूं आतां पाऊले न दिसती । पडिलीसें गुंती न सुटे गळें ।।
बहु हा उबग आला संसाराचा । तोडा फासा याचा मायबापा ।
निर्मळा म्हणे आता दुजेपण । चोखियाची आण तुम्हा असे ।।

- श्री संत निर्मळाबाई

देवा, रात्रंदिवस तुझ्या भेटीसाठी जीव तळमळतो आहे. तुझी पाऊले काय केले असता दिसतील ? हा संसाराचा गुंता गळ्याशी आला आहे तो काही सुटत नाही. संसाराचा अगदी उबग आला आहे, तेव्हा देवा हा फासा तोडा. आता मला दूर ठेवू नका, तुम्हाला चोखा मेळ्याची शपथ आहे.

काटे केतकीच्या झाडा । आत जन्मला केवडा ।
फणसा अंगी कांटे । आत अमृताचे साठे ।।
नारळ वसता कठीण । परी अंतरी जीवन ।
शेख महंमद अविंध । त्याचे हृदयी गोविंद ।।

- श्री संत शेख महंमद महाराज

केतकीच्या झाडाला काटे असतात. पण आत सुगंधी केवडा असतो. फणसाला काटे असले तरी आत गोड गरे असतात. नारळ वरून कठीण खरा पण आत मधुर पाणी असते. शेख महंमद हा मुसलमान असला तरी त्याच्या हृदयात गोविंद आहे.

।। पंढरीनाथ महाराज की जय ।।

।। ॐ नमो भगवते वासुदेवाय ।।

मजवरी दया करा । ताटी उघडा ज्ञानेश्वरा ।
योगी पावन मनाचा । साहे अपराध जनाचा ।।
विश्व रागें झाले वन्ही । संतमुखें व्हावें पाणी ।
शब्दशस्त्रे झाले क्लेश । संती मानावा उपेदश ।।

– श्री संत मुक्ताबाई

दार उघडा ज्ञानेश्वरा, दार उघडा, माझ्यावर दया करा. जो योगी मनानं पवित्र असतो तो लोकांचे अपराध सहन करतो. सर्व जग रागाने अग्निरूप झाले तर संतमुखाने पाणी व्हावे. लोकांच्या बोलण्याने क्लेश झाले तर तो उपदेश समजावा.

दया तिचे नाव भूतांचे पाळण । आणिक निर्दाळण कंटकांचे ।
धर्मनीतीचा तो ऐकुनि वेव्हार । निवडिले सार असार तें ।।
पाप त्याचे नाव न विचारीत नीता । भलतेचि उन्मत्त करी सदा ।
तुका म्हणे धर्म रक्षावयासाठी । देवा ही आटी जन्म घेणें ।।

– श्री संत तुकाराम महाराज

दुष्टांचा संहार आणि सज्जनांचे संरक्षण यालाच दया म्हणावे. धर्मशास्त्र व नीतीशास्त्र पाहूनच व्यवहारा सारासार विचार सांगता येतो. ज्या दोषामुळे माणूस नीतीला विसरतो त्या दोषाला पाप असे म्हणावे. तुकाराम महाराज म्हणतात, धर्म संरक्षणासाठी साक्षात् परमेश्वराला निरनिराळे अवतार घ्यावे लागतात, आटापिटा करावा लागतो.

घडे जें स्वभावें कर्म तो आघवे । भावे समर्पावे हरि पायी ।
देता घेता कर्ता भोक्त नारायण । भाव परिपूर्ण असो द्यावा ।।
तेणें शुभाशुभ कर्माचे बंधन । न लागता जाण मोक्षलाभ ।
स्वामी म्हणे भक्ति पासी चारी मुक्ति। ऐसी चि प्रचीती आली मज ।।

– श्री संत स्वामी स्वरुपानंद महाराज

सहज, स्वाभाविक असे जे जे कर्म घडेल ते हरिचरणी अर्पण करावे. देणारा आणि घेणारा नारायणच आहे हा भाव मनात दृढ धरावा. स्वामी स्वरुपानंद म्हणतात, भक्तिपाशीच चारही मुक्ती आहेत याचा आम्हाला प्रत्यय आला आहे.

।। पंढरीनाथ महाराज की जय ।।

श्रवणीं श्रवण करणे अखंड तुझी किर्ती ।
विश्व विठ्ठलमूर्ति देखों डोळा ।।
नामामृतें रसना निवाली त्या सुखें ।
नाठवती दु:खे जन्मांतरीची ।।

– श्री संत नामदेव महाराज

माझ्या कानांनी मी तुझी किर्ती अखंड श्रवण करतो आहे, तुझीच मूर्ति सतत माझ्या डोळ्यांपुढे असते. नामस्मरणरूपी अमृताने माझी जिव्हा निवली आहे. नामस्मरणामुळे कोणत्याच जन्मातील दु:खांची आठवण होत नाही.

पाहो ग्रंथ तरी आयुष्य नाही हाती । नाही अैशी मती अर्थ कळे ।
होईल ते हो या विठोबाच्या नांवे । अर्जिले ते भावें जीवी धरूं।।
एखादा अंगासी येईल प्रकार । विचारिता फार युक्ति वाढे ।
तुका म्हणे आळी करिता गोमटी । मायबापा पोटीं येते दया ।।

– श्री संत तुकाराम महाराज

निरनिराळे ग्रंथ पहायचे तर आपले आयुष्य किती हे आपल्याला ठाऊक नसते आणि समजा ग्रंथ मिळाले आणि वाचले तर कळेल अशी बुद्धि नाही. विठ्ठलाचे नाव घेत राहू. मग काही होवो या विचाराने एखादा प्रकार अंगाशी येईल. तुकाराम महाराज म्हणतात, मुलांचे हट्ट पुरवताना आईबापांच्या मनात दया येते.

यात्रे निघाला दुराचारी । कामक्रोध बरोबरी ।
भावभक्ति ध्यानीं नसे । संसारचिंता मनीं असे ।।
मदमत्सराची खाण । द्रव्यासाठी जाय प्राण ।
दास म्हणे ऐसे तीर्था जाती । त्यांची यात्रा निष्फळ होती ।।

– श्री संत गोंदवलेकर महाराज

बरोबर कामक्रोध घेऊन दुराचारी माणूस यात्रेला निघाला. त्याच्या मनात किंचितही भावभक्ति नाही. संसाराची चिंता मात्र आहे. तो गर्वानं फुगलेला आणि मत्सरी असून पैशासाठी प्राण गेले तरी चालतील म्हणणारा आहे. अशा यात्रेकरूंच्या यात्रा निष्फळ ठरतात.

।। पंढरीनाथ महाराज की जय ।।

।। ॐ नमो भगवते वासुदेवाय ।।

जयाचिया बरवेंपणी । कीजे आठा रसांची ओवाळणी ।
जो सज्जनाचिये आयणी । विसांवा जगीं ।।
तो शांतुचि अभिनवेल । ये परियेसा मऱ्हाठे बोल ।
जे समुद्राहुनि खोल । अर्थभरितु ।।

– श्री संत ज्ञानेश्वर महाराज

वाङमयात शृंगार, वीर, करुणादि आठ रस आहेत, पण या रसांपेक्षा श्रेष्ठ, आठही रस ओवाळून टाकावेत असा, सज्जनांच्या बुद्धिचे जो विश्रांती स्थान आहे, तो शांतरसच प्रकटेल. जो समुद्राहूनही खोल आणि अर्थपूर्ण असा गंभीर मराठी भाषेतला बोल आहे.

संस्कृतवाणी देवें केली ।
तरी प्राकृत काय चोरापासोनि जाली ।
असोतु या अभिमान भुली ।
वृथा बोली काय काज ।।

– श्री संत एकनाथ महाराज

संस्कृत देवापासून झाली, मग मराठी काय चोरांपासून झाली? हे सगळे विसरा आणि उगीच बडबड करू नका. मराठीही देवापासूनच झाली आहे.

जैसी पुष्पांमाजी पुष्प मोगरी । की परिमळामाजी कस्तुरी ।
तैसी भासांमाजि साजिरी । भासा मराठी ।।
पांखियामध्ये मयूरू। रुखियांमध्ये कल्पतरू।
भासांमध्ये मानू थोरू। मराठियेसी ।।

– श्री संत फादर थॉमस स्टिफन्स

फुलांमध्ये जसे मोगरीचे फूल किंवा सुगंधामध्ये कस्तुरी, त्याप्रमाणे भाषांमध्ये माझी मराठी भाषा आहे. पक्ष्यांमध्ये मोर, वृक्षांमध्ये कल्पतरु, त्याप्रमाणे भाषांमध्ये माझी मराठी सर्वश्रेष्ठ आहे.

।। पंढरीनाथ महाराज की जय ।।

।। ॐ नमो भगवते वासुदेवाय ।।

जरी वेदें बहुत बोलिले । विविध भेद सूचिले ।
तऱ्ही आपण हित आपुले । तेंचि घेणे ।।
जैसा प्रगटलिया गभस्ती । अशेषहि मार्ग दिसती ।
तरी तेतुलेहि काय चालिताती । सांगे मज ।।

– श्री संत ज्ञानेश्वर महाराज

वेदांनी अनेक गोष्टी सांगितल्या आहेत, भेदाभेदांचे सूचन केले आहे, तरी आपल्याला आपल्या हिताचे वाटेल तेवढेच घ्यावे. सूर्योदय झाला म्हणजे अनेक रस्ते दिसतात, पण आपण त्या सर्व रस्त्यांनी जाऊ शकतो का ?

काय करिल जपमाळा कंठमाळा । करिशी वेळोवेळां विषयजप ।
काय करिशील पंडित हे वाणी । अक्षराभिमानी थोर होय ।।
काय करिशील कुशल गायन । अंतरी मळीण कुबुद्धि ते ।
तुका म्हणे नाही भाव करिसी सेवा । तेणें काय देवा योग्य होशी ।।

– श्री संत तुकाराम महाराज

मनात विषय असेल तर जपमाळा आणि कंठमाळा काय करतील ? पंडिती बडबड करशील, अक्षर अभिमानी असशील, सुरेल गाणे गाशील, पण मन मलिन असेल, कुबुद्धि असेल तर कशाचा उपयोग नाही. तुकाराम महाराज म्हणतात, खऱ्या भक्तिभावाने जर तू देवाची सेवा केली नाहीस तर देवाला कसा प्रिय होशील ?

गजेंद्रू महासंकटी वाट पाहे ।
तया कारणें श्रीहरी धावताहे ।।
उडी घातली जाहला जीवदानी ।
नुपेक्षी कदा देव भक्ताभिमानी ।।

– श्री संत समर्थ रामदास

हत्तींचा राजा गजेंद्र हा एक सरोवरात जलक्रीडा करीत असताना त्याचा पाय मगरीने धरला तेव्हा त्याने विष्णुचा धावा केला. त्याची ती अति हाक ऐकून देव धावत आला आणि त्याने गजेंद्राची सुटका केली. देवावर अनन्य भक्ति करणाऱ्याची देव कधीही उपेक्षा करीत नाही.

।। पंढरीनाथ महाराज की जय ।।

।। ॐ नमो भगवते वासुदेवाय ।।

देखताचि रूप विटेवरी गोजिरे । पाहता साजिरे चरण कमळ ।
शंखचक्र गदाधरू। कासे सुरंग पीतांबरू।।
पाहतां पाहतां दृष्टि धाये जेणें । वैकुंठीचे पेणे सहज हाती ।
भानुदास म्हणे लावण्य पुतळा । देखियेला डोळा पांडुरंग ।।

– श्री संत भानुदास महाराज

विटेवरचे सुंदर रूप, साजिरी चरण कमळे शंख, चक्र, गदा धारण करणारा, कटिवर सुंदर पितांबर नेसलेला, ज्याचेकडे पाहिल्यावर डोळे दिपून जातात तो लावण्याचा पुतळा पांडुरंग मी पाहिला आहे असे भानुदास महाराज म्हणतात.

सागरी वर्षला घन । वृथा जाय ते जीवन ।
योगियासी शीण तैसा । आदि आभासा अवसानीं ।।
अनुभवून पाहता योग । नोहे व्यंग मग काही ।
म्हणे जनार्दनी एका । योग निका रामनाम ।।

– श्री जनार्दन स्वामी महाराज

समद्रावर पडलेले पावसाचे पाणी जसे वाया जाते, तसे गुरुविना योग्यांचे श्रम वाया जातात. यासाठी योगाचा अनुभव घेऊन पहावा, म्हणजे त्यात काही उणे रहात नाही. जनार्दन स्वामी म्हणतात, पण खरा योग एकच, रामनाम जप.

कृपाळू उदार । उभा कटी ठेवूनि कर ।
सर्व देवांचा हा देव । निवारी भय काळाचे ।।
निघता शरण काय वाचा । चालवी त्याचा योगक्षेम ।
दृढ वाचे वदता नाम । होय निष्काम संसारी ।।

– श्री संत एकनाथ महाराज

कमरेवर हात ठेवून हा देवांचा देव जो कृपाळू आणि उदार आहे तो उभा आहे. तो कळिकाळाचे भय घालवतो. त्याला तनमने करून शरण गेल्यावर तो योगक्षेमही चालवतो. निष्ठापूर्वक त्याचा नामजप केला तर संसारात निष्काम होता येते.

।। पंढरीनाथ महाराज की जय ।।

।। ॐ नमो भगवते वासुदेवाय ।।

जन्मा आलियाचे फळ । कांही करावे सफळ ।
ऐसे न करितां निर्फळ । भूमिभार होये ।।
संसारदु:ख विसरवी । भक्तिमार्ग विमळ दावी ।
भजनक्रिया उपजवी । तो सत्त्वगुण ।।

– श्री संत समर्थ रामदास

जन्माला आल्यावर तो सफळ करावा. तो जर तसा केला नाही तर व्यर्थ भूमीला भार. संसारदु:ख विसरणारा, विमल असा भक्तिमार्ग, जे भजनमार्गे अनुसरतात ते सत्त्वगुणी होत.

नीचाचे संगती देवो विटाळला । पाणिये प्रक्षाळोनि सोवळा केला ।
मुळीच सोवळा कोठे ते ओवळा । पाहता पाहणे डोळा जयापरी ।।
सोवळ्याचे ठाई सोवळा आहे । ओवळ्याचे ठाई वोवळा का ते राहे ।
चोखा म्हणे देव दोहीचा वेगळा । तोचि म्यां देखिला दृष्टिभरी ।।

– श्री संत चोखामेळा महाराज

कनिष्ठ जातीच्या लोकांमुळे, नीच माणसांमुळे देव विटाळला म्हणून पाण्याने स्वच्छ स्नान घालून त्याला सोवळा केला. तो मुळातच सोवळा आहे तो ओवळा कसा होईल आणि तो सोवळा आहे की ओवळा हे प्रत्येकाच्या दृष्टीवर अवलंबून आहे. ज्याला सोवळा वाटेल त्याला तो सोवळा आहे, ज्याला तो ओवळा वाटेल त्याला ओवळा आहे. पण चोखा मेळा महाराज म्हणतात, देव सोवळाही नाही, ओवळाही नाही. दोन्हीपेक्षा निराळा आहे आणि तो मी पाहिला आहे.

विवेकाचा गाव वैराग्याचा ठाव । योगाचे वैभव साधुसंत ।
भक्तिचे जिव्हार, ज्ञानाचे भांडार । शांतीचे माहेर साधुसंत ।।
चैतन्याचा प्राण सुखाचे निधान । विश्रांतीचे स्थान साधुसंत ।
स्वामी म्हणे संत आनंदाची खाण । मूर्तिमंत जाण परब्रह्म ।।

– श्री संत स्वामी स्वरुपानंद महाराज

साधुसंत म्हणजे विवेकाचा गाव आणि वैराग्याचा ठाव, योगाचे वैभव, भक्तिचे मर्म, ज्ञानाचे भांडार आणि शांतीचे माहेर. साधुसंत म्हणजे चैतन्याचा प्राण, सुखाचे निधान आणि विश्रांतीचे स्थान. स्वामी स्वरूपानंद म्हणतात, संत म्हणजे मूर्तिमंत आनंदाची खाणच समजावी.

।। पंढरीनाथ महाराज की जय ।।

।।ॐ नमो भगवते वासुदेवाय ।।

वेदशास्त्र प्रमाण श्रुतीचे वचन । एक नारायण सार जप ।
जप तप कर्म हरीविण धर्म । वाऊगाचि श्रम व्यर्थ जाय ।।
हरिपाठी गेले ते निवांतचि ठेले । भ्रमर गुंतले सुमनकळिके।
ज्ञानदेवी मंत्र हरिनामाचे शास्त्र । यम कुळगोत्र वर्जियेले ।।

– श्री संत ज्ञानेश्वर महाराज

वेदशास्त्रश्रुती यांचे एकच वचन आहे की तुम्ही सर्वांचे सार असलेल्या नारायणाचाच जप करा. जपतपादि कर्मे एक हरि नसेल तर व्यर्थ जातात. श्रम वाया जातात. हरिनामाच्या मार्गाने गेले त्यांना निवांतपणा मिळाला, स्वास्थ्य लाभले. फुलांच्या कळीत मधासाठी भ्रमर जसा गुंततो, तसे ते हरिनामात गुंतले आहेत. श्रीज्ञानेश्वर म्हणतात हरिनाम हे माझे शास्त्र आहे त्याला भिऊन यमदेखील या कुळगोत्रांना वर्ज्य समजतो.

स्वहिता कारणे संगती साधुचि । भावें भक्ति हरीची भेटी तेणें ।
हरि तेथें संत, संत तेथें हरि । ऐसे वेद चारी बोलताती ।।
ब्रह्मा डोळसाते वेदार्थ ना कळे । तेथे हे आंधळे व्यर्थ होती ।
वेदांची ही बीजाक्षरे हरी दोनी । एका जनार्दनी हरि बोला ।।

– श्री संत एकनाथ महाराज

आपल्या हितासाठी साधुची संगत धरावी म्हणजे भावभक्तिमुळे हरीची भेट होते. चारही वेद सांगतात की जिथे संत आहेत तिथे हरी आहे आणि जिथे हरी आहे तिथे संत असतात. डोळस अशा ब्रह्मदेवाला जिथे वेदार्थ नीट समजला नाही तिथे तो आंधळ्याला काय समजणार ? हरि ही वेदांची बीजाक्षरे आहेत, म्हणून श्रीएकनाथ महाराज म्हणतात, हरि नामाचा जप करा.

मायेची भूचरें रज तम सात्विक। रामनाथ एक सोडविणे ।
राम हेचि स्नान राम हेचि ध्यान । नामे घडती यज्ञ कोटीही देवा ।।
न लागती साधने नाना मंत्र विवेक। रामनामी मुख रंगवी कारे ।
नामा म्हणे श्रीराम हेचि वचन आम्हां । नित्य ते पौर्णिमा सोळा करी ।।

– श्री संत नामदेव महाराज

सर्व प्राणी त्रिगुणांनी युक्त असून त्यातून सुटका एका रामनामाने होईल. राम हेच ध्यान आहे, राम हेच स्नान आहे. नामामुळे कोटी कोटी यज्ञ होतात; मंत्र व विवेक सोडून रामनामाने मुख रंगवून टाक. नामदेव महाराज म्हणतात, श्रीराम हेच आमचे वचन असून तीच पौर्णिमा आहे.

।। पंढरीनाथ महाराज की जय ।।

।। ॐ नमो भगवते वासुदेवाय ।।

हरिविण चित्तीं न धरी विपरीत । तरताती पतित रामनामे ।
विचारुनी पहा ग्रंथ हे अवघे । जेथे तिथे सांगे रामनाम ।।
व्यासादिक भले रामनामापाठीं । नित्यता वैकुंठी तया घर ।
निवृत्ति साचार रामनामीं दृढ । अवघेचि गूढ उगविले ।।

- श्री संत निवृत्तीनाथ महाराज

हरिनामाशिवाय मनात दुसरे काही धरू नकोस. रामनामाने पापी, पतित तरून जातात. कितीही ग्रंथ धुंडून पहा, जिथे तिथे रामनाम दिसेल. व्यासादिक ऋषि रामनामजपामुळे वैकुंठात घर करून राहिले आहेत. निवृत्तीनाथहि रामनामामध्ये दृढ असल्याने त्यांना सर्व गूढ उमगले आहे.

नामसंकीर्तन वैष्णवांची जोडी । पापे अनंत कोटी गेली त्यांची ।
अनंत जन्मांचे तप एक नाम । सर्व मार्ग सुगम हरिपाठ ।।
योगयाग क्रिया धर्मा धर्म माया । गेल ते विलया हरिपाठी ।
ज्ञानदेवी यज्ञयाग क्रिया धर्म । हरिवीण नेम नाही दुजा ।।

- श्री संत ज्ञानेश्वर महाराज

वैष्णवांनी हरि कीर्तन आणि नामजप याची जोडी जोडल्यामुळे त्यांची अनंत कोटी पापे भस्म झाली. अनंत जन्मांचे तप एक नामाबरोबर आहे असा हा हरिपाठ सर्व मार्गात सोपा आहे. हरिपाठ केला तर योगयोगादि क्रिया करण्याची गरज रहात नाही. धर्मापलिकडे वृत्ति जाते, माया संपते. ज्ञानेश्वर महाराज म्हणतात हरि हाच त्यांचा यज्ञयाग, क्रिया धर्म आहे. हरि शिवाय त्यांना दुसरा नेमधर्म नाही.

पाहता ये परिपाटी आणिक नाही सृष्टी । नामेंविण दृष्टी न दिसे माझ्या ।
नामचि समर्थ नामचि मथित । शंकरासी होत रामनामीं ।।
भरती सर्व काम वाचे रामनाम । न लागती ते नेम कर्मजाळ ।
नामा म्हणे उच्चार न करी विचार । तुटेल येरझार नाना योनी ।।

- श्री संत नामदेव महाराज

नाम हेच सामर्थ्यशाली आहे, नाम हेच सार आहे. भगवान शंकर सुद्धा रामनामावर निष्ठा ठेवतात. रामनामजपाने सर्व कामे होतात आणि या कर्म जाळ्यात दुसरा नेम नाही. नामदेव महाराज म्हणतात तू फारसा विचार न करता रामनामाचा उच्चार कर म्हणजे मग जन्ममरणाच्या फेऱ्यातून तुझी सुटका होईल.

।। पंढरीनाथ महाराज की जय ।।

।।ॐ नमो भगवते वासुदेवाय।।

प्रपंचाची वस्ती व्यर्थ काह्या मज । आम्हा बोलता लाजयेत सये ।
काय करू हरी कैसा हा गवसे । चंद्र सूर्य अंवसे एकसूत्र ।।
तैसे करू मन निरंतर ध्यान । उन्मनीं साधन आम्हा पुरे ।
निवृत्ति हरिपाठ नाम हेचि वाटे । प्रपंच फुकट दिसे आम्हां ।।

– श्री संत निवृत्तिनाथ महाराज

प्रपंचाच्या वस्तीचे आम्हाला सोयरसुतक नाही. आम्हाला त्या विषयी बोलायला सुद्धा लाज वाटते. काय केले असता आम्हाला हरि सापडेल ? ज्याप्रमाणे अवसेला चंद्र सूर्य एकत्र येतात त्याप्रमाणे मनाने आम्ही त्याचे निरंतर ध्यान करू, त्यामुळे येणारी उन्मनी अवस्था आम्हाला पुरेशी आहे. निवृत्तीनाथ म्हणतात नाम हीच वाट आम्हाला दिसते आणि प्रपंच व्यर्थ वाटतो.

हरिनामामृत सेवी सावकाश । मोक्ष त्याचे भुस दृष्टी पुढें ।
नित्य नामघोष जयाचे मंदिरी । तेचि काशीपुरी तीर्थक्षेत्र ।।
वाराणसी तीर्थक्षेत्रा नाश आहे । अविनाशासी पाहें नाश कैचा ।
एका जनार्दनी ऐसे किती झाले । हरिनाम सेविले तोचि एक।।

– श्री संत एकनाथ महाराज

हरिनामाचे सेवन मी सावकाशपणे करतो. मोक्ष त्याचे पुढे गवत आहे, तृणासमान आहे. ज्याच्या घरी नित्य नामाचा घोष होतो तीच काशी आणि तीच जगन्नाथपुरी तीर्थक्षेत्रं आहेत. काशी आदि क्षेत्रांना विनाश आहे पण नाम अविनाशी आहे. श्री एकनाथ महाराज म्हणतात, अनेकजण येतात आणि जातात पण नामस्मरण करणारा अमर होतो.

नेणें जपतप योग युक्ति ध्यान । करिता चिंतन रात्रंदिन ।
नेणें नाही देवा झालों उतराई । मागें लागों पाही काळ जैसा ।।
भाव गंगोदके आम्ही शुद्ध पाहे । प्रक्षाळिलें पाय विटे सहित ।
तुका म्हणे आम्ही झालो पुण्यवंत । सेविले अमृत रामतीर्थ ।।

– श्री संत तुकाराम महाराज

मी जपतप योग युक्ति काही जाणत नाही. रात्रं दिवस केवळ तुझे चिंतन करतो. देवा मी तुझ्या ऋणातून मुक्त झालो का, काही कळत नाही. भाव भक्तिच्या गंगोदकाने आम्ही शुद्ध झालो आहोत आणि तुझे पाय विटेसह धुतले आहेत. तुकाराम महाराज म्हणतात, त्यामुळे आम्ही पुण्यवंत झालो आहोत.

।। पंढरीनाथ महाराज की जय ।।

।।ॐ नमो भगवते वासुदेवाय।।

निर्गुणाची सैज सगुणाची बाज । तेथे केशीराज पहुडले ।
कैसें याचे करणे दिवसां चांदिणें । सावळे उठणे एका तत्त्वें ।।
नाहीं या ममता अवघीच समता । आदि अंती बिंबता नलगे वेळ ।
मुक्ताई सधन सर्वत्र नारायण । जीवाशिव संपूर्ण एकतत्त्वें ।।

– श्री संत मुक्ताबाई

सगुणाच्या बाजेवर निर्गुणाची शेज घालून श्री विठ्ठल पहुडले आहेत. याच्या प्रभावाने दिवसा चांदणे पडले आहे. याला कुणाविषयीही प्रेम नाही ,पण सर्वांठायी समता आहे. त्याला आदि आणि अंत नाही, हे समजायला वेळ लागतो. सर्वत्र नारायण पाहिल्याने मुक्ताई श्रीमंत झाली आहे. जीव आणि शिव ही एकच तत्त्वे आहेत.

अवघे हे पवित्र पांडुरंग क्षेत्र । सुखचि सर्वत्र भरले असे ।
अवघा हा विठ्ठल गीती गाता गोड । अवघें पुरवी कोड नामें एक।।
अवघे जे सांडोनि अनुसरलें यातें । अवघे देतो त्यांते आपुलें प्रेम ।
अवघी चित्तवृत्ती ठेविती याच्या पायीं । त्याते अवघ्या बाही अलिंगितो ।।

– श्री संत नामदेव महाराज

पंढरपूर हे पांडुरंगाचे क्षेत्र परमपवित्र आहे आणि इथे सर्वत्र सुखच भरले आहे. हा विठ्ठल त्याची गोड गाणी म्हणत आहे, त्याचे नामस्मरण करणाऱ्यांच्या सर्व इच्छा तो पूर्ण करतो. सर्वसंगपरित्याग करून जे याच्या भजनी लागले त्यांना हा विठ्ठल प्रेम देतो. याच्या पायी चित्तवृत्ती अर्पण करणाऱ्यांना तो आलिंगन देतो.

एक नाम अवघे सार । वरकड अवघे ते असार ।
म्हणोनिया परतें करा । आधीं विठ्ठल हे स्मरा ।।
तुझे नाम नाहीं जेथें । नको माझी आस तेथे ।
तुजविण बोल न मानीं । करी ऐसे म्हणे जनी ।।

– श्री संत जनाबाई

देवा, तुझे नाम हे सगळ्याचे सार आहे. बाकी सर्व असार आहे, म्हणून विठ्ठलाचे आधी स्मरण करा. जिथे तुझे नाव नाही तिथे माझी थांबण्याची माझी इच्छा नाही. देवा तुझ्या नामाशिवाय माझ्या मुखातून दुसरे काही येणार नाही असे कर, असे जनाबाई सांगते.

।। पंढरीनाथ महाराज की जय ।।

।। ॐ नमो भगवते वासुदेवाय ।।

व्यर्थ प्रपंच टवाळ । सार एक निर्मळ ।
कृपा करी हरि कृपाळ । दीनदयाळ हरी माझा ।।
क्षमा शांति दया रूपी । तोचि तरेल स्वरूपीं ।
नामें तरले महापापी । ऐसे ब्रह्मा बोलिला ।।

– श्री संत ज्ञानेश्वर महाराज

प्रपंच हा व्यर्थ आहे, कृपाळू देवा माझ्यावर कृपा कर, माझा हरी दीन दयाळ आहे. तो क्षमा, दया, शांतीचे रूप आहे, तोच शेवटी तारील. महापापी लोक देखील नामस्मरणाने तरून गेले, असे ब्रह्मदेवाचे सांगणे आहे.

नित्य सर्व काळ पुण्याचिया राशी । हरिनाम आलिया जिव्हेसी ।
नित्य तपानुष्ठानाच्या राशी । कोटी यज्ञासी लाभ झाला ।।
नामा जपे नाम हरीचे । सार्थक केले संसाराचे ।
ओझे फेडिलें पूर्वजन्मीचे । हरी स्मरण केलीया ।।

– श्री संत नामदेव महाराज

ज्यांच्या जिभेवर सर्वकाळ हरिनाम आहे ते पुण्याच्या राशी होत. तपानुष्ठानाच्या जणू ते राशीच निर्माण करतात. त्यांना कोटी कोटी यज्ञांचा लाभ होतो. हरिनामाचा जप करून नामदेवाने संसाराचे सार्थक केले आहे. पूर्वजन्मातील पापांचे ओझे हरिस्मरण करून उतरून टाकले आहे.

तुझे चरणीं घालीन मिठी । चाड नाही रे वैकुंठी ।
सर्वभावें गाईन नाम । सखा तूंचि आत्माराम ।।
नित्य पाय वंदीन माथा । तेणें नासें भवभयव्यथा ।
दीनानाथा चक्रपाणी । दासी जनी लावी ध्यानीं ।।

– श्री संत जनाबाई

देवा, तुझ्या चरणांना, कुणाचीही पर्वा न करता मिठी घालीन. सर्वभावे तुझे नाम गाईन. तूच माझा सखा आणि आत्माराम आहेस. नेहमी भीती जाईल, व्यथा संपतील, भावही नष्ट होईल. दीनानाथा चक्रपाणी ही जनी सदा तुझेच ध्यान करते.

।। पंढरीनाथ महाराज की जय ।।

प्रपंच घडामोडी न सरे कल्पकोडी। वासनेची बेडी पडली पायीं।
सोडवण करा आले तो संसारा। शरण जा उदारा विठोबासी।।
लटकी मायादेवी गर्भवासी गोवी। नरक भोगवी नाना योनी।
नामा म्हणे तुम्ही विचारावे मनीं। सोयरा निर्वाणी पांडुरंग।।

– श्री संत सामदेव महाराज

प्रपंचातील सुखदु:ख कल्पान्तापर्यंत संपत नाहीत, पायात वासनेची बेडी पडली आहे. देवा आता एवीतेवी संसारात आलाच आहात तर उदारधि विठोबाला शरण जा, तोच तुमची सुटका करील. मायेच्या खेळामुळे पुन:पुन्हा जन्म घ्यावा लागतो. नरकयातना भोगाव्या लागतात. पण नामदेव महाराज म्हणतात, तुमच्या मनाला तुम्ही विचारा निर्वाणीच्या क्षणी पांडुरंगासारखा सोयरा नाही.

करू हरीचे कीर्तन। गाऊं निर्मळ ते गुण।
सदा धरू संतसंग। मुखीं म्हणू पांडुरंग।।
करू जनावरी कृपा। रामराम म्हणवूं लोकां।
जनी म्हणे किती करूं। नाम बळकट धरू।।

– श्री संत जनाबाई

हरीचे आम्ही कीर्तन करू, त्याचे निर्मळ गुण गाऊ. संतांच्या संगतीत सदैव राहू, मुखाने पांडुरंगाचं नाव घेऊ. लोकांना रामस्मरण करायला शिकवून त्यांच्यावर कृपा करू. जनाबाई म्हणतात, अखंड नामस्मरण करून नामाला बळकट धरून ठेवू.

साधुसंतजना करितो प्रार्थना। भेटवा देवराणा द्वारकेचा।
तनमन प्राण वेधले त्याचे पायीं। येऊनिया राही हृदयकमळीं।।
नंदाचे नंदनें मोहियेले मन। लागलेसे ध्यान गोविंदाचे।
विठा नामयाचा चरणीचा रज। भेटवा यादवराज द्वारकेचा।।

– श्री संत विठा महाराज

द्वारकेचा राणा मला भेटवा अशी माझी साधुसंतापाशी प्रार्थना आहे. त्याच्यासाठी त्याचे पायी तनमन प्राण अर्पण केले आहेत. तो माझ्या हृदयकमळात येऊन राहिला आहे. या गोविंदाचे ध्यान सतत करावेसे वाटते. नामदेव महाराजांची चरणधूली असलेला विठा म्हणतो, मला तो एकदा यादवांचा राजा, द्वारकेचा राणा भेटवा.

।। पंढरीनाथ महाराज की जय ।।

।।ॐ नमो भगवते वासुदेवाय ।।

मोल वेंचूनिया धुंडिती सेवका । आम्ही तरी फुका मागो बळें ।
नसतां जवळी हित फार करू। जीवभाव धरूं तुझ्या पायीं ।।
नेदू भोग आम्ही आपुल्या शरीरा । तुम्हांसी दातारा व्हावे म्हूण ।
तुका म्हणे तुज काय मागों आम्ही । फुकाचें कां ना भी म्हणसी ना ।।

- श्री संत तुकाराम महाराज

देवा, पगार देऊन सेवक शोधत बसला आहात, आम्ही तुमचे दास्यत्व विनामूल्य मागत आहोत. तू जवळ नसलास तरी आम्ही स्वहित साधू पण जीवभाव तुझ्या पायीं ठेवू. आम्ही सुखोपभोग घेणार नाही. तुकाराम महाराज म्हणतात, आम्ही तुझ्याकडे काहीही मागत नाही पण तरीही तू आमच्याबद्दल उदास आहेस.

भावे भक्तिवादें करावे कीर्तन । आशाबद्ध मन करू नये ।
निष्कामें करावे देवाचे कीर्तन । भय हे सांडुन शरीराचें ।।
रणामध्ये कैसा भिडतो रणशूर । होवोनि उदार जिवावरी ।
तैसा पांडुरंगी धरा हो निर्धार । उतरा हा पार भवसिंधु ।।

- श्री संत गोंदा महाराज

भावभक्तिने युक्त होऊन कीर्तन करावे. मनात कुठलीही आशा ठेवू नये. निष्काम, निरपेक्ष भावनेने देवाचे कीर्तन करावे आपले कसे होईल याचा विचार करू नये. एखादा शूरवीर जसा लढाईच्या मैदानात त्वेषाने घुसतो त्याप्रमाणे पांडुरंगावर दृढ भाव ठेवून हा भवसागर पार करा.

न लगे आयुष्य भविष्यसंपत्ति । नाम लक्ष्मीपति द्यावे मज ।
तेणे तिहीं लोकी होईन सरता । आणिक कृपावंता न मागे काही ।।
भवमूलछेदका गोपी मनरंजका । होसी बंधुसखा यादवकुळा ।
विठ्याचा तूं स्वामी भक्तिप्रेम सुख । यदुवंशटिळक यदुराया ।।

- श्री संत विठा महाराज

मला दीर्घ आयुष्य नको, संपत्ती नको. देवा, तुझे नाम केवळ मला द्या. मग मी तिन्ही लोक पार करून जाईन. देवा कृपावंता याशिवाय माझे दुसरे काही मागणे नाही. भवाचा नाश करणाऱ्या, गोपींचे मनोरंजन करणाऱ्या, यादव कुळाचा बंधु आणि मित्र असलेल्या भगवंता, तूच या विठ्याचा स्वामी आहेस. यदुवंश भूषणा, यदुराया तूच मला भक्तिप्रेमाचे सुख दे.

।। पंढरीनाथ महाराज की जय ।।

।।ॐ नमो भगवते वासुदेवाय।।

परसा म्हणे नाम्या मी तुजदेखिले। प्रत्यक्ष विठ्ठले ऐसे जाण।
तूंच तूं विठ्ठल तूंच तूं विठ्ठल। हाचि सत्य बोल जाण आम्हां।।
आम्ही एक आपुलें दृष्टीने देखिलें। देवभक्त झाले दोन्ही एकरूप।
तुझे नाम जपता महापातके जातीं। तेणें होय मुक्ति म्हणे परसा।।

– श्री संत परसा भागवत महाराज

परसा भागवत म्हणतात, नामदेवा मी तुम्हास पाहिले म्हणजे प्रत्यक्ष विठ्ठलालाच पाहिले. तूच माझा विठ्ठल आहेस हेच खरे. आम्ही तुमच्याकडे पाहिले तेव्हा देव आणि भक्त एकरूप झालेले दिसले. देवा तुझे नाव घेतल्यावर महापातके नष्ट होतात आणि मुक्ति मिळते, असे परसा भागवत महाराज म्हणतात.

अंबऋषीसाठी। जन्म घेतले जगजेठी।
वागवी भक्तांचा आभार। ऋणी झाला निरंतर।।
अर्जुनाचे रथी बैसे। त्याचे घोडे धूतसे।
लाज सांडी ऋषिकेशी। कान्होपात्रा तुझी दासी।।

– श्री संत कान्होपात्रा

देवा अंब ऋषिसाठी तू जन्म घेतलास. भक्तांचा तू भार वागवतोस आणि त्यांचा ऋणी होतोस. अर्जुनाच्या रथाचा सारथी होतोस, त्याचे घोडे धुतोस. तशीच तुझ्या सेवेसाठी माझी लाज जाऊ दे. ही कान्होपात्रा तुझी दासी आहे.

चरणीं ठेविले पद्मतीर्थ झालें। गरुडपारीं केले रामतीर्थ।
भागीरथीतीरी राम धनुर्धारी। अहिल्या उद्धरी क्षणमात्रें।।
पताकांचा भार नामाचा गजर। प्रेमाचा पाझर साधुसंता।
संतांचा हा दास नरहरी सेवेस। राहो रात्रंदिवस नाम घेत।।

– श्री संत नरहरि सोनार महाराज

चरणांवर मस्तक ठेवले ते पद्म तीर्थ झाले, गरूड पारीला रामतीर्थ झाले. गंगाकिनारी धनुर्धारी रामाने क्षणार्धात अहिल्येचा उद्धार केला. पताकांचा भार आणि नामाचा गजर ऐकून साधुसंतांना प्रेमाचा पाझर फुटतो. हा नरहरी संतांचा दास आहे. त्यांची सेवा करीत रात्रंदिवस नामस्मरण करीत तो राहो.

।। पंढरीनाथ महाराज की जय ।।

।।ॐ नमो भगवते वासुदेवाय ।।

देवाविण शून्य मुख । नाम न घेता नाही सुख ।
अंती होईल रे दुःख । नाम नसता मुखीं ।।
रामकृष्ण गोविंद । हरिमाधव परमानंद ।
नित्य ऐसा जयासी छंद । तोचि सुलभ गर्भवासी ।।

– श्री संत ज्ञानेश्वर महाराज

ज्याचे मुखी देवाचे नाव नाही त्याचे मुख शून्य समजावे. नाम घेतले नाही तर सुख कोठून मिळणार ? नाम मुखात नसेल तर शेवटी दुःख भोगावे लागेल. रामकृष्ण, गोविंद, हरिमाधव, या नावांचा ज्याला छंद आहे, त्याचाच जन्म सफल झाला असे समजावे.

भक्ति हेचि भावे परब्रह्म पक्वान्न । गुरुसुखे जेवण जेवियेलें ।
अनुभव भात लय लक्ष कढी । जेवणार गोडी घेत असे ।।
सुखशांति शाखा भावार्थ हा वडा । जेवणार गाढा आत्माराम ।
विषयाचा गुरळा थुंकोनी सांडिला । नामा आंचवला संसारासी ।।

– श्री संत नामदेव महाराज

भक्ति हाच भाव, परब्रह्म हे पक्वान्न, गुरुचे सुख हेच जेवण जेवलो. अनुभवाचा भात, एकाग्रतेची कढी घेऊन जेवणारा, जीवनात गोडी घेत असतो. सुख शांति या भाज्या, भावार्थ हा वडा आणि जेवणारा विद्वान आत्माराम त्याने विषयाचे विष थुंकून टाकून दिले आणि नामदेव संसारापासून मुक्त झाला. संसाराला आचवला.

देव खाते देव पितें । देवावरी मी निजते ।
देव देते देव घेते । देवासवे व्यवहारिते ।।
देव येथे देव तेथें । देवाविण नाहीं रिते ।
जनी म्हणे विठाबाई । भरूनि उरले अंतर बाही ।।

– श्री संत जनाबाई

मी देवाचे भक्षण करते. देवाचेच प्राशन करते. देवाच्या अंगावर झोपते. देवच देते आणि देवच घेते. देवासमवेतच सगळा व्यवहार करते. इथे तिथे सर्वत्र देव आहे. जनाबाई म्हणते ही विठाबाई अन्तर्बाह्य भरून राहिली आहे.

।। पंढरीनाथ महाराज की जय ।।

।। ॐ नमो भगवते वासुदेवाय ।।

धन्य धन्य साधु वर्तती भूतळीं । जे का भाळीभोळी तारावया ।
जयाच्या दर्शने पातकाची धुणीं । होय तो सज्जनी मान्य सदा ।।
विश्वीं विश्वंभर दाखविती पूर्ण । भवाचे बंधन तोडोनियां ।
नामा म्हणे सदा साधूसी वाणितां । वाचे पवित्रता अखंडित ।।

- श्री संत नामदेव महाराज

येथील भोळ्याभाळ्या जनतेला तारण्यासाठी जे साधु या भूतळावर जन्म घेतात ते धन्य होत. त्यांच्या दर्शनाने पातके धुवून जातात हे सज्जनांनी मान्य केले आहे. ते साधुसंत परमेश्वराचे दर्शन तर घडवतातच पण भवबंध तोडण्यासाठी सहाय्य करतात. नामदेव महाराज म्हणतात, साधुसंतांची स्तुती केल्यामुळे वाणीला पावित्र्य येते.

डोळियाची भूक हरपली । पाहतां श्रीविठ्ठल माऊली ।
पुंडलिकें बरवें केलें । परब्रह्म उभे ठेलें ।।
अट्ठावीस युगे जाली । अद्यापि न बैसे खाली ।
उभा राहिला तिष्ठत । आलियासी क्षेम देत ।।

- श्री संत एकनाथ महाराज

विठ्ठलाचे दर्शन होताच डोळ्यांची भूक गेली. पुंडलिकाने एक बरे केले की साक्षात् परब्रह्म इथे उभे केले. अट्ठावीस युगे झाली पण तो अजून खाली बसला नाही. सर्वांचे कल्याण करीत तो अद्यापिही तिष्ठत उभा आहे.

पतित पावना । दीनानाथा नारायणा ।
तुझे रूप माझें मनीं । राहो नाम जपो वाणी ।।
ब्रह्मांडनायका । विश्वजनाच्या पाळका ।
जीविचिया जीवा । तुका म्हणे देवदेवा ।।

- श्री संत तुकाराम महाराज

श्री संत तुकाराम महाराज म्हणतात, ब्रह्मांडनायका अखिल विश्वातील लोकांच्या पालका, माझ्या जिवाच्या जिवा, देवा, दीनानाथा, नारायणा, पतित पावना, तुझे रूप सतत माझ्या मनात राहो, तुझे नाम सतत माझे ओठी असू दे.

।। पंढरीनाथ महाराज की जय ।।

।।ॐ नमो भगवते वासुदेवाय ।।

समाधि साधन संजीवन नाम । शांति दया सम सर्वाभूतीं ।
शांतीची पै शांती निवृत्ती दातारू। हरिनाम उच्चारू दिधला तेणें ।।
शमदम कळा विज्ञान सज्ञान । परतोनि अज्ञान न ये घरा ।
ज्ञानदेवा सिद्धी साधन अवीट । भक्तिमार्ग नीट हरि पंथी ।।

– श्री संत ज्ञानेश्वर महाराज

संजीवन नामाचे समाधि हे एक साधन आहे. सर्वांबद्दल समभाव, दया, क्षमा, शांति त्यामुळे निर्माण होतात. निवृत्ती दाताराने मला शांतीची शांती तर दिलीच पण हरिनामाची दीक्षाही त्याने दिली. यामुळे ज्ञानदेवाला सिद्धींची साधना करता आली, भक्तिमार्गाने नीट जाता आले.

परिसासी लोह लागती । ते कनकचि होती ।
तया मागील ते गति । बोलो नये ।।
नामा मध्यम जाती । परीस प्रेमळ भक्ति।
तया मागील ते गति । बोलो नये ।।

– श्री संत नामदेव महाराज

लोखंडाला परिसाचा स्पर्श होताच त्याचे सोन्यात रुपांतर होते. त्याने पूर्वीची स्थिती बोलू नये, मध्यममार्गी, मध्यमजातीच्या नामदेवाला प्रेमळ भक्तिचा परिस स्पर्श झाला. म्हणे त्याने आधीच्या अवस्थेबद्दल मौन पाळावे.

झाली कीर्तनाची दाटी । चंद्रभागे वाळवंटी ।
संत गर्जती आनंदे । हरिची नामें नाना छंदे ।।
टाळ मृदंग झणत्कार । नामें कोंदले अंबर ।
निळा म्हणे वैकुंठवासी । झाला सुलभ हरिभक्तासी ।।

– श्री संत निळोबा महाराज

चंद्रभागेच्या वाळवंटात कीर्तनांची दाटी झाली आहे. संत आनंदाने हरिनाम गर्जत आहेत. टाळ मृदुंगाचा आवाज सर्वत्र भरून राहिला आहे, नामघोषाने आभाळ कोंदून गेले आहे. निळोबा म्हणतात, यामुळे हरिभक्तांना वैकुंठवास सोपा झाला आहे.

।। पंढरीनाथ महाराज की जय ।।

।। ॐ नमो भगवते वासुदेवाय ।।

जपता नाम विठ्ठलाचे । भय नाही हो काळाचे ।
तुमचे नाम गोड गोड । पुरव कोड जिवाचे ।।
वाचे सुलभ नामावळी । महादोषां होय होळी ।
सुख अनुपम्य गाता नाम । भानुदास म्हणे आम्हा विश्राम ।।

– श्री संत भानुदास महाराज

श्री विठ्ठलाचे नाम घेणारास काळाची भीती नाही. देवा तुमचे नाम अतिशय गोड आहे, ते नाम घेतल्याने सर्व इच्छा पूर्ण होतात. नाम घ्यायला अतिशय सोपे आहे आणि ते घेतल्याने महादोषांचे, महापातकांचेही भस्म होते. नाम घेण्याने अनुपम सुख मिळते, भानुदास महाराज म्हणतात, आम्हाला नामस्मरणाने विश्राम मिळतो.

मुळी नाही गुण म्हणोनि निर्गुण । ब्रह्मपरिपूर्ण गुरुनाथ ।
ज्याचे गुण गाता वेद मौनावला । शेष वोढावला झाला शय्या ।।
ब्रह्मादिक झाले ज्याचे आज्ञाधर । मानव पामर कोण पुढे ।
तोचि कृष्णातीरीं वसे औदुंबरी । दासा कृपा करी तारावया ।।

– श्री संत जनार्दन महाराज

कसलेही गुण नाहीत म्हणून निर्गुण म्हणावयाचे पण प्रत्यक्षात गुरुदेव दत्त म्हणजे परिपूर्ण ब्रह्म आहे. त्याचे गुण गाता गाता वेद मुके झाले. शेष तर आडवाच झाला. ब्रह्मादिक देव त्याच्या आज्ञेत असतात, मग मनुष्य गरीब बिचारा त्याच्यापुढे कोण ? तो कृष्णातीरी औदुंबराला रहातो आणि दासांवर, भक्तांवर कृपा करतो.

संपत्ती संतती मजला नावडे । स्वरूप आवडे तुझे देवा ।
तुझ्या रूपी सुख माझिया लोचना । आणिक नारायणा न पाहती ।।
हस्त इच्छितातीी तुज भेटावया । सेवाहि कराया सर्व काळ ।
एका जनार्दनी तुझे नाम मुखी । नको आणिका सुखी गोवूं मज ।।

– श्री संत एकनाथ महाराज

मला पैसा नको, मुले मुली नकोत मला देवा. तुझेच रूप फक्त आवडते. तुझ्या दर्शनात जे सुख आहे ते दुसऱ्या कशातही नाही. तुला भेटायला तुझी सदासर्वकाळ सेवा करायला हात आसुसलेले आहेत. तुझे नाम मुखात असल्यावर आणखी कोणतेही सुख नको.

।। पंढरीनाथ महाराज की जय ।।

।। ॐ नमो भगवते वासुदेवाय ।।

जन्ममरणांची कायसी चिंता । तुझ्या शरणागता पंढरीराया ।
वदनीं तुझे नाम अमृतसंजीवनी । असता चक्रपाणी भय काय ।।
हृदयी तुझे रूप बिंबिले साकार । तेथे कोण पार संसाराचा ।
तुका म्हणे तुझ्या नामाची पाखर । असतां कळिकाळां पायातळी ।।

– श्री संत तुकाराम महाराज

पंढरीनाथा विठ्ठला जे तुला शरण आले आहेत, त्यांना जन्ममरणाची कसली चिंता ? हे चक्रपाणी तुझ्या नामाचे अमृत मुखी असेल तर भीती कशाची ? तुझे रूप हृदयात प्रतिबिंबित झाले असेल तर संसाराचा काय पाड ? तुकाराम महाराज म्हणतात, देवा तुझ्या नामाची पाखर असल्यावर आम्ही कळिकाळालाही तळपायांनी तुडवतो.

जनीं भोजनीं नाम वाचे वदावें ।
अति आदरें गद्यघोषे म्हणावे ।।
हरिचिंतने अन्न सेवीत जावे ।
तरी श्रीहरी पाविजे तो स्वभावे ।।

– श्री संत समर्थ रामदास

लोकात वावरताना आणि भोजन करताना नाम घ्यावे. आदरपूर्वक मोठ्याने नामघोष करावा. श्रीहरीचे चिंतन करीतच भोजनाचा आस्वाद घ्यावा म्हणजे मग श्रीहरी सहज स्वभावे प्रसन्न होतो.

भाव अंतरी यथार्थ । देव देणार समर्थ ।
करू धंदा व्यवहार । स्मरू सदा सर्वाधार ।।
कर्ता करविता तोचि । ऐसी प्रचीती आमुची ।
स्वामी म्हणे साक्षीभूत । सुखें राहू संसारात ।।

– श्री संत स्वामी स्वरुपानंद महाराज

आपल्या मनातला भाव जर यथायोग्य असेल तर द्यायला देव समर्थ आहे. धंदा व्यवहार करताना ईश्वराचे स्मरण ठेवावे. तो कर्ता करविता आहे. याचा आम्हाला अनुभव आला आहे. त्याला साक्षीला ठेवून आम्ही सुखाने संसार करू.

।। पंढरीनाथ महाराज की जय ।।

।।ॐ नमो भगवते वासुदेवाय।।

चित्ता ऐसी नको देऊ आठवण। जेणें देवाचे चरण अंतर ते।
आलिया वचने रामनामध्वनि। ऐकावी कानीं ऐसी गोडी।।
मत्सराचा ठाव शरीरी नसावा। लाभेंविण जीवा दु:ख देतो।
तुका म्हणे राहे अंतरी शीतळ। शांतीचे ते बळ क्षमा अंगी।।

– श्री संत तुकाराम महाराज

देवा, तुझ्या चरणांपासून दूर जाईन अशी कसलीही आठवण मला देऊ नको. मुखी रामनाम आणि कानीं संतवाणी असू दे. मत्सराला या तनमनात वाव नसावा कारण त्यामुळे फायदा न होता उलट दु:ख होते. तुकाराम महाराज म्हणतात, त्यामुळे अंत:करण शीतल राहून, क्षमा हे शांतीचे सामर्थ्य लाभले आहे.

नको वीट मानू रघूनायकाचा।
अती आदरें बोलिजे रामवाचा।।
न वेचें सुखी सापडे रे फुकाचा।
करी घोष त्या जानकीवल्लभाचा।।

– श्री संत समर्थ रामदास

माझ्या मना श्रीरामाचे नाव घेण्याचा कंटाळा करू नको. अत्यंत आदरपूर्वक मुखाने रामनाम घे. रामनाम घेण्यासाठी दमडीही खर्च होत नाही. उलट सुखाचा लाभ होतो. म्हणून तू सदैव रामनामाचा घोष करीत रहा.

नको नको मना दुर्जन संगती। तेणे रमापति अंतरेल।
नको नको मना पाखंड दर्शन। तेणें नारायण अंतरेल।।
नको नको मना अभक्तांच्या गोष्टी। तेणें जगजेठी अंतरेल।
स्वामी म्हणे मना धरी संतसंग। करी रमारंग आपुलासा।।

– श्री संत स्वामी स्वरुपानंद महाराज

मना दुर्जनांची संगती नको, त्यामुळे देवाला रमापतीला मी अंतरेन, पाखंडाचं दर्शनही नको, तसं केलसं तर नारायण माझ्यापासून दूर जाईल. मना नास्तिकांच्या कथा ऐकू नकोस, अन्यथा जगजेठी दुरावेल. स्वामी महाराज म्हणतात, जना तू जर संतांची संगत धरलीस तर देव तुला आपलासा करील.

।। पंढरीनाथ महाराज की जय ।।

।।ॐ नमो भगवते वासुदेवाय।।

रंगा येई वो रंगा येईवो। विठाई विठाई माझे कृष्णाई कान्हाई।
वैकुंठनिवासिनी वो जगत्रयजननी। तुझा वेधु ये मनीं वो।।
कटी कर विराजित, मुगुटरत्नजडित। पीतांबरू कासिया येई तैसा धावत।
विश्वरूप विश्वंभरे। कमळनयने कमळाकर वो।
तुझे ध्यान लागो बाप रखुमादेवीवरू वो।।

– श्री संत ज्ञानेश्वर महाराज

ये माझ्या श्रीरंगा ये, माझे विठाई, कृष्णाई, कान्हाई, वैकुंठनिवासिनी. तिन्ही लोकांची आई तुझा वेध माझ्या मनाला लागला आहे. कमरेवर हात, मस्तकी रत्नजडित मुकुट, पितांबर परिधान केलेल्या विठ्ठला असशील तसा धावत ये, विश्वरूपा, विश्वंभरा, कमळनयना, कमळाकरा, रखुमाई देवीवरा, आमच्या पित्या, सदैव तुझेच ध्यान लागो.

विठ्ठलासी पाहे विठ्ठलासी ध्याये। विठ्ठलासी गाये सर्व काळ।
विठ्ठल हा वृत्ति विठ्ठल जपणें। चित्तवित्त मनें सर्वकाळ।।
सबाह्य विठ्ठल दारे घनवट। दशदिशा अफाट विठ्ठलचि।
नामा म्हणे तुम्ही विठ्ठल होऊन। अभंग भजन करितासां।।

– श्री संत नामदेव महाराज

मी सदैव विठ्ठलाला पाहतो, त्याचे ध्यान करतो आणि सर्व काळ त्याचेच गाणे गातो. विठ्ठल ही माझी मनोवृत्तीच झाली आहे, माझे चित्तवित्त तनमन सर्व काही विठ्ठलच आहे. अन्तर्बाह्य विठ्ठल घट्ट विणलेला आहे, अफाट दाही दिशात विठ्ठल भरलेला आहे. नामदेव महाराज म्हणतात, मी विठ्ठल होऊनच अभंग आणि भजन करतो,

न करी पठण घोष अक्षरांचा। बीजमंत्र आमुचा पांडुरंग।
सर्वकाळ नाम चिंतन मानसीं। समाधान मानसी समाधि हे।।
न करी भ्रमण न रिघे कपाटीं। जाईन तेथे दाटी वैष्णवांची।
आन नेणें काही न वजे तपासीं। नाचे दिंडीपाशी जागरणीं।।

– श्री संत तुकाराम महाराज

पांडुरंगाशिवाय आमचा कोणताच बीजमंत्र नाही. त्याशिवाय अन्य अक्षरांचा घोष आम्ही करणार नाही. मी सदासर्वदा हरिनामाचे चिंतन करीन, त्यामुळे होणारे समाधान हीच समाधि समजेन. मी दऱ्याखोऱ्यातून भ्रमण करणार नाही. जिथे वैष्णवांचा मेळा असेल तिथे जाईन.

।। पंढरीनाथ महाराज की जय ।।

।।ॐ नमो भगवते वासुदेवाय।।

अनंत जन्मींचे पुण्य बहुत । तै देखे पंढरीनाथ ।
वायां शिणताती बापुडी । काय गोडी धरुनि ।।
पाहतां विठ्ठलाचे मुख । हरे सर्व पाप निवारें दुःख ।
एका जनार्दनी विठ्ठल उभा । त्रैलोक्याचा गाभा विटेवरी ।।

– श्री संत एकनाथ महाराज

अनंत जन्मीचे पुण्य असेल तर पंढरीरायाचे दर्शन होईल. दुसऱ्या कशाच्या तरी मागे लागून कितीतरी जण दमतात, वाया जातात. पण विठ्ठलाचे मुख पाहिल्यावर सर्व दुःखे तर दूर होतातच, पण पापही नाहीसे होते. हा त्रैलोक्याचा गाभा असलेला विठ्ठल विटेवर उभा आहे.

विठ्ठल सोयरा सज्जन विसावा । जाईन त्याच्या गावा भेटावया ।
सीण भाग त्यासी सांगे आपुला । तो माझा बापुला सर्व जाणे ।।
माय माऊलिया बंधुवर्ग जाणा । भाळीन करुणा सकळिकांसी ।
माझिये माहेरीं सुखा काय उणें । न लगे येणें जाणें तुका म्हणे ।।

– श्री संत तुकाराम महाराज

विठ्ठल हा माझा सोयरा, सज्जन, संबंधी आहे. तो माझ्या जिवाची विश्रांती आहे. त्याला भेटण्यासाठी मी त्याच्या गावाला जाईन. माझी व्यथा मी त्याला सांगेन. कारण तो माझा पिता सर्व काही जाणता आहे. माझी आई, वडील, माझे भाऊबंद, सर्वांची मी करुणा भाकेन. माझ्या माहेरी सुखाची कमतरता नाही. तिथे गेल्यावर जन्ममृत्यूचे फेरे संपतात.

मना वीट मानू नको बोलण्याचा ।
पुढे मागुता राम जोडेल कैंचा ।।
सुखाची घडी लोटता सुख आहे ।
पुढे सर्व जाईल काही न राहे ।।

– श्री संत समर्थ रामदास

माझ्या मना माझ्या बोलण्याचा वीट मानू नकोस नाहीतर श्रीराम कसा जोडता येईल ? सुखाचा काळ फार नसतो. काळ सारखा पुढे सरकतो आहे हे विसरू नकोस.

।। पंढरीनाथ महाराज की जय ।।

।। ॐ नमो भगवते वासुदेवाय ।।

सर्वव्यापक सर्वदेही आहे । परि प्राणिवासी सोय नकळे त्याची ।
परमार्थ विषय तो कडु तो गोडु । तया अवघडु संसार ।।
सुलभ आणि सोपारें केलेंसें दातारें । आम्ही एकसरे उच्चारिले ।
ज्ञानियासी ज्ञान ज्ञानदेवी ध्यान । कलिमलछेदन नाम एक।।

– श्री संत ज्ञानेश्वर महाराज

ईश्वर हा सर्वव्यापी व सर्वांठायी आहे, पण याची जाणीव कित्येकांना नाही. परमार्थ विषय खरं तर कडूपण ज्याने तो गोड करून घेतला त्याचा संसार मात्र अवघड होतो. देवानं नाममार्गे मोक्षाला जाण्याचा रस्ता सोपा करून ठेवला आहे, ते नाम आम्ही एकदम उच्चारतो. या नामामुळे ज्ञानी लोकांना ज्ञान मिळते, ज्ञानदेव ध्यान करतो आणि या नामामुळे सर्व शत्रूंचे निर्दालन होते.

कृपेच्या सागरा भक्तजन करुणाकरा । परियेसी उदारा केशिराजा ।
मज घातले संसारी काळाचे आहारीं । करुणा कैसी हरी न ये तुज ।।
माझी सोडवण करीं गा कृपानिधी । तोडि हे उपाधि संसाराची ।
दु:खाचे डोंगर पडिले मजवरी । धाव बा श्रीहरी पांडुरंगा ।।

– श्री संत नामदेव महाराज

कृपासागरा भक्तांवर करुणा करणाऱ्या उदार केशिराजा तू मला या संसारात म्हणजे काळाच्या तोंडातच घातलेस. तुला माझी दया कशी येत नाही ? हे कृपासागरा यातून माझी सुटका कर, या संसाराच्या उपाधीतून मला मुक्त कर. माझ्यावर दु:खाचे डोंगर पडत आहेत तेव्हा पांडुरंगा तू धाव.

हरिहर ब्रह्मादिक। नामें तरलें तिन्ही लोक।
ऐसा कथेचा महिमा । झाली बोलावयाची सीमा ।।
जपेतपें लाजविली । तीर्थें शरणागत आली ।
देव श्रुती देती ग्वाही । जनी म्हणे सांगू कायी ।।

– श्री संत जनाबाई

हरिहर, ब्रह्मादिक इतकेच नव्हे तर तिन्ही लोक नामांनी तारले. कथेचा सुद्धा असा महिमा आहे की कितीही बोलले तरी कमीच पडेल. या नाममहिम्याने जपतपांना लाजवले, तीर्थांना शरण आणले. श्रुतीसुद्धा अशी ग्वाही देतात, मग जनाबाई म्हणतात मी आणखी काय सांगू ?

।। पंढरीनाथ महाराज की जय ।।

।। ॐ नमो भगवते वासुदेवाय ।।

जयांसी आवडे विठ्ठलचि नाम । ते माझे परम प्राणसखे ।
जयांसी विठ्ठल आवडे लोचनी । त्यांचे पायवणी स्वीकारीत ।।
विठ्ठलासी जिहीं दिला सर्वभाव । त्यांच्या पायीं ठाव मागाईन ।
तुका म्हणे रज होईन चरणीचा । म्हणविती त्यांच्या हरिचे दास ।।

– श्री संत तुकाराम महाराज

ज्यांना विठ्ठलनाम प्रिय आहे ते माझे प्राणसखे आहेत. ज्यांना विठ्ठलदर्शन प्रिय आहे त्यांच्या पायाचे मी तीर्थ घेईन. ज्यांनी आपला सर्वभाव विठ्ठलाला अर्पण केला आहे, त्यांच्या पायी रहाणे मी पसंत करीन. जे स्वत:ला हरिचे दास म्हणवतात त्यांच्या पायींची मी धूळ होईन, असे तुकाराम महाराज म्हणतात.

सदा बोलण्यासारिखें चालताहे ।
अनेक सदा एक देवासि पाहे ।।
सगुणी भजे लेश नाही भ्रमाचा ।
जगी धन्य तो दास सर्वोत्तमाचा ।।

– श्री संत समर्थ रामदास

जो बोलतो त्याप्रमाणे वागतो, सर्वांभूती देव पाहतो, सगुण मूर्तीचे भजन पूजन करताना ज्याच्या मनात शंका नाही, तो परमेश्वराचा दास या जगात धन्य होय.

काम क्रोध लोभ ठेवोनि अंतरी । पाहो जातां हरी कैंचा दिसे ।
काम तेथे पुष्टि क्रोध तेथे शांति । लोभ तेथे तृप्ती राहे कैंची ।।
काम क्रोध खळ पापी अमंगळ । समूळ चांडाळ त्यजावे ते ।
स्वामी म्हणे चित्त करावे निर्मळ । तरी चि गोपाळ राहे तेथे ।।

– श्री संत स्वामी स्वरुपानंद महाराज

मनात काम, क्रोध, लोभ ठेवले तर देवदर्शन कसे घडणार ? जिथे काम तेथे पुष्टि, क्रोध तिथे शांती, लोभ तिथे तृप्ती कशी असू शकेल ? काम क्रोध हे अमंगळ पापी वैरी आहेत त्यांचा समूळ नाश करावा. स्वामी सांगतात, चित्त निर्मळ करावे तर ईश्वर तिथे येईल.

।। पंढरीनाथ महाराज की जय ।।

॥ ॐ नमो भगवते वासुदेवाय ॥

जोडोनिया धन उत्तम वेव्हारें । उदास विचारें वेंच करी ।
उत्तमचि गती तो एक पावेल । उत्तम भोगील जीवखाणी ॥
परउपकारी नेणें परनिंदा । परस्त्रिया सदा बहिणी माया ।
तुका म्हणे हेचि आश्रयाचे फळा । परमपद बळ वैराग्याचे ॥

– श्री संत तुकाराम महाराज

सन्मार्गाने धन मिळवावे आणि उदासपणे खर्च करावे असे करणाऱ्याला उत्तम गती प्राप्त होईल आणि त्याचे आयुष्य आनंदात जाईल. जो नेहमी दुसऱ्यांवर उपकार करतो, परनिंदा करीत नाही, परस्त्रियांना माता, भगिनी समजतो, तुकाराम महाराज म्हणतात मग त्यांचा गृहस्थाश्रम धन्य झाला. गृहस्थाश्रमाचे हेच फळ असते आणि वैराग्याचे हेच बळ असते.

अनाथांचा नाथ भक्तांचा कैवारी । पुराणीं ही थोरी गाती तुझी ।
म्हणोनिया तुज आलो मी शरण । आता थोरपण तुम्हांकडे ॥
हाती धरी अथवा सोडी, नाही भीत । जे तुज उचित ते तूं करी ।
मन्मथशिवलिंग म्हणे नामासाठी । भय तुझ्या पोटी नाही काय ॥

– श्री संत मन्मथस्वामी महाराज

देवा तुला पुराणात अनाथांचा नाथ, भक्तांचा कैवारी असे म्हटले आहे, म्हणून मी तुला शरण आलो आहे. आता मोठेपणा तुम्ही दाखवा. हात धर अथवा सोड मी आता भीत नाही. तुला योग्य वाटेल ते कर. मन्मथ स्वामी म्हणतात, नामासाठी मी काहीही करीन.

पटकर पोतेरे करी सुगरण । तैसा जन्म जाण व्यर्थ गेला ।
कवडीचे मोलें दिधलेसें रत्न । तैसा जन्म जाण व्यर्थ गेला ॥
काष्ठापरी जैसा जाळिला चंदन । तैसा जन्म जाण व्यर्थ गेला ।
लिंगेश्वर म्हणे न करी भजन । त्याचा जन्म जाण व्यर्थ गेला ॥

– श्री संत लिंगेश्वर महाराज

एखादी सुगरण जशी केर पोतेरे करते किंवा कवडी मोलाने रत्न विकावे किंवा चुलीत लाकूड म्हणून चंदन वापरावे, तसा माझा जन्म व्यर्थ गेला आहे. लिंगेश्वर म्हणतात, जो भजन करीत नाही त्याचा जन्म व्यर्थ गेला, फुकट गेला असे समजावे.

॥ पंढरीनाथ महाराज की जय ॥

।। ॐ नमो भगवते वासुदेवाय ।।

बहुरुप्या ब्राह्मण पडियेले मित्र। दोहींचे ते गोत्र एक झाले।
वेश्या पतिव्रते पडियेला शेजार। दोहींचा आचार एक झाला।।
संग तोचि बाधी संग तोचि बाधी। कुसंग तो बाधी नारायणा।
नामा विष्णुदास सत्संगी बोधला। आत्मा हा लाधला पांडुरंग।।

– श्री संत नामदेव महाराज

ब्राह्मणानं बहुरुप्याशी मैत्री केली, दोघांचे वागणे सारखे झाले. वेश्येला पतिव्रतेचा शेजार मिळाला. दोघींचे वागणे एकच झाले. कुसंगती बाधते ती अशी. हा नामदेव विष्णुचा दास सत्संगात रमला, त्यामुळे त्याला पांडुरंगाचा लाभ झाला.

पेरिलें ते उगवतें। बोलण्यासारखे उत्तर येते।
परि मग कर्कश बोलवितें। काये निमित्य।।
दंभ दर्प अभिमान। क्रोध आणि कठीण वचन।
हे अज्ञानाचे लक्षण। भगवद्‌गीतेंत बोधिले।।

– श्री संत समर्थ रामदास

जे पेरावे तेच उगवते. आपण जसे बोलू तसे उत्तर येते. मग मुद्दाम कटू आणि कर्कश का बोलावे ? दंभ, दर्प, अभिमान, क्रोध आणि कटू बोलणे हे अज्ञानानाचे लक्षण आहे. हे भगवान् श्रीकृष्णांनी गीतेत सांगितले आहे.

काळवेळ हे सफळ हित करा कांही।
सर्व काळ सुखवेळ राम भजा भाई।।
काय जना कोण मना मानले हे सार।
रामवीण सर्व क्षीण दुःख अनिवार।।

– श्री संत वेणाबाई

वेळेचा सदुपयोग करा, सर्व काळ श्रीरामाचे भजन करा. जीवनाचे हेच सार आहे. हे लोक मानतील तर बरे होईल. श्रीराम नाम नसेल तर सर्व कष्ट आणि अनिवार दुःख आहे.

।। पंढरीनाथ महाराज की जय ।।

॥ ॐ नमो भगवते वासुदेवाय ॥

जन्मोनी प्राणी नाम न घेत वाचे । त्याचिया जन्माचे व्यर्थ वोझे ।
प्रसवोनी तयां वांझ ती जननी । बुडविली दोन्ही कुळें त्यानें ॥
पूर्वज पतनीं पडती बेचाळिस । नाम न ये मुखास ऐसा प्राणी ।
एका जनार्दनी पतित दुराचारी । यम तया अघोरी घालितसे ॥

– श्री संत एकनाथ महाराज

जो मनुष्य प्राणी जन्मला पण ज्याच्या ओठी नाम नाही त्याचे आयुष्य म्हणजे एक वाया गेलेले ओझेच होय. त्याला जन्म देऊनही त्याची आई वांझच राहिली. दोन्ही कुळे त्याने बुडवली. त्याच्या बेचाळीस पिढ्या नरकात गेल्या. ज्याचे मुखात नाम येत नाही त्याला यम अघोरी शिक्षा करतो.

स्मरण देवाचे करावें । अखंड नाम जपत जावे ।
नामस्मरणे पावावें । समाधान ॥
सुख दुःख उद्वेग चिंता । अथवा आनंद रुप असता ।
नामस्मरणेंवीण सर्वथा । राहोचि नये ॥

– श्री संत समर्थ रामदास

देवाचे नित्य स्मरण करावे, अखंड नामजप करावा आणि समाधान मिळवावे. सुख दुःखात, उद्वेग प्रसंगी, चिंतातुर असताना किंवा आनंदाचे वेळी नामस्मरण केल्याशिवाय राहू नये.

निंबा कडुपणा देत असे कोण । इक्षु गोडपण कोण करी ।
बिजा ऐसे फळ गोडीचा निवाडा । हा अर्थ उघडा दिसतसे ॥
बचनाग अंगी विष कोण लावी । सुगंधता द्यावी न लगे पुष्पा ।
बहिणी म्हणे बीजाऐसे येत फळ । उत्तम ओंगळ परीक्षावे ॥

– श्री संत बहिणाबाई

निंबाला कडूपणा आणि उसाला गोडी कोण देतो ? जसे बीज तसे फळ हा अगदी उघड अर्थ दिसतो. बचनागाला विष कोण देतो. फुलाला सुगंध द्यावा लागत नाही. बहिणाबाई म्हणतात बीजासारखे फळ असते. यासाठी चांगल्या वाईटाची नीट परीक्षा करावी.

॥ पंढरीनाथ महाराज की जय ॥

।। ॐ नमो भगवते वासुदेवाय ।।

काय करूं मज नागविले अळसें। बहुत या सोसें पीडा केली।
हिरोनिया नेला मुखींचा उच्चार। पडिले अंतर जवळीच ।।
द्वैताचिया कैसा सापडलो हातीं। बहुत करिती ओढाओढी।
तुका म्हणे आता आपुलिया सवें। न्यावे मज देवा सोडवुनि ।।

– श्री संत तुकाराम महाराज

देवा, काय करू या आळसाने मला नागवले आहे. या संसाराच्या सोसामुळे खूप त्रास झाला. या प्रपंचामुळे माझ्या ओठीचे हरिनाम हिरावले गेले. त्यामुळे आपल्या दोघात अंतर पडले. द्वैताच्या भ्रमात सापडल्याने माझ्या मनाची ओढाताण होते आहे. तुकाराम महाराज म्हणतात देवा, मला यातून सोडवा आणि तुमच्यासोबत घेऊन जा.

सोपे हे साधन रामनाथ ध्यान। न लगेचि आत जपतप।
संप्रदाययुक्त सद्‌गुरु पासोनि। नाम ते घेवोनि साधन कीजे ।।
नको प्रत्याहार नको प्राणायाम। उपाय सुगम सर्वश्रेष्ठ।
यावरून बापा हो नका करू आळस। शरण सद्‌गुरुस जावयाला ।।

– श्री संत कोटणीस महाराज

श्रीरामरायाचे चिंतन हे अगदी सोपे साधन आहे ते केल्यावर जपतपादि अन्य साधनांची आवश्यकता नाही. योग्य अशा सांप्रदायिक गुरुकडून नाम घेऊन साधना करावी मग प्राणायाम पथ्यपाणी याची गरज नाही. यासाठी लोक हो आळस न करता सद्‌गुरुला शरण जा.

कर्म तैसे फळ लाभते केवळ। आणिकाते बोल लावू नये।
पेरोनिया साळी गव्हाचे ते पीक। घ्यावया नि:शंक धावू नये ।।
उत्तरासारखे येते प्रत्युत्तर। करावा विचार आपणाशी।
स्वामी म्हणे होसी सर्वथैव जाण। तुझा तूं कारण सुख दुःखा ।।

– श्री संत स्वामी स्वरुपानंद महाराज

जसे आपण कर्म करतो तसे फळ आपल्याला मिळते. त्यासाठी इतरांना बोल लावू नये. साळी पेरून गव्हाचे पीक येणार नाही. जर कटु उत्तर दिले तर तसेच प्रत्युत्तर येते यासाठी बोलण्यापूर्वीच विचार करावा. स्वामी महाराज सांगतात आपल्या सुख दुःखाला आपणच कारणीभूत असतो हे जाणून घे.

।। पंढरीनाथ महाराज की जय ।।

।। ॐ नमो भगवते वासुदेवाय ।।

विष्णुवीण मार्ग घेसील अव्यंग । तरी वायाचि सोंग करणी तुझी ।
येऊनि संसारा वायाचि उजिगरा । कैसेनि ईश्वरा पावशी हरी ।।
नरदेह कैचे तुज होय साचे । नव्हे रे हिताचे सुख तुज ।
ज्ञानदेव म्हणे शरण रिघणें । वैकुंठीचे पेणें अंती तुज ।।

– श्री संत ज्ञानेश्वर महाराज

देवाशिवाय कोणत्याही मार्गाला गेलास तर ते तुझे चालणे व्यर्थ आहे. संसारात येऊन तू जागृत झाला नाहीस तर तुला देव कसा पावेल ? नरदेह मिळून तूं तुझे हित केले पाहिजेस. नुसते सुख तुझ्या हिताचे नव्हे. ज्ञानेश्वर म्हणतात, देवाला शरण गेलास तर तुझा अखेरचा मुक्काम वैकुंठ हा असेल.

वाचे म्हणता गंगा गंगा । सकळ पापे जाती भंगा ।
दृष्टि पडता ब्रह्मगिरी । त्यासि नाही यमपुरी ।।
कुशावर्ती करिता स्नान । त्याचे वैकुंठी राहणें ।
नामा म्हणे प्रदक्षिणा । त्यांसी जन्म नाही पुन्हा ।।

– श्री संत नामदेव महाराज

गंगेचे नाम मुखाने घेतले तर सर्व पापे भंग पावतात. गोदावरीचे उगमस्थान असलेला नीळकूट पर्वत जर दृष्टीस पडला तर नरकातून मुक्तता. कुशावर्ती स्नान झाले तर वैकुठात वास्तव्य आणि नामदेव महाराज म्हणतात, सर्व तीर्थांना प्रदक्षिणा घातली तर पुन्हा जन्म नाही.

तुझ्या निजरुपाकारणे । वेडावली षट्दर्शनें ।
परि सोय न कळे त्यांसी । समीप असता देवासी ।।
चारीश्रमें हो कष्टती । वेदशास्त्रे धुंडाळिती ।
तुझी कृपा होय जरी । दासी जनी ध्रपुद करी ।।

– श्री संत जनाबाई

तुझे रूप जाणण्यासाठी सहा दर्शने वेडी झाली पण जवळ असूनही देव त्यांना समजला नाही. आयुष्यभर तुझ्यासाठी कष्ट करतात, वेदशास्त्रे धुंडाळतात पण तुला विठ्ठला कसे जाणावे ? तुझी कृपा झाली तर ही जनाबाई सतत तुझेच गाणे गात राहील.

।। पंढरीनाथ महाराज की जय ।।

।। ॐ नमो भगवते वासुदेवाय ।।

ऐक बापा हृषिकेशी । मज ठेवी पायांपाशी ।
तुझे रूप पाहीन डोळां । मुखी नाम वेळोवेळां ।।
तुजविण देवराया । कोणी नाही रे सखया ।
कमळापती कमळापाणी । दासी जनी लागे चरणी ।।

- श्री संत जनाबाई

हे विठ्ठला, हृषिकेशी मला तुझ्या पायाशी ठेव. मग मी तुझे रूप डोळ्यांनी पाहीन. सतत तुझे नाम घेईन. देवा सखया तुझ्याशिवाय मला कोणी नाही. हे कमलापती ही दासी जनी तुझ्या चरणी लागली आहे.

तुझे चरणीं चित्त रंगले अनुरागें । बहु जन्म वियोगें शिणलो होतो ।
कामक्रोध मद मत्सरू अहंकार । देह निरंतर जाजावले ।।
बुडतीया जरी अवचिता सांगडी । तें न जीवे सोडी तैसें झालें ।
वितवी नामयाचा विष्णुदास नारा । वंशपरंपरा दास तुझा ।।

- श्री संत नारा महाराज

तुझ्याविषयीच्या प्रेमाने तुझ्या पायी चित्त रंगले, काम, क्रोध, मद, मत्सर या दुर्गुणांचे देहाने सतत लाड केले, पण आता मात्र मला मुक्त व्हायचे आहे. बुडणाऱ्या माणसाच्या हाती अवचित एखादे फळकूट जरी लागले तरी ते तो जसे जिवाच्या कराराने धरून ठेवतो तसा आता मी तुला धरून ठेवणार आहे. हा विष्णुदास नारा विठ्ठला तुला विनवतो आहे, हा नारा तुझा वंश परंपरा दास आहे.

हरिदासाचिये घरीं । मज उपजवा जन्मांतरी ।
म्हणसी कांही मागा । हेंचि देगा पांडुरंगा ।।
संत लोटांगणीं । जातां लाज नको मनीं ।
तुका म्हणे अंगीं । शक्ति देईं नाचे रंगी ।।

देवा, मला पुढचा जन्म हरिदासाच्या घरी दे. तू जर मला काही माग म्हणत असलास तर मी हेच मागीन. संतांना साष्टांग नमस्कार घालताना मनात लाज नसावी. तुकाराम महाराज म्हणतात देवा, तुझ्या रंगात नाचण्याची शक्ति मला दे.

।। पंढरीनाथ महाराज की जय ।।

॥ ॐ नमो भगवते वासुदेवाय ॥

भक्ति ते कठीण इंगळाची खाई । रिघणें त्या डोही कठीण असे ।
भक्ति ते कठीण विषग्रास घेणे । उदास पै होणे जिवेभावे ॥
भक्ति ते कठीण भक्ति ते कठीण । खड्गाची धार बाण न सोशी तया ।
भक्ति ते कठीण विचारुनी पाहे जनी । भक्तियोगे संतसमागमी सर्व सिद्धी ॥

– श्री संत जनाबाई

भक्ति ही अतिशय कठीण, जणू निखाऱ्यांची खाई, त्यातून बाहेर निघणे कठीण. भक्ति म्हणजे विषाचा घास घेऊन उदास राहणे. भक्ति फार कठीण, जणू तलवारीची धार किंवा बाणाचे टोकभक्ति किती कठीण आहे हे या जनाबाईला विचारा. पण भक्तिमुळेच संताची संगत लाभते आणि सर्व सिद्धी प्राप्त होतात.

ऐसे सुख कोठे आहे । मुक्ति मागोनी करीसी काय ।
सांडोनि पंढरीची वारी । मोक्ष मागे तो भिकारी ॥
सांडोनि वाळवंट । का बा इच्छिली वैकुंठ ।
मुखी कवळ काल्याचे । ऐसे वैकुंठी बा कैंचे ॥

– श्री संत विठा महाराज

अरे बाबा इथं पंढरीत जे सुख आहे. तसे सुख कुठे आहे ? पंढरीची वारी सोडून मोक्ष मागणाऱ्याला भिकारीच म्हणायला हवं. जिथं संतांची कदा कीर्तन होतात ते वाळवंट सोडून वैकुंठाची इच्छा कशाला करतोस ? अरे काल्याचा घास वैकुंठात थोडाच मिळणार आहे ?

योग याग तपें करिता भागली । तीच ही माऊली विटेवरी ।
न येई ध्यानी साधिता साधनीं । भक्तांसी निर्वाणी धावतसे ॥
चारी वेद सहा शास्त्रे शिणली । कान्होपात्रा लाधली प्रेमसुखे ।

– श्री संत कान्होपात्रा

योग याग तपे करून मिळाली ती ही विटेवरची विठोमाऊली. तिचे ध्यान करून ती ध्यानात येईलच असे नाही, पण भक्तांवर संकट आले तर ती धावत येते. चारही वेद आणि सहा शास्त्रांना ही कळली नाही. पण कान्होपात्रेला मात्र तिच्या भक्तिमुळे लाभली.

॥ पंढरीनाथ महाराज की जय ॥

।। ॐ नमो भगवते वासुदेवाय ।।

पंढरीचे सुख जिहीं अनुभविलें।
भावें अनुसरले विठ्ठलपायी।।
काया वाचा मन रंगले चरणीं।
धरियेला मनीं पांडुरंग।।

- श्री संत नामदेव महाराज

पंढरीचे सुख ज्यांनी अनुभवले ते अगदी सहज भावाने विठ्ठलचरणी लागले. काया वाचा मने ते विठ्ठलचरणी रंगले आणि मनात त्यांनी केवळ पांडुरंग धरला.

आम्ही आणि संत संत आणि आम्ही।
सूर्य आणि रश्मि काय दोन।।
दीप आणि सारंग सारंग आणि दीप।
ध्यान आणि जप काय दोन।।

- श्री संत जनाबाई

आम्ही आणि संत काय वेगळे आहोत ? सूर्य आणि सूर्याची किरणे, दिवा आणि ज्योति, ध्यान आणि जप काय निरनिराळे असतात ?

कोटी यज्ञांची ही फळे। त्याहुनि हरिनाम आगळे।
तें फळ वेगळे सांगावया। नाही उपमा द्यावया।।
महापातकांच्या राशी। नामें पावती मोक्षासी।
हरिनामाचा संग्रह करा। म्हणे विष्णुदास नारा।।

- श्री संत नारा महाराज

कोटी यज्ञांच्या फळापेक्षा हरिनाम निराळे आहे. त्याचे फळ वेगळे सांगायला उपमाच नाही. महापातकांच्या राशी असल्या तरी हरिनामाने मोक्ष प्राप्ती होते. यासाठी विष्णुदास नारा महाराज म्हणतात, हरिनामाचा संग्रह करा.

।। पंढरीनाथ महाराज की जय ।।

।। ॐ नमो भगवते वासुदेवाय ।।

आम्हां व्रत एकादशी । देव केशव तीर्थ तुळशी ।
अनेक नेणों बा साधन । आमचा विषय हरिकीर्तन ।।
संतसंगती निरंतर । प्रेमधन हें भांडार ।
विनवी विष्णुदास नारा । आमची ऐसी परंपरा ।।

– श्री संत नारा महाराज

एकादशी हे आमचे व्रत आहे, पांडुरंग हे आमचे दैवत आहे आणि तुळस हे तीर्थ आहे. आमचा विषय हरिकीर्तन आहे, त्यामुळे आणखी साधने करण्याची गरज नाही. आम्हाला निरंतर संतांची संगत लाभते. प्रेमधन हेच आमचे भांडार आहे. विष्णुदास नारा हेच विनवून सांगून पुढे म्हणतो, हीच आमची परंपरा आहे.

जिव्हा लागली नामस्मरणीं । रित्या मापें भरी गोणी ।
नित्य नेमाची लाखोली । गुण आज्ञेने मी पाळी ।।
मज भरवंसा नामाचा । गजर नाम्याच्या दासीचा ।
विटेवरी ब्रह्म दिसे । जनी त्याला पाहतसे ।।

– श्री संत जनाबाई

जिभेवर सदैव देवाचे नाव आहे. रिकाम्या मापानं मी आता पोती भरते आहे. नित्यनेमाने मी नामस्मरण करीन, आज्ञ पालन करीन. माझा नामावर विश्वास आहे. असे ही नामयाची दासी गजर करून सांगते आहे. विटेवर जे ब्रह्म उभे आहे, जनी त्याचे दर्शन घेते.

तोचि एक संत जाणा । नारायणा आवडती ।
पांडुरंगावाचुनि कांही । न जाणें पाही दुसरें ।।
मुखी नाम अमृतवाणी । धाले मनीं डुलती ।
सेना म्हणे पायीं माथा । त्यांच्या आता ठेविली ।।

– श्री संत सेना महाराज

जो नारायणाला प्रिय आहे. त्यालाच संत म्हणावे. तो पांडुरंगाशिवाय दुसरे काही जाणत नाही. संतामुखी नामस्मरणाची अमृतवाणी असते, त्यामुळे त्यांचे मन आनंदी असते. सेना महाराज म्हणतात, त्या विठ्ठलाच्या पायी मी आता माथा ठेवतो.

।। पंढरीनाथ महाराज की जय ।।

हाकेसरशी उडी । घालुनिया स्तंभ फोडी ।
ऐसा कृपावंत कोण । माझे विठाई वांचुन ।।
करिता आठव । धावोनिया घाली कव ।
तुका म्हणे गीती । नामें द्यावी सायुज्यता ।।

– श्री संत तुकाराम महाराज

देव कसा आहे तर हाक मारताक्षणी धावून येणारा आहे. माझ्या विठोमाऊलीशिवाय असा कृपावंत कोण असणार ? ही विठाई तिचा आठव करताच येऊन मिठी मारते. तुकाराम महाराज म्हणतात, हरिनामाचा प्रभावच असा आहे की त्याच्या स्मरणाने, गीत गायिल्याने सायुज्यता मिळते.

हरी कीर्तनें प्रीती रामीं धरावी ।
देहेबुद्धि निरुपणीं विसरावी ।।
परद्रव्य आणिक कांता परावी ।
यदर्थी मना सांडि जीवीं करावी ।।

– श्री संत समर्थ रामदास

हरिकीर्तने करून रामाविषयी भक्ति मनात धरावी. निरुपण करता करता देहबुद्धीचा क्षय होऊ द्यावा, देहबुद्धि विसरावी. परद्रव्य आणि परस्त्री यांचा मनात लोभ धरू नये. या सगळ्या गोष्टी मनातून काढून टाकून मन श्रीरामचरणी लावावे.

नामजपें जाय जळोनिया पाप । होय आपोआप आत्मशुद्धि ।
नामजपें जाय काम क्रोध भय । होय मनोजय अनायसें ।।
जपा हरिनाम जपा हरिनाम । मार्ग हा सुगम वैकुंठीचा ।
स्वामी म्हणे आम्ही नामेचि सबळ । कांपे कळिकाळ आम्हांपुढे ।।

– श्री संत स्वामी स्वरुपानंद महाराज

नामस्मरणाने पाप जळून जाऊन आपोआप आत्मशुद्धि होते. नामस्मरणाने काम, क्रोध, भीती हे तर जातातच पण मनावरही विजय मिळवता येतो. वैकुंठाला जाण्याचा सोपा मार्ग म्हणजे नामस्मरण आहे. स्वामी स्वरुपानंद महाराज म्हणतात, नामस्मरणानेच आम्ही प्रबळ झालो आहोत तो कळिकाळ आमच्यापुढे थरथरा कापतो.

।। पंढरीनाथ महाराज की जय ।।

।। ॐ नमो भगवते वासुदेवाय ।।

जपतपमंत्र न लगे साधन । वाचे नारायण इतुका जप ।
तुटेल बंधन खुंटेल पतन । जपजनार्दन एकविध ।।
दृढ भाव हृदयीं धरा । वाचे स्मरा विठ्ठल ।
मग काय तुम्हा उणें । होय पेणें वैकुंठ ।।

– श्री संत एकनाथ महाराज

जपतपमंत्र काही साधने करू नका. मुखाने केवळ नारायण म्हणा. त्यामुळे संसाराचे बंधन तुटेल, पतन थांबेल. यासाठी जनार्दनाचा एकमात्र जप करा. मनात देवाविषयी दृढ भाव धरा, वाचेने विठ्ठलाचे स्मरण करा. मग तुम्हाला कधीच काही कमी पडणार नाही आणि तुमचा अखेरचा मुक्काम वैकुंठच असेल.

पराविया नारी आणि परधना । नको देऊं मनावरी येऊ।
भूतांचा मत्सर आणि संत निंदा । हे नको गोविंदा घडो देऊं।।
देह अभिमान नको देऊ शरीरीं । चढो परी काही एक देऊं।
तुका म्हणे तुझ्या पायांचा विसर । नको वारंवार पडो देऊं।।

– श्री संत तुकाराम महाराज

परस्त्री आणि परधन यांचा देवा आम्हाला मोह पडू देऊ नकोस. इतरांचा मत्सर आणि संतांची निंदा माझ्या हातून, माझ्या तोंडून होऊ देऊ नकोस. देहाभिमानापासून मला दूर ठेव. तुकाराम महाराज म्हणतात, देवा तुझ्या पायांचा मला विसर पडू देऊ नको.

वाचे उच्चारिले नाम । हृदयीं धरुनियां प्रेम ।
तेंचि बीज फळा आले । रूप दृष्टिगोचर झाले ।।
कळासलें ध्यानी मनीं । दिसे तेचि जनींवनीं ।
निळा म्हणे पंढरीनाथ । अंतर्बाह्य जेथे तेथें ।।

– श्री संत निळोबा महाराज

मनात प्रेम धरून मुखाने नाम उच्चारले तर पेरलेले बी फणस आले असे समजावे. जर मनात ध्यानात विठ्ठलाची मूर्ति दृढ केली, तर जनी वनी, सर्वत्र तीच दिसते. निळोबा महाराज म्हणतात, पंढरीनाथ अन्तर्बाह्य सर्वत्र भरून राहिला आहे.

।। पंढरीनाथ महाराज की जय ।।

एक नामापरते साधन । नाही दुजें आन ।
न चुके जन्मरण येरझारा । हे तो न कळे पामरा ।।
नामावांचुनि जें जें कर्म । अवघा जाणा तो अधर्म ।
भानुदास प्रेमे नाचे । सदा नामघोष वाचे ।।

– श्री संत भानुदास महाराज

नामापरते, नामाशिवाय भक्तिचे दुसरे साधन नाही. नाम घेतल्याने जन्ममरणाच्या येरझारा चुकतात हे पामरांना कळत नाही. नामाशिवाय जे जे कर्म कराल तो अधर्मच समजा. हा भानुदास सदा नामघोष करीत प्रेमाने नाचत असतो.

विधिनिषेध थारा आवरी पसारा । न जाय तूं सैरा आणिक पंथ ।
हा पंथ सोपा जाण पंढरी पावन । याहूनि आत वंद्य कोण ।।
पुरती सर्व काम विठ्ठलपायी । सर्वोत्तम तीर्थ देव आणि नाम ।
म्हणे जनार्दन ऐके एकनाथा । शरण तत्त्वतां संता रिघें ।।

– श्री संत जनार्दन स्वामी महाराज

कशाचा विधिनिषेध वगैरे कसलाही विचार करू नकोस. उगीच वाढलेला पसारा आवर. इकडे तिकडे सैरावैरा भटकू नकोस. विठ्ठलाच्या पायी नम्र झालास तर तुझी सर्व कामे होतील. तोच सर्वोत्तम तीर्थ आहे. आणि त्याचेच सर्वोत्तम नाम आहे. जनार्दन स्वामी एकनाथांना सांगतात, तू संतांना शरण जा आणि स्वत:चे कल्याण करून घे.

जनार्दनाचा गुरु । स्वामी दत्तात्रय दातारु ।
त्यांनी उपकार केला । स्वानंदाचा बोध दिला ।।
सच्चित्सुखाचा अनुभव । दाखविला स्वयमेव ।
एका जनार्दनी दत्त । वसो माझ्या हृदयात ।।

– श्री संत एकनाथ महाराज

जनार्दन स्वामींचा गुरु म्हणजे साक्षात् उदारांचा राणा दत्तात्रेयच. त्यांनी उपकार केला आणि आत्मबोध केला. त्याने सच्चित्सुखाचा अनुभव दिला. हा जनार्दनस्वामींना प्रसन्न झालेला श्रीदत्त माझ्या हृदयात वसो.

।। पंढरीनाथ महाराज की जय ।।

।। ॐ नमो भगवते वासुदेवाय ।।

गीता गीता म्हणतां पापा होय नाश । कैवल्यही त्यास प्राप्त होय ।
गीतेची अक्षरें पडता श्रवणी । जाय तत्क्षणीं भवभय ।।
एक एक श्लोकीं कोटी अश्वमेघ । पुण्यही अगाध म्हणतां गीता ।
नामा म्हणे गीता नित्य जो वाचिता । परम त्याचे आती बोलवेना ।।

– श्री संत नामदेव महाराज

जो गीता म्हणतो त्याच्या पापाचा तर नाश होतोच, पण त्याला मोक्षप्राप्ती होते. गीतेतील अक्षरे कानीं पडली तर भवभय नाहीसे होते. एक एक श्लोक पठणात कोटी कोटी अश्वमेधाचे पुण्य साठवले आहे. गीतापठणाने अगाध पुण्यलाभ होतो. नामदेव महाराज म्हणतात जो नित्यनेमाने गीता वाचतो त्याच्या मागे कोणतेही दु:ख रहात नाही.

माझ्या विठोबाचे श्री मुख साजिरें । झळकती कुंडले मनोहर ।
मना तें तू आठवी आसनीं शयनी । भोगिसी जन्मनी सहज सुख ।।
गगनी पैं असा पै न येतो मार्तंडू। तैसे अखंडू करी ध्यान ।
कमलकळिकें जैसा भ्रमर आसक्त। तैसा तू निश्चित राहे चरणीं ।

– श्री संत नारा महाराज

माझ्या विठ्ठलाचे मुख किती मनमोहक आहे. रात्रंदिवस तू त्याचे स्मरण कर आणि या जन्मी सहज सुखाचा लाभ करून घे. सूर्य जसा आभाळात असतो तसे विठ्ठलाचे ध्यान तू अखंडपणे कर. कमळाच्या कळीत जसा भ्रमर निश्चिंत असतो, तसा तू विठ्ठलचरणी निश्चिंत रहा.

माझे चित्त तुझें पायीं । ठेवी वेळोवेळां डोई ।
मुखी उच्चार नामाचा । काय मनें जावे वाचा ।।
आम्ही पातकांच्या राशी । आलो तुझ्या पायांशी ।
धरणें तें ऐसे धरू। जनी म्हणे विठ्ठल स्मरू।।

– श्री संत जनाबाई

देवा माझे चित्त तुझ्या पायी आहे, मी वेळोवेळी तुझ्या पायांवर डोके ठेवीन. काया वाचा मने मी तुझा उच्चार करीन. आम्ही पापांची राशी आहोत आणि तुझ्या पायाशी आलो आहोत. तुझ्यापाशी आम्ही धरणें धरू. जनाबाई म्हणते तुझे नामस्मरण करू.

।। पंढरीनाथ महाराज की जय ।।

।। ॐ नमो भगवते वासुदेवाय ।।

नित्यनेम नामीं प्राणी ते दुर्लभ । लक्षुमी वल्लभ तयांजवळी ।
नारायण हरि नारायण हरि । भुक्ति मुक्ति चारी घरी त्यांच्या ।।
हरिविणें जन्म नर्कचि पैं जाणा । यमाचा पाहुणा प्राणी होय ।
ज्ञानदेव पुसे निवृत्तीसी चाड । गगनाहूनि वाढ नाम आहे ।।

– श्री संत ज्ञानेश्वर महाराज

नित्यनेमाने नामस्मरण करणारी माणसे फार दुर्लभ आहेत, परंतु लक्ष्मीचा पति भगवान विष्णु त्यांच्याजवळ वास करीत असतो. नारायण हरि या नामोच्चाराने घरात विपुलता येते, चारी मुक्ति पण घरी येतात. हरिशिवाय जिणे म्हणजे नरकात रहाणे. तो प्राणी यमाचा पाहुणा होतो. निवृत्तीनाथांना विचारून ज्ञानदेव सांगतात नाम आकाशाहून मोठे आहे.

शरीरसंपत्ती मायेचे टवाळ । वांयाचि पाल्हाळ मिरवितोसी ।
नाम हेचि तारी विठ्ठल निर्धारी । म्हणे हरी हरी एक वेळा ।।
स्मरता गोपाळनाम वंदीतील यम । न लगती नेम मंत्रबाधा ।
नामा म्हणे सार मंत्र तो उत्तम । राम हेचि नाम स्मरें कारे ।।

– श्री संत नामदेव महाराज

शरीर आणि संपत्ती या व्यर्थ गोष्टी आहेत. तू उगीच त्यांचा पाल्हाळ लावू नकोस. नाम हेच तारक आहे तेव्हां एकदा तरी हरि हरि म्हणत जा. जो गोपाळाचे नित्य स्मरण करतो. त्याला यमही वंदन करतो. यासाठी नेम नकोत आणि मंत्र बाधाही होणार नाही. नामदेव महाराज म्हणतात, रामनाम हाच उत्तम मंत्र असून तो सर्व मंत्रांचे सार आहे, म्हणून तू नित्य नामस्मरण कर.

नाकळे तें कळे कळे ते नाकळे । बळे तें ना वळे गुरुविणा ।
निर्गुणीं पावले सगुणीं भजतां । विकल्प धरिता जिव्हा झडे ।।
बहुरुपा धरी संन्यासाचा वेष । पाहोन तयास धन देती ।
अद्वैताचा खेळ दिसे गुणागुणीं । एका जनार्दनी ओळखिलें ।।

– श्री संत एकनाथ महाराज

जे कळत नाही ते कळते आणि जे कळते हे वळणें या गोष्टी गुरुकृपेनेच शक्य आहेत. सगुणाच्या भक्तिने निर्गुणाची प्राप्ती होते. याबद्दल शंका घेईल त्याची जीभ झडेल. संन्याशाचा वेष घेतलेल्या बहुरुप्याला दान देतात संन्याशाला नाही.

।। पंढरीनाथ महाराज की जय ।।

।। ॐ नमो भगवते वासुदेवाय ।।

जपतां कुंटिणी उतरे विमान। नाम नारायण आले मुखा।
नारायण नाम तारक तें आम्हां। नेणों पैं महिमा अन्य तत्त्वी ।।
तारिले पतित नारायण नामें। उद्धरिले प्रेमे हरिभक्त।
निवृत्ती उच्चार नारायण नाम। दिननिशीं प्रेम हरि हरि ।।

– श्री संत निवृत्तीनाथ महाराज

नारायणाचे नाव मुखी आल्यामुळे वेश्येला वैकुंठाला न्यायला विमान आले. नारायण हे नाम आम्हाला तारक असून दुसऱ्या कुठल्याच गोष्टीचे आम्हाला महत्त्व वाटत नाही. अनेक पापी नारायण नामोच्चाराने तरून गेले आहेत. हरिभक्तांचा प्रेमाने उद्धार झाला आहे. निवृत्तीनाथ म्हणतात, मी रात्रंदिवस हरिनामाचा उच्चार करीत असतो.

जपतप कर्म क्रिया नेमधर्म। सर्वांधरी राम भावशुद्ध।
न सोडीं हा भावो टाकीरे संदेहो। रामकृष्ण टाहो नित्यफोडी ।।
जाति वित्त गोत कुळशील मात। भजकां त्वरित भावना युक्त।
ज्ञानदेव ध्यानीं रामकृष्ण मनीं। वैकुंठभुवनीं घर केलें ।।

– श्री संत ज्ञानेश्वर महाराज

जपतपादि कर्मे आणि नेमधर्म करीत असताना सर्वत्र राम भरून राहिला आहे असातुझा शुद्ध भाव असू दे. देवावरील भक्ति सोडू नको, रामकृष्ण हा जप नित्य करीत रहा. जातपात, संपत्ती, गोत्र, कुळ, कशाचाच विचार न करता भावनाशील होऊन हरिभजन कर. ज्ञानदेवांच्या ध्यानी मनी सदैव रामकृष्ण असल्याने मी वैकुंठातच घर केले आहे असे त्यांना वाटले.

तुका म्हणे नाम जाळी महादोष। जेथें होय घोष कीर्तनाचा।
भेटीचि आवडी उताविळ मन। लागलेंसे ध्यान जीवीं जीवा ।।
आता आवडीचा पुरवावा सोहळा। येऊनि गोपाळा क्षेम देई।
तुका म्हणे तुम्ही करा साचपणा। मुळींच्या वचना आपुलिया ।।

– श्री संत तुकाराम महाराज

तुकाराम महाराज म्हणतात जिथे नामघोष आणि कीर्तन आहे तिथे पापे जळून जातात. देवा, तुझ्या भेटीसाठी माझे मन उतावीळ झाले आहे. तेच ध्यान लागले आहे. देवा आता आंलिगन देऊन भेटीचा सोहळा साजरा करा, तुकाराम महाराज म्हणतात, आपले पतित पावन ब्रीद खरे करा.

।। पंढरीनाथ महाराज की जय ।।

।। ॐ नमो भगवते वासुदेवाय ।।

जळाचा जळबिंदु जळींच तो विरे । तैसे हे विधारे पांचाठायी ।
जीवशिव विचार नाम हे मधुर । जिव्हेसी उपचार रामनाम ।।
रामनाम तारक शिव षड्‍क्षरीं । तैसी वाचा करी अरे मूढा ।
नामा म्हणे ध्यान शिवाचे उत्तम । मंत्र हा परम रामनाम ।।

– श्री संत नामदेव महाराज

जळाचा जळबिंदू जसा पाण्यात विरतो. त्याप्रमाणे हे शरीर पंचमहाभूतात विलीन होणार आहे. पण जिवा शिवाचा विचार करून हे मधुर नाम घेत रहावे. रामनाम शंकराच्या षडाक्षरी मंत्राप्रमाणे तारक आहे, म्हणून अरे अज्ञान्यांनो मुखात रामनाम ठेवा. रामनाम हा परम मंत्रआहे.

न जायेचि ताठा नित्य खटाटोप । मंडुकी वरवर तैसे गा ।
प्रेमावीण भजन नाकाविण मोती । अर्थावीण पोथी वाचुनि काय ।।
कुंकवा नाही ठाव म्हणे मी अहेव । भावाविण देव कैसा पावे ।
अनुतापाविण भाव कैसा राहे । अनुभवें पाहे शोधोनिया ।।

– श्री संत एकनाथ महाराज

आपल्या अंगातील ताठा न घालवता नेहमी खटाटोप करणारे बेडकाप्रमाणे वरवर करणारे जाणावे. प्रेमाशिवाय भक्ति, नाकाशिवाय मोती आणि अर्थ समजल्याशिवाय पोथी वाचणे व्यर्थ आहे. कपाळी कुंकू नाही आणि मी सुवासिनी आहे असे म्हणण्यात काय अर्थ नाही. भक्तिशिवाय देव कसा पावणार ? अनुतापाशिवाय प्रेम उत्पन्न होणार नाही हे अनुभवाने समजते.

मजलागीं नाहीं ज्ञानाची ती चाड। वाचे घेत नाम गोड तुझें ।
नेणतें लेकरूं आवडीचे नातें । बोले वचनानें आवडीनें ।।
भक्तिवीण काही वैराग्य ते नाहीं । घातला विठाई भार तुज ।
तुका म्हणे नाचूं निर्लज्ज होऊनि । नाहीं माझें मनी दुजा भाव ।।

– श्री संत तुकाराम महाराज

देवा, तुझे गोड नाम घेत असताना मला ज्ञानाची गरज नाही. मी लहान लेकरू आवडीच्या नात्याने गोड शब्द बोलतो. भक्तिशिवाय वैराग्याला महत्त्व नाही. म्हणून देवा माझा भार तुझ्यावर घालीत आहे. तुकाराम महाराज म्हणतात, मी निर्लज्जपणे नाचेन, कारण देवा माझ्या मनात तुझ्याशिवाय अन्य कोणतीच गोष्ट नाही.

।। पंढरीनाथ महाराज की जय ।।

।। ॐ नमो भगवते वासुदेवाय ।।

कासया गा मज घातले संसारीं । चित्त पायांवरी नाहीं तुझ्या ।
कासया गा मज घातले या जन्मा । नाही तुझा प्रेमा नित्य नवा ।।
नामाविण माझी वाचा अमंगळ । ऐसा कां चांडाळ निर्मियेलो ।
तुका म्हणे माझी जळो जळो काया । विठ्ठल सखया वांचूनिया ।।

– श्री संत तुकाराम महाराज

देवा, तुझ्या चरणी माझे चित्त नाही तर मग मला या संसारात कशासाठी ढकललेस ? तुझे नित्य नूतन प्रेम जर मला मिळणार नसेल तर जन्म तरी कशासाठी दिलास ? तुझ्या नामस्मरणाशिवाय माझी वाचा अमंगळ रहाते आहे. असला चांडाळ तुम्ही निर्माण तरी कशाला केलात ? तुकाराम महाराज म्हणतात, विठ्ठल सखया जर भेटत नाही तर हे शरीर जळून गेले तरी चालेल.

भावे पुंजू जगन्नाथा । देहमंदिरी अच्युता ।
सज्ञानाचा दीप लावू । गूण काळोखी फिरवूं ।।
स्वानंदाचा देवराणा । मध्ये स्थापूं संबोधता ।
शांती जळे घालू स्नान । मंत्रविधी भक्ति जाण ।।

– श्री संत अनंत महाराज

आपल्या देहमंदिरातील जगन्नाथाचे पूजन आपण भक्तिभावाने करावे. त्याच्यापुढे ज्ञानदीप लावून काळोख नाहीसा करावा. हा स्वानंदाचा देवराणा मानावा. त्याला शांतीजलाने स्नान घालावे आणि भक्तिचे मंत्र म्हणावेत.

माझें जीवीचे जीवन । देव पार्वतीरमण ।
चित्त जडले त्याचे पायीं । आता दुजे नेणो काही ।।
अवघा आनंदाचा काळ । पोटी भरला जाश्वनीळ ।
प्रेम शरीरीं दाटले । सर्व दु:ख दुरावले ।।

– श्री संत मन्मथस्वामी महाराज

पार्वतीचा पति भगवान् शंकर हाच माझ्या जिवीचे जीवन आहे. त्याचे पायी माझे चित्त जडले आहे. आता मी दुसरे काही जाणत नाही. तनीमनी शंकर भरून राहिल्यामुळे सर्वत्र आनंदच आनंद भरून राहिला आहे. प्रेम शरीरात ओथंबले आहे आणि सर्व दु:खे दूर झाली आहेत.

।। पंढरीनाथ महाराज की जय ।।

सुख पाहतां जवापाडें । दु:ख पर्वताएवढे ।

धरी धरी आठवण । मानीं संतांचे वचन ।।

संसारतापें तापलो मी देवा । करिता या सेवा कुटुंबाची ।

म्हणऊनि तुझे आठवले पाय । ये वो माझे माय पांडुरंगे ।।

– श्री संत तुकाराम महाराज

या संसारात, प्रपंचात सुख अगदी थोडे तिळाएवढे आहे पण दु:ख मात्र पर्वताएवढे आहे. म्हणून संतांचे स्मरण करावे, त्यांचे वचन मानावे. या कुटुंबाची सेवा करता करता देवा मी वैतागलो आहे म्हणून तुझी मला आठवण झाली. ये पांडुरंगा ये, विठू माऊली ये आणि मला जवळ घे.

जो जाणेल भगवंत । त्याला बोलिजे संत ।

जो शाश्वत आणि अशाश्वत । निवाडा करी ।।

चळेना ढळेना देव । ऐसा ज्याचा अन्तर्भाव ।

तोचि जाणिजे महानुभाव । संत साधु ।।

– श्री संत समर्थ रामदास

जो भगवंताला जाणतो त्यालाच संत म्हणावे. शाश्वत आणि अशाश्वत यापैकी जो नेमके शाश्वत निवडतो, देवभक्तिपासून चळत नाही, ढळत नाही, अशा महानुभवालाच संत किंवा साधु म्हणावे.

शेवटची विनवणी ऐका तुम्ही कानीं ।

संसारजाचणी पडू नका ।।

रामपाठ तुम्हां सांगितला आज ।

आणिकांचे काज नाही आता ।।

– श्री संत गोंदवलेकर महाराज

माझी ही शेवटची विनवणी तुमच्या कानांवर घालतो. प्रपंचात, संसाराच्या जाचणीत दु:खात अडकू नका. श्रीरामाचे सतत नामस्मरण करा. हे मी तुम्हाला सांगितले, आता आणखी काही सांगण्याची आवश्यकता नाही.

|| पंढरीनाथ महाराज की जय ||

।। ॐ नमो भगवते वासुदेवाय ।।

बरवा वो हरि बरवा वो। गोविंद गोपाळ गुण गरुवा हो।
सावळा हो हरि सावळा हो। मदन मोहन कान्हो गोवळा हो।।
पाहता वो हरि पाहता वो। ध्यान लागले या चित्ता वो।
पढिये वो हरि पढिये वो। बापरखुमादेवीवरू घडिये वो।।

– श्री संत ज्ञानेश्वर महाराज

हरिच सर्वात चांगला, हा गोविंद गोपाळ गुणसंपन्न आहे. हा सावळा हरि मदन मोहन कान्हा किती गोड आहे. त्याला पहाताच ध्यान लागते. हा हरि आम्हाला अतिशय आवडतो, क्षणोक्षणी आम्हांला तो प्रिय आहे.

ऐसे माझे मना येते पंढरीनाथा। न सोडी सर्वथा चरण तुझे।
यांसि काय करूं सांग जी गोपाळा। का स्नेह लावियेला पूर्वीहुनि।।
हृदयीं चित्तवृत्ती मनेंसी मिळोनी। अवघी तुझ्या चरणी सुखाडिली।
नामा म्हणे केशवा धरिली तुझी सेवा। सुख अनुभवा अनुभविले।।

– श्री संत नामदेव महाराज

देवा पंढरीनाथा सतत माझ्या मनात एकच गोष्ट येते ती म्हणजे तुझे चरण कधी सोडावयाचे नाहीत. याला मी तरी काय करू ? तू मला पूर्वीपेक्षा अधिक जीव लावला आहेस. माझ्या चित्तवृत्ती तुझ्याशी एकरूप झाल्या आहेत. मने मनास मिळाली आहेत. नामदेव महाराज म्हणतात, देवा तुझ्या पायांपाशीच सर्व सुख आहे.

देवाचिया माथा घालुनियां भार। सांडी कलेवर ओवाळूनि।
नाथिला हा छंद अभिमान अंगीं। निमित्त्याचे वेगी सारीं ओझें।।
करुणा वचनी लाहो एकसरें। नेदावें दुसरे आड येऊं।
तुका म्हणे सांडी लटिक्याचा संग। आनंद तो मग प्रगटेल।।

– श्री संत तुकाराम महाराज

देवावर आपला सर्व भर घालावा आपला देह त्याच्यावरून ओवाळून टाकावा. मी गर्व, अभिमान कधी धरला नाही पण निमित्त मात्र असल्याने हे संसाराचे ओझे वाहतो आहे. तुझ्या चिंतनाच्या नामस्मरणाच्या आड कुणाला येऊ देऊ नकोस. तुकाराम महाराज म्हणतात, खोटेपणाची संगत सोडा मग आनंदच आनंद !

।। पंढरीनाथ महाराज की जय ।।

॥ ॐ नमो भगवते वासुदेवाय ॥

पक्षिणी प्रभाती चारियासी जाये । पिलू वाट पाहे उपवासी ।
तैसे माझे मन करी वो तुझी आस । चरण रात्रंदिवस चिंतितसे ।।
तान्हे वत्स घरीं बांधलेसे देवा । तया हृदयीं धावा माऊलीचा ।
नामा म्हणे केशवा तूं माझा सोईरा । झणीं मज अव्हेरा अनाथनाथा ।

– श्री संत नामदेव महाराज

पक्षीण चारा गोळा करण्यासाठी भल्या सकाळी जाते. पिलू तिची वाट पहात असते. तसे त्या पिलासारखे माझे मन कर. रात्रंदिवस मला तुझी आस लागू दे. गोठ्यात वासरु बांधलेले असते पण ते मनातून आपल्या गोमातेचा धावा करीत असते. नामदेव महाराज म्हणतात, देवा तू माझा सोयरा आहेस असं मी म्हणतो, पण तुला वाटल्यास, हे अनाथनाथा तू माझा अव्हेर करू शकतोस.

तृषाक्रांती जैसी जीवनाची गोडी । तैसी तुझी गोडी लागो मज ।
भुकेलिया जैसा जेवितो तातडी । तैसी तुझी गोडी लागो मज ।।
तारुण्यी वनिता भ्रतारा आवडी । तैसी तुझी गोडी लागो मज ।
लिंगेश्वर म्हणे नामाचा वराडी । प्रेम प्रीती आवडी पुरवी देवा ।।

– श्री संत लिंगेश्वर महाराज

तहानलेल्याला जशी पाण्याची गोडी लागते तशी तुझी गोडी मला लागू दे. भुकेलेला जसा घाईघाईने जेवतो तशी तुझी गोडी मला लागू दे. तरुणपणी स्त्रीला नवऱ्याबद्दल अतिप्रीती असते तुझी तशी गोडी मला लागू दे. लिंगेश्वर म्हणतो, मी नामासाठी आशाळभूत आहे, म्हणून देवा तुमचे प्रेम व प्रीती आम्हाला लाभू दे.

भावें रामकृष्ण बोलूं । प्रेमें कीर्तनात डोलू ।
मन करोनि तल्लीन । ध्याऊं हरीचे चरण ।।
करुं नामाचा गजर । सुखें होऊं भवपार ।
स्वामी म्हणे रात्रंदिन । घेऊं देवाचे दर्शन ।।

– श्री संत स्वरुपानंद स्वामी महाराज

भक्तिपूर्वक रामकृष्णाचे नाव घेऊ. प्रेमाने कीर्तनात रंगून जाऊ. तल्लीन होऊन हरिचरणांचे ध्यान कर. नामाचा गजर करीत सुखाने हा भवसागर पार करू. स्वामी महाराज म्हणतात, आम्ही रात्रंदिवस देवाचे दर्शन घेऊ.

।। पंढरीनाथ महाराज की जय ।।

।। ॐ नमो भगवते वासुदेवाय ।।

आंधळ्याची काठी । अडकली कवणे बेटीं ।
माझिये हरिणी । गुंतलीस कवणें रानीं ।।
मुकें मी पाडस । चुकलें भोवें पाहे वास ।
तुजविण काय करू। प्राण किती कंठी धरूं।।

– श्री संत जनाबाई

माझी आंधळ्याची काठी कोणत्या झाडाझुडुपात अडकली देव जाणे. माझे हरिणीमाते तू कोणत्या रानात गुंतली आहेस. तुझे मी मुके पाडस, तुझी जिवाभावाने वाट पहातो आहे. तुझ्याशिवाय विठोमाऊली मी काय करू, कुठवर प्राण कंठी धरू ?

धन मेळवूनि कोटी । सवें न येरे लंगोटी ।
पानें खाशील उदंडे । अंती जाशील सुकल्या तोंडी ।।
पलंग न्याहाल्या सुपती । शेवटी गोवऱ्या सांगाती ।
तुका म्हणे राम । एक विसरतां श्रम ।।

– श्री संत तुकाराम महाराज

कोट्यावधी रुपयांचे धन तू मिळवलेस खरे पण एक लंगोटीही तुझ्याबरोबर येणार नाही. कितीतरी पानांचे विडे खाल्लेस तरी जाताना सुकल्या तोंडानेच जावे लागणार आहे. पलंगावर कितीही मऊ गाद्या घालून झोपत असलास तरी शेवटी गोवऱ्यांचीच संगत धरावी लागणार आहे. तुकाराम महाराज म्हणतात, एक रामनामाचा तुला विसर पडला तर तुझा जन्म फुकट गेला असे समज.

मना सर्वदा सज्जनाचेनि योगें ।
क्रिया पालटे भक्तिभावार्थ लागे ।।
क्रियेविण वाचाळता ते निवारीं ।
तुटे वाद संवाद तो हीतकारी ।।

– श्री संत समर्थ रामदास

मना, सदासर्वदा सज्जनांच्या, साधु संतांच्या सहवासात रहा. म्हणजे तुझे मन पालटेल. भक्तिमार्गाकडे वळेल. कोणतीही क्रिया न करता केवळ बडबड करू नकोस, त्यामुळे लोकांशी संवाद तुटतो. यासाठी उभयपक्षी हितकर असा सुसंवाद कसा साधता येईल हे पहावे.

।। पंढरीनाथ महाराज की जय ।।

॥ ॐ नमो भगवते वासुदेवाय ॥

तुज सगुण म्हणों की निर्गुण रे । सगुण निर्गुण एक गोविंदु रे ।
अनुमानें ना अनुमानें ना । श्रुति नेति नेति म्हणती गोविंदु रे ॥
तुज स्थूळ म्हणों कीं सूक्ष्म रे । स्थूळ सूक्ष्म एक गोविंदु रे ।
निवृत्तीप्रसादे ज्ञानदेव बोले । बाप रखुमाई देविवरू विठ्ठले रे ॥

– श्री संत ज्ञानेश्वर महाराज

देवा तुला सगुण म्हणू की निर्गुण म्हणू ? सगुण आणि निर्गुण दोन्ही एकच. सगुण निर्गुण हा काही अनुमानाचा विषय नाही. श्रुति स्मृतिसुद्धा सांगतात की, तुझा काही पार लागत नाही. तुला स्थूळ म्हणू की सूक्ष्म ? खरं तर दोन्ही एक तूच आहेस. निवृत्ती नाथांच्या अनुग्रहामुळे ज्ञानदेव बोलू शकतो, आमचा पिता विठ्ठल रखुमाईदेवीवर आहे.

सूर्याचा प्रकाश सर्व सृष्टिवरी । धन्य तो अंतरी सर्वकाळ ।
स्वर्गादि पाताळ सर्व पूर्ण जळें । चातका न मिळे मेघाविण ॥
नारायण पूर्ण सर्व भूतांठायी । अभाग्यासी नाहीं तिहीं लोकीं ।
नामा म्हणे गुरुकृपेचे अंजन । पायाळासी धन दिसे जैसे ॥

– श्री संत नामदेव महाराज

सूर्यप्रकाश जसा सर्वत्र सृष्टिवर पसरलेला असतो, त्याप्रमाणे ज्ञानप्रकाश ज्याच्या अंत:करणात भरून राहिला आहे तो धन्य होय. सर्वत्र जळ असताना, पाणी असताना चातकाला मेघाचीच वाट पहावी लागते. त्याप्रमाणे नारायण सर्वत्र भरून राहिलेला असताना, अभागी माणसाला तो कुठेच दिसत नाही. त्यासाठी गुरुकृपेचे अंजन घालावे लागते. मग पायाळू माणसाला जसे गुप्त धन दिसते, त्याप्रमाणे त्याला ईश्वर दिसू लागतो.

मुखीं राम विधान तेथेंचि आहे ।
सदानंद आनंद सेवुनि राहे ॥
तयावीण तो शीण संदेहकारी ।
निजधाम हे नाम शोकापहारी ॥

– श्री संत समर्थ रामदास

मुखात श्रीरामाचे नाम असेल तर तेथेच जिवाची विश्रांती आहे आणि तोच आनंद सेवन करावा. श्रीरामाच्या नामाशिवाय केलेले कष्ट वाया जातात, केवळ शीण पदरी पडतो. सर्व शोकांना दूर करणारे नाम हेच निजधाम आहे.

॥ पंढरीनाथ महाराज की जय ॥

।। ॐ नमो भगवते वासुदेवाय ।।

रात्र काळी घागर काळी । यमुनाजळेंहि काळी हो माय ।
बुंथ काळी बिल्वर काळी । गळा मोती एकावळी काळी वो माय ।।
एकली पाणिया नच जाय साजणी । सवे पाठवा मूर्ति सावळी हो माय ।
विष्णुदास नाम्याची स्वामिनी कारी । कृष्णमूर्ति बहु काळी हो माय ।।

– श्री संत विष्णुदास नामा महाराज

रात्र काळी अंधारी आहे, माझी घागर काळी आणि यमुनाजळही काळेच आहे. माझी ओढणी, माझे बिल्वर, माझी गळ्यातली मोतीमाळ सर्व काही काळेच अशा वेळी मी एकटी पाण्याला कशी जाऊ ? यासाठी माझ्या सोबतीला काळा कृष्ण पाठवा. तो सावळा कृष्णसखा माझा सर्वस्व आहे.

तोवरीच देवां तुजलागी भ्यावें । मागायची हाव वसे चित्ती ।
तितुके सांडिता तुझे भय काय । राव आणि रंक तुल्य आम्हा ।।
तेथे तुझे कोण करितो स्मरण । देवभक्तपण कैचें वेड्या ।
मन्मथ शिवलिंग म्हणे वेडावलो । असताचि मेलो संसारासी ।।

– श्री संत मन्मथस्वामी महाराज

जोपर्यंत काही मागणे आहे तोपर्यंतच देवा तुझे भय धरावे. ते एकदा मनातून गेले की कसली भीती आणि कसले भय – श्रीमंत आणि गरीब दोन्ही आम्हाला सारखेच. मग तुझे स्मरण कशाला आणि देवभक्ति तरी का करावी ? मन्मथ महाराज म्हणतात, देवा मी तुझ्यासाठी वेडा झालो आहे आणि संसारातून मुक्त झालो आहे.

माझी देवपुजा देवपुजा । पाय तुझे गुरुराजा ।
गुरुचरणांची माती । तेचि माझी भागीरथी ।।
गुरुचरणांचा बिंदु । तोच माझा क्षीरसिंधु ।
शिवदीन केसरीपाशी । सद्गुरु दैवत नाही ।।

– श्री संत शिवदीन केसरी महाराज

गुरुचरणांची पूजा हीच माझी देवपूजा. गुरुचरणांना लागलेली माती हीच माझी गंगा आहे. गुरुचरणांवर असलेले जलबिंदु हा माझा दूधसागर आहे. शिवदीन केसरीपाशी सद्गुरु वाचून दुसरे दैवत नाही.

।। पंढरीनाथ महाराज की जय ।।

।। ॐ नमो भगवते वासुदेवाय ।।

अवघाची संसार सुखाचा करीन। आनंदे भरीन तिन्ही लोक।
जाईन गे माय तया पंढरपुरा। भेटेन माहेरा आपुलिया।।
सर्व सुकृताचे फळ मी लाहीन। क्षेम मी देईन पांडुरंगी।
बापरखुमाईदेवीवरू विठ्ठलेसी भेटी। अतुले संवसारी करूनी ठेला।।

– श्री संत ज्ञानेश्वर महाराज

मी हे अवघे जग सुखी करीन. आनंदाने तिन्ही लोक भरून टाकीन. मग मी माझ्या माऊलीला भेटायला माझ्या माहेरी पंढरपूरला जाईन. माझ्या सर्व पुण्याईचे फळ मी प्राप्त करून घेईन, माझे क्षेमकुशल देवाला सांगेन. बाप विठ्ठल रखुमाईना भेटेन. आपला सद्भाव व्यक्त करीन.

सबाह्य कोंदले निवांत उगलें। रामरसें रंगले अरे जना।
हरि रामकृष्ण हरि रामकृष्ण। दिननिशी प्रश्न मुखे करा।।
तरा पै संसार रामनामे निरंतर। अखंड जिव्हार रामरस।
सोपान जपतु रामनामी रतु। नित्यता स्मरतु रामकृष्ण।।

– श्री संत सोपानदेव महाराज

अन्तर्बाह्य रामरसाने मन रंगले आहे. रात्रंदिवस मुखाने रामकृष्ण रामकृष्ण म्हणा आणि रामनामाने संसार तरून जा. हृदयात अखंड रामरस असू द्या, हा सोपान रामनाम जपतो आणि नित्य रामकृष्ण स्मरतो.

आदि अंतु हरी सर्वाधरी पूर्ण। जाणोनि संतजन प्रेमभरित।
रामनाम चित्तें प्रेम वोसंडत। नित्यनित्य तृप्त हरिभक्ति।।
शांती पै दया सावध पैं चित्तीं। आनंदे डुलती सनकादिक।
मुक्ताई म्हणे नाम श्रीहरीचे जोडी। नित्यता आवडी चरणसेवे।।

– श्री संत मुक्ताई

प्रत्येकात हरी भरून राहिला आहे. हे संत जाणतात. त्यांच्या चित्तातून रामनाम ओसंडून वहात असते. नित्य हरिभक्तिने ते तृप्त असतात. शांती आणि दया यांनी ते परिपूर्ण असतात आणि सनकादिकांसारखे आनंदाने डोलत असतात. मुक्ताई म्हणते श्रीहरीचे नाम जोडून घ्या, आवडीने देवाची चरणसेवा करा.

।। पंढरीनाथ महाराज की जय ।।

।। ॐ नमो भगवते वासुदेवाय ।।

विठ्ठल श्रीहरी उभा भीमातीरी । तिष्ठती कामारी मुक्ति चारी ।
मुनिजनां सुख निरंतर लक्ष । भक्तां निजसुख देत असे ।।
पुंडलिक पुण्य मेदिनी कारुण्य । उद्धरिले जन अनंत कोटी ।
निरानिरंतर भीमरथी तीर । ब्रह्म हे साकार इटे नीट ।।

– श्री संत निवृत्तीनाथ महाराज

श्रीविठ्ठल हा भीमातीरी उभा आहे आणि तिथे चारी मुक्ति सेवकासमान तिष्ठत आहेत. हा विठ्ठल मुनिजनांना आणि भक्तांना निरंतर सुख देतो. पुंडलिकाच्या पुण्याईने हा विठ्ठल इथे आला आणि त्याने अनंत कोटी लोकांचा उद्धार केला. भीमातीरी विटेवर हे ब्रह्मच उभे आहे.

विश्वाचे आर्त माझे मनी प्रकाशले । अवघेंचि जाले देहब्रह्म ।
आवडीचे वालभ माझेनि कोंदाटलें । नवल देखिले नभाकार गे माये ।।
बाप रखुमाईदेवीवरु । सहज निदु झाला ।
हृदयी नटावला । ब्रह्माकारे ।।

– श्री संत ज्ञानेश्वर महाराज

सर्व जगातील लोकांचे दु:ख माझ्या मनात प्रकटले आणि हा देह ब्रह्म झाला. माझी आवड माझ्या मनात कोंदाटली आणि ते नवल नभाकारात मी पाहिले. बाप रखुमाई देवीवरू श्री विठ्ठल सहजपणे माझ्या हृदयात ब्रह्म होऊन साकार झाला.

हरि नांदे देही ऐसा भावो आहे । परतोनि पाहे अरे जना ।
परतलिया दृष्टि चैतन्याची इष्टि । नामेची वैकुंठी पावे जना ।।
हा बोध श्रीरंगे अर्जुना उपदेशु । सर्व हृषिकेशु सर्वा रूपी ।
सोपान धारणा हरि नांदे सर्वत्र । त्याचेचि चरित्र क्षरलेसे ।।

– श्री संत सोपानदेव महाराज

प्रत्येकाच्या देहात हरि नांदतो आहे हे एकदा नीट पहा. चैतन्यदृष्टीने पहा. नाम स्मरणाने वैकुंठाची प्राप्ती होते असा श्रीकृष्णाने अर्जुनाला उपदेश केला आहे. देव सर्वत्र आहे. सोपानाची धारणा अशी आहे की हरि सर्वत्र नांदतो आहे. त्याचेच चरित्र सर्वत्र भरून राहिले आहे.

।। पंढरीनाथ महाराज की जय ।।

॥ ॐ नमो भगवते वासुदेवाय ॥

तुळसी वृंदावन दर्शन । त्यासी वैकुंठी गमन ।
लटिके म्हणे कोण । त्यासी आण केशवाची ॥
तुळसीरोपा घाली उदक । त्याचे हरती महादोष ।
ब्रह्मादिका न कळे नि:शेष । जन्ममरण त्या नाही ॥

– श्री संत नामदेव महाराज

जो प्रतिदिनी तुळशी वृंदावनाचे दर्शन घेतो तो मरणोत्तर वैकुंठाला जातो. हे खोटे म्हणाल तर केशवाची शपथ आहे. तुळशीला पाणी घालणाऱ्याचे महादोष निवारण होतात, ब्रह्मादिकांना देखील हे कळले पण अशांना जन्ममरण नाही.

अनंत लावण्याची शोभा । तो हा विटेवरी उभा ।
पितांबर माळ गांठी । भाविकासी घाली मिठी ॥
त्याचे पाय चुरी हातें । कष्टलीस माझे माते ।
ऐसा ब्रह्मींचा पुतळा । दासी जनी पाहे डोळां ॥

– श्री संत जनाबाई

अनंत सौंदर्यांची शोभा असलेला हा विठ्ठल विटेवर उभा आहे. पितांबर नेसून गळ्यात माळ घालून हा भक्त भाविकांना मिठी मारतो. रुक्मिणीमाते ज्याचे पाय चेपून तू दमलीस तो ब्रह्माचा पुतळा ही दासी जनी आपल्या डोळ्यांनी पाहत आहे.

आता हे शेवटीं असो पायांवरी । वदती वैखरी वाग् पुष्पें ।
नुपेक्षावे आम्हां दीना पांडुरंगा । कृपादानी जगामाजी तुम्ही ॥
बोलवुनि देह सांडियेली शुद्धी । तोडियेल भेद जीवशिव ।
तुका म्हणे मन तुमचे चरणी । एवढी आयणी पुरवावी ॥

– श्री संत तुकाराम महाराज

आता शेवटी सांगतो, माझ्या मुखातून जी वाक् पुष्पे निर्माण झाली ती मी तुमच्या पायांवर अर्पण करतो. पांडुरंगा आम्हा गरिबांची उपेक्षा करू नका. या जगात कृपादानी केवळ आपणच आहात. तुकाराम महाराज म्हणतात, माझे मन सदैव तुमच्या चरणी रहावे ही माझी इच्छा पूर्ण करावी.

॥ पंढरीनाथ महाराज की जय ॥

।। ॐ नमो भगवते वासुदेवाय ।।

सुखदु:ख भेटो गेलें । चित्त चैतन्या मिळालें ।
आला अनुभव नामाचा । ठेवा दिधला प्रेमाचा ।।
जन्ममरणाची काजळी । तुटोनि गेली तये वेळीं ।
सरले संकल्प विकल्प । हृदयीं देखिले विठ्ठल रूप ।।

– श्री संत नारा महाराज

सुख दुःख नाहीसे झाले. तनमन ईश्वरस्वरूप झाले, नामस्मरणाचा प्रेमाचा ठेवा काय करू शकतो याचा अनुभव आला. जन्ममरणाची साखळी तुटून गेली, मनातले संकल्प विकल्प संपले आणि विठ्ठलरूप हृदयस्थ झाले.

एकभाव पहा लाविला विठ्ठला । त्यांनी जवळ केला पांडुरंग ।
विठ्ठला वांचोनि दुजे नाही मनीं । गेले लोटांगणी देवराया ।।
ऐसा त्याचा भाव कळला देवासी । सकळ वैकुंठासी पाठविले ।
अंत:काळी नामा धरिला हृदयीं । ठेवियला पायीं गोंदा म्हणे ।।

– श्री संत गोंदा महाराज

ज्यांनी एकभावाने विठ्ठलावर भक्ति केली, पांडुरंग सदासर्वदा जवळ केला, विठ्ठलावाचून मनात दुसरे काही आणले नाही. त्यांचा भक्तिभाव देवाला कळला आणि त्याने सर्वांना वैकुंठात पाठवले, अंतकाळी त्यांनी नामदेव महाराजांचे स्मरण केले. त्यांना चरणस्पर्श केला असे गोंदा म्हणतो.

तुजसारिखा पंढरीनाथा । स्वामि शिरावरी असतां ।
तरी मी आणिकांचा मागता । लाज कोणासी समर्था ।।
असोनि क्षीरसिंधु जवळी । क्षुधाक्रांत तळमळी ।
विठा म्हणे नारायणा । आता शरण जाऊं कोणा ।।

– श्री संत विठा महाराज

देवा, तुझ्यासारखा स्वामी माझा पाठीराखा असताना मी कुणाकडे काय मागू ? तसं केलं तर मीच निर्लज्ज ठरेन. क्षीरसागर जवळ असून मी भुकेने तळमळतो आहे म्हणून हा विठा विचारतो, देवा मी आता कुणाला शरण जाऊ ?

।। पंढरीनाथ महाराज की जय ।।

।। ॐ नमो भगवते वासुदेवाय ।।

निर्गुणाचा संग धरिला जो आवडी। तेणें केलें देशोधडी आपणांसी।
अनेकत्व नेलें अनेकत्व नेले। एकले सांडिलें निरांजनीं।।
एकत्त्व पाहता अवघेंचि लटिकें। जे पाहे तितुकें रूप तुझे।
म्हणे गोरा कुंभार ऐका नामदेव। तुम्हा आम्हा नाव कैचे कोण।।

– श्री संत गोरा कुंभार महाराज

अत्यंत आवडीने निर्गुण विठ्ठलाचा संग धरला खरा पण म्हणून त्याने आम्हाला देशोधडीला लावले. द्वैत संपले आणि अद्वैत निर्माण झाले. जिकडे पहावे तिकडे तुझेच रूप दिसू लागले. गोरा कुंभार महाराज नामदेवाला विचारतात, तुम्हा आम्हाला कसली नावे ?

धन्य पुंडलिक भक्त निवडला। अक्षयीं राहिला चंद्रभागीं।
भक्त नामदेव अक्षयीं जडला। पायरी तो झाला महाद्वारीं।।
ज्ञानोबा सोपान निघती हे भक्त। अक्षयी रहात परब्रह्मी।
सन्त साधुजन वंदिती चरण। नरहरी निशिदिन सेवे लागीं।।

– श्री संत नरहरी सोनार महाराज

देवा, तू पुंडलिकासारखा अखंड चंद्रभागातीरी राहणारा भक्त निवडून त्याला धन्य केलेस, भक्त नामदेव महाद्वारातील पायरीच्या रुपाने अखंड तुझ्या पायी आला. ज्ञानदेव सोपान हे तुझे परमभक्त अखंड परब्रह्मात राहतात. संत साधुजनांच्या चरणांना मी वंदन करतो आणि हा नरहरी रात्रंदिवस त्यांची सेवा करण्यात धन्यता मानतो.

देहूडे ठाण सुकुमार गोजिरे। कल्पद्रुमातळीं उभा देखिला रे।
मनी वेध लागला त्या गोपाळाचा। जो जिवलग गोपगोपिकेचा।।
जी सावळी सगुण घनानंद मूर्ति। पाहतां वेधली माझी चित्तवृत्ती।
जो उभाचि राहिला व्यापुनी सकळ। भेटिलागी सेना न्हावी उतावळी।।

– श्री संत सेना महाराज

देवा तुझा देह किती सुकुमार आणि गोजिरा, कल्पवृक्षाखाली उभा असलेला मी तुला पाहिला. गोपगोपिकांचा जिवलग असलेल्या त्या गोपाळाचा मला वेध लागला आहे. ती सावळी घननीळ मूर्ति माझे चित्त वेधून घेते. सर्व जगाला व्यापून उभा राहिला आहे त्याची भेट व्हावी म्हणून हा सेना न्हावी उतावीळ झाला आहे.

।। पंढरीनाथ महाराज की जय ।।

।। ॐ नमो भगवते वासुदेवाय ।।

श्रीधरा अनंता केशवा । मुकुंदा माधवा नारायणा ।
देवकीतनया गोपिकारमणा । भक्त उद्धरणा केशिराजा ।।
मकर कुंडल श्रवणीं शोभती । येकावळी दीप्ती सृष्टि लोपे ।
नामा म्हणे तुझा न कळेचि पार । भजे निरंतर भक्तजन ।।

– श्री संत नामदेव महाराज

श्रीधरा, अनंता, केशवा, मुकुंदा, माधवा, नारायणा, देवकीच्या मुला, गोपींना रमविणाऱ्या केशवा, भक्त जनांचा तू उद्धार करतोस. मकर कुंडले तुझ्या कानात शोभतात. अंधार उजेडाची तू सांगड घालतोस. नामदेव महाराज म्हणतात, देवा तुझा काही पार लागत नाही, तरी भक्त निरंतर तुझे भजन करीत असतात.

माझे दुःख नाशी देवा । मज सुख दे केशवा ।
आम्हां सुख ऐसे देई । तुझी कृपा विठाबाई ।।
चरणीं अनन्य शरण । त्यांसि नाही जन्ममरण ।
जनी म्हणे हेचि मागें । धण्या तुज सर्व सांगे ।।

– श्री संत जनाबाई

देवा माझ्या दुःखाचा नाश कर आणि मला सुख दे. विठाबाई तुझ्या कृपेचे सुख मला दे. तुझ्या चरणी जे अनन्यभावाने शरण येतात, त्यांना जन्ममरण नसते. जनाबाई हेच तुझ्याकडे मागते, तिच्या सर्व इच्छा तुला सांगते.

तुम्ही करा कृपादान । येईन धाऊन पायापें ।
घेईन संतांची भेटी । सांगेन सुखाचिये गोष्टी ।।
जैसे माते पाशी बाळ । सांगें जीवीचे सकळ ।
सेना म्हणे हरे ताप । मायबाप देखुनि ।।

– श्री संत सेना महाराज

तुम्ही माझ्यावर कृपा करा मी तुमच्या पायापाशी धावत येईन. मी संतांच्या भेटी घेईन. त्यांच्याशी सुखाच्या गोष्टी करीन. असे बाळ आईला सर्व काही सांगतो. त्याप्रमाणे माझे सर्व काही मी तुला सांगेन. सेना म्हणतो विठोमाऊली तुला पाहिल्यावर सगळे ताप नाहीसे होतात.

।। पंढरीनाथ महाराज की जय ।।

।। ॐ नमो भगवते वासुदेवाय ।।

मातेची अवस्था काय जाणे बाळ । तिसीं तो सकळ चिंता त्याची ।
ऐसी परस्परें आहे जो विचार । भोपळ्याचा तार दगडासी ।।
भुजंग पोटाळी चंदनाचे अंग । निवे परि संग नव्हे तैसा ।
तुका म्हणे करा परिसाचे परी । मज ठेवा सरी लोखंडाचे ।।

– श्री संत तुकाराम महाराज

आईची अवस्था मूल जाणत नाही. पण आईला मात्र बाळाची काळजी असते. असा दोघातला परस्पर संबंध असतो. दगड भोपळ्याला तारु शकत नाही, भोपळा दगडाला तारतो. चंदनाला वेटोळी घालून बसलेल्या भुजंगांना थंडावा मिळतो पण म्हणून ते काही चंदनासारखे होत नाहीत. तुकाराम महाराज म्हणतात, मला लोखंडाप्रमाणे ठेवून तुम्ही परीस व्हा.

स्वभावे गाईन । आवडीने तुझे नाम ।
हाचि माझा निर्धार । न करी आणिक विचार ।।
लोळेन तुझिये अंगणी । निर्लज्ज होऊनि मनी ।
सेना म्हणे संकल्प जीवा । हाचि निर्धार हेवा ।।

– श्री संत सेना महाराज

मी आवडीने स्वाभाविकरीत्या तुझे नाम गाईन. माझा हाच निर्धार आहे आणि मी आता दुसरा काही विचार करीत नाही. देवा मी निर्लज्ज होऊन तुझ्या अंगणात लोळेन. सेना म्हणतो हाच माझा संकल्प आणि निर्धार आहे.

अनंत जन्म घेतले याचे देही । माझे स्वहित नव्हे कोठे काही ।
वेगी वेगी पावे कृपानिधी । भवकर्म छेदी बा माझी आता ।।
संसार कर्मे बहुत भुललो । तुझे भजनी सावध नाही झालो ।
बोधला म्हणे तुज विनवितो देवा । काही घडो दे देहिसंत सेवा ।।

– श्री संत माणकोजी बोधला महाराज

या देहाने अंनत जन्म घेतले पण त्यात माझा कुठेही स्वार्थ नव्हता. देवा आता माझ्यावर लवकर कृपा कर. भवसागरातून मला मुक्त कर. संसारात मी रमलो, तुझे भजन केले नाही. देवा आता हा बोधला विनंती करतो आहे की, आता तरी थोडी संतसेवा घडू दे.

।। पंढरीनाथ महाराज की जय ।।

।। ॐ नमो भगवते वासुदेवाय ।।

निश्चय पाहूनि उपजली दया । स्वामी देवराया पांडुरंगा ।
सारजेसी सांगे भीमातीरी हरी । बैस जिव्हेवरी नामयाच्या ।।
लाडके लडिवाळ नामा माझे तान्हें । तयाला मजविण कोण आहे ।
नामा म्हणे हाती बांधोनिया वह्या । बैसे लिहावया पांडुरंग ।।

– श्री संत नामदेव महाराज

अभंग लिहिण्याचा या नामदेवाचा निश्चय पाहून देवराया पांडुरंगाला माझी दया आली आणि त्याने सरस्वतीला माझ्या जिव्हेवर येऊन बसण्यास सांगितले. पांडुरंग म्हणतात, नामदेव हे माझे लाडके लडिवाळ तान्हे आहे. त्याला माझ्याशिवाय कोण आहे ? नामदेवाच्या हाती वह्या देऊन पांडुरंग लिहायला बसला.

पतंग सुखावला भारी । उडी घातली दीपावरी ।
परि तो देहाते मुकला । दोहीं पदार्थी नाडला ।।
विषयाचे संगती । बहु गेले अधोगती ।
ऐसे विषयाने भुलविलें । जनी म्हणे वांया गेले ।।

– श्री संत जनाबाई

ज्योती पहाताच पतंग आनंदित झाला आणि त्याने दीपज्योतीवर उडी घेतली त्यामुळे तो देहाला मुकला. ना इकडे ना तिकडे अशी त्याची अवस्था झाली. विषयाच्या संगतीने असेच अनेकजण अधोगतीला गेले आहेत. जनी म्हणते असे जे विषयांना भुलले ते वाया गेले.

आम्हां रात्रंदिन हरीचे चिंतन । हरिपायीं मन स्थिरावले ।
आता अन्तर्बाह्य हरीचे दर्शन । झाले त्रिभुवन हरिरूप ।।
देखता चरण गेले मी तू पण । संसाराचे भान हारपलें ।
ध्येय ध्याता ध्यान होऊनि आपण । खेळे नारायण स्वामी म्हणे ।।

– श्री संत स्वामी स्वरुपानंद महाराज

आम्ही रात्रंदिवस हरीचे चिंतन करतो. त्याचे पायी आमचे मन स्थिरावले आहे. सर्व त्रिभुवन हेच आम्हाला हरिरूप झाले आहे. हरिचरणांचे दर्शन झाल्यावर मी तू पण नाहीसे झाले, संसाराचे भान हरपले. ध्येय ध्याना आणि ध्यान स्वत:च होऊन नारायण आमच्याशी क्रीडा करतो आहे असे स्वामी म्हणतात.

।। पंढरीनाथ महाराज की जय ।।

।। ॐ नमो भगवते वासुदेवाय ।।

चंदनाचे झाड परिमळें वाड । त्याहूनि कथा गोड विठ्ठलची ।
परिमळु सुमनी जाई जुई मोगरें । त्याहुनि साजिरे हरी आम्हां ।।
आम्हा धर्म हरि आम्हा कर्म हरि । मुक्तिमार्ग चारी हरी आम्हा ।
कल्पतरु इच्छेसी सागरू। त्याहुनि आगरु हरि माझा ।।

– श्री संत ज्ञानेश्वर महाराज

चंदनाच्या झाडाचा सुगंध खूप असतो पण आम्हाला विठ्ठलाची कथा त्याहून गोड वाटते. जाई जुई मोगरा यांना सुगंध असतो पण त्यापेक्षा हरि आम्हाला साजिरा वाटतो. हरी हाच आमचा धर्म, हरी हेच आमचे कार्य, चारी मुक्ति मार्ग हरीच आम्हाला आहे. इच्छापूर्तीचा सागर कल्पतरु असतो पण हरि मला त्याहीपेक्षा वेगळा वाटतो.

मुक्तामुक्त दोन्ही आईक तो कर्णी । हरिनाम वर्णी सदाकाळ ।
नाही काळ तेथे आम्हां वेळ कैची । हरिनाम छंदाची गोड थोरी ।।
नाना विघ्नबाधा नाईको आम्ही कदा । निरंतर धंदा रामकृष्ण ।
मुक्तपणे मुक्त मुक्ताई रत । हरिनाम सेवीत सर्व काळ ।।

– श्री संत मुक्ताई

मुक्त अमुक्त हे आपण कानाने नेहमी ऐकतो पण त्या फंदात न पडता हरिनाम सदासर्वदा घ्या. हरिनाम घेण्यासाठी काळ वेळ नाही, हरिनामाची गोडी एकंदरीत थोरच. आम्हाला विघ्नबाधा वगैरे काही होत नाही, निरंतर रामकृष्ण जपणे हाच आमचा धंदा आहे. मुक्ताई त्यात मुक्तपणे रत होते. सर्वकाळ हरिनामाचे सेवन करते.

कुडि हे नोवरी आत्मा हा नोवरा । दोघे पूर्ण जाती निरंतरा ।
पांचहि प्राण सर्वहि वऱ्हाडी । आशा तृष्णा दोन्ही देशोधडी ।।
शांति निवृत्ती दोघी सुवासिनी । भक्ति करवली सखी बहिणी ।
वटेश्वर चांगा वरधवा । तुम्ही नेऊनि मध्ये बैसवा.

– श्री संत चांगदेव महाराज

काया ही नवरी तर आत्मा हा नवरा. दोघेही निरंतराला जातील. पाचही प्राण हे वऱ्हाडी तर आशा तृष्णा देशोधडीला गेलेल्या. शांति निवृत्ती या दोघी सुवासिनी तर सख्खी बहीण भक्ति ही करवली हा वटेश्वर चांगा हा नवरदेव त्याला सर्वांच्यामध्ये नेऊन बसवा.

।। पंढरीनाथ महाराज की जय ।।

।। ॐ नमो भगवते वासुदेवाय ।।

जरी आले राज्य मोळीविक्या हाता । तरी तो मागुता व्यवसायी ।
तृष्णेची मजुरें नेणती विसांवा । वाढे हांव हांवा काम कामीं ।।
वैभवाची सुखे नातळता अंगा । चिंता करी भोगा विघ्नजाळी ।
तुका म्हणे वाहे मरणाचे भय । रक्षण उपाय करुनि असे ।।

– श्री संत तुकाराम महाराज

एखाद्या मोळीविक्याला जरी राज्य मिळाले तरी तो आपला व्यवसाय सोडणार नाही. त्याप्रमाणे संसारी लोकांना मानवदेह मिळूनही त्यांची हाव कमी होत नाही. त्यासाठी ते कष्ट करतात. कितीही वैभव प्राप्त झाले तरी चिंता कमी होत नाही. मरणाची भीती एकीकडे वाटत असली तरी तो आपल्या वैभवाच्या रक्षणाचे उपाय योजीतच असतो.

सांगा नरदेह जोडिले । परमार्थ बुद्धि विसरलें ।
ते मूर्ख कैसे भ्रमलें । मायाजाळीं ।।
देह परमार्थी लाविले । तरीच याचे सार्थक झालें ।
नाही तरी वेर्थचि गेलें । नाना आघातें मृत्यूपंथे ।।

– श्री संत समर्थ रामदास

नरदेहाची प्राप्ती झाली पण मन परमार्थाकडे वळवले नाही तर ते मूर्ख मायाजाळात भ्रमितचित्त होतात. देह जर परमार्थाकडे लावला तर या नरदेहाचे सार्थक होते, नाहीतर अनेक आघातांनी तो मरण पावतो आणि जन्म व्यर्थ जातो.

असो कोणी चोर असो कोणी साव । तोचि दिसे देव मजलागी ।
उचनीच सान थोर दुष्ट सुष्ट । ऐसा झाला नष्ट भेदभाव ।।
नामरूप वर्ण हारपलीं पूर्ण । राहिलो लक्षून आत्मरूप ।
स्वामी म्हणे आता कैसे जगद्‌भान । रंगलेसे मन आत्मारामी ।।

– श्री संत स्वामी स्वरुपानंद महाराज

आता कुणी चोर असो वा साव. दुष्ट असो वा सुष्ट, उच्चवर्गीय असो वा खालच्या जातीतला, सर्वजण मला देवासमान आहेत. सगळा भेदभाव माझ्या मनातला नष्ट झाला आहे. नामरूप वर्ण सर्व काही सरले आहे, आता माझे लक्ष केवळ आत्मरुपाकडे आहे. मन आत्मारामात रंगले आहे त्यामुळे मला जगाचे भान राहिलेले नाही असे स्वामी म्हणतात.

।। पंढरीनाथ महाराज की जय ।।

।। ॐ नमो भगवते वासुदेवाय ।।

स्वमुखें जी तुम्हीं सांगा मज सेवा । ऐसे माझे देवा मनोगत ।
नेघों आम्ही कांही आपल्या उदारें । चित्तवित्त घरें जीवावरी ।।
बोले परस्परे वाढवावें सुख । पाहावे श्रीमुख डोळेभरी ।
तुका म्हणे सत्य बोलतो वचन । करुनि चरण साक्ष तुझे ।।

– श्री संत तुकाराम महाराज

देवा मी तुमची काय सेवा करावी हे तुम्हीच सांगा. आम्ही घरादारावर, द्रव्यावर आणि जिवावर तुळशीपत्र ठेवले आहे. तेव्हा तुमची सेवा न करता तुम्ही आम्हाला काही दिल्यास आम्ही घेणार नाही. तुझे श्रीमुख डोळे भरून पहावे आणि परस्परांचे सुख वाढवावे असे मला वाटते. देवा, तुझ्या चरणांना साक्ष ठेवून सांगतो असे तुकाराम महाराज म्हणतात.

कोण समय येईल कैसा । याचा न कळे की भर्वसा ।
जैसे पक्षी दाही दिशा । उडोनि जाती ।।
जयासी वाटे सुखाचि असावे । तेणें रघुनाथ भजनी लागावे ।
स्वजन सकळहि त्यागावे । दु:ख मूळ जे ।।

– श्री संत समर्थ रामदास

केव्हा कोणती वेळ येईल याचा काही भरवसा नाही. एकत्र राहणारे पक्षी वेळ येताच दाही दिशांना उडून जातात. ज्यांना सुख हवे आहे त्यांनी श्रीरामाचे भजनी लागावे. प्रसंगी सर्व दु:खाचे मूळ जे स्वजन त्यांचाही त्याग करावा.

संतांची संगति घडो सर्वकाळ । आवडो गोपाळ अन्तर्यामीं ।
काम क्रोध लोभ निमोन अवघे । रमो चित्त पावे हरिपायीं ।।
जळो तो मत्सर गाळो मोह मद । लागो मना छंद गोविंदाचा ।
विषयाची गोडी न वाटो जिवांस । लागो हरि ध्यास स्वामी म्हणे ।।

– श्री संत स्वामी स्वरुपानंद महाराज

सदासर्वदा संतांची संगत घडो, देवाची आवड मनीमानसी राहो. काम, क्रोध, लोभ नाहीसे होवोत आणि हरीचे पायी चित्त रमो. मत्सर जळून जाऊ दे, मोह गळून जाऊ दे. मनाला केवळ गोविंदाचा छंद लागू दे. विषयांची गोडी जिवाला न लागो आणि मनाला हरीचा ध्यास लागो असे स्वामी स्वरुपानंद म्हणतात.

।। पंढरीनाथ महाराज की जय ।।

।। ॐ नमो भगवते वासुदेवाय ।।

घनु वाजे घुणघुणा । वारा वाजे रुणझुणा ।
भवतारक हा कान्हा । वेगीं भेटवा का ।।
चांदवो चांदणे । चापे वो चंदनु ।
देवकीनंदनु । विण नावडे वो ।।

– श्री संत ज्ञानेश्वर महाराज

ढग गडगडत आहे, वाऱ्याचा रुणझुण आवाज येतो आहे. मला कुणीतरी भवतारक असा कान्हा, कृष्णकन्हैय्या भेटवा. चांदणे, चंद्र, चाफा, चंदन आता मला काही आवडत नाही, देवकीनंदन कृष्णाशिवाय मला आता काही आवडत नाही.

वैकुंठ ते घर । सांडूनिया निरंतर ।
तो हा पुंडलिका द्वारी । उभा कर कटावरी ।।
क्षीरसागरीची मूर्ति । तो हा रुक्मिणीचा पति ।
न ये योगियांचे ध्यानीं । छंदे नाचतो कीर्तनी ।।

– श्री संत नामदेव महाराज

आपले वैकुंठ हे घर कायमचे सोडून हा श्रीविठ्ठल पुंडलिकाच्या दारात येऊन कमरेवर हात ठेवून उभा आहे. क्षीरसागरात वास्तव्य करणारा हा रुक्मिणीचा पति योग्यांच्या ध्यानधारणेत येत नाही पण कीर्तनात मात्र आनंदाने नाचतो.

विषयाचे संगती । नाश पावले निश्चिती ।
भगें पडली इंद्राला । भस्मासूर भस्म झाला ।।
चंद्रा लागला कलंक। गुरुपत्नीसी रतला देख ।
रावण मुकला प्राणासी । कान्होपात्रा म्हणे दासी ।।

– श्री संत कान्होपात्रा

विषयाची संगत धरली की नाश हा ठेवलेलाच आहे. या विषयाची संगत धरल्यामुळे इंद्राच्या अंगाला भोके पडली, भस्मासूर भस्म झाला. गरुपत्नीशी रत झाल्यामुळे चंद्राला कलंक लागला. रावण प्राणाला मुकला असे श्रीविठ्ठलाची दासी कान्होपात्रा म्हणते.

।। पंढरीनाथ महाराज की जय ।।

।। ॐ नमो भगवते वासुदेवाय ।।

सकळ धर्मांचे कारण । नामस्मरण हरि कीर्तन ।
दया क्षमा समाधान । घ्यावें संतांचे दर्शन ।।
संत संग वेगी । वृत्ति जडो पांडुरंगी ।
नरतनु न येण्याची बा कदां । भावे भजा संतपदा ।।

– श्री संत नरहरी सोनार महाराज

सर्व धर्मांचे मूळ नामस्मरण आणि हरिकीर्तन. दया, क्षमा, समाधान, मनात नित्य असावे आणि नेहमी संतांचे दर्शन घ्यावे. आपले मन पांडुरंगापाशी स्थिर असावे. नरदेह पुन: पुन्हा मिळत नसतो. यासाठी संतांच्या चरणी लीन व्हावे.

समयासी सादर व्हावे । देव ठेविले तैसे रहावे ।
कोणे दिवशी बसून हत्तीवर । कोणे दिवशी पायाचा चाकर ।।
कोणे दिवशी होईल सद्गुरुकृपा । कोणे दिवशी चुकती जन्माच्या खेपा ।
कोणे दिवशी सावत्याच्या बापा । दर्शन द्यावे ।।

– श्री संत सावता माळी महाराज

जशी वेळ येईल तसे तिला सामोरे जावे. देव ठेवील तसे रहावे. एखाद्या दिवशी हत्तीवर बसावे तर एखाद्या दिवशी पायी चालावे. एखाद्या दिवशी सद्गुरु कृपा होऊन जन्ममरणाच्या खेपा चुकतील, तर एखाद्या दिवशी पित्यासमान विठ्ठला तू दर्शन द्यावेस.

कशास करिता खटपट । तप तीर्थ व्रते अचाट ।
नलगे शोधावे गिरी कानन । भावे रिघा विठ्ठला शरण ।।
विभांडक शृंगी तपस्वी आगळा । क्षण न लावता रंभेने नागविला ।
सेना म्हणे चित्ती धरा । बळकट रखुमाईच्या वरा ।।

– श्री संत सेना महाराज

उगीच कशाला खटपट करता. कशाला हवे ते तप आणि अचाट तीर्थयात्रा ? विठ्ठलाला शरण जा म्हणजे तुम्हाला वनापर्वतात जायला नको. या आगळ्या वेगळ्या तपस्व्याला विभांडकाचे रंभेने क्षणार्धात पतन केले. तसे होऊ नये म्हणून सेना महाराज सांगतात, विठ्ठलाला मनात बळकट धरून ठेवा.

।। पंढरीनाथ महाराज की जय ।।

।। ॐ नमो भगवते वासुदेवाय ।।

जपतां कुंटिणी उतरे विमान । नाम नारायण आले मुखा ।
नारायण नाम तारक तें आम्हां । नेणों पैं महिमा अन्य तत्त्वीं ।।
तारिले पतित नारायण नामें । उद्धरिलें प्रेमें हरिभक्त।
निवृत्ति उच्चार नारायण नाम । दिननिशी प्रेम हरी हरी ।।

– श्री संत निवृत्तीनाथ महाराज

कुंटिणीने नारायणाचे नाम मृत्यूसमयी घेतल्यामुळे तिला न्यायला विमान आले. नारायण हे नाम आम्हाला तारक आहे. त्याचा महिमा अन्य तत्त्वात नाही. या नारायण नामाने अनेक पतित तारले. हरिभक्तांचा उद्धार झाला. निवृत्तीदेखील नारायण नामाचा आणि हरिनामाचा रात्रंदिवस उच्चार करीत असतात.

काळ वेळ नाम उच्चारितां नाही । दोन्ही पक्ष पाही उद्धरती ।
रामकृष्ण नाम सर्वदोषां हरण । जडजीवा तारण हरि एक।।
हरिनाम सार जिव्हा या नामाची । उपमा या दैवाची कोण वानी ।
ज्ञानदेवा सांगा झाला हरिपाठ। पूर्वजा वैकुंठ मार्ग सोपा ।।

– श्री संत ज्ञानेश्वर महाराज

हरिनामाच्या उच्चारासाठी विशिष्ट काळ वेळ नाही. या नामोच्चरामुळे मातृकुल आणि पितृकुल दोन्ही कुळांचा उद्धार होतो. रामकृष्ण नामोच्चाराने सर्व दोष, पापे नाहीशी होतात. हरि हा एकच जड जिवांना तारण आहे. हरिनामाच्या रसात ज्याची जिव्हा रमलेली आहे. त्या सुदैवी पुरुषाला उपमाच नाही. श्री ज्ञानेश्वर महाराज म्हणतात, माझा हरिपाठ पूर्ण झाला आहे, त्यामुळे माझे पूर्वज आता वैकुंठाला जातील.

नामावांचूनि कांहीं दुजे येथें नाही । वेगी लवलाही राम जपा ।
गोविंद गोपाळ वाचेसी रसाळ । पावसी केवळ निजपद ।।
ध्रुव प्रल्हाद बळी अंबऋषि प्रबुद्ध । नामेचि चित्पद पावलो देख ।
नामा म्हणे राम वाचे जपा नाम । संसार भव भ्रम हरि नामें ।।

– श्री संत नामदेव महाराज

इथे नामस्मरणाशिवाय मार्ग नाही म्हणून वेगाने आणि त्वरेने रामनामाचा जप करा. गोविंद गोपाळ हे नाम वाचेला रसाळ असून त्यामुळे तू निजपद पावशील, तुला आत्मबोध होईल. ध्रुव, प्रल्हाद, बळीराजा, अंबरीश ऋषि यांनी नामस्मरणानेच चित्पद मिळवले.

।। पंढरीनाथ महाराज की जय ।।

।। ॐ नमो भगवते वासुदेवाय ।।

जाणीव नेणीव भगवंती नाहीं। हरि उच्चारणीं पाही मोक्ष सदा।
नारायण हरि उच्चार नामाचा। तेणे कळिकाळा रीघ नाही।।
तेथील प्रमाण नेणवे वेदांसी। तें जीवजंतुसी केवी कळे।
ज्ञानदेव फळ नारायण पाठ। सर्वत्र वैकुंठ केले असे।।

– श्री संत ज्ञानेश्वर महाराज

भक्त ज्ञानी आहे का अज्ञानी हे देव पहात नाही. नामजपाने सर्वांनाच मोक्ष मिळतो. नारायण हरि हा नामोच्चार करणाऱ्यांकडे कळिकाळाला प्रवेश नाही. हरीचे खरे स्वरूप वेदांनाही कळत नाही. तर ते सर्व सामान्यांना कसे कळणार ? ज्ञानेश्वर सांगतात, नारायण नामोच्चाराने फळ कोणते तर त्यामुळे सर्व ठिकाणी वैकुंठ निर्माण होतो.

परिमळ गेलियां वोस फूल देठीं। आयुष्या शेवटी देह तैसा।
घडी घडी काळ वाट याची पाहे। अजुनि किती आहे अवकाश।।
हाचि घेऊनि सावध। काही तरी बोध करी मना।
एक तास उरला खट्वांगरायासी। भाग्यदशा कैसी प्राप्त झाली।।

– श्री संत एकनाथ महाराज

फुलाचा सुगंध संपल्यावर तो देठात असून जसा त्याचा उपयोग नाही, त्याप्रमाणे आयुष्य संपल्यावर शरीराची अवस्था होते. अजून किती अवकाश आहे याची काळ क्षणोक्षणी वाट पहात असतो. हे लक्षात घेऊन सावध हो, मनाला बोध कर. त्या खट्वांग राजाने एका तासात आपले भाग्य उजळले. मरणाला एक तास राहिला असताना त्याला हरिदर्शन झाले.

शंखचक्र गदा रुळे वैजयंती। कुंडले तळपती दोन्ही कानीं।
मस्तकी मुगुट नवरत्नहार। वरी पीतांबर पांघुरला।।
रत्नहिरेजडित कटी कडदोरा। रम्य शोभे हिरा बेंबीपाशी।
जडित कंकण कर्णी शोभे मुद्रिका। लांचावला तुका भेटीसाठी।।

– श्री संत तुकाराम महाराज

हातात शंख चक्र गदा, गळ्यात रुळते आहे वैजयंती माला, दोन्ही कानात कुंडले तळपत आहेत, मस्तकी मुकुट, नवरत्नांचा हार आणि त्यावर आपण पितांबर पांघरलेला, रत्नहिरे जडावलेला करगोटा आणि बेंबीजवळ हिरा, कर्णभूषणे, हातात अंगठी घातलेल्या अशा श्री विठ्ठलाच्या दर्शनासाठी तुकाराम महाराज उतावळे झाले आहेत.

।। पंढरीनाथ महाराज की जय ।।

।। ॐ नमो भगवते वासुदेवाय ।।

लटिका संसार वाढविसी व्यर्थ । विषयाचा स्वार्थ झणें करी ।
नको शिणों दु:खे कां भरिसी शोकें। एकतत्त्व एकें मनालावी ।।
लावा उन्मनी टाळी टाळिसी नेई बाळी । अखंड वनमाळी हृदयधरीं ।
निवृत्ती चपळ राहिला अचळ । नाही काळ वेळ भजना हरी ।।

– श्री संत निवृत्तीनाथ महाराज

लटका, खोटा संसार तू उगीच वाढवत आहेस. विषयांचा स्वार्थ करू नको. उगीच दु:ख वा शोक करू नकोस. उन्मनी अवस्थेत श्रीकृष्णाचे अखंड चिंतन कर. भजनासाठी काळवेळ न पाहता हा निवृत्ती अखंड भजन करीत राहिला त्यामुळे त्याची चंचलता गेली.

कोणाचे हे घर हा देह कोणाचा । आत्माराम त्याचा तोचि जाणे ।
मी तूं हा विचार विवेके शोधावा । गोविंदा माधवा याच देहीं ।।
देही ध्याना ध्यान त्रिपुटी वेगळा । सहस्त्रदळी उगवला सूर्य जैसा ।
ज्ञानदेव म्हणे नयनाची ज्योती । या नांवें रूपें ती तुम्ही जाणा ।।

– श्री संत ज्ञानेश्वर महाराज

हे घर व शरीर कोणाचे आहे हे ईश्वराच्या भक्तालाच समजू शकेल. मी कोण तू कोण हे विवेकाने शोधावे आणि याच देहात गोविंद माधव आहेत हे जाणून घ्यावे. ध्येय ध्याता व ध्यान या त्रिपुटीपासून तो वेगळा असून हजारो किरणांच्या सूर्याप्रमाणे तो उगवला आहे. डोळ्यांमुळे आपण पाहू शकतो. ईश्वराला सर्वत्र त्याच दृष्टीने पहा.

भवाब्धि तारक रामकृष्ण नांव । रोहिणीची माव सकळ दिसे ।
नाम हेचि थोर नामहेचि थोर । वैकुंठी बिढार रामनामें ।।
राम हे निशाणी जपताची अढळ । वैकुठं तत्काळ तया जीवा ।
नामा म्हणे वैकुठं नामेचि जोडेल । अंती तुज पावेल राम एक

– श्री संत नामदेव महाराज

रामकृष्णनामाने भवसागरातून तरुन जाता येते. बाकी सर्व मृगजळाप्रमाणे आहे. नाम हेच मोठे आहे, त्यामुळे वैकुंठात बिऱ्हाड करता येते. राम ही खूण असून त्याचा जप करणारा तत्काळ वैकुंठाला जातो. श्री नामदेव महाराज म्हणतात, नामाने तुला वैकुंठाची प्राप्ती होईल आणि श्रीराम तुला प्रसन्न होईल.

।। पंढरीनाथ महाराज की जय ।।

॥ ॐ नमो भगवते वासुदेवाय ॥

संत संगतीचे काय सांगू सुख । आपण पारिखें नाही तेथें ।
साधु थोर जाणा साधु थोर जाणा । साधु थोर जाणा कलियुगीं ॥
इहलोकी तोचि सर्वांभूती सम । शरीराचा भ्रम नेणें कदा ।
नामा म्हणे गाय दूध एकसरे । साधु निरंतर वर्ते तैसा ॥

– श्री संत नामदेव महाराज

संतसंगतीला पारखे होता कामा नये. या कलियुगात साधु हाच थोर असतो हे जाणून घ्या. सर्वांभूती समदृष्टी या इहलोकी ठेवणारा तोच एक. शरीरावर त्याचे प्रेम नसते. गाय जशी सर्वांना सारखे दूध देते त्याप्रमाणे साधुसंत सर्वांशी सारखे वागतात.

घेसी तरी घेई संतांची हे भेटी ।
आणिक ते गोष्टी नको मना ॥
बैससी तरी बैस संतांचें मधी ।
आणिक ते बुद्धि नको मना ॥

– श्री संत तुकाराम महाराज

भेटीच घ्यायच्या असतील तर संतांच्या घे. आणखी इतर काही मनात आणू नकोस बसायचे असेल तर संतांच्या मध्ये जाऊन बस– याशिवाय दुसरे काही मनाला किंवा बुद्धीला नको.

संत आनंदाचे स्थळ ।
संत सुखचि केवळ ॥
नाना संतोषाचे मूळ ।
ते हे संत ॥

– श्री संत समर्थ रामदास

संत हे आनंदाचे स्थळ आहेत. संत हे केवळ सुखच आहेत. अनेक प्रकारच्या आनंदाचे मूळ संतच आहेत.

॥ पंढरीनाथ महाराज की जय ॥

।। ॐ नमो भगवते वासुदेवाय ।।

विष्णुनाम श्रेष्ठ गाती देव ऋषि । नाम अहर्निशी गोपाळाचे ।
हरि हरि हरि तूंचि बा श्रीहरी । असे चराचरी जनार्दन ।।
आदिब्रह्म हरी आळवी त्रिपुरारी । उमे प्रती करी उपदेश ।
नामा म्हणे नाम महाजप परम । शंकरासी नेम दिननिशी ।।

– श्री संत नामदेव महाराज

श्रीविष्णुचे श्रेष्ठ असे नाम देव आणि ऋषि अखंड गात आहेत. हरी या नावाने देवा तूच या चराचर सृष्टीत भरून राहिला आहेस. हरी हे नाम आदिब्रह्म असून भगवान् शंकर तर त्याचा जप करतातच पण उमेलाही तसे करण्याचा उपदेश करतात. नामदेव महाराज म्हणतात, नाम हा श्रेष्ठ जप आहे व भगवान् शंकर तो रात्रंदिवस जपत असतात.

कल्पनेपासूनी काल्पिला जो ठेवा । तेणें पडे गोवा नेणें हरी ।
दिधल्या वांचून फळ प्राप्ती कैंची । इच्छा कल्पनेची व्यर्थ बापा ।।
इच्छावे ते जवळी हरीचे चरण । सर्व नारायण देता तुज ।
न सुटे कल्पना अभिमानाची गाठी । घेता जन्म कोटी हरि कैंचा ।।

– श्री संत एकनाथ महाराज

काल्पनिक सुखात गुरफटल्यामुळे ईश्वर समजत नाही. कल्पनेपासून निर्माण झालेली इच्छा व्यर्थ असून प्रत्यक्ष दिल्याशिवाय इथे फलप्राप्ती होत नाही. कल्पना व अभिमान सुटला नाही तर कितीही जन्म घेतले तरी फलप्राप्ती होणार नाही. हरिचरणांची केवळ इच्छा धरावी मग सर्व काही प्राप्त होते.

नामपुष्प शुद्ध गळां घाला हार । विवेक सारासार तुरा लावूं ।
बोध भाळी बुक्का क्षमा तुळसीदळ । वाहत गोपाळ संतोषातो ।।
संसाराचा वारा लागों नेदी अंगा । भावे पांडुरंगा आळविता ।
तुका म्हणे आता उजळली आरती । भावें तो श्रीपती ओवाई या ।।

– श्री संत तुकाराम महाराज

देवाचे नाम हे शुद्ध फूल, त्या फुलांचा हार गळ्यात घाला. सारासार विचाराचा तुरा, बोध हा बुक्का, कपाळाला लावा. क्षमा हे तुळशीपत्र देवाला वाहावे. त्यामुळे तो संतोष पावतो. पांडुरंगा संसाराचा वारा माझ्या अंगाला लावू देऊ नकोस. मी तुला भक्ति भावाने आळवीत आहे. आता आरती करून आम्ही भक्ति भावाने श्रीपतीला ओवाळू.

।। पंढरीनाथ महाराज की जय ।।

।। ॐ नमो भगवते वासुदेवाय ।।

जैसें मार्गेचि चालतां । अपावो न पवे सर्वथा ।
कां दीपाधारे वर्ततां । नाडळिजे ।।
तयापरी पार्था । स्वधर्मे राहाटतां ।
सकळकाम पूर्णता । सहजें होय ।।

– श्री संत ज्ञानेश्वर महाराज

मार्गाने जाताना सोबतीला जर दिव्याचा प्रकाश असेल तर कोणताही अपाय होत नाही अथवा अडखळायलाही होत नाही. याप्रमाणे पार्था जो स्वधर्माचे पालन करतो त्याच्या मनोकामना सहज पूर्ण होतात.

माझ्या मनें तुझ्या चरणीं दिली बुडी । इंद्रियें बापुडी वेडावती ।
आता विषयसुख जाणावे हे कोणें । जाणोनि भोगणें कोणे स्वामी ।।
देह सहजस्थिती राहिले निष्काम । हृदयी सदा प्रेम वोसंडत ।।
नामा म्हणे केशवा, कृपेच्या सागरा । तू आम्हा सोयरा अदिअंती ।।

– श्री संत नामदेव महाराज

आता विषयसुख कुणी जाणावे आणि जाणून भोगणे स्वामी कोठे राहिले आहे. निष्काम स्थितीला आता हा देह आला असून तुझ्याविषयीचे प्रेम मनातून ओसंडत आहे. नामदेव महाराज म्हणतात, केशवा कृपेच्या सागरा आधी आणि नंतर तूच आमचा सोयरा आहेस.

योग याग तप न लगे साधन । वाचे रामकृष्ण जपे आधीं ।
कायिक वाचिक मानसिक भाव । तेणें सर्व ठाव एकरुप ।।
संसार सांकडे भ्रमिष्टासी पडे । उच्चारिता नाम तया न पडे सांकडे ।
एका जनार्दनी नेम हाचि राम । सोपे ते वर्म गूढ नको ।।

– श्री संत एकनाथ महाराज

योग, याग, तप या साधनांच्या मागे न लागता रामनामाचा आधी जप करा. म्हणजे कायिक, वाचिक, मानसिक सर्व भावभावना एकरुप होतील. संसाराचे संकट भ्रमिष्टांना पडते. पण नामोच्चार केला तर तेही संकट दूर होते. हरिनामाचा जप करणे हेच सोपे आहे. बाकी काही करायला नको.

।। पंढरीनाथ महाराज की जय ।।

।। ॐ नमो भगवते वासुदेवाय ।।

वेदांचा तो अर्थ आम्हांसीच ठावा । येरांनी वाहवा भार माथां ।
खादल्याची गोडी देखिल्यासी नाही । भार धन वाही मजुरीचे ।।
उत्पत्तिपाळण संहाराचे निज । जेणें नेलें बीज त्याचे हातीं ।
तुका म्हणे आम्हा सांपडले मूळ । आपणचि फळ आले हातां ।।

– श्री संत तुकाराम महाराज

वेदांचा खरा अर्थ आम्हालाच ठाऊक आहे, इतरांनी केवळ भार वहावा. प्रत्यक्ष खाणाऱ्याला चवीचा अनुभव येतो तो पाहणाऱ्याला येत नाही. धनाचा भार वाहणाऱ्या मजुराला कसला लाभ ? उत्पत्ती पालन आणि संहार ज्याच्या हातीं आहे तो पांडुरंगच आमच्या हाती लागल्यामुळे फळ मिळाल्या सारखंच आहे, असे तुकाराम महाराज म्हणतात.

पुंडलिकें शेत केलें । पिकविलें अपार ।
सर्वागत नावरे एका । मग सकळ लोकां हांकारी ।।
यार म्हणे बांधा मोरा । करा सांठा म्या घरी ।
निळा म्हणे कल्पवरी । लुटती परी सरेना ।।

– श्री संत निळोबा महाराज

पुंडलिकाने शेत करून अपार धान्य पिकवले. एकट्याला एवढे नको म्हणून त्याने सर्वांना हाका मारल्या, प्रत्येकाला सांगितले या पोती भरा, साठा करा, घरी न्या, कल्पांतापर्यंत कितीही लुटलेत तरी हे हरिनामाचे पीक संपणार नाही.

येऊनियां जन्मा एक। करा देहाचे सार्थक।
वाचे नाम विठ्ठलाचे । तेणें सार्थक जन्माचे ।।
ऐसा नामाचा महिमा । शेष वर्णितां झाली सीमा ।
नाम शास्त्रीं त्रिभुवनीं । म्हणे नामयाची जनीं ।।

– श्रीसंत जनाबाई

हा जो एक जन्म मिळाला आहे त्या जन्माला येऊन देहाचे सार्थक करा. मुखाने विठ्ठलाचे नाव जर घेतलेत तर जन्माचे सार्थक होईल. नामाचा असा महिमा शेषानेही वर्णन केला आहे म्हणे. नाम हेच या त्रिभुवनात शास्त्र आहे असे नामदेवाची दासी जनी म्हणते.

।। पंढरीनाथ महाराज की जय ।।

।। ॐ नमो भगवते वासुदेवाय ।।

सगुण मूर्ति उभी असे विटे। कोटी सूर्य दाटे प्रभा तिथे।
सुंदर सगुण मूर्ति चतुर्भुज। पाहतां पूर्वज उद्धरती।।
त्रिभुवनी गाजे ब्रीदाचा तोडर। तोच कटी कर उभा विटे।
एका जनार्दनी नातुडे जो वेदां। उभा तो मर्यादा धरुनि पाठी।।

– श्री संत एकनाथ महाराज

ही विठ्ठलाची सगुण मूर्ति विटेवर उभी आहे तिथे कोटी कोटी सूर्यांची प्रभा एकवटली आहे. ही सुंदर, सगुण, चतुर्भुज मूर्ति पाहिल्यावर पूर्वजांचाही उद्धार होतो. भक्ता संकटी संरक्षण हे ज्या विठ्ठलाचे ब्रीद त्रिभुवनात गाजते आहे, तोच कटिवर हात ठेवून इथे उभा आहे. हा वेदांनाही समजला नाही. तो सदैव भक्तांचा पाठिराखा आहे.

शरणागत जालों। तेणे मीपणा मुकलों।
आता दिल्याचीच वाट। पाहों नाही खटपट।।
न लगे उचित। कांही पाहावें संचित।
तुका म्हणे सेवा। माने तैसी करूं देवा।।

– श्री संत तुकाराम महाराज

देवा माझा मीपणा सोडून तुम्हाला शरण आलो आहे. तुम्ही वचन कधी पूर्ण करता याची वाट पहातो आहे. यासाठी मी काही निराळी खटपट करणार नाही. नियतीचा विचार करणार नाही. तुकाराम महाराज म्हणतात, आता देवाला जशी सेवा मान्य होईल तशी करू.

चित्त शुद्धीचा उपाय। सदा चिंतावे हरि पाय।
पोटी व्हावा अनुताप। मुखें हरिनाम जप।।
हरि नामा गातां गीती। होय पापाची निष्कृती।
चित्ती उपजे सद्‌भाव। स्वामी म्हणे भेटे देव।।

– श्री संत स्वामी स्वरुपानंद महाराज

हरिचरणांचे सदैव चिंतन करावे हा चित्तशुद्धीचा उपाय आहे. पश्चाताप मनापासून व्हावा आणि मुखाने हरिनामाचा जप करावा. हरिनामाची गीते गायल्यामुळे पापापासून मुक्तता मिळते, चित्तात सदूभाव निर्माण होतो आणि स्वामी स्वरुपानंद सांगतात, देवही भेटतो.

।। पंढरीनाथ महाराज की जय ।।

३६३

।। ॐ नमो भगवते वासुदेवाय ।।

हे रोहिणीचे जळ । तयाचे पाहातां येईजे मूळ ।
तैं रश्मि नव्हती केवळ । होय तें भानु ।।
तयाचि परी किरीटी । इया प्रकृति जालिये सृष्टि ।
जैं उपसंहरूनि कीजेल ठी । तैं मीचि आहे ।।

— श्री संत ज्ञानेश्वर महाराज

आपण जर मृगजळाचे मूळ पाहू गेलो तर ते सूर्यकिरण नसून सूर्यच आहे त्याप्रमाणे पार्था प्रकृती आणि सृष्टि यांची वजाबाकी केल्यावर जे उरते ते मीच आहे, त्याप्रमाणे जगाची उत्पत्ती स्थिती व लय मीच आहे.

कल्पतरु अंगीं इच्छिले ते फळ । अभागी दुर्बळ भावें सिद्धी ।
धन्य त्या जाती धन्य त्या जाती । नारायण चित्तीं साठविला ।।
बीजा ऐसा धावा उदकें अकुंर । गुणाचे प्रकार ज्याचे तया ।
तुका म्हणे कळे पारखिया हिरा । ओझें पाठी खरा चंदनाचे ।।

— श्री संत तुकाराम महाराज

कल्पतरुपासून इच्छिलेले फळ दिसते. अभागी दुर्बलालाही ते मिळेल. ज्यांनी चित्तात नारायण साठविला आहे ते धन्य होत. बीजाप्रमाणे अकुंर पाण्यातून उगवतात. हिऱ्याची परीक्षा पारख्यांनाच होते. गाढवाच्या पाठीवर चंदनाचे ओझे ठेवले तर त्याला त्याचे काही नाही. खरा सुगंध जाणणारे दुसरेच असतात.

ऐका निस्पृहाची शिकवण । युक्ति बुद्धि शहाणपण ।
जेणें राहे समाधान । निरंतर ।।
पोटीं चिंता धरू नये । कष्टें खेद मानू नये ।
समयी धीर सांडू नये । कांही केल्या ।।

— श्री संत समर्थ रामदास

युक्ति बुद्धि आणि शहाणपण ज्यामुळे टिकून राहते ती निस्पृहाची शिकवण ऐका. सतत चिंता करु नये, कष्ट पडले तरी त्याचा खेद मानू नये आणि कसलाही प्रसंग आला तरी धीर सोडू नये.

।। पंढरीनाथ महाराज की जय ।।

।। ॐ नमो भगवते वासुदेवाय ।।

परि सर्वभावें भरलें देखें । आणि भुकेला अमृतें तोखें ।
तैसे पत्रचि परि तेणें सुखें । आरोगूं लागें ।।
पैं भक्ति एकी मी जाणें । तेथ सान थोर न म्हणे ।
आम्ही भावाचे पाहुणे । भलतेया ।।

- श्री संत ज्ञानेश्वर महाराज

भक्ताने भक्तिपूर्वक वाहिलेले साधे पानही भुकेलेल्या माणसाने अमृत प्राशन करावे तसे मी भक्षण करतो. मी केवळ भक्ति ओळखतो. लहान थोर जाणत नाही. भक्तिच्या पाहुणचाराने आम्ही अतिशय आनंदित होतो.

झुंझावयाच्या गोष्टी ऐकतांचि सुख । करिता देह दु:ख थोर आहे ।
तैसी हरिभक्ति सुळावरील पोळी । निवडे तो बळी विरळा शूर ।।
पिंड पोसिलिया विषयांचा पाईक । वैकुंठनायक कैंचा तेथें ।
तुका म्हणे व्हावें देहासी उदार । रखुमा देवीवर जोडावया ।।

- श्री संत तुकाराम महाराज

युद्धाच्या गोष्टी करताना सुख वाटते पण प्रत्यक्षात लढाई करणाऱ्यांच्या वाट्याला मोठे दु:ख येते. श्रीहरीची भक्ति ही देखील सुळावरची पोळी आहे. तशी भक्ति करणारा शूर विरळाच असतो. विषयासक्त जिवाला वैकुंठनायक कसा भेटेल ? ज्याला रखुमाईच्या पतीला, विठ्ठलाला प्रसन्न करून घ्यावयाचे असेल त्याने जिवावर उदार व्हावे असे तुकाराम महाराज म्हणतात.

सकळांसी जे मान्य । तेंचि होतसे सामान्य ।
सामान्यास अनन्य । होईजेत नाहीं ।।
उदंडांचे उदंड ऐकावें । परि तें प्रत्यये पाहावें ।
खरे खोटे निवडावे । अन्तर्यामी ।।

- श्री संत समर्थ रामदास

सर्व सामान्यांना जे मान्य होते तेच प्रचलित होते, पण शहाणी माणसे ते मान्य करतातच असे नाही. अनेकांचे बोलणे पुष्कळ ऐकावे पण अनुभव घेऊन खरे खोटे ठरवावे.

।। पंढरीनाथ महाराज की जय ।।

।। ॐ नमो भगवते वासुदेवाय ।।

सैंधव सिंधु पडलिया । जो क्षणु धनंजया ।
तेणें विरेचि कीं उरावया । कारण कायी ।।
तैसे सर्वत्र मातें भजतां । सर्व मी होता अहंता ।
नि:शेष जाऊनि तत्त्वतां । मीचि होसी ।।

– श्री संत ज्ञानेश्वर महाराज

मीठ समुद्रात पडल्यावर जो जो क्षण येईल तो ते विरघळून जाईल तसा तू माझ्यात विरघळून जा. तसे सर्व प्रकार माझे भजन केले असता सर्वत्र मीच आहे हे एकदा तुझ्या बुद्धीला पटले की तुझा अहंकार समूळ नाहीसा होऊन तू माझ्याशी एकरूप होशील.

अवगुण सोडिता जाती । उत्तम गुण अभ्यासिता येती ।
कुविद्या सांडून सिकती । शहाणें विद्या ।।
लोकीं कार्यभाग आडे । तो कार्यभाग जेथे घडे ।
लोक सहजचि वोढे । कामासाठी ।।

– श्री संत समर्थ रामदास

माणसाने प्रयत्न केल्यास त्याचे अवगुण दुर्गुण जाऊन अभ्यासाने अंगी सद्‌गुण बाणविता येतात. शहाणपण प्राप्त होते. लोकांचे अडलेले काम जिथे होते तिकडेच लोक जातात. यासाठी जो अडलेला, नडलेला असेल त्याचे काम करीत जावे.

याजसाठी केला होता अट्टहास । शेवटचा दीस गोड व्हावा ।
आता निश्चितीने पावलो विसावा । खुंटलिया धावा तृष्णेचिया ।।
कवतुक वाटे जालिया वेचावे । नाव मंगळाचे तेणें गुणें ।
तुका म्हणे मुक्ति परिणली नोकरी । आता दिवस चारी खेळीमेळी ।।

– श्री संत तुकाराम महाराज

आयुष्यातला शेवटचा दिवस गोड व्हावा म्हणून आजपर्यंत मी अट्टाहास केला होता आता मला कसलीही काळजी उरली नाही, चिंता राहिली नाही. मी आनंदाने विसावा घेतो आहे. माझी सगळी तृष्णा हाव संपली आहे. आजवरचे माझे आयुष्य श्रीहरि स्मरणात गेले. मला मोठे कौतुक वाटते. मी आता मुक्ति ही वधू निवडली आहे. आता उरलेले दिवस मी या मुक्तिबरोबर खेळीमेळीने काढणार आहे.

।। पंढरीनाथ महाराज की जय ।।

पसायदान

आतां विश्वात्मकें देवें । येणें वाग्यज्ञें तोषावें ।
तोषोनि मज द्यावें । पसायदान हे ।।१ ।।
जे खळांची व्यंकटी सांडो । तया सत्कर्मी रती वाढो ।
भूतां परस्परें पडो । मैत्र जीवाचें ।।२ ।।
दुरितांचे तिमिर जावो । विश्व स्वधर्मसूर्ये पाहो ।
जो जें वांछील तो तें लाहो । प्राणिजात ।।३ ।।
वर्षत सकळमंगळीं । ईश्वरनिष्ठांची मांदियाळी ।
अनवरत भूमंडळीं । भेटतु या भूता ।।४ ।।
चलां कल्पतरुंचे अरव । चेतना चिंतामणीचें गांव ।
बोलते जे अर्णव । पीयूषाचे ।।५ ।।
चंद्रमे जे अलांछन । मार्तंड जे तापहीन ।
ते सर्वांही सदा सज्जन । सोयरे होतु ।।६ ।।
किंबहुना सर्वसुखीं । पूर्ण होऊनि तिहीं लोकीं ।
भजिजो आदिपुरुखी । अखंडित ।।७ ।।
आणि ग्रंथोपजीविये । विशेषीं लोकीं इयें ।
दृष्टादृष्टविजयें । होआवें जी ।।८ ।।
तेथ म्हणे श्री विश्वेशरावो । हा होईल दानपसावो ।
येणें वरें ज्ञानदेवो । सुखिया जाला ।।९ ।।

– श्री संत ज्ञानेश्वर महाराज